अभिप्राय

गुंतवून ठेवणारी रहस्यकथा

दैनिक लोकमत, ६-७-२००३

सत्ता संघर्षातील रहस्य

दैनिक सकाळ, पुणे, २८-९-२००३

उत्कंठावर्धक कादंबरी

मुंबई, तरुणभारत, १४-९-२००३

एक भन्नाट पाठलाग कथा

दैनिक सामना, १७-८-२००३

सेव्हिंग फेथ

लेखक
डेव्हिड बॉल्डाची

अनुवाद
माधव कर्वे

मेहता पब्लिशिंग हाऊस

Mehta Publishing House, Pune 411030.
Email : production@mehtapublishinghouse.com
Website : www.mehtapublishinghouse.com

- *या पुस्तकातील लेखकाची मते, घटना, वर्णने ही त्या लेखकाची असून त्याच्याशी प्रकाशक सहमत असतीलच असे नाही.*

SAVING FAITH by DAVID BALDACCI
by arrangement with
'Aaron M. Priest Literary Agency'
INC of Columbus Rose Ltd.
Translated into Marathi Language by Madhav Karve

सेव्हिंग फेथ / अनुवादित कादंबरी

TBC

अनुवाद : माधव कर्वे
Email : author@mehtapublishinghouse.com

मराठी अनुवादाचे व प्रकाशनाचे हक्क मेहता पब्लिशिंग हाऊस, पुणे ३०.

प्रकाशक : सुनील अनिल मेहता, मेहता पब्लिशिंग हाऊस,
१९४१, माडीवाले कॉलनी, सदाशिव पेठ, पुणे – ४११०३०.

मुखपृष्ठ : चंद्रमोहन कुलकर्णी

प्रकाशनकाल : मे, २००३ / पुनर्मुद्रण : फेब्रुवारी, २०२१

P Book ISBN 9788177664027

मनोगत

डेव्हिड बॉल्डाची ह्यांची ‘सेव्हिंग फेथ’ ही कादंबरी एका वेगळ्या वाटेनं जाणारी आहे. ह्या कादंबरीचा मुख्य रोख अमेरिकेतल्या ‘सीआयए’ (सेंट्रल इंट्लिजन्स एजन्सी) आणि ‘एफ बी आय’ (फेडरल ब्यूरो ऑफ इन्वेस्टिगेशन) ह्या दोन गुप्तचर यंत्रणांमध्ये असलेल्या सत्तासंघर्षावर आहे. त्याचबरोबर अमेरिकेतून परदेशात जाणारे मदतनिधी आणि त्यामध्ये गुंतलेले राजकीय हितसंबंध ह्यांनाही एक धागा मुख्य कथानकाशी जोडलेला आहे.

ह्या दमदार कथानकांचं आणखी एक वैशिष्ट्य म्हणजे कथानकाच्या ओघात खूपच मोठ्या - लहान व्यक्तिरेखा भेटत राहतात. ह्या व्यक्तिरेखांच्या स्वभाव-वैशिष्ट्याच्या वेगवेगळ्या छटा पाहिल्या तर थक्क व्हायला होतं. कावेबाज, दगलबाज, पाताळयंत्री व्यक्तिरेखांप्रमाणेच निष्ठावंत, विश्वासू, प्रेमळ, जिवाला जीव देणारी, धाडसी अशी विविध स्वभाववृत्तींची माणसं ह्या कथानकात आहेत. रहस्याची खिळवून ठेवणारी गुंफण असलेल्या ‘सेव्हिंग फेथ’मध्ये एकप्रकारे सत्तेची साठमारी आहे, एक प्रकारे एकमेकांवर कुरघोडी करण्याची धडपड आहे. ह्या सगळ्यातून एक वेगळंच रसायन तयार होतं आणि वाचणाऱ्याचं मन गुंग होऊन जातं.

‘सेव्हिंग फेथ’चा आणखीही एक मुख्य धागा म्हणजे फेथ लॉक हार्ट आणि ली ॲडॅम्स ह्या नायिका – नायकाच्या जोडीची प्रेमकहाणी. साक्षात मृत्यूचं सावट असलेल्या वातावरणात एका वेगळ्याच सुरावटीत ही प्रेमकहाणी फुलते. ह्या प्रेमकहाणीच्याही वेगवेगळ्या विलोभनीय गहिऱ्या छटा आहेत. ‘सेव्हिंग फेथ’मध्ये शेवटी राजकीय पटावर चाललेला सुष्ट आणि दुष्ट प्रवृत्तींमधला संघर्ष आहे, मात्र मृत्यूची सावली असलेल्या ह्या संघर्षातही अखेरीस ली आणि फेथच्या प्रेमाचा विजय होतो.

मनाची सहजपणे पकड घेणारी कादंबरी अनुवादित करताना मी स्वत: एक वेगळाच थरार आणि आनंद अनुभवला. हाच थरार आणि आनंद अनुभवायला वाचकांनाही निश्चितपणे आवडेल.

अशी ही थरारक कादंबरी उत्तमरित्या वाचकांपुढे सादर करण्यासाठी ज्यांनी – ज्यांनी परिश्रम घेतले, त्या सर्व संबंधितांचा मी ऋणी आहे.

माधव कर्वे

१

जमिनीखाली खूप खोलवर असलेल्या एका मोठ्या खोलीत काही माणसं गंभीर मुद्रेनं बसलेली होती. केवळ एका गतिमान लिफ्टमधूनच ह्या खोलीत येणं शक्य होतं. सहाव्या दशकाच्या सुरुवातीला ह्या जागेच्या वर असलेल्या इमारतीच्या नूतनीकरणाच्या बहाण्यानं ही भव्य जागा गुप्तपणे बांधण्यात आलेली होती. अर्थातच आण्विक हल्ला कधी झाला तर इथं आश्रय घेता यावा, हीच ह्या बांधकामामागची मूळ कल्पना होती. ही सुविधा अमेरिकन सरकारच्या ज्येष्ठ नेत्यांसाठी नव्हती. ही सुविधा तुलनेनं 'कमी महत्त्वाच्या' लोकांसाठी होती... म्हणजे 'कायदा आणि सुव्यवस्था' सांभाळणारे लोक... साहजिकच त्यांना अशा आपत्काली वेळेत बाहेर पडता आलं नाही तरी सर्वसामान्य नागरिकांना देणं शक्य नाही अशा संरक्षणाचा दर्जा होता. राजकीयदृष्ट्या संपूर्ण विध्वंस झाला तरी काही व्यवस्था ही हवीच.

थेट आण्विक हल्ला झाला तर जमिनीअंतर्गत पोलादी कवचाखाली लपून त्यातून सुरक्षित राहता येईल, असा समज असलेल्या काळात ही जागा बांधण्यात आलेली होती. त्यामागची कल्पना अशी होती की, बाकी सगळा देश बेचिराख करणारा अणुसंहार झाल्यावर सगळ्या अवशेषांमधून नेत्यांनी वर अवतरायचं... नेतृत्व करायला मागे काही नसतानासुद्धा...

ह्या जागेवरची मूळची इमारत बऱ्याच वर्षांपूर्वी जमीनदोस्त करण्यात आली होती. पण ही भूमीगत खोली तशीच राहिलेली होती. त्या इमारतीच्या जागी बरीच वर्षं रिकामे राहिलेले दुकानाचे गाळे होते. आता बहुतेक सगळ्यांनाच विसर पडलेली ही खोली देशाच्या मुख्य गुप्तचर संस्थेच्या काही लोकांच्या भेटीची जागा म्हणून वापरण्यात येत होती. ह्या बैठकी ह्या लोकांच्या अधिकृत कामाशी संबंधित नसल्यानं त्यात थोडा धोकाही होता. ह्या बैठकींमध्ये चर्चिले जाणारे विषय बेकायदेशीर आणि आज रात्री तर खुनशीही होते. त्यामुळे अधिक

काळजी घेणं आवश्यक होतं.

ह्या खोलीच्या अतिशय जाड पोलादी भिंतींवर तांब्याचा मुलामा देण्यात आलेला होता. ह्याबरोबरच त्या जागेच्या वरच्या बाजूला टाकून ठेवलेला दगडामातीचा ढीग म्हणजे एक प्रकारचं संरक्षण होतं... अवकाशात आणि इतरत्र असलेल्या हेरगिरी करणाऱ्या इलेक्ट्रॉनिक उपकरणांपासून संरक्षण. इथं जमणाऱ्या लोकांना खरं तर इथं यायला फार आवडत होतं, अशातला भाग नव्हता. हे सगळं गैरसोयीचं होतं आणि हे लोक कारस्थानी वृत्तीचे असले तरी त्यांच्या मानानं तो प्रकार फारच जेम्स बाँडच्या चित्रपटात शोभावा असाच होता. त्यामागचं सत्य असं होतं की सध्या पृथ्वी इतक्या आधुनिक टेहळणी तंत्रज्ञानानं वेढली गेलीय की ह्या भूतलावर होणारं जवळजवळ कुठलंही संभाषण चोरून ऐकणं शक्य होतं.

ह्या बैठकीला आज जमलेले सगळेजण 'गोरे' होते आणि बहुतेकजण 'सीआयए'च्या ठरलेल्या निवृत्तीच्या वयाच्या म्हणजे साठीच्या जवळ असल्यानं त्यांचे केसही पिकलेले होते. त्यांचे पोशाख असे नीटनीटके आणि व्यावसायिक पद्धतीचे होते की ते कुणी डॉक्टर, वकील नाही तर बँक व्यावसायिकच वाटावेत.

सामूहिकदृष्ट्या हे सगळे लोक म्हणजे हजारो रहस्यांचं भांडार होतं. सर्वसाधारण जनतेला ही रहस्यं कधीच कळणं शक्य नव्हतं कारण त्यामागच्या कृती जनतेच्या दृष्टीनं निंद्य ठरल्या असत्या. तरीसुद्धा अमेरिकेला नेहमी हवे असलेले आर्थिक, राजकीय, सामाजिक आणि अन्य परिणाम जगात कुठेतरी रक्तपात घडवल्याशिवाय दिसणं शक्य नव्हतं. ही कामं हे लोक करायचे. एक प्रकारे हे अमेरिकेचं शक्तिप्रदर्शनच होतं.

ह्या रात्रीच्या बैठकीमागचा हेतू होता, फेथ लॉकहार्टच्या हत्येचा कट शिजवणं. तांत्रिकदृष्ट्या अध्यक्षांच्या आदेशानुसार कुठल्याही हत्येला प्रतिबंध केलेला होता. तरीसुद्धा इथं जमलेली माणसं 'सीआयए'ची असली तरी आज रात्री ते 'सीआयए'चं प्रतिनिधित्व करत नव्हते. हा ह्या लोकांचा खाजगी कार्यक्रम होता आणि फेथ लॉकहार्ट ही बाई मरायला पाहिजे ह्याबाबत त्यांच्यात कसलंही दुमत नव्हतं. देशाच्या भल्याच्या दृष्टीनं ते महत्वाचं होतं. अमेरिकेच्या अध्यक्षांना ही गोष्ट माहिती नसली तरी ह्या लोकांना ते माहिती होतं.

'म्हणजे तू असं म्हणतोयस की लॉकहार्टबरोबर आपल्याला एका 'एफबीआय'च्या एजंटलाही मारावं लागेल,' तिथं जमलेल्यांपैकी एकजण धुरानं भरलेल्या तिथल्या वातावरणात बोट खुपसत म्हणाला. तो माणूस अविश्वासानं डोकं हलवत म्हणाला. 'आपण आपल्याच माणसाला का मारायचं? त्यामुळे संकटच ओढवेल.'

टेबलाच्या अग्रभागी बसलेल्या माणसानं विचारमग्न होत मान हलवली.

रशिया बरोबर चाललेल्या शीतयुद्धाच्या काळात हा माणूस– रॉबर्ट थॉर्नहिल– 'सीआयए'चा एक ख्यातनाम लढवय्या होता. 'एजन्सी'तला ह्या माणसाचा लौकिक वैशिष्ट्यपूर्ण होता. थॉर्नहिलची ख्याती अभेद्य होती तर त्याच्या व्यावसायिक विजयांशी तुलना करणं कोणालाच शक्य नव्हतं. 'एजन्सी'च्या 'मोहिमा' विभागाचा तो 'असोसिएट डेप्युटी डायरेक्टर' होता. हे पद अतिशय जबाबदारीचं होतं. परदेशातल्या बित्तंबातम्या गुप्तपणे संकलित करण्याची मोहीम थॉर्नहिलकडे होती. अनधिकृतरित्या 'सीआयए'चं हे हेरखातं होतं आणि तरीसुद्धा हा अधिकारी तसा सर्वज्ञात ठेवलेला नव्हता. अर्थपूर्ण काम करून घेण्याच्या दृष्टीनं हे पद अगदी योग्य होतं.

थॉर्नहिलनं उभारलेला हा निवडक गट 'सीआयए' मधल्या एकूण परिस्थितीबद्दल त्याच्याइतकाच अस्वस्थ होता. ही भूमिगत जागा... दुसरी कालकुपीच... अस्तित्वात असल्याचं फक्त त्याच्या लक्षात होतं. ही जागा वापरण्यायोग्य आणि त्यात वेगवेगळ्या सोयी करून ती आधुनिक करण्यासाठी पैसा थॉर्नहिलनं उभा केला होता. करदात्यांच्या पैशातून उभी केलेली अशी हजारो खेळणी देशभर विखुरलेली होती. त्यापैकी बऱ्याच गोष्टी तर पूर्णपणे वाया गेल्या होत्या. ह्यावर विचार करताना थॉर्नहिल आपलं हसू दडपायचा. त्याचं मत होतं– सरकारांनी त्यांच्या-त्यांच्या नागरिकांच्या कष्टाच्या पैशाचा चुराडा केला नाही तर त्या सरकारांना करायला काही राहिल का?

अमेरिकेवर कुरघोडी करण्यासाठी बरेच देश टपलेले होते, अनेकांचं तर ते जीवित-ध्येयच होतं. असं काही घडणार नाही ह्याची खबरदारी घेणं, हे त्याचं काम होतं. रशियाबरोबरच्या अमेरिकेच्या शीतयुद्धाच्या काळापासून थॉर्नहिल ही कामगिरी बजावत आलेला होता.

टेबलाभोवती नजर टाकून थॉर्नहिलनं तिथं जमलेल्या प्रत्येकाची देशनिष्ठा जणू अजमावून पाहिली आणि ती आपल्याला साजेशी आहे, हे जाणवून त्याला समाधान वाटलं. अमेरिकेची सेवा करणं ह्या एकमेव ध्येयानं त्याला वर्षानुवर्षं भारलेलं होतं. त्याचे वडील अमेरिकेच्या 'सीआयए' आधी अस्तित्वात असलेल्या म्हणजे दुसऱ्या महायुद्धाच्या काळातल्या गुप्तचर यंत्रणेसाठी काम करायचे. त्याच्या वडिलांनी त्यावेळी काय केलं, हे त्याला फारसं माहिती नव्हतं. पण त्यांनी एक तत्त्वज्ञान त्याच्या अंतरंगात भिनवलं होतं आणि ते म्हणजे, आयुष्यात आपल्या देशाची सेवा करण्यापेक्षा दुसरं मोठं काही नाही. वडील मरेपर्यंत त्यांना मुलाबद्दल अभिमान होता. पण त्याहीपेक्षा थॉर्नहिलला त्यांच्याबद्दल जास्त अभिमान वाटायचा.

थॉर्नहिलच्या रूपेरी चमकत्या केसांमुळे तो भारदस्त दिसायचा... डोळे

करडे आणि बोलके... गोल हनुवटी, सुसंस्कृत-धीरगंभीर आवाज... तांत्रिक परिभाषा आणि लाँगफेलोची कविता, दोन्हीही त्याच्या तोंडून सारख्याच सहजतेनं वहात असे... सदैव थ्री-पीस सूट, सिगारेटपेक्षा पाईप ओढणं जास्त प्रिय, तसं पाहिलं तर अठ्ठावन्न वर्षांच्या थॉर्नहिलला 'सीआयए'मधून शांतपणे निवृत्त होता आलं असतं, खूप भ्रमंती केलेला, विद्वान असा माननीय सनदी नोकर म्हणून सुखात राहता आलं असतं पण त्याला शांतपणे निवृत्त व्हायची इच्छा नव्हती आणि कारण अगदी स्पष्ट होतं.

गेल्या दहा वर्षांत, 'सीआयए'च्या जबाबदाऱ्या आणि बजेट कमी होत गेली होती. हा बदल थॉर्नहिलच्या मते विघातक होता. ह्याचं कारण म्हणजे जगभर जे आगडोंब उसळत होते, त्यामागे बऱ्याचदा कोणत्याही राजकीय संघटनेशी संबंध नसलेले धर्मांध लोक होते आणि त्यांच्या हातात सामूहिक विध्वंस घडवून आणतील अशी साधनं होती. आताच्या युगात जगातल्या कुठल्याही दुष्टप्रवृत्तीला उच्च तंत्रज्ञान हेच उत्तर आहे असं मानलं जात असलं तरी अगदी सर्वोत्कृष्ट उपग्रहसुद्धा बगदाद, सेऊल किंवा बेलग्रेडमधल्या गल्ल्यांमध्ये हिंडून तिथल्या लोकांचं भावनिक तापमान मोजू शकत नाहीत. अंतराळातल्या कॉम्प्युटर्सना लोक काय विचार करत असतात किंवा त्यांच्या अंत:करणात किती सैतानी विचार घोळत असतात, ते जाणून घेता येत नाही. म्हणूनच थॉर्नहिल पैसा मोजून कितीही उत्तम तंत्रज्ञान मिळत असलं तरी त्यापेक्षा जीव धोक्यात घालायची तयारी असलेल्या (किंवा असलेली) एखाद्या चलाख, धाडसी वीराला प्राधान्य देत असे.

थॉर्नहिलचा 'सीआयए'मध्ये अशा निष्णात लोकांचा एक गट होता, त्याच्याशी पूर्ण निष्ठा बाळगून असलेला आणि खास त्याच्या दिमतीला राहणारा असा. 'सीआयएला' जे पूर्वी महत्त्व मिळालं होतं, ते मिळवून देण्यासाठी ह्या सगळ्यांनी जिवाचं रान केलं होतं. आता शेवटी थॉर्नहिलच्या हातात हे साधन होतं. लौकरच सत्ताधीश काँग्रेस सदस्य, सेनेटर, अगदी उपाध्यक्षसुद्धा आणि बरेच उच्चपदस्थ नोकरशहा थॉर्नहिलच्या मुठीत येणार होते. त्याची पुढची पायरी म्हणजे वाढतं बजेट, वाढतं मनुष्यबळ आणि 'सीआयए'च्या जबाबदाऱ्या आणि बळ, स्थान पूर्ववत...

ही व्यूहरचना ह्याआधी 'एफबीआय'ला उपयोगी पडलेली होती. तो काही योगायोग नव्हता. थॉर्नहिलच्या मते ब्युरोचा बजेट आणि प्रभाव, तसंच सत्ताबाज राजकारण्यांच्या ठेवलेल्या 'गुप्त' म्हटल्या जाणाऱ्या 'फायली' हे सगळं वाढत गेलं होतं. रॉबर्ट थॉर्नहिलला सबंध जगात कुठल्या संघटनेचा तिरस्कार वाटत असेल तर ती म्हणजे 'एफबीआय'. म्हणून आपल्या संघटनेला, 'सीआयए'ला

पूर्वीचं स्थान मिळवून देण्यासाठी वाटेल ते करायची त्याची तयारी होती.

थॉर्नहिलनं आपल्याभोवती जमलेल्या लोकांवर लक्ष केंद्रित केलं. 'आपल्यापैकीच एखाद्याला मारू नये हा विचार तसा योग्य आहे पण वस्तुस्थिती अशी आहे की 'एफबीआय'नं फेथ लॉकहार्टला सतत गुप्त सुरक्षेत ठेवलेलं आहे. ती सहजपणे सापडू शकेल अशी एकमेव वेळ म्हणजे तिला ठेवलेल्या जागी ती जात असताना, आधी काही न सांगता ते तिला 'साक्षीदाराच्या संरक्षणा'त ठेवू शकतात म्हणून आपल्याला ह्या दोघांना त्या घरापाशीच उडवावं लागेल?'

आणखी एक माणूस म्हणाला, 'ठीक आहे, आपण लॉकहार्टला मारू पण प्लीज बॉब, 'एफबीआय'च्या एजंटला जिवंत ठेवू.'

थॉर्नहिलनं नकारार्थी मान हलवली, 'त्यात फार मोठा धोका आहे. मला कल्पना आहे, आपल्याच सहकारी एजंटला मारणं ही एक वाईट, निंद्य गोष्ट आहे पण आता आपली जबाबदारी टाळणं म्हणजे मोठी घोडचूक होईल. आपण ह्या मोहिमेत किती पैसा गुंतवलाय ह्याची तुला कल्पना आहे. आता आपण अपयश पत्करू शकत नाही.'

'छे, बॉब, 'एफबीआय'ला हे कळलं तर काय होईल ह्याची तुला कल्पना आहे?' तो पहिला माणूस निषेध नोंदवत म्हणाला.

'तेवढी गुप्तता पाळणं आपल्याला शक्य नसेल तर आपण जे करतो काम ते करूच नये.' थॉर्नहिल फटकळपणे म्हणाला. 'माणसांचे बळी देण्याची ही काही पहिलीच वेळ नाही.'

आणखी एक जण खुर्चीत पुढे झुकला. तो ह्या गटात सगळ्यात तरुण होता. तरीसुद्धा त्याची बुद्धिमत्ता आणि आत्यंतिक, प्रखर रांगडेपणा– क्रौर्य ह्यामुळे हे सगळे लोक त्याला मानायचे.

'आपण फक्त 'एफबीआय'नं बुकॅननची चौकशी करू नये म्हणून लॉकहार्टला मारणं एवढ्याच मुद्याकडे पाहतोय. त्याऐवजी 'एफबीआय'च्या डायरेक्टरला आवाहन करून त्याच्या माणसांना चौकशी थांबवण्याचे आदेश द्यायला सांगितलं तर, म्हणजे कोणालाच मरायला नको?'

थॉर्नहिलनं आपल्या तरुण सहकाऱ्यांकडे त्यानं निराशा केल्याचं दाखवत त्याच्याकडे पाहिलं आणि विचारलं, 'आणि त्यानं हे करावं असं आपल्याला का वाटतं, ह्याचं स्पष्टीकरण कसं देणार?'

'थोडा सत्याचा भास निर्माण केला, सत्याच्या जवळ गेलो तर?' त्या माणसानं विचारलं, 'अगदी गुप्तचर क्षेत्रातसुद्धा काहीवेळा त्याला वाव असतो, नाही का?'

थॉर्नहिल प्रेमळपणे हसला, 'आधीच 'एफबीआय' डायरेक्टरला आपल्याला

एखाद्या प्राचीन वस्तुसंग्रहालयात ठेवायला आवडेल अशी परिस्थिती आहे. त्यात मी त्याला सांगतो की 'एफबीआय'ला बेकायदेशीर मार्गानं चाट घालण्यासाठी त्यानं त्याची महत्त्वाकांक्षी चौकशी मागे घ्यावी. छान, फारच डोकेबाज कल्पना. माझ्या कशी डोक्यात आली नाही ही कल्पना? आणि तुला कुठल्या तुरुंगात तुझी शिक्षा भोगायला आवडेल?'

'विचार कर, बॉब, आपण आता 'एफबीआय'च्या बरोबर काम करतो, आता काही १९६०चा काळ नाही. दहशतवादविरोधी केंद्र विसरू नकोस.'

दहशतवादाचा मुकाबला करण्यासाठी माहिती आणि साधनांची देवाणघेवाण करून 'सीआयए' आणि 'एफबीआय' ह्यांच्या संयुक्त प्रयत्नांनी 'दहशतविरोधी केंद्र' उभं राहिलं होतं. थॉर्नहिलच्या मते मात्र त्याच्या क्षेत्रात आपला अधाशी पंजा खुपसण्याचा हा 'एफबीआय'चा आणखी एक प्रयत्न होता.

'मी 'दहशतवाद विरोधी केंद्रा'त सहभागी झालोय ते मर्यादित अर्थानं.' थॉर्नहिल म्हणाला. 'ब्युरो'वर लक्ष ठेवण्याचा एक आदर्श मार्ग म्हणून मी ह्या केंद्राकडे बघतो.'

'बॉब, आपण सगळे एकच आहोत.' तो तरुण माणूस म्हणाला.

ह्यावर थॉर्नहिलनं त्याच्याकडे असं रोखून पाहिलं की त्या खोलीतले सगळेजण थिजलेच. 'माझ्या उपस्थितीत तू पुन्हा त्याचा उच्चारही करू नयेस अशी माझी तुला विनंती आहे.' थॉर्नहिल म्हणाला.

त्याबरोबर तो माणूस निस्तेज झाल्यासारखा होऊन पुन्हा खुर्चीत बसला,

थॉर्नहिलनं आपला पाईप दातांमध्ये घट्ट पकडला. 'आपल्या एजन्सीनं केलेल्या कामाबद्दल आपण मान घेणं, श्रेय घेणं अशा गोष्टी 'एफबीआय'नं केल्याची मी किती उदाहरणं देऊ? आपल्या आघाडीवरच्या एजंटनं रक्त सांडूनही? जगाला असंख्य वेळा विध्वंसापासून आपण वाचवूनही? बाकीच्यांना चिरडण्यासाठी, आपलं आधीचच चढतं बजेट फुगवून घेण्यासाठी ते शोध मोहिमा कशा वापरून घेतात? आपल्या मोहिमांचं, आपल्या लोकांचं श्रेय हिरावून घेण्यासाठी 'एफबीआय'नं जे जे केलं त्याची छत्तीस वर्षांच्या कारकिर्दीतली किती उदहारणं देऊ?' त्या माणसातून थॉर्नहिलची नजर आरपार जात असताना तो माणूस हळूहळू डोकं हलवत राहिला. 'उद्या 'एफबीआय'चा डायरेक्टर स्वत: इथं आला आणि माझे बूट चाटत आपल्या अमर मैत्रीची शपथ घेतली तरी मी बधणार नाही. कदापि नाही! मी काय बोलतोय, ते लक्षात येतंय?'

'समजलं मला', हे सांगताना त्या तरूण माणसानं आपल्या मनातला गोंधळ कसाबसा दडपला. खरं तर 'एफबीआय' आणि 'सीआयए'चं चांगलं जमल्याचं ह्या खोलीतल्या सगळ्यांना माहिती होतं, अपवाद फक्त रॉबर्ट

थॉर्नहिलचा. संयुक्त शोधमोहिमांमध्ये कधीकधी अधिक साधनं उपलब्ध असल्यामुळे 'एफबीआय'ची सरशी होत असली तरी 'एफबीआय' काही 'सीआयए' संपवण्यासाठी हात धुवून मागे लागलेलं नव्हतं. मात्र 'एफबीआय' त्यांचा मोठा शत्रू असल्याचं थॉनहिलचं मत ह्या खोलीत जमलेल्या माणसांना चांगलं ठाऊक होतं. शिवाय बऱ्याच वर्षांपूर्वी थॉर्नहिलनं 'एजन्सी'च्या संमतीनं काही हत्या धूर्तपणे आणि उत्साहानं घडवून आणल्या होत्या. अशा माणसाच्या विरुद्ध का जा उगाच?

दुसरा एक सहकारी म्हणाला, 'पण आपण एजंटला मारलं तर सत्य शोधण्यासाठी 'एफबीआय' जंगजंग पछाडेल असं नाही वाटत तुला? आपली बाजू कितीही चांगली असली तरी त्यांच्या ताकदीशी आपण बरोबरी करू शकत नाही. मग ह्या मुद्यावर आपली भूमिका काय आहे?'

ह्यावर इतरांमध्ये जरा कुजबुज सुरु झाली. थॉर्नहिलनं आजूबाजूला सावध नजर टाकली. इथं एकत्र झालेली माणसं म्हणजे अस्वस्थ समूहाचं एक प्रातिनिधिक रूप होतं. हे लोक माथेफिरू, गूढ व्यक्तिमत्त्वाचे आणि दीर्घकाळ स्वत:च्या तंत्रानं चाललेले होते. मुळात त्यांना एकत्र आणणं हाच खरं म्हणजे एक चमत्कार होता.

'आपल्या एका एजंटच्या आणि त्यांच्या महत्त्वाकांक्षी शोधमोहिमेतल्या मुख्य साक्षीदाराच्या खुनांचं रहस्य शोधून काढण्यासाठी सगळी शक्ती पणाला लावतील. म्हणून त्यांनी अवलंबावा असं आपल्याला वाटेल तो उपाय आपण सुचवावा असा प्रस्ताव मी ठेवेन.' ह्यावर सगळ्यांनी त्याच्याकडे उत्साहानं पाहिलं. थॉर्नहिलनं ग्लासमधल्या पाण्याचे घुटके घेतले आणि आपला पाईप भरण्यासाठी मिनिटभराचा वेळ घेतला.

'बुकॅननला त्याच्या कामात एवढी वर्षं मदत केल्यावर फेथ लॉकहार्टची सद्सद्विवेकबुद्धी म्हणा किंवा सुजाणपणा म्हणा किंवा भीती वर उफाळून आली. ती 'एफबीआय'कडे गेली आणि तिला माहिती आहे ते तिनं सगळं सांगायला सुरुवात केलीय. मी थोडी दूरदृष्टी दाखवल्यामुळे ह्या घटनांचा माग आपल्याला काढता आला. असं असलं तरी आपली जोडीदार आपल्या विरुद्ध गेलीय ह्याची बुकॅननला अजिबात कल्पना नाहीये. आपल्याला तिला मारायचंय, हेही तिला माहिती नाही. हे सगळं फक्त आपल्याला माहिताय.' शेवटच्या वक्तव्याबद्दल थॉर्नहिलनं मनातल्या मनात स्वत:चीच पाठ थोपटून घेतली. त्याला वाटलं, शेवटी सर्वज्ञबुद्धी ती सर्वज्ञबुद्धीच. त्याचं तेच तर काम होतं.

'अर्थात तिनं केलेल्या विश्वासघाताची त्याला कल्पना आहे असा संशय 'एफबीआय'ला असेल किंवा ते कधीतरी शोधून काढतील. म्हणून बाहेरून पाहणाऱ्या माणसाला फेथ लॉकहार्टला मारण्याचा विचार बुकॅननशिवाय दुसरं

कोणी करू शकणार नाही असंच वाटेल.'

'आणि तुझा मुद्दा?' प्रश्न विचारणाऱ्यानं प्रश्न चालूच ठेवले.

थॉर्नहिल मुद्याचं नेमकेपणानं बोलावं तसं म्हणाला, 'माझा मुद्दा साधा आहे. बुकॅननला गायब होऊ देण्याऐवजी आपण 'एफबीआय'ला खबर द्यायची की लॉकहार्टची दुटप्पी वृत्ती कळल्यामुळे त्यानं आणि तो ज्यांच्यासाठी काम करत होता त्यांनी, तिचा आणि एजंटचा खून घडवून आणला.'

'पण एकदा बुकॅनन त्यांच्या ताब्यात आल्यावर तो त्यांना सगळं सांगेल,' तो माणूस पटकन म्हणाला.

थॉर्नहिलनं ह्यावर विद्यार्थ्यांनं निराश केलेल्या शिक्षकानं त्या विद्यार्थ्याकडे नजर टाकावी तसं आपल्या सहकाऱ्यांकडे पाहिलं. गेल्या वर्षभरात त्यांना हवं ते बुकॅननंनं दिलेलं होतं, आता अधिकृतरित्या त्याचा बळी दिला तरी चालण्यासारखं होतं.

सत्य हळूहळू सगळ्या माणसांच्या लक्षात आलं. 'म्हणजे बुकॅनन मेल्यावर आपण 'एफबीआय'ला खबर द्यायची, तीन मृत्यू. खरं म्हणजे तीन खून', आणखी एक माणूस म्हणाला.

थॉर्नहिलनं शांतपणे आपल्या योजनेला सगळ्यांचा काय प्रतिसाद येतो ते अजमावत खोलीत सगळीकडे नजर टाकली. त्याला माहिती होतं, 'एफबीआय' एजंटला मारायला त्यांचा विरोध असला तरी त्यांच्या लेखी तीन मृत्यू म्हणजे विशेष काही नव्हतं. अशा प्रकारचे बळी काही वेळा आवश्यक असतात, अशा ह्या क्षेत्रातल्या जुन्या विचारसरणीचे हे लोक होते. त्यांच्या उपजीविकेच्या कामगिरीमुळे काही लोकांना प्राण गमवावे लागत पण उघड युद्धही त्यांनी टाळलेलं होतं. तीस लाख लोकांना वाचवण्यासाठी तिघांना मारायचं असेल तर कोण काय बोलणार? बळी गेलेली माणसं निरपराध असली तरी. युद्धात मृत्यूमुखी पडणारा प्रत्येक सैनिकही निरपराध असतो. हेरगिरीच्या क्षेत्रात छुप्या हालचालींनाच पूर्वी 'तिसरा पर्याय' म्हटलं जायचं. मुत्सद्देगिरी आणि युद्ध, ह्यांच्यामधला. 'सीआयए' त्यात पारंगत असल्याचं थॉर्नहिलचं मत होतं. तेसुद्धा 'एजन्सी'वर कोसळलेल्या सगळ्यात वाईट आपत्तींच्या काळात. धोका पत्करल्याशिवाय कधीच मानसन्मान प्राप्त होत नाहीत. त्याला वाटलं, हा विचार आपल्या थडग्यावर कोरण्यासारखा आहे.

थॉर्नहिलनं आपल्या प्रस्तावावर औपचारिक मतदान घेतलं नाही. त्याची गरजही नव्हती.

'थॅंक्यू, मी सगळं बघतो नीट.' एवढं म्हणून त्यानं मिटींग बरखास्त केली.

❖

२

एका लहान, दगडी रस्त्याच्या टोकाला ते छोटं, लाकडी फळ्यांचं घर होतं, कडेनं झाडंझुडपं. तसं चांगल्या अवस्थेत नसलेलं हे कॉटेज एकरभर मोकळ्या जमिनीवर उभं होतं. पण त्याच्या तिन्ही बाजूंनी गच्च झाडी होती, प्रत्येक झाड जणू शेजारच्या झाडाला मागे सारून सूर्यप्रकाशासाठी चढाओढ करणारं. ह्या घराजवळची मनुष्यवस्ती गाडीनं जायचं झालं तर तीन मैलांवर होती. दलदल आणि विकसनातल्या इतर समस्यांमुळे ह्या ऐंशी वर्षं उभ्या असलेल्या घराला कोणी शेजारी नव्हते.

गेल्या वीस वर्षांत बऱ्याचदा हे ग्रामीण घर तडकाफडकी ठरणाऱ्या विशीच्या आतल्या मुलांच्या पार्ट्यांसाठी वापरण्यात आलं होतं. कदाचित कोणी भटक्या बेघर जरा विसावण्यासाठी आणि चार भिंती-छपरात निवाऱ्यासाठी यायचा. छप्पर, अर्थातच गळकं होतं. ह्या घराच्या सध्याच्या निरुत्साही मालकानं शेवटी ते भाड्यानं द्यायचं ठरवलं होतं. त्याला तसा एक इच्छुक भाडेकरू मिळाला होता. त्यानं वर्षाचं भाडं आगाऊच रोखीनं भरलं होतं.

ह्या रात्रीच्या वेळी पुढच्या अंगणातलं गवत जोरदार वाऱ्यामुळे खाली यायचं आणि पुन्हा उभं राहायचं. घरामागची जाडजूड ओक वृक्षांची रांग ह्या गवताच्या हालचालींची नक्कल केल्यासारखं पुढे मागे हलत होती. वाऱ्याशिवाय अन्य कुठलाही आवाज नव्हता.

अपवाद फक्त एकाच गोष्टीचा.

घरामागच्या बाजूला कित्येक यार्ड अंतरावर झाडीमध्ये दोन पाय एका अगदी उथळ झऱ्याच्या पाणथळ जागेतून पाणी उडवत चालले होते. चंद्रकोर तशी भलीमोठी असल्यानं त्या प्रकाशाची साथ होती. त्याची घाण झालेली पँट आणि भिजलेले बूट, अंधारात ह्या गचपणातून वाट काढताना त्या व्यक्तिला किती अडचणी आल्या असतील ह्याचे साक्ष होते. एका उन्मळलेल्या झाडाच्या

ओंडक्यावर त्याचे चिखलाळलेले बूट घासून साफ करण्यासाटी तो थांबला.

ली ॲडॅम्स ह्या कष्टप्रद सफरीमुळे घामाघूमही झाला आणि गारठलाही. त्याचं वय आता एकेचाळीस असलं तरी त्याचं शरीर अपवादात्मकरित्या दणकट होतं. तो नियमितपणे व्यायाम करायचा. त्याचं पीळदार शरीर ह्या व्यायामामुळेच घडलं होतं. त्याच्या कामाच्या दृष्टीनं शरीर पीळदार ठेवणं आवश्यकच होतं. त्याला कित्येकदा दिवसचे दिवस गाडीत बसून रहावं लागत असलं किंवा एखाद्या लायब्ररीत वगैरे मायक्रोफिल्म्स् निरखत रहावं लागत असलं तरी प्रसंगी झाडांवर चढायला लागायचं, आपल्यापेक्षा तगड्या माणसांना नमवायला लागायचं नाहीतर आतासारखं भर रात्री ओढे-नाल्यांनी भरलेली जंगलं तुडवत जायला लागायचं. शरीर भक्कम असलं की हे सगळं निभवून नेता येतं. तरीसुद्धा आता तो काही विशीचा राहिलेला नव्हता. त्याचं शरीर त्याला जणू तेच सांगत होतं.

लीचे केस दाट, वळणारे पिंगटसे होते, सतत चेहऱ्यापुढे येणारे. त्याचं हसणं चटकन् उमटायचं, ते आजूबाजूच्यांनाही हसवणारं असं होतं. चेहऱ्याची ठेवण उठावदार होती. आणि नजर गुंतवून टाकेल असे निळे डोळे. लहानपणापासून ह्या डोळ्यांनी स्त्रीहृदयं उत्स्फूर्तपणे धडधडत ठेवलेली होती. त्याच्या संपूर्ण कारकिर्दीत त्याची हाडं बऱ्याचदा मोडली होती, इतरही अशाच जखमा झाल्या होत्या. त्यामुळे आपलं शरीर दिसतं त्यापेक्षा थकल्यासारखं त्याला वाटायचं. रोज सकाळी उठल्यावर त्याला हीच जाणीव टोचायची. सांधे कुरकुरायचे, दुखायचे. त्याला प्रश्न पडायचा कॅन्सर-ट्यूमर का संधिवात आहे फक्त? त्याच्या मनात यायचं, नाहीतरी काय फरक पडणार असतो? एकदा वरून 'तिकीट' काढलं गेलं की ते पक्कं. कितीही चांगलं खा, नाहीतर व्यायाम करा... 'वरून' आमंत्रण आलं की आलं.

लीनं पुढे नजर टाकली. अजूनही त्याला ते घर दिसत नव्हतं. झाड-झाडोरा फार दाट होता. जरा विसावणारे श्वास घेत असतानाच आपल्या पाठीवरच्या पिशवीतून काढलेल्या कॅमेऱ्याच्या बटणांशी तो झटापट करत असलेला. ह्याआधी बऱ्याचदा लीनं ही सफर केली होती पण अजून तो त्या घरात कधी गेला नव्हता. तरीसुद्धा त्यानं काही चमत्कारिक गोष्टी पाहिलेल्या होत्या. म्हणून तर तो पुन्हा इथं आलेला होता. ह्या जागेची रहस्यं जाणून घ्यायची आता वेळ आली होती.

श्वास पूर्ववत झाल्यावर ली पुन्हा पुढे निघाला, सोबतीला फक्त इकडेतिकडे बागडणारे प्राणी... उत्तर व्हर्जिनियातल्या ह्या अजूनही ग्रामीण राहिलेल्या भागात हरणं, ससे, खारी आणि बीव्हरसुद्धा मुबलक प्रमाणात होते. पुढे चालत जात

असताना लीला मधूनच पंखांची फडफडही ऐकू यायची. त्याला फक्त दिसायची ती वटवाघळं... त्याच्या डोक्यावर हवा कापत गेल्यासारखी जाणारी... आणि दर काही पावलांवर डासांच्या थव्यातून जातोय का काय असं त्याला वाटायचं... त्याला ह्या कामासाठी आधीच गलेलठ्ठ रक्कम मिळालेली असली तरी आता दिवसाचा भत्ता चांगला वाढवून घेण्याचा तो गंभीरपणे विचार करत होता.

जंगलाच्या एका टोकाशी आल्यावर ली थांबला. लोकांच्या हालचालींवर नजर ठेवण्याचा त्याला दांडगा अनुभव होता. सावकाश आणि पद्धतशीरपणे तो हे काम हाताळायचा.

लीचं वक्र नाक म्हणजे नेव्हीमध्ये असताना तो हौशी मुष्टीयोद्धा होता त्या दिवसांतलं कायमचं मानचिन्ह होतं. तेव्हा ऐन तारुण्यातली रग त्यानं मुष्टीयुद्धाच्या चोहीकडून दोरखंड असलेल्या आखाड्यात आपल्या तुल्यबळ प्रतिस्पर्ध्याशी लढण्यात उतरवली होती. दणकट मुठी असलेले ग्लोव्हज्, हातांच्या गतिमान हालचाली आणि चपळ पाय, धूर्त मन आणि भक्कम जिगर ही त्याची ठेवणीतली अस्त्रं होती. बहुतेक वेळा विजय मिळवून द्यायला ही अस्त्रं पुरेशी असत.

सैनिकी पेशातून बाहेर पडल्यानंतरचं त्याचं आयुष्य बऱ्याच अंशी व्यवस्थित पुढे गेलं होतं. बरीच वर्षं स्वत:चा व्यवसाय असूनही श्रीमंतही नाही आणि गरीबही नाही अशी परिस्थिती... आणि गेली पंधरा वर्षं घटस्फोटित असला तरी एकटाही नव्हता. वैवाहिक जीवनामधून निष्पन्न झालेली एकमेव चांगली गोष्ट म्हणजे एकुलती एक मुलगी... तिनं नुकतीच विशी ओलांडली होती. त्याची मुलगी उंच, पिंगट केसांची आणि बुद्धिमान होती. तिला 'व्हर्जिनिया युनिव्हर्सिटी'ची अभिमान वाटावा अशी शिष्यवृत्ती लाभलेली होती. खेळातही ती नेहमी अग्रभागी असायची. गेली दहा वर्षं रेनी ॲडॅम्सनं आपल्या वडिलांशी काहीही संबंध ठेवलेला नव्हता. त्यात तिला जराही रस नव्हता. लीला माहिती होतं, रेनीला निर्णयाच्या बाबतीत तिच्या आईचा आशीर्वाद होता. आणि हीच बाई सुरुवातीला किती प्रेमळ होती, नेव्हीच्या गणवेषाची तिला भुरळ पडली होती, त्याचा बेड उद्ध्वस्त करण्याएवढी उत्साही...

त्याच्या ह्या माजी बायकोनं घटस्फोटानंतर एडी स्टिपोवित्झ नावाच्या माणसाशी लग्न केलं होतं. तिचं नाव ट्रिश बार्डो, ती मूळची नर्तिका होती... एडी स्टिपोवित्झ हा एक बेकार इंजिनियर होता, दारूचं व्यसन असलेला. लीला वाटलं, ती संकट ओढवून घेतेय, म्हणून रेनीची आई आणि तिचे सावत्र वडील तिचं पालनपोषण करू शकत नाहीत ह्या मुद्द्यावरून त्यानं रेनीला आपल्याकडे राहू द्यावं अशी कायदेशीर मागणी केली होती. त्याच सुमारास एडीनं कसलातरी मायक्रोचिप्सच्या बाबतीत शोध लावला आणि त्याला गडगंज

पैसा मिळाला. त्यामुळे रेनीच्या पितृत्वासाठी लीनं कोर्टात उभ्या केलेल्या लढ्यातली हवाच निघून गेली. त्यात लीच्या जखमेवर मीठ चोळल्यासारखं 'वॉल स्ट्रीट जर्नल', 'टाईम्स', 'न्यूजवीक' आणि अशा बऱ्याच नियतकालिकांमध्ये एडीवरचे लेख प्रसिद्ध झाले. एडी प्रसिद्धीच्या झोतात आला. 'आर्किटेक्चरल डायजेस्ट'मध्ये त्याच्या घराचंही कौतुक झालं.

लीनं तो 'डायजेस्ट'चा अंक मिळवला होता. ट्रीशचं नवं घर प्रचंड आणि लाल रंगात बुडालेलं होतं... इतकं अंधारलेलं की शवपेटिकेतच बसल्याचा भास व्हावा. खिडक्या एखाद्या मोठ्या चर्चच्या खिडक्यांसारख्या, फर्निचर, लाकूडकाम, सगळंच आलीशान आणि भव्य. इतकंच काय नग्न पुतळे असलेली दगडी कारंजीसुद्धा! त्यात मधल्या पानांवर ह्या सुखी दांपत्याचा फोटो होता.

तरीसुद्धा एका फोटोनं लीचं लक्ष वेधून घेतलं होतं. त्यात रेनी एका अत्यंत देखण्या, डौलदार घोड्यावर बसलेली, सुबकपणे कापलेलं, दाट हिरवं गवत असलेल्या एका मैदानावर, लीनं काळजीपूर्वक तो फोटो लावून एका सुरक्षित ठिकाणी-फॅमिली अल्बममध्ये ठेवून दिला होता. त्या लेखात लीचा कुठे उल्लेख नव्हता आणि त्याचं काही कारणही नव्हतं. एकच गोष्ट त्याला खटकली होती आणि ती म्हणजे रेनीचा उल्लेख एडी स्टिपोवित्झची मुलगी असा केलेला होता.

ते वाचल्यावर ली स्वत:शीच मोठ्यानं म्हणाला होता— 'सावत्र मुलगी ट्रिश, तिला माझ्यापासून हिरावून घेणं तुला शक्य नाही.' बहुतेक वेळा आपल्या माजी बायकोच्या पैशाबद्दल त्याला हेवा वाटत नसे कारण त्यामुळे रेनी-मुलगी सुखात होती. पण कधीकधी ही बाब त्याला बोचायची.

आयुष्य म्हणजे काही वेळा मजेशीर प्रकार असतो. आज तब्येत ठणठणीत तर दुसऱ्या दिवशी मृत्यूच्या आधीन.

लीनं आपल्या चिखलाळलेल्या पँटकडे पाहिलं आणि डोळ्यात गेलेला डास काढता काढताच पायात आलेला दुखरा गोळा घालवण्याचा तो प्रयत्न करत राहिला... हॉटेलाएवढं घर, नोकरचाकर, कारंजी, मोठे घोडे, खाजगी जेट... सगळंच बोचणारं...

लीनं कॅमेरा छातीपाशी धरून ठेवला. त्यानं कॅमेऱ्यात खूप गतिमान फिल्म घातलेली होती. ह्या फिल्मला कमी प्रकाश लागायचा आणि 'शटर' अगदी थोडा वेळच उघडं राहात असल्यामुळे कॅमेरा हलण्याची शक्यता फारच कमी. साहजिकच फोटो चांगले. आता त्यानं कॅमेऱ्यात सहाशे एम् एम्ची टेलिफोटो लेन्स टाकली आणि लेन्सला जोडलेला तिपाया झटकन खाली घेतला... कॅमेरा त्यावर स्थिरावलेला.

झाडांच्या फांद्यांमधून डोकावत लीनं त्या घराच्या मागच्या बाजूवर लक्ष

केंद्रित केलं. त्याच वेळी पांगलेले ढग चंद्राजवळून गेले आणि त्याच्याभोवतीचा अंधार आणखी दाट झाला. त्यानं पाठोपाठ काही फोटो घेतले आणि मग कॅमेरा बाजूला ठेवला.

घराकडे बघताना एक प्रश्न होता, तो म्हणजे घरात कोणी आहे का नाही, हे सांगता येत नव्हतं. आत कुठे दिवा लागलेला दिसत नव्हता पण इथून दिसणार नाही अशी एखादी आतली खोली असण्याची शक्यता होती. त्यात भर म्हणजे घराची पुढची बाजू त्याला दिसत नव्हती आणि तिथं एखादी गाडी पार्क केलेली असण्याची शक्यता होती. तो ह्याआधी इथं येऊन गेला होता तेव्हा गाड्यांची ये-जा आणि पायांच्या खुणा त्यानं पाहिलेल्या होत्या. तिथं बघण्यासारखं काही नव्हतं. इथल्या रस्त्यावरून फारच थोड्या गाड्या यायच्या आणि पादचारी वगैरे तर नाहीच.

त्यानं आकाशाकडे नजर टाकली. वारा पडलेला होता. लीनं साधारण अंदाज केला की आणखी काही मिनिटातच ढग चंद्र झाकोळून टाकतील. त्यानं बॅग पाठीवर नीट केली, आपली सगळी शक्ती एकवटल्यासारखं क्षणभर तो ताठर झाला आणि झाडीतून बाहेर पडला.

ली आवाज न करता फोफावलेल्या झुडपाच्या एका दाटीपर्यंत जात राहिला. इथं ह्या दाटीमागे बसताही आलं असतं आणि घराच्या पुढच्या आणि मागच्या अशा दोन्ही बाजूंवर लक्षही ठेवता आलं असतं. घरावर तो लक्ष ठेवून असताना चंद्र पुन्हा बाहेर आल्यामुळे अंधार जरासा कमी झाला. चंद्र जसा आळसटल्यासारखा त्याच्याकडे बघत होता. तो इथं काय करतोय तरी काय ह्याचं कुतूहल वाटल्यासारखं.

हे घर तसं एकाकी असलं तरी गाडीनं वॉशिंग्टन डी.सी. पासून पाऊण तासाच्या अंतरावर होतं. त्या दृष्टीने अनेक कारणांमुळे ही जागा, सोयिस्कर होती. लीनं ह्या घराच्या मालकाची चौकशी केली होती. मालकी कायदेशीर होती. भाडेकरू मात्र शोधून काढण्याच्या दृष्टीनं जरा अवघड झालेलं होतं.

लीनं एक कॅसेट रेकॉर्डरसारखं उपकरण बाहेर काढलं. खरं तर ही एक प्रकारची बॅटरीवर चालणारी बंदूक होती. कुलुपं तोडणारी. तिच्यावरची केस झिप बाजूला करून त्यानं उघडली. ह्या उपकरणात बऱ्याच जुळणी होत्या, त्या हातानं चाचपडून त्यातली एक जुळणी त्यानं निवडली. पान्याच्या मदतीनं त्यानं ती जुळणी त्या उपकरणांत बसवली. लीची बोटं वेगानं, आत्मविश्वासानं फिरत असलेली. तेवढ्यात आणखी ढग पुढे सरकले, अंधार पुन्हा गडद झाला. लीनं हे काम इतक्या वेळा केलं होतं की डोळे मिटूनसुद्धा त्याची बोटं चालू राहायची, आपली गुन्हेगारीच्या क्षेत्रातली उपकरणं हेवा वाटावा इतक्या कौशल्यानं तो हाताळायचा.

लीनं ह्याआधीच दिवसाच्या वेळातल्या इथल्या भेटीत त्या घरातली कुलुपं तपासून ठेवली होती. बाहेरच्या दारांना कुलुपं वेगळी होती आणि पहिल्या-दुसऱ्या मजल्यावरच्या खिडक्यांना वेगळ्या प्रकारची कुलुपं होती. तीही सगळी नवीन. निर्जन जागेतल्या पडक्या, भाड्याच्या घरात.

ह्या सगळ्याचा विचार करताना थंड हवा असूनही लीच्या कपाळावर घर्मबिंदू गोळा झाले. कमरेला पट्ट्यात अडकवलेल्या नऊ मिलिमीटरच्या पिस्तुलाला त्यानं स्पर्श केला. तो त्याला सुखावून, धीर देऊन गेला. क्षणभरातच त्यानं ते पिस्तूल जय्यत तयार करून ठेवलं.

त्या घरात सुरक्षा यंत्रणाही होती. हा शोध धक्कादायक होता. खरंतर ली आपली उपकरणं उचलून घरी गेला असता आणि त्याला, ज्यानं काम दिलं होतं, त्याला 'जमलं नाही' म्हणून त्यानं सांगावं, इतकी ही सुरक्षायंत्रणा काळजीपूर्वक बसवलेली होती. पण लीला आपल्या कामाचा अभिमान होता. अगदीच विचार बदलेल असं काही घडलं नाही तर त्यानं ते काम तडीला न्यायचं अजमावून पहायचं ठरवलं होतं आणि गरज पडली तर लीला तुफान वेगानं पळता यायचं!

घरात शिरकाव करणं एवढं अवघड नव्हतं कारण लीकडे आता आत जाण्यासाठी लागणारा 'कोड' होता. तो तिसऱ्यांदा इथं आला होता तेव्हा त्यानं ही सांकेतिक संख्या मिळवली होती. तेव्हा दोन माणसं त्या घरात आली होती. घरात धोक्याचा इशारा देणारी यंत्रणा असल्याची खात्री करून घेतल्यामुळे तो तयारीनं आलेला होता. ते दोघेजण बाहेर पडल्यावर त्यातल्या बाईनं ही यंत्रणा चालू करण्यासाठी सांकेतिक संख्या वापरली. लीनं इथंच ह्या झुडपांच्या दाटीत बसून एका इलेक्ट्रॉनिक उपकरणाच्या सहाय्यानं ती संख्या हस्तगत केली, अगदी ग्लोव्हज्मध्ये चेंडू चपखल बसावा तसं. विद्युत प्रवाहामुळे चुंबकीय क्षेत्र निर्माण होतं. एखाद्या छोट्या ट्रान्समिटरप्रमाणे. त्या उंच बाईनं सुरक्षा यंत्रणा चालू करण्यासाठी ते आकडे दाबले, तेव्हा त्या यंत्रणेतून प्रत्येक आकड्यासाठी असलेल्या गुप्त लहरी बाहेर फेकल्या गेल्या होत्या. त्याच लीच्या इलेक्ट्रॉनिक उपकरणानं पकडल्या होत्या.

लीनं पुन्हा एकदा ढगांचा अंदाज घेतला. विशेष बनावटीचे ग्लोव्हज् चढवले, फ्लॅशलाईट तयार केला आणि पुन्हा एकदा खोल श्वास घेतला. मिनिटभरानंतर तो झुडुपांच्या आडोशातून बाहेर पडला आणि शांतपणे त्या घराच्या मागच्या दारापाशी गेला. त्यानं आपले चिखलाळलेले बूट काढले आणि दाराशेजारी ठेवून दिले. त्याला आपल्या भेटीच्या खुणा मागे ठेवायच्या नव्हत्या. चांगले खाजगी गुप्तहेर नेहमी अदृश्य राहूनच काम करतात. लीनं

बॅटरी दंडाखाली धरली आणि दाराच्या कुलपात ते कुलपं उघडणारं उपकरण घालून चालू केलं.

ली हे उपकरण काम लौकर पार पाडण्याच्या दृष्टीनं वापरायचा. तसंच आणखी एक कारण म्हणजे कुलपं उपकरण न वापरता तोडण्यात तरबेज होण्याएवढा कुलपांवर लीनं हात चालवलेला नव्हता. ही एक कला होती आणि लीला आपल्या मर्यादा माहिती होत्या. लौकरच कुलूप निघाल्याचं त्याला जाणवलं.

त्यानं दार उघडल्यावर सुरक्षा यंत्रणेच्या मंद आवाजानं तिथल्या शांततेचा भंग झाला. पटकन त्यानं नियंत्रण पॅड शोधून त्यावर सहा आकडे दाबले, त्याबरोबर तो वीप् वीप् असा आवाज बंद झाला. लीनं आपल्यामागे हळूच दार बंद केलं तेव्हा आपण आता गुन्हेगार आहोत, बेकायदेशीर काम करतोय, हे तो जाणून होता.

* * *

त्या माणसानं रायफल खाली घेतली आणि नि:शंकपणे वावरणाऱ्या ली ॲडॅम्सच्या रुंद पाठीवर केंद्रीत झालेला रायफलच्या लेसर दुर्बिणीवर आलेला लाल ठिपका दिसेनासा झाला. ह्या रायफलधारी माणसाचं नाव होतं ली सेरॉव्ह. मनुष्यहत्या घडवून आणण्यात तज्ज्ञ असलेला सेरॉव्ह पूर्वीच्या रशियाच्या 'केजीबी' ह्या गुप्तहेर यंत्रणेचा अधिकारी होता. 'सोव्हिएत युनियन'चे तुकडे झाल्यानंतर सेरॉव्ह बेकार झाला होता. तरीसुद्धा 'सुसंस्कृत' जगात माणसांना सराईतपणे मारण्याच्या त्याच्या कौशल्यामुळे त्याला चांगली मागणी होती. बरीच वर्ष कम्युनिस्ट म्हणून चांगलाच मुरलेला सेरॉव्ह आता एका रात्रीत पैसेवाला भांडवलदार झाला होता, गाडी-अपार्टमेंट बाळगून होता.

सेरॉव्हला ली ॲडम्स माहिती नव्हता आणि तो तिथं का आलाय, हे ही माहिती नव्हतं. ली घराजवळच्या झुडपाखाली येईपर्यंत सेरॉव्हला त्याचा वावर जाणवला नव्हता. कारण ली सेरॉव्हच्या अगदी दुसऱ्या टोकाला असलेल्या झाडीतून आलेला होता. सेरॉव्हनं असा निष्कर्ष काढला होता की वाऱ्यामुळे लीच्या वावरण्याचे आवाज दडपले गेले होते आणि त्याचा हा निष्कर्ष बरोबर होता.

सेरॉव्हनं घड्याळात पाहिलं. तो ज्यांची वाट पाहात होता, ते दोघं लौकरच येणार होते. सेरॉव्हनं आपली रायफल अजमावून पाहिली, अगदी तपशीलवार. तपशीलांमध्येच यश दडलेलं असतं. सेरॉव्हनं आपली सगळी कारकीर्द ह्या एका सूत्रावर उभारलेली होती.

ही जागा इतकी निर्जन होती की रायफलचा आवाज येऊ न देणारं उपकरण काढून आपल्या नेमबाजीच्या कौशल्यावर, रायफलला असलेली अत्याधुनिक दुर्बिण आणि त्यानं चांगल्या पद्धतीनं आखलेली इथून निघून जाण्याची योजना ह्यावर भिस्त ठेवण्यावर सेरॉव्हनं बराच विचार केला होता. त्याला वाटलं, आपला आत्मविश्वास सार्थ आहे. निर्जन जागी एखाद्याला मारलं तर कोणाला ऐकू जातं? अगदी झाड पडण्यासारखंच... शिवाय गोळीचा आवाज दडपणाऱ्या उपकरणांमुळे नेम चुकण्याची शक्यता असल्याचंही त्याला माहिती होतं. असं असलं तरी सेरॉव्हनं स्वत: ते उपकरण आपल्या देखरेखीखाली करून घेतलं होतं आणि त्याच्या आराखड्याप्रमाणेच ते काम करेल, ह्याचा आत्मविश्वास त्याला होता.

सेरॉव्ह खांदा भरल्यासारखा वाटला म्हणून चोळत हळूच सरकला. संध्याकाळ झाल्यापासूनच तो इथं होता पण सेरॉव्हला दीर्घकाळ टेहळणी करायची सवय होती. अशा कामगिऱ्यांमध्ये तो कधीच थकायचा नाही. आयुष्याकडे तो गंभीरपणे पहायचा, एवढा की दुसऱ्याचं आयुष्य संपवण्याच्या तयारीला लागताना तो उत्तेजित व्हायचा. धोके नेहमीच माणसाला आणखी जोम देतात. गिर्यारोहण असो वा एखाद्या खुनाची योजना असो, विरोधाभास म्हणजे मृत्यू इतक्या जवळ असण्याच्या शक्यतेनंच माणूस तल्लख होतो.

सेरॉव्हचा इथून निघून जाण्याचा मार्ग जंगलातून एका शांत रस्त्याकडे जाणारा होता. तिथे एक गाडी त्याला जवळच्या ड्यूल्स विमानतळावर घेऊन जाण्यासाठी थांबणार होती. तिथून तो त्याच्या दुसऱ्या कामगिरीवर जाणार होता. इथल्यापेक्षा सुंदर जागी, तरीसुद्धा त्याच्या विशिष्ट हेतूच्या दृष्टीनं ह्या जागेच्या काही जमेच्या बाजू होत्या.

शहरात एखाद्याला मारणं सगळ्यांत अवघड होतं. पोलिस आणि साक्षीदार हाकेच्या अंतरावर असल्यामुळे. ह्या उलट ग्रामीण भागात एकांत, झाडांचा आडोसा, अलग-अलग घरं ह्यामुळे सेरॉव्हला एखाद्या गुरांच्या कोंडवाड्यात वाघानं वावरावं तसं वाटायचं, त्यानं आपलं काम रोज भलत्याच सराईतपणे केलं असतं.

झाडांच्या रांगेपासून काही फुटांवर आणि त्या घरापासून तीस यार्डांच्या अंतरावर सेरॉव्ह एका पडलेल्या झाडाच्या बुंध्यावर बसलेला होता. इथून झाडी दाट असली तरी गोळी झाडण्याच्या दृष्टीनं मोकळं मैदान होतं. त्याला सांगितलेलं होतं, एक पुरुष आणि एक स्त्री घरात मागच्या दारानं येतील. अर्थात तेवढी वेळ येणारच नव्हती. लेसर जे जे दाखवेल ते रायफलची गोळी नष्ट करणार होती.

सगळ्या गोष्टी इतक्या व्यवस्थितपणे जुळून आलेल्या होत्या, की सेरॉव्हची

अंत:प्रेरणा त्याला अतिशय सावध राहायला सांगत होती. आता त्या घरात तो जो माणूस होता, त्याच्याशी त्याला काही कर्तव्य नव्हतं. तो काही पोलिसांपैकी कोणी नव्हता. कायद्याची अंमलबजावणी करणारे लोक काही झाडाझुडूपांपासून लपत लोकांच्या घरात शिरत नाहीत. ह्या रात्री तो माणूस इथं असेल असं त्याला कोणी आधी सांगितलेलं नसल्यामुळे तो माणूस आपल्या बाजूचा नसल्याचाच त्यानं निष्कर्ष काढला. तरीसुद्धा सेरॉव्हला ठरलेल्या योजनेपासून दूर होणं आवडत नसे. त्यामुळे तो ज्यांची वाट पहात होता ते दोघंजण त्याच्या गोळ्यांनी मृत्युमुखी पडल्यानंतरही तो माणूस त्या घरात राहिला तरी काही फरक पडणार नव्हता. सेरॉव्ह मूळच्या योजनेप्रमाणेच जंगलातून निसटणार होता. तरीसुद्धा त्या माणसानं हस्तक्षेप केला किंवा सेरॉव्हनं गोळ्या झाडल्यावर तो बाहेर आला तर सेरॉव्हकडे दारुगोळा भरपूर होता आणि परिणामत: दोन ऐवजी तीन मृतदेह तिथं दिसले असते.

३

डॅनियल बुकॅनन त्याच्या अंधारलेल्या ऑफिसात बसलेला होता. तो इतकी कडक कॉफी पीत होता की प्रत्येक घोटासरशी नाडी उसळताना हाताला लागावी. त्यानं आपला हात केसांमधून फिरवला. त्याचे केस अजूनही दाट-कुरळे असले तरी वॉशिंग्टनमध्ये तीस वर्ष राबल्यामुळे मूळचे पिंगट केस आता पांढरे झाले होते. आणखी एक कामाचा लांबलचक दिवस... दिवसभर इथल्या राजकारण्यांना त्यांनी लक्ष घालावं एवढं आपलं कार्य कसं मोठं आहे, हे पटवून द्यायचं... साहजिकच थकवा भयंकर तीव्र असायचा आणि दिवसेंदिवस कॉफीचे कपामागून कप हाच ह्या थकव्यावरचा एकमेव उपाय होत चाललेला होता. पूर्ण रात्रीची झोप शक्य नव्हतीच. मग इथेतिथे डुलकी, मिटींगला गाडीतून जात असताना डोळे मिटून घेणं किंवा पुढच्या विमानप्रवासाआधी. मग ऐन कॉंग्रेसमधल्या कामाच्या वेळी मन एकदम रितं व्हायचं किंवा अगदी घरी एक-दोन तास हीच त्याची अधिकृत विश्रांती होती.

बुकॅनन सहा फूट उंचीचा माणूस होता. रुंद खांदे, चमकदार डोळे आणि ध्येयपूर्तीची प्रचंड भूक... त्याच्या लहानपणच्या एका मित्रानं राजकारणात शिरकाव करून घेतला होता. बुकॅननला मात्र कुठल्या पदात-सत्तेत रस नव्हता. त्याऐवजी सळसळतं संभाषण, एखाद्याचं मत वळवता येण्याची सहजप्रवृत्ती ह्यामुळे तो राजकारण्यांच्याद्वारे इष्ट ते काम करून घेणारा माणूस– लॉबिस्ट– झाला. त्याच्या व्यवसायानं त्याला झपाटून टाकलेलं. काम नसलं की बुकॅनन बेचैन असायचा.

अनेक कॉंग्रेस सदस्यांच्या खोल्यांमध्ये बसून बुकॅनन मतदानासाठी झालेला आवाजाचा बझर ऐकायचा आणि त्या-त्या ऑफिसमध्ये बसून टीव्हीवर बघायचा. पडद्यावर मतदानासाठी असलेलं विधेयक, विरुद्ध आणि बाजूनं असलेल्यांची संख्या आणि सदस्यांनी मुंग्यांसारखी लगबग करत जाण्याची वेळ दिसायची.

मतदानाला पाच मिनिटं राहिली की बुकॅनन आपली बैठक आटोपती घ्यायचा आणि घाईघाईनं आणखी ज्या सदस्यांशी बोलायचं असे त्यांना शोधत राहायचा. हातात मतदानाचं वेळापत्रक असलेला कागद... यामुळे विशिष्ट सदस्य कुठे असतील ते निश्चितपणे कळायचं... ही माहिती महत्त्वाची असायची कारण डझनभर माणसांची भेट हवी असायची, ही माणसं फिरती असत आणि त्यांना बहुधा काही बोलण्याची इच्छाही नसायची.

आजही बुकॅनननं मोठ्या मुश्किलीनं धावपळ करत एका मोठ्या महत्त्वाच्या सेनेटरला गाठण्यात यश मिळवलं होतं. बुकॅनननं त्याचा निरोप घेतला तेव्हा त्याच्याकडून आपल्याला मदत मिळेल असा विश्वास त्याला वाटू लागला होता. तो सेनेटर काही बुकॅननच्या 'खास' गोटातला माणूस नव्हता. तरीसुद्धा कुठून मदत मिळेल हे काही सांगता यायचं नाही. बुकॅनन आपलं म्हणणं सतत ह्या लोकांपुढे मांडत राहायचा. त्याचं साध्य उदात्त होतं, त्यामुळे ते गाठण्याची साधनं थोडी खालच्या पातळीवर झुकणारी असणं साहजिक होतं!

बुकॅननच्या ऑफिसात फारसं फर्निचर किंवा सजावट नव्हती, बुकॅननला सगळे 'डॅनी' म्हणायचे. कॉम्प्युटर, फायली, काही महत्त्वाच्या गोष्टींची कागदपत्रं ह्यातलं काहीही बुकॅनन ठेवायचा नाही. त्याच्या मते, फायली चोरता येतात आणि कॉम्प्युटरचंही काही खरं नव्हतं. टेलिफोनवरची संभाषणं तर नेहमीच चोरून नोंदवली जातात. शिवाय हेर असतात. त्यांच्यापाशी भिंतीला लावलेल्या ग्लासपासून अनेक उपकरणं असतात, त्यांचा उपयोग करून हे हेर कुठलीही महत्त्वाची माहिती हवेतूनसुद्धा आपल्याकडे खेचून घेतील. आणि बुकॅननकडे तर लपवण्यासारखं बरंच होतं.

गेली दोन दशकं, राजकारण्यांशी उठबस ठेवून त्याचा उपयोग आपल्या कामांसाठी करणाऱ्यांमध्ये बुकॅनन आघाडीवर होता. खरं तर वॉशिंग्टनमध्ये हे 'लॉबीइंग'चं बीज रोवण्यात महत्त्वाची भूमिका त्यानं बजावली होती. हे वातावरण 'काँग्रेस'च्या अधिवेशनात डुलक्या घेणाऱ्या, लठ्ठ मानधन घेणाऱ्या वकिलांमधून बदलत- वाढत आता मेंदू बधिर करून टाकणाऱ्या गुंतागुंतीच्या जगाचं झालेलं होतं. सगळा पैशाचा खेळ होता. बुकॅनननं 'कॅपिटॉल हिल'मधली एक भाडोत्री तोफ असल्यासारखं अनेकांचं प्रतिनिधित्व केलेलं होतं. वातावरण प्रदूषित करणाऱ्या कंपन्यांपासून ते बड्या औषध कंपन्यांपर्यंत... त्यांच्या हातून अप्रत्यक्षपणे माणसं मरतसुद्धा होती. किंवा आपण तयार केलेल्या बंदुका सुरक्षित आहेत का नाहीत, ह्याबद्दल बेफिकीर राहणारे शस्त्रास्त्रांचे कारखानदार किंवा तितकेच निष्काळजी वाहन उत्पादक आणि त्यातही सगळ्यांत जास्त पैसा मिळवून देणारं टोक म्हणजे तंबाखू कंपन्या. त्यांना त्यांच्या सगळ्यांशी चाललेल्या लढाईत

खूप प्रयत्नपूर्वक साथ दिली होती. त्यामुळे वॉशिंटनमध्ये त्याच्याकडे किंवा त्याच्या अशिलांकडे दुर्लक्ष होणं अशक्यच होतं. शिवाय, ह्या सगळ्यात बुकॅनननं प्रचंड पैसा मिळवलेला होता.

त्या काळात त्यानं ज्या व्यूहरचना तयार केल्या होत्या त्याच सध्या सरकारी यंत्रणेचा उपयोग करून घेताना मुख्यत: कामी येत होत्या. फार वर्षांपूर्वी पुढच्या विधेयकांमध्ये बदल घडवण्याची तयारी म्हणून काही कॉंग्रेस सदस्य अशी विधेयकं सभागृहात आणत की त्यांना पराभव पत्करावा लागे. हे सगळं बुकॅननला माहिती होतं. आता हा एक नियमितपणे वापरला जाणारा डावपेच होता. बुकॅननची ही लढाई सतत चाललेली असायची. किती तरी वेळा सदस्यांच्या ऑफिसांवर पत्रं, प्रचारपत्रकं, आर्थिक सहाय्य कमी करण्याची गर्भित धमकी अशा गोष्टींचा भडिमार करून राजकीय उत्पात टाळले होते. 'सेनेटर साहेब' माझा अशिल आपल्याला पुन्हा निवडून यायला मदत करेल कारण आपण आमच्या पाठीशी राहाल. तुमच्या मोहिमेच्या खात्यावर देणगी चेक आधीच जमा झाला आहे.' हे शब्द त्यानं आधी किती वेळा उच्चारले होते!

गंमत म्हणजे ह्या कामातूनच हातात येत गेलेल्या सत्तेमुळेच गेल्या दहा वर्षांत बुकॅननच्या आयुष्यात नाट्यमय बदल घडून आला होता. त्याची आधीची योजना अशी होती की आपल्या व्यवसायाची उभारणी करायची आणि लग्न करून आपल्या कुटुंबासह सांसारिक जीवन जागायचं. ह्या जबाबदाऱ्या अंगावर घेण्याआधी त्यानं जग बघायचं ठरवलं होतं. त्यासाठीच बुकॅनननं साठ हजार डॉलर्सच्या 'रेंज रोअर' मधून पश्चिम आफ्रिकेची छायाचित्रण मोहिम काढली होती. तिथं त्यानं तिथली अस्वच्छता आणि माणसाच्या वाट्याला आलेल्या यातना पाहिल्या. आणखी एका सफरीत तो सुदानमधल्या अगदी अंतर्गत भागात गेला होता तर तिथं त्यानं मुलांचं सामूहिक दफन पाहिलं. ह्याआधी त्या खेड्यात एका रोगाची साथही येऊन गेली होती. ह्या भागात ज्या भयानक आजारांचं थैमान नियमितपणे चालू असायचं, त्यातलीच ही साथ होती. त्यात लहान-मोठे सारखेच मृत्युमुखी पडायचे. गोवरासारखा कुठलातरी हा आजार होता.

पुढच्या एका सफरीत अब्जावधी अमेरिकन सिगरेटी एका चिनी बंदरात उतरवल्या जात असताना त्यानं पाहिलं. आधीच हवेच्या भयंकर प्रदूषणामुळे इथले लोक मुखवटे घालून हिंडायचे. अमेरिकेत बंदी आणलेली संतती नियमनाची साधनं लाखो-करोडोंनी साऊथ अमेरिकेत खपवल्याचं बुकॅनननं स्वत: पाहिलेलं होतं. ह्या उपकरणांवरच्या सूचनाही इंग्लिशमधून असत. मेक्सिकोत त्यानं गगनचुंबी इमारतींना खेटून असलेल्या झोपड्या पाहिल्या तर रशियात लबाड

भांडवलदारांबरोबरच त्यानं उपासमारही पाहिली. उत्तर कोरियात तो गेलेला नसला तरी तो गुन्हेगारीनं पोखरलेला देश असल्याचं त्याला माहिती होतं. गेल्या पाच वर्षांत इथले दहा टक्के लोक उपासमारीनं मृत्युमुखी पडले होते. प्रत्येक देशाची, दुभंगलेल्या मानसिकतेची आपली अशी एक कहाणी!

दोन वर्षं अशी 'यात्रा' केल्यानंतर बुकॅननला लग्न, स्वत:चं कुटुंब अशा गोष्टींबद्दल वाटणारी ओढ विरून गेली. त्यानं पाहिलेली सगळी मरणाच्या दारात असलेली मुलं, त्याची मुलं, कुटुंब झाली. तरीसुद्धा जगातल्या आबालवृद्ध उपासमारांसाठी नव्या कबरी खणल्या जाणारच होत्या, पण बुकॅननलाही उपासमारीला त्याआधी लढा द्यावा लागणार होता. ह्याआधी तंबाखू उत्पादक, रसायनं उत्पादक, शस्त्रास्त्र उत्पादकांसाठी तो जेवढा खपायचा त्यापेक्षाही जास्त, सर्वस्व पणाला लावून बुकॅनन जगातल्या उपासमारीशी लढा देऊ लागला. आजही त्याला आपल्यातल्या सुप्त शक्तीचा साक्षात्कार कसा झाला, ते तपशीलवार आठवत होतं. तो साऊथ अमेरिकेतून विमानानं येत असताना विमानातल्या स्वच्छतागृहात तो गुडघ्यांवर, त्याच्या पोटात ढवळत असलेलं... जणू त्याला दिसलेल्या प्रत्येक मरणोन्मुख मुलाचा मृत्यू त्याच्याच हातून झाला होता.

डोळे असे उघडल्यानंतर बुकॅनन ह्या ठिकाणी आपल्याला नेमकी कशी मदत करता येईल, ते बघायला गेला. एका देशात अन्न आणि औषधांनी भरलेलं जहाज घेऊन तो स्वत: गेला, तर तिथं ह्या वस्तू अंतर्गत भागात नेण्यासाठी वाहतुकीची कुठलीच व्यवस्था नव्हती. नंतर 'केअर'पासून 'कॅथॉलिक रिलिफ सर्व्हिसेस' सारख्या आंतरराष्ट्रीय मानवतावादी संघटनांसाठी विनावेतन मदत निधी उभारून द्यायचं काम करू लागला. तो मदत भरघोस करायचा पण तळ नसलेल्या बादलीत एखादं द्रव्य ओतावं तसं बुकॅनननं आणलेल्या डॉलर्सचं होई. मदतीचे आकडे त्यांच्या बाजूनं नव्हते तर दुसरीकडे समस्यांचं रूप आणखीनच उग्र होत चाललं होतं.

त्याच सुमारास बुकॅनन आपल्या वॉशिंग्टनमधल्या प्रभावक्षेत्राकडे वळला, आपल्या आधीच्या कामाची किमया ओळखून त्यानं स्थापन केलेली फर्म त्यानं सोडलेली- बरोबर फक्त एकच व्यक्ती : फेथ लॉकहार्ट. मात्र दहा वर्ष त्याची अशिलं म्हणजे जगातले अत्यंत दरिद्री आणि मागासलेले देश झाले होते. खरं तर बुकॅननला ह्या देशांना स्वतंत्र भौगोलिक-राजकीय व्यक्तित्व आहे हे मानणचं अवघड जायचं. त्याला वाटायचं, ही राष्ट्रं म्हणजे वेगवेगळे ध्वज असलेले पण स्वत:चा आवाज नसलेल्या, वाताहत झालेल्या लोकांचे दुबळे समूह आहेत. म्हणूनच त्यानं उर्वरित आयुष्य भूतलावरच्या 'नाही-रे' वर्गातल्या लोकांचा न सुटणारा प्रश्न सोडवण्यासाठी वाहून घेतलं.

वॉशिंग्टनमध्ये असलेल्या आपल्या ओळखी आणि 'लॉबीइंग'चं पाठबळ मिळवण्यातलं प्रचंड कौशल्य त्यानं वापरलं पण प्रत्यक्षात त्याला जाणवलं ते वेगळंच. त्याच्या लक्षात आलं, आपण ज्यांचं प्रतिनिधीत्व आधी करत होतो, त्या वर्गात आपल्या नव्या ध्येयांना, उद्दिष्टांना तेवढी लोकप्रियता नाही. 'कॅपिटल हिल'मध्ये समाजातल्या सामर्थ्यशाली वर्गाचा प्रतिनिधी म्हणून तो 'कॅपिटल हिल'मध्ये गेल्यावर तिथले राजकारणी त्याचं सस्मित स्वागत करायचे. त्यांच्या डोळ्यांसमोर त्यांच्या प्रचारमोहिमांना मिळणाऱ्या देणग्या आणि इतर डॉलर्स नाचत असत. त्यामुळे आता ते त्याला काही द्यायचे नाहीत. काँग्रेसच्या काही सदस्यांनी आरडाओरडा केला होता. ह्या परदेशी लोकांकडे पासपोर्टसुद्धा नसतात. अमेरिकेनं आधीच परदेशी मदत निधीत फार पैसा खर्च केलाय, सामाजिक कार्याची- मदतीची सुरुवात आपल्या घरापासूनच सुरू होते हा न्याय लावला पाहिजे वैगरे.

पण एकूण सगळ्यांत सामायिक टोला म्हणजे ह्या राजकारण्यांचा प्रश्न... 'ह्यात मतदारसंघाचा कुठे संबंध आहे, डॅनी? इथिओपियातल्या लोकांना खाऊपिऊ घालून मला 'इलिनॉइस'मध्ये पुन्हा कसं निवडून येता येईल?' त्याची ह्या ऑफिसकडून त्या ऑफिसकडे टोलवाटोलवी होत असताना त्याला जाणवले— हे राजकारणी आपली कीव केल्यासारखं बघतायत आता. जसं काही एकेकाळी चांगलं काम करणारा डॅनी बुकॅनन आता वाया गेला होता, कामातून गेला होता. कुठे आफ्रिका आणि कुठे लॅटिन अमेरिकेतली उपाशी मुलंबाळं? इथलेच आपले प्रश्न पुष्कळ आहेत, असा ह्या राजकारण्यांचा दृष्टीकोन होता.

'हे बघ, व्यापार, तेल किंवा सैन्य ह्यापैकी कशाशी संबंध नसेल तर उगीच कशाला माझा वेळ खातोयस?' एक ज्येष्ठ सेनेटर बुकॅननला म्हणालेला. अमेरिकन परराष्ट्र धोरणाचं ते जणू सूत्र होतं.

बुकॅननला प्रश्न पडायचा हे राजकारणी लोक एवढे अंध असू शकतात? का आपणच निव्वळ मूर्ख आहोत?

शेवटी बुकॅनननं निर्णय घेतला, आपल्यापाशी एकच पर्याय आहे. हा पर्याय पूर्णपणे बेकायदेशीर होता पण कडेलोट व्हायची वेळ आलेल्या माणसाला नीतीमूल्यांचं पालन परवडणारं नसतं. गेल्या काही वर्षात साठवलेल्या संपत्तीचा उपयोग करून, फार वैशिष्ट्यपूर्ण पद्धतीनं काही खास राजकारण्यांना त्यानं लाच द्यायला सुरुवात केली. ह्या युक्तीचा फारच छान उपयोग झाला होता. त्याच्या अशिलाला मिळणारा मदतनिधी वाढला होता, बऱ्याच वेगवेगळ्या मार्गांनी. त्याच्या स्वतःच्या संपत्तीची झीज होत चाललेली असली तरी एकूण चित्र चांगलं आहे असं त्याला वाटायचं. निदान परिस्थिती बिघडत तरी नव्हती,

अजून पाय रोवून राहता येतं हेही त्याच्या दृष्टीनं यशच होतं. असं एक वर्षांपूर्वीपर्यंत सगळं व्यवस्थित चाललेलं होतं.

त्या दिवशी ऑफिसच्या दारावर टकटक झाली तसं काहीतरी जाणवून आपल्या सुखद विचारांच्या तंद्रीतून तो एकदम दचकून भानावर आला. इमारत बंद आणि तिथं सुरक्षा व्यवस्था असल्याचं मानायला जागा होती, सफाई कामगार केव्हाच निघून गेलेले. बुकॅनन आपल्या टेबलापासून उठला नाही. त्यानं फक्त दार आतल्या बाजूला उघडताना पाहिलं, दारात उभ्या असलेल्या उंच माणसाची काळी आकृती समोर... त्या माणसानं हात लांब करून दिवा लावला.

डोळ्यांवर एकदम आलेल्या त्या प्रखर प्रकाशामुळे बुकॅननन डोळे किलकिले केले. डोळे जेव्हा त्या चमकदार प्रकाशाला सरावले आणि त्यानं पाहिलं तर रॉबर्ट थॉर्नहिलनं आपला कोट काढला, जाकिट आणि शर्ट हातानं सरळ करत नीट केले आणि त्याच्या पलीकडच्या बाजूला बसला. त्या माणसाच्या हालचाली डौलदार, सावकाश चाललेल्या, जसं काही आपल्या क्लबमध्ये सहजपणे पेयपान करण्यासाठी तो गंमतीनं डोकावलाय...

'तू इथं आत कसा आलास?' बुकॅनननं धारदारपणे विचारलं. 'बिल्डींगवर पहारेकरी आहेत मला वाटतं.' कशामुळे तरी बुकॅननला वाटलं, दाराबाहेर आणखीही काही माणसं घोटाळतायत.

'डॅनी, तू म्हणतोस तसंच आहे. बऱ्याच लोकांच्या दृष्टीनं.'

'तू इथं आलेलं मला आवडलेलं नाही, थॉर्नहिल.'

'मी तुझ्याशी बोलताना तुझं नाव वापरण्याएवढा सुसंस्कृतपणा दाखवतोय. ह्या मुद्द्यावर तूही तसाच वागलास तर मला फार आवडेल. फारच क्षुल्लक बाब खरंतर पण मी निदान तू मला 'मिस्टर थॉर्नहिल' म्हणून हाक मार असं तर सांगत नाहीये. मालक आणि नोकरातला तो एक संकेत असतो, होय का नाही डॅनी? माझ्यासाठी काम करण्याच्या दृष्टीनं मी काही एवढा वाईट नाहीये.'

बुकॅनन ओळखून होता, त्याचं लक्ष विचलित करून त्याला स्पष्ट विचार करता येऊ नये म्हणून, तो माणूस- थॉर्नहिल आपल्या चेहऱ्यावर लटक्या संतोषाचे भाव पद्धतशीरपणे दाखवत होता. पण त्याऐवजी बुकॅनन खुर्चीत मागे टेकून बसला आणि त्यानं हाताची घडी घातली.

'तुझ्या भेटीचं प्रयोजन कळेल का बॉब?' बुकॅनननं विचारलं.

'सेनेटर मिल्स्टेडशी तुझी झालेली भेट.'

'मी त्याला इथं सहज भेटू शकलो असतो. मी पेन्सिलव्हानियाला जावं म्हणून तू पिच्छा का पुरवावास, ते मला कळलं नाही.'

'त्यामुळे त्या उपासमारीला सरावलेल्या लोकांसाठी तू जो कटोरा घेऊन हिंडतोस, तो भरण्याची तुला आणखी संधी मिळेल. मला काळीज आहे म्हटलं.'

'आपला व्यक्तिगत स्वार्थी कार्यक्रम पुढे रेटण्यासाठी तू लाखो मुलं आणि स्त्री-पुरुषांच्या परिस्थितीचा उपयोग करून घेतोयस, ह्याची तुझ्या सद्सद्विवेकबुद्धीला जराही टोचणी वाटत नाही? सूर्य उगवला तरी ह्या लोकांना तो चमत्कार वाटतो.'

'मला सद्सद्विवेकबुद्धी बाळगण्यासाठी पगार मिळत नाही. ह्या देशाच्या हितसंबंधाचं रक्षण करण्याच्या कामासाठी मला पैसे मिळतात. तुझे हितसंबंध, शिवाय सद्सद्विवेक बुद्धी असणं हाच एक निकष असता तर ह्या शहरात कोणीच उरलं नसतं. खरं तर तुझ्या प्रयत्नांना मी दाद देतो. गरीब, असहाय्य लोकांच्या विरुद्ध मी नाही. डॅनी, तुझ्यासाठी हे सगळं चांगलं आहे.'

'तू म्हणतोयस ते मी स्वीकारू शकत नाही, सॉरी!'

थॉर्नहिलच्या चेहऱ्यावर स्मित. 'जगातल्या प्रत्येक देशात माझ्यासारखी माणसं असतात. म्हणजे, ते चलाख असले तर माझ्यासारखं करतात. आम्ही मिळवतो ते परिणाम प्रत्येकाला हवे असतात कारण बहुतेक 'प्रत्येकाच्या' अंगात ते स्वत: करण्याचं धैर्य नसतं.'

'म्हणजे तू परमेश्वराची भूमिका बजावतोस? कामाची ही पद्धत फार मजेशीर आहे.' बुकॅननची टिपणी.

'परमेश्वर काल्पनिक असतो. मी वस्तुस्थिती हाताळतो. तू तुझी उद्दिष्टं बेकायदेशीर साधनं वापरून गाठलीस, मग तो हक्क तू मला नाकारणारा कोण?'

खरं तर, थॉर्नहिलच्या ह्या युक्तिवादाला बुकॅननकडे उत्तर नव्हते. शिवाय थॉर्नहिलच्या अविचल शांत वागण्यामुळे त्याला जाणवत असलेली असहाय्यतेची भावना आणखीनच वाढली.

'मिलस्टेडबरोबरच्या मिटींगबद्दल काही प्रश्न?' थॉर्नहिलनं विचारलं.

'आणखी तीन आयुष्यं लांब ठेवता येईल एवढी मिलस्टेडबद्दलची माहिती तुझ्याकडे आहे. तुला नेमकं काय हवंय?'

थॉर्नहिल खुदूखुदू हसला. 'माझा काही गुप्त कार्यक्रम, उद्दिष्ट असल्याचा, तू माझ्यावर आरोप तर करत नाहीस?'

'तुला मला सांगता येईल, बॉब, आपण भागीदार आहोत.'

'मी चुटकी वाजवल्याबरोबर तू उडी मारावीस, इतकं हे साधं-सोपं असेल.'

'छान, पण आणखी एका वर्षानं तू तुझी चलाखी अशीच चालू ठेवलीस तर तुझी सत्ता एखादेवेळी तुला सोडून जाईल.'

'राजकीय पाठबळ उभं करत आपलं काम साधणाऱ्या एकुलत्या एक माणसाकडून धमक्या,' थॉर्नहिलनं उसासा टाकला. 'पण तू एवढा एकाकी नाहीस. तुला एका व्यक्तीचा पाठींबा आहे, फेथ कशी आहे? तिचं बरं चाललंय?'

'फेथ ह्या सगळ्यात कुठे येत नाही. फेथ कधीच ह्या घटनाचक्राचा भाग नसेल.'

थॉर्नहिलनं नकारार्थी मान हलवली. 'तूच तेवढा ह्या चक्राचा केंद्रबिंदू आहेस. तू आणि तुझा तो गुन्हेगार राजकारण्यांचा मस्त अड्डा. अमेरिकेतले हुषार आणि सर्वोत्कृष्ट.'

बुकॅननं थंडपणे थॉर्नहिलकडे पाहिलं, तो काहीही बोलला नाही.

'डॅनी, घटना आता मुद्द्याशी येतायृत. खेळ लौकरच संपत येईल. तू नीटनेटका निरोप घेण्याच्या तयारीत असशील अशी आशा आहे.'

'मी जाईन ते इतक्या सफाईनं की तुझे हेर उपग्रहही माझा ठावठिकाणा शोधू शकणार नाहीत.'

'आत्मविश्वास प्रेरणा देणारा असतो. तरीसुद्धा बऱ्याचदा तो अस्थानी असतो.'

'तुला एवढंच सांगायचंय मला? पळून जायची तयारी करू? मी तुला भेटल्यानंतर पहिल्या मिनिटालाच सुटका करून घेण्याची तयारी ठेवलीय मी.' बुकॅनन म्हणाला.

थॉर्नहिल उभा राहिला. 'तू सेनेटर मिलस्टेडवर लक्ष केंद्रित कर. आपल्याला चांगली खमंग खबर मिळव. तो निवृत्त झाल्यावर त्याचं उत्पन्न किती असेल, त्याचं ते दिखाऊ काम काय असेल ह्याविषयी त्याला बोलतं कर. जेवढी नेमकी माहिती, तेवढं चांगलं.'

'तुला ह्या सगळ्यात रस घेताना बघून मला बरं वाटतंय. मला खात्री आहे, तू तुझा ठसा आणखीही काही पद्धतीनं उठवला असणार.'

थॉर्नहिल क्षणभरच बुकॅननच्या ह्या वक्तव्यावर चिडला पण तो लगेचच पुन्हा पूर्ववत शांत झाला. 'डॅनी, तू एक चांगला पोकर खेळाडू नक्की होशील. पण एक लक्षात ठेव, काही महत्त्व नसलेला धूर्तपणा, हा शेवटी धूर्तपणाच असतो.' थॉर्नहिलनं त्याचा कोट चढवला. 'आणि तू तसदी घेऊ नकोस, बाहेर जायचा रस्ता माझा मी शोधू शकतो.'

पुढच्याच क्षणी थॉर्नहिल गेलेला होता. जणू त्याला वाटेल तेव्हा अवतरण्याची आणि अदृश्य होण्याची सिद्धी लाभलेली होती. बुकॅननं खुर्चीत मागे टेकून वेगानं निःश्वास टाकला. त्याचे हात थरथरत असलेले... थरथरणं थांबेपर्यंत त्यानं आपले हात टेबलावर दाबून धरले.

थॉर्नहिल त्याच्या आयुष्यात एखाद्या स्फोटक टॉर्पेडोसारखा अनपेक्षितपणे घोंघावत आला होता. बुकॅनन आता मुख्यत: सांगकाम्या झाला होता. गेली काही वर्षं स्वत:च्या पैशातून तो ज्यांना लाच देत होता, त्यांच्यावर हेरगिरी करत होता. नरभक्षक दैत्यासारख्या थॉर्नहिलला ब्लॅकमेल करण्यासाठी वापरता यावी म्हणून बरीच माहिती गोळा करत होता.

विरोधाभास म्हणजे बुकॅननच्या मालमत्तेतली घसरण आणि आता हे दुसऱ्यासाठी काम करणं, ह्या गोष्टींमुळे बुकॅननं जिथून सुरुवात केली होती तिथं थेट तो पुन्हा येऊन ठेपला होता. तो लहानाचा मोठा झाला होता, ते फिलाडेल्फियामधल्या उच्चभ्रू वस्तीत. ह्या भागातल्या एका अतिशय देखण्या इस्टेटीत तो लहानाचा मोठा झाला! इथं विशाल कुरणावर बारा हजार चौ. फुटांचं एक घर अस्ताव्यस्त पसरलेलं होतं... घराला रुंद, आच्छादित पोर्च आणि मोठं, सुटं गॅरेज... त्यावर राहण्याची जागा... ह्या घरात सामायिक जागेपेक्षा बेडरूम्स जास्त होत्या. बाथरूमसुद्धा आलिशान - महागड्या टाइल्स आणि साध्या साध्या गोष्टींवरही सोन्याचा मुलामा...

हे जग होतं उच्चभ्रू-खानदानी अमेरिकन लोकांचं. इथं आलीशान राहणीमान आणि दडपून टाकणाऱ्या आशा-आकांक्षा- दोन्ही एकाच वेळी नांदायच्या. बुकॅननं हे गुंतागुंतीचं जग फार जवळून पाहिलेलं होतं. अर्थात ह्या जगाचा निवासी म्हणवून घ्यायचा अधिकार काही त्याला लाभलेला नव्हता. बुकॅननचं कुटुंब कष्टकरी वर्गातलं होतं. ड्रायव्हर, नोकर, माळी, स्वयंपाकी म्हणून ह्या उच्चभ्रू वर्गाच्या दिमतीला राहणारं. कॅनडाच्या सरहद्दीवरच्या कडाक्याच्या हिवाळ्यांना तोंड देऊन बुकॅनन कुटुंबियांनी दक्षिणेच्या अधिक सुसह्य हवामानाच्या भागात सामूहिक स्थलांतर केले होते. कुऱ्हाड आणि फावडं, बोट आणि हूक ह्यांना बांधलेल्या कष्टाच्या कामाऐवजी जरा श्रम कमी पडतील अशा कामाच्या शोधात. कॅनडामध्ये ह्या लोकांनी ह्या आधी अन्नासाठी शिकारी केलेल्या होत्या आणि उबेसाठी लाकडं तोडली होती. त्याचाच परिणाम म्हणजे निसर्गानं निष्ठूरपणे त्यांचा सामाजिक दर्जा तसाच ठेवला. ह्या प्रक्रियेतूनच त्यांचे वंशज अधिक शक्तिमान होत गेले होते. त्यापैकी बहुधा बुकॅनन सगळ्यात जास्त सामर्थ्यशाली होता.

डॅनी बुकॅननं लहानपणी गवत कापण्यापासून टेनिस कोर्ट रंगवेपर्यंत वेगवेगळी कष्टाची कामं केलेली होती, सगळ्यांशी योग्य त्या अदबीनं वागत. मोठं झाल्यावर त्याचा संबंध श्रीमंती उतू जाणाऱ्या घरातल्या तरुण पिढीशी आलेला होता.

तेव्हापासून बुकॅननला गरीब किंवा श्रीमंत, दोन्ही गटांमध्ये कधी स्वस्थ

वाटलं नव्हतं. त्याच्या बँकेच्या खात्यात कितीही लठ्ठ आकडा असला तरी तो श्रीमंत गटाचा एक भाग कधीच होऊ शकत नव्हता. तो लहानपणी श्रीमंत घरातल्या मुलांबरोबर खेळलेला होता पण जेवणाची वेळ झाली की ती मुलं नेहमीच्या औपचारिक डायनिंग रुममध्ये जात तर बुकॅनन इतर नोकरांबरोबर जेवायला स्वयंपाकघरात जायचा. ती श्रीमंत मुलं पुढे मोठ्या विद्यापीठांमधून शिकली तर त्याला 'नाईट स्कूल' मध्ये जात शिकावं लागलं होतं. त्यावरून ती मुलं त्याची चेष्टाही करायची.

आता बुकॅननचं स्वतःचं कुटुंबही त्याला तितकंच परकं झालेलं. तो आपल्या नातेवाईकांना पैसे पाठवायचा. ते लोक हे पैसे परत पाठवायचे. त्यांना भेटायला गेला की त्यांच्याकडे बोलण्यासारखं काही नसायचं. तो जे करत होता, ते त्यांना समजायचंही नाही आणि त्याबद्दल त्यांना काही वाटायचंही नाही. तरीसुद्धा त्याच्या व्यवसायात प्रामाणिकपणा नसल्याचे हे लोक त्याला हेतुपूर्वक जाणवून देत. हे त्यांच्या ताणलेल्या चेहऱ्यांवरून, पुटपुटलेल्या-वरवरच्या बोलण्यावरून कळायचं. त्यांचा ज्या ज्या गोष्टींवर विश्वास होता, त्या तुलनेत वॉशिंग्टन तर त्यांना परदेशासारखच वाटायचं. त्यांना वाटायचं-बुकॅनन पैशासाठी, गलेलठ्ठ रकमांसाठी खोटं बोलतो. त्यानं त्यांच्या व्यवसायात पडायला हवं होतं. त्यात साधेपणा असला तरी प्रामाणिकपणाही होता. त्यांच्यापेक्षा तो वर गेला असला तरी ह्या लोकांच्या दृष्टीनं प्रत्यक्षात त्याची फारच घसरण झालेली होती. प्रामाणिकपणा, निष्ठा, चारित्र्य ही त्यांची मूल्यं होती.

त्यात गेल्या दहा वर्षात बुकॅननन जो मार्ग अवलंबला होता, त्यामुळे तर त्याचं जखडलेलं एकाकीपण आणखीनच वाढलं होतं. त्याला मित्र फारच थोडे होते. तरीसुद्धा अस्तित्व टिकवून ठेवण्यासारख्या मूलभूत गोष्टींसाठी त्याला अपरिचित असलेले लक्षावधी लोक त्याच्यावर अवलंबून होते. एकूणच आपलं अस्तित्व गूढविचित्र असल्याचं त्यालाही मान्य करणं भाग होतं.

आणि आता थॉर्नहिलच्या आगमनानं एका गर्तेकडे ओढलं गेल्यासारखं झालं होतं. आता तो वादातीतपणे त्याची एकुलती एक सोबत असलेल्या फेथ लॉकहार्टला विश्वासात घेऊन काही सांगू शकत नव्हता. तिला थॉर्नहिलबद्दल काहीच माहिती नव्हतं. आणि ते कधी माहिती होणारही नव्हतं. त्यामुळेच ती सुरक्षित होती. त्यामुळे बुकॅननला माणसाशी असलेल्या प्रत्यक्ष संपर्काचा शेवटचा दुवाही गमवावा लागला होता.

डॅनी बुकॅनन आता खरोखरच एकटा होता.

तो आपल्या ऑफिसच्या खिडकीपाशी गेला आणि त्यानं बाहेरच्या जगप्रसिद्ध भव्य इमारतींकडे नजर टाकली. हा सगळा देखावा जणू एखाद्या चलाख

जादूगाराच्या हातासारखा होता... ह्या शहरातल्या खऱ्या महत्त्वाच्या व्यवसायचक्रापासून लक्ष दुसरीकडे विचलित करणारा, मूठभरांच्याच फायद्यासाठी फिरणारं एक आत्मकेंद्रित व्यवसायचक्र...

बुकॅननला एक ज्ञान झालेलं होतं, ते म्हणजे बहुसंख्य लोक राजकीय प्राणी नसतात... त्यामुळे काही मूठभर लोक अनेकांवर जे हळुवारपणे वर्चस्व गाजवतात त्यातूनच मुख्यत: दीर्घकालीन सत्तेची उभारणी होत असते... त्यासाठी एक नाजूक तोल आवश्यक असतो आणि ह्याचं जगाच्या इतिहासातलं सगळ्यात परिपूर्ण उदाहरण इथंच होतं.

त्यानं डोळे मिटून घेतले... अंधाराला स्वत:ला वेढू देत... उद्याच्या लढाईसाठी शरीरात नवी उर्जा उसळू देत... रात्र फार मोठी असणार होती, खरं तर आता त्याचं आयुष्य कुठेच न जाणाऱ्या एखाद्या लांबलचक बोगद्यासारखं झालेलं... त्याला थॉर्नहिलचंही उच्चाटन करता आलं तर ह्या सगळ्याला अर्थ लाभणार होता. बुकॅननची आता गरज होती... ह्या अंधारातून एखादी लहानशी का होईना फट सापडण्याची... तसं झालं असतं तर...

४

गाडी हायवेवरून बरोबर वेगमर्यादेप्रमाणे चाललेली. गाडीत 'एफबीआय' एजंट केन न्यूमन आणि फेथ लॉकहार्ट. न्यूमन गाडी चालवत असलेला, फेथ लॉकहार्ट शेजारी दोघेही ताठरपणे बसलेले... जणू काही शेजारची व्यक्ती आपल्यावर अचानक हल्ला चढवेल अशी भीती दोघांनाही वाटत होती.

डल्स् विमानतळावर उतरणारं एक विमान त्यांच्यावरून गरजत बहिरी ससाण्यासारखं झेपावत खाली आलं तसं फेथ लॉकहार्टनं डोळे मिटून घेतले. तिनं क्षणभर कल्पना केली, आपण त्या विमानात आहोत आणि उतरण्याऐवजी ते कुठल्या तरी दूरच्या प्रवासाला सुरुवात करतंय. तिनं हळूच डोळे उघडले तर गाडी हायवेपासून बाजूला वळत होती, सोडियमच्या दिव्यांची बोचरी भगभग त्यांनी मागे टाकली. लवकरच दोन्ही बाजूंनी अस्ताव्यस्त झाडी असलेला रस्ता ते पार करत असलेले... रस्त्याच्या दोन्ही बाजूला खोल, पाण्यानं भरलेले रुंद, गवताळ खड्डे... अंधार भेदणाऱ्या गाडीच्या दोन दिव्यांशिवाय आता फक्त आकाशातल्या मंद ताऱ्यांच्या प्रकाशाचीच त्यांना सोबत...

'एजंट रेनॉल्डसला आज का येता आलं नाही, तेच कळत नाही' ती म्हणाली.

'त्याचं साधं उत्तर आहे, तिला काही फक्त तुझ्या एकटीच्याच चौकशीचं काम नाहीये, फेथ.' स्पेशल एजंट केन न्यूमननं उत्तर दिलं. 'पण मीही काही परका नाही, नाही का? इतर वेळी बोलतो तसंच फक्त बोलायचंय. मी ब्रुक रेनॉल्डस् आहे, असं समज. आम्ही सगळे एकाच पथकामध्ये आहोत.'

गाडी आता दुसऱ्याच एका आणखी निर्जन रस्त्याकडे वळली. इथल्या पट्ट्यावर झाडांऐवजी बोडकी, रखरखीत मैदानं... बुलडोझरच्या शेवटच्या हल्ल्याच्या प्रतीक्षेत असलेलं. वर्षभरातच इथं एकेकाळी जेवढी झाडं उभी होती, जवळजवळ तेवढीच घरं उभी राहणार होती... उपनगराच्या विस्ताराचं आक्रमण अविरत

चालूच... आता हा भूप्रदेश बोडका, उद्ध्वस्त वाटत असलेला... आणि नीरस... कदाचित भवितव्याची चाहूल लागल्यामुळे... त्याबाबतीत फेथ आणि तो भूप्रदेश, दोघेही सारखेच...

न्यूमननं तिच्याकडे दृष्टीक्षेप टाकला. त्याला हे मान्य करणं अवघड होतं पण फेथ लॉकहार्टच्या सहवासात तो अस्वस्थ असायचा. कुठल्या क्षणी स्फोट होईल ते न सांगता येणाऱ्या एखाद्या स्फोटकाशेजारी बसल्यासारखं. तो सीटवरच चुळबुळला. खांद्याला पिस्तूल अडकवायच्या पट्ट्याचं लेदर त्वचेवर जिथं घासलं जायचं, ती जागा आता काहीशी निबर झालेली. बऱ्याच लोकांची त्वचा अशा पट्ट्यामुळे कडक व्हायची पण न्यूमनची त्वचा फुगायची आणि मग कातडं निघून यायचं. विरोधाभास म्हणजे, त्याला वाटायचं, ही टोचणी-वेदना आपल्याला सावध ठेवते, तो कधी सुस्त रहायचा नाही. ती जणू सूचना असायची- तू जरा जरी बेसावध राहिलास तरी ते छोटंसं दुःख, टोचणी विघातक ठरेल. अर्थात आज रात्री त्यानं शरीर झाकणारा, आतून घालायचा संरक्षक पोशाख चढवलेला होता, तो पट्टाही बोचत नव्हता, ती वेदना आणि वाढलेल्या सावधपणाची जाणीव आता तेवढी तीव्र नव्हती.

आपल्या कानात रक्त उसळून आल्याचं, वृत्ती उत्तेजित झाल्याचं फेथला जाणवत होतं... रात्री उशिरानं झोपल्यावर विचित्र, अस्वस्थ करणारे आवाज कानी पडल्यावर वाटतं तसं... लहान असताना असं काही झालं की आई-वडिलांच्या पांघरूणात शिरून बसता यायचं, त्यांचे समजूतदार हात मायेनं, प्रेमानं थोपटायचे. आता तिचे आई-वडील स्वर्गवासी झाले होते आणि आता तिचं वय होतं छत्तीस. फेथ लॉकहार्टचं असं आता कोण होतं?

'आणि आजची रात्र झाली की माझ्याऐवजी एजंट रेनॉल्डस्‌च असेल.' न्यूमन म्हणाला, 'तुला तिच्याबरोबर असताना बरं वाटतं, हो का नाही?'

'अशा परिस्थितीत 'बरं वाटणं' हे शब्द लागू पडतात असं मला वाटत नाही.'

'नक्कीच. खरं तर ते फार महत्त्वाचं आहे. रेनॉल्डस् फार रोखठोक बाई आहे. माझ्यावर विश्वास ठेव, ती नसती तर हे जे काय चाललंय त्याला काही दिशाच राहिली नसती. तूही अजून फार प्रगती करावी अशी काही माहिती आम्हाला दिलेली नाहीस. पण तिचा तुझ्यावर विश्वास आहे. तिचा आत्मविश्वास ढासळत नाही असं जोपर्यंत तू काही करत नाहीस, तोपर्यंत ब्रुक रेनॉल्डस् तुझी एक भक्कम मैत्रीण म्हणून राहील. तिला तुझी काळजी वाटते.'

फेथनं पायावर पाय टाकला आणि हातांची घडी छातीवर ठेवली. तिची उंची पाच-पाच होती आणि चणीनंही लहानखुरीच. तिच्या अपेक्षेच्या मानानं

तिचे स्तन उभार नव्हते पण तिचे पाय लांब आणि सुडौल होते. बाकी काही नाही तरी आपल्या पायांमुळे आपण लक्ष वेधून घेऊ शकू असं तिला वाटायचं. तिच्या मांड्यांचे आणि पोटऱ्यांचे स्नायू तिच्या स्टॉकिंग्जमधून दिसत असलेले... न्यूमनची नजर अधूनमधून तिकडे वळायला तेवढं पुरेसं होतं.

फेथनं चेहऱ्यावर येणारे आपले लाल-तपकिरी छटा असलेले केस एकदम बाजूला केले आणि हात नाकाच्या शेंड्यावर विसावला. तिच्या केसांमध्ये काही पांढरे केसही दिसू लागले होते. ते अजून लक्षात येण्यासारखे नव्हते पण काळाप्रमाणे त्यांची छटाही बदलणार होती. खरं तर ती ज्या ताणाखाली काम करत होती त्यामुळे तिचं वय होण्याची प्रक्रिया वाढणार ह्यात शंका नव्हती. फेथ ओळखून होती. परिश्रम, संभाषणचातुर्य आणि एकूण वागण्यातला तोल, ह्याबरोबरच तिच्या व्यावसायिक कारकिर्दीत तिच्या रूपानंही मोठा हातभार लावलेला होता. एखाद्याच्या रूपामुळे-दिसण्यामुळे त्याच्याभोवतीच्या वातावरणात, परिस्थितीत फरक पडू शकतो हा समज उथळ आहे असं मानलं जातं. पण वस्तुस्थिती अशी होती की असा फरक पडतो हे फेथनंच दाखवून दिलं होतं. विशेषतः फेथला आपल्या व्यवसायात करावे लागले तसे एखाद्या स्त्रीला बहुतांशी पुरुषांशीच व्यवहार करावे लागतात तेव्हा हे जास्त दिसून येतं.

एखाद्या सेनेटरच्या ऑफिसमध्ये ती जायची तेव्हा रुंद हसण्यानं तिचं स्वागत व्हायचं ते तिच्या बुद्धिमत्तेमुळे नव्हे तर गुडघ्यावर येणारे स्कर्ट घालायला तिला आवडायचं म्हणून. ती मरणाच्या उंबरठ्यावर असलेल्या मुलांबद्दल बोलायची, कुठल्यातरी दूर देशातल्या आपत्तींशी झुंजणाऱ्या कुटुंबाबद्दल बोलायची तेव्हा ह्या सेनेटर्सची नजर तिचं शरीर शोधत असायची.

'आपल्यावर कोणाचं तरी एवढं प्रेम असणं छानच असतं,' फेथ म्हणाली 'पण एकदम कुठल्यातरी गल्लिबोळातून मला इकडे आणणं... मध्यरात्री ह्या निर्जन जागी येणं, हे जरा जास्तच होतंय असं नाही वाटत तुला?'

'वॉशिंग्टनच्या ऑफिसमध्ये तू येणं हाच काही पर्याय नव्हता. फार महत्त्वाची ठरू शकेल अशा शोधमोहिमेतली तू एक फार महत्त्वाची साक्षीदार आहेस. ही जागा सुरक्षित आहे.'

'म्हणजे लपून बसायला चांगली आहे. आपला पाठलाग होत नाही कशावरून?'

ह्यावर केन न्यूमननं खुलासा केला. 'आपला पाठलाग होतोय पण आपल्याच लोकांकडून. इथं जर कोणी असतं तर आपल्याला इथं पाठवण्याआधी आमच्या लोकांच्या ते लक्षात आलं असतं. आपण हायवेवरून इकडे यायला वळेपर्यंत आपल्या पाठीशी आमचे लोक होते. आता कोणी नाहीये.'

'म्हणजे तुमची माणसं चुका करत नाहीत तर. माझ्यासाठी काम करणारी

अशी माणसं असायला पाहिजेत असं मला वाटतं. तुम्हाला ती मिळतात कुठे?'

'हे पहा, आम्ही काय करतोय ते, आम्हाला समजतं, ठीक आहे? रिलॅक्स!' असं म्हणत असतानासुद्धा त्यानं पुन्हा गाडीतल्या आरशात नजर टाकली.

त्यानं समोरच पडलेल्या सेल फोनकडे पाहिलं, त्याबरोबर फेथला अगदी सहजच त्याच्या मनातले विचार जाणवले. 'अचानक कुठली माहिती हवी आहे?' न्यूमननं धारदारपणे तिच्याकडे पाहिलं पण काही बोलला नाही. 'ओके, मुख्य अटींकडे वळू या,' ती म्हणाली. 'ह्या सगळ्यातून मला काय मिळणार आहे? ते अजून आपण स्पष्ट केलेलं नाही?

तरीही न्यूमननं काही उत्तर दिलं नाही तेव्हा एक मिनिटभर तिनं त्याच्या चेहऱ्याकडे निरखून पाहिलं... त्याची मन:स्थिती अजमावल्यासारखं. तिनं पुढं होऊन त्याच्या दंडाला स्पर्श केला आणि ती म्हणाली, 'मी जे करत्येय त्यासाठी मोठा धोका पत्करला.'

तिच्या बोटांमधून त्याच्या अंगावर सूट जॅकेट असूनही तिला ताण जाणवला. तिनं आपली बोटं तिथं राहू दिली, किंचित अधिक भार देत. आता शर्टचं कापड आणि जॅकेटचं कापड ह्यातला फरक तिच्या बोटांना जाणवत असलेला. तो तिच्याकडे किंचित वळला तेव्हा त्यानं आतून घातलेला बुलेटप्रुफ अंगरखा तिला दिसला. तिच्या मनाच्या तोलाबरोबरच तिच्या तोंडचं पाणी एकदम पळालं...

न्यूमन तिच्याकडे पाहून म्हणाला, 'मी तुला सगळं नीट सांगतो. तुझा करार नेमका कसा असेल, ह्याच्याशी माझा संबंध नाही. अजून तू आम्हाला खरं तर महत्त्वाची अशी माहिती काहीच दिलेली नाहीस. पण नियमांच्या चौकटीत रहा म्हणजे सगळं ठीक होईल. तुझा 'एफबीआय'शी करार पक्का होईल. आम्हाला जी माहिती पाहिजे, ती तू आम्हाला देशील आणि लौकरच तुला तुझी नवी ओळख - व्यक्तिमत्त्व देण्यात येईल, त्या नव्या व्यक्तिमत्त्वानं तू फिजी बेटांवर वगैरे कुठेतरी शंख-शिंपले विकू लागशील. तिकडे तुझा भागीदार आणि त्याचे साथीदार दीर्घकाळ सरकारी पाहुणचार घेत राहतील. ह्यात फार हुरळण्यासारखं काही नाही, त्यावर जास्त विचारही करू नकोस. फक्त निभावून न्यायचा प्रयत्न कर. एक लक्षात ठेव, आम्ही तुझ्या बाजूनं आहोत. फक्त आम्हीच तुझे मित्र आहोत.'

फेथ ताठ बसली... तिनं नजर शेवटी न्यूमननं अंगावर चढवलेल्या संरक्षक पोशाखावरून दूर वळवली. तिला वाटलं, आपल्या मनात जे आहे, ते रेनॉल्डस् ऐवजी न्यूमनशी बोलून बघावं. काही बाबतीत तिचं आणि रेनॉल्डस्चं चांगलं जमलं होतं. पुरुषांच्या राज्यातल्या दोन बायका. अनेक सूक्ष्म पद्धतीनं रेनॉल्डस्ला

एका पुरुष एजंटच्या लक्षात येणार नाहीत अशा गोष्टी लक्षात आलेल्या होत्या. इतर बाबतीत मात्र माशाच्या हाडांभोवती घुटमळणाऱ्या दोन मांजरांसारखी त्यांची अवस्था होती.

'मला बुकॅननलाही वळवून घ्यायचंय. मला माहिताय, मी त्याला सांगितलं तर तो तसं करेल. आम्ही दोघांनी एकत्र काम केलं तर तुमची बाजू खूपच भक्कम होईल,' तिनं हे सगळं एका दमात सांगून टाकलं. शेवटी एकदा ते सांगितल्यामुळे तिला खूप मोकळं वाटत होतं.

न्यूमनच्या चेहऱ्यावर आश्चर्य लपू शकलं नाही. तो म्हणाला, 'फेथ, आमची भूमिका लवचिक आहे पण हे सगळं कारस्थान, तू म्हणतेस तसं, ज्यानं रचलंय अशा माणसाशी कुठलाही व्यवहार आम्ही करणार नाही?'

'अजून संपूर्ण वस्तुस्थिती, तपशील आपल्याला समजलेले नाहीत. त्यानं हे का केलं वगैरे. ह्या सगळ्यातला खलनायक तो नाहीये. बुकॅनन एक चांगला माणूस आहे.'

'त्यानं कायद्याचं उल्लंघन केलं. तुझ्या सांगण्याप्रमाणे त्यानं सरकारी अधिकाऱ्यांना लाच दिली. मला तेवढं पुरेसं आहे.'

'त्यानं हे का केलं हे जेव्हा तुला समजेल तेव्हा तू तशा पद्धतीनं विचार करणार नाहीस.' फेथ म्हणाली.

'फेथ, तशा प्रकारे डावपेच आखण्यावर तुझ्या आशांची भिस्त ठेवू नकोस. तू ते स्वत:च करू नकोस.'

'मी जर म्हणाले, आमच्या दोघांचाही विचार करा किंवा काहीच होणार नाही तर?' फेथनं विचारलं.

'तर मग तू तुझ्या आयुष्यातली सगळ्यात मोठी चूक करत्येस.'

'म्हणजे एक तर मी तरी किंवा बुकॅनन तरी, असे पर्याय आहेत तर?' फेथचा पुढचा प्रश्न.

'ती निवड काही एवढी अवघड नसेल.' न्यूमनचं उत्तर.

'मग मला रेनॉल्डस्शी बोलावं लागेल.'

'मी जे सांगितलं तेच तीही सांगेल.'

'एवढी खात्री बाळगू नकोस. मी मन चांगलं वळवू शकते आणि माझं म्हणणं बरोबरही निघतं.'

'फेथ, ह्या सगळ्या प्रकरणात काय काय गुंतलंय ह्याची तुला कल्पना नाहीये. खटला कोणावर भरायचा, हे 'एफबीआय'चे एजंट ठरवत नाहीत. ते अमेरिकेच्या ॲटर्नीचं ऑफिस ठरवतं. अगदी रेनॉल्डस् समजा तुझ्या बाजूनं झाली, आणि तशी ती होईल का नाही ह्याची मला शंकाच आहे, तर वकीलही

तशीच बाजू घेतील असं नाही. जर का त्यांनी ह्या सगळ्या बलाढ्य राजकारण्यांना खाली खेचायचा प्रयत्न केला आणि मुळात ज्यानं त्यांना अडचणीत आणलं त्याच्याशीच ह्या वकिलांनी करार-बिरार केला तर त्यांची उचलबांगडीच होईल. हे वॉशिंग्टन आहे आणि आपली गाठ ह्या आठशे पौंडी गोरिलांशी आहे. काही चूक झाली तर ते आपल्या अंगलटी येईल. माझ्यावर विश्वास ठेव, गेली वीस वर्षं मी ह्या क्षेत्रात आहे. दुसरा पर्यायच नाही... एक तर बुकॅनन किंवा काहीच नाही.'

फेथ मागे टेकून बसली आणि तिनं आकाशाकडे नजर टाकली. क्षणभर त्या ढगांमध्येच अंधारलेल्या विषण्ण तुरूंगाच्या गजांआड झालेला डॅनी बुकॅनन तिच्या मन:चक्षूंसमोर तिला दिसला. ती असं कधीच होऊ देणार नव्हती. तिला वाटलं आपल्याला रेनॉल्डस् आणि वकिलांशी बोलायला लागेल, बुकॅननलाही संरक्षण मिळायला हवं, हे त्यांच्या लक्षात आणून द्यावं लागेल. तरच हे काम होण्याची शक्यता होती. पण न्यूमनच्या बोलण्यात आत्मविश्वास होता. तो नुकताच जे बोलून गेला होता, ते अगदी अर्थपूर्ण असं वक्तव्य होतं. हे वॉशिंग्टन होतं. अचानक तिचा आत्मविश्वास एखादी काडी पेटून विझावी तसा पूर्णपणे मावळलेला... तिला वाटलं, एवढी वर्षं राजकीय हिशेब जमवत, कुशल 'लॉबिइस्ट', राजकीय पाठबळ मिळवून आपलं साध्य गाठणारी म्हणून काम केल्यावर इथल्या राजकीय परिस्थितीचं विश्लेषण करण्यात आपल्याला अपयश आलंय का?

'मला बाथरूमला जायचंय,' फेथ म्हणाली.

'आपण पंधरा मिनिटात कॉटेजमध्ये पोहचू.'

'खरं तर पुढे डावीकडे वळलो तर तिथून रस्त्यापासून एका मैलावर एक चोवीस चालू राहणारा पेट्रोल पंप आहे.'

त्यानं तिच्याकडे आश्चर्यानं पहात विचारलं, 'तुला कसं माहिती?'

तिनं आत्मविश्वासाच्या मुद्रेनं त्याच्याकडे पाहिलं... खरं तर आतून वाढत चाललेली भीतीच त्या मुद्रेमागे दडलेली होती... 'मी कुठे आहे, कुठे चाललेय, ते माहिती करून घ्यायला मला आवडतं. अगदी माणसं आणि आजूबाजूचा भूगोलसुद्धा.'

त्यानं उत्तर दिलं नाही पण त्यानं गाडी वळवली आणि लवकरच ते त्या पेट्रोल पंपापाशी आले. तिथं एक स्टोअरही होतं. बाहेर बरीच वाहनं पार्क केलेली... काही माणसांची वर्दळ... कोणी पेट्रोल भरत असलेलं तर कोणी गरम कॉफीचे घुटके घेत बसलेले... त्यांच्या गाडीकडे कोणाचंच लक्ष गेलं नाही... इमारतीच्या अगदी टोकाशी असलेल्या 'रेस्ट रुम' शेजारी त्यांची गाडी थांबली.

फेथनं आपल्या पाठीमागे बाथरुमचं दार बंद केलं, टॉयलेटचं झाकण खाली घेतलं आणि त्यावर ती बसली. तिला आता कुठल्याही सुविधांपेक्षा वेळेची आवश्यकता होती. सगळ्या बाजूनं तिला वेढत चाललेल्या भीतीला नियंत्रणात आणण्यासाठी. तिनं आजूबाजूला पाहिलं... तिथल्या पिवळ्या भिंतीवर काही बाही कोणी कोणी खरडून ठेवलेलं... त्यातले काही अश्लील शेरे तिला लज्जित करून गेले तर काही ओबडधोबड, रांगडं लेखन असलं तरी मजेशीर... तिला वाटलं, पुरुष बायकांना नेहमीच गौण लेखतात.

नंतर ती उभी राहिली आणि नळाचं गार पाणी चेहऱ्यावर मारून चेहरा तिनं पेपर टॉवेलनं कोरडा केला.

डॅनी बुकॅननं तिच्याशी दीर्घकाळची मैत्री केली होती. खरी मैत्री म्हणजे काय हे तिला त्याच्या सहवासात कळत गेलं होतं. गेली पंधरा वर्ष तोच तिचा धर्मपिता आणि मार्गदर्शक होता. इतर कोणाला न जाणवलेले तिच्यातले गुण त्याला जाणवले होते. ती वॉशिंग्टनला आली, तेव्हा निश्चित अशी कुठली कल्पना तिच्या डोक्यात नव्हती. बरोबर होत्या अथांग महत्त्वाकांक्षा आणि उत्साह. राजकीय पाठबळ मिळवून आपलं विशिष्ट उद्दिष्ट साध्य करण्याचं-लॉबिइंगचं काम तर तिला माहितीही नव्हतं पण तिला हे काम मजेशीर आणि फायदेशीरही वाटलं. तिचे वडील सुस्वभावी पण दिशाहीन भ्रमंती करणारे होते. आपली बायको-मुलीला घेऊन ते एकामागून एक झटपट श्रीमंत करणाऱ्या योजना राबवत. निसर्गानं हे रसायन फारच निष्ठूरपणे घडवलेलं होतं: दिसलेल्या कल्पना-गोष्टी प्रत्यक्षात उतरवण्याची कुवत नसलेला द्रष्टा. अर्थार्जनाच्या कामाचा हिशेब त्यांच्या लेखी वर्षापेक्षा दिवसात असे. एकेका आठवड्यानं काळ पुढे ढकलत ते जगत. त्यांच्या योजना फसल्या आणि दुसऱ्यांचे पैसे बुडायची वेळ आली की फेथ आणि तिच्या आईला घेऊन पळ काढत. कदाचित ते बेघर असायचे, भुकेले तर बऱ्याचदा. तरीसुद्धा चाचपडत का होईना तिचे वडील नेहमीच आपल्या पायांवर उभे राहिले होते. हे असं त्यांचं मरेपर्यंत चाललेलं होतं. तिच्या स्मरणातल्या गरिबीच्या खुणा, शाश्वत, कायमच्या टिकणाऱ्या, प्रबळ अशा होत्या.

म्हणून फेथला चांगलं, स्थिर आयुष्य हवं होतं आणि त्यासाठी तिला कोणावरही अवलंबून रहायचं नव्हतं. बुकॅननं तिला ती संधी दिली होती. आपली स्वप्नपूर्ती करता येईल असे गुण, कौशल्य आणि त्यापेक्षाही बरंच काही जास्त. बुकॅननकडे फक्त दृष्टीच नव्हती तर त्याच्यापाशी स्वप्नं, भव्य कल्पना प्रत्यक्षात उतरवायला लागणारी साधनंही होती. त्याचा विश्वासघात करणं तिला कधीच शक्य नव्हतं. त्यानं जे केलं होतं आणि अजूनही इतकं

कष्टपूर्वक करत होता, त्याबद्दल तिच्या मनात कमालीचा आदर होता. आयुष्याच्या त्या काळात तिला हवा होता असाच आधार त्याच्या रूपानं मिळाला होता. भक्कम पहाडासारखा. तरीही गेल्या वर्षापासून त्यांचे संबंध बदलले होते. तो तिच्याशी बोलायचा थांबला होता, एकलकोंडा झाला होता. चिडचिडा, शीघ्रकोपी झाला होता. तिनं त्याचं कारण विचारलं तर तो आणखीनच आत्मकेंद्रित झाला. त्यांचे संबंध इतके जवळचे होते की हा बदल स्वीकारणं तिला अवघड झालं होतं. तो गुप्तता बाळगू लागला, आपल्याबरोबर प्रवासासाठी तिला बोलवणं त्यानं बंद केलं. दोघांमध्ये दीर्घकाळ चालणाऱ्या संभाव्य व्यूहरचनांच्या चर्चा आता थांबल्या होत्या.

आणि नंतर त्यानं एकदमच वेगळं आणि व्यक्तिश: विघातक असं काहीतरी केलं होतं. तो तिच्याशी खोटं बोलला होता. बाब तशी पूर्णत: क्षुल्लक पण त्यातले गर्भितार्थ गंभीर होते. तिला शंका आली, तो जर इतक्या किरकोळ बाबतीत खोटं बोलतो तर आपल्यापासून एवढं महत्त्वाचं दडवतोय तरी काय? शेवटी त्यांच्यात एकदाची शेवटची ठिणगी पडली. बुकॅननं तिला सांगून टाकलं होतं-त्याला जे काही अस्वस्थ करत होतं, ते तिला सांगून टाकून चांगलं काहीच निष्पन्न होणार नव्हतं. नंतर त्यानं खरा धक्का दिला.

त्यानं ठामपणे कळवलं— तिला त्याची नोकरी सोडायची असेल तर तसं करायला ती मोकळी आहे आणि त्यासाठी हीच वेळ योग्य आहे. नोकरी! तिला तर वयात आलेल्या मुलीला वडिलांनी घराबाहेर काढलं तसंच वाटलं.

तिला प्रश्न पडला— आपण दूर जावं असं त्याला का वाटतं? शेवटी तिला ह्या घटनांचा अर्थ एकदम उलगडला... तिला वाटलं, आपण एवढे अंध कसे झालो? कोणीतरी त्याच्या मागे लागलेलं होतं आणि आपल्यावर आलेली आपत्ती त्याला तिच्यावर येऊ द्यायची नव्हती. तिनं ह्या मुद्यावर त्याच्याशी थेट संघर्ष केला होता आणि त्यानंही ठाम नकार दिला होता आणि मग तिनं जावं म्हणून आग्रह धरला. बुकॅनन शेवटपर्यंत उदात्तच राहिला होता.

शेवटी बराच विचार केल्यावर ती 'फेडरल ब्यूरो ऑफ इनव्हेस्टिगेशन'कडे गेली होती. 'एफबीआय'नं बुकॅननचं रहस्य शोधून काढण्याची शक्यता तिनं विचारात घेतली होती पण नंतर तिला वाटलं, त्यामुळे आपलं काम सोपंच होईल. आता 'एफबीआय'शी संपर्क साधण्याचा निर्णय घेतल्याबद्दल हजारो शंका तिला पोखरू लागल्या होत्या. तिला वाटलं, 'ब्यूरो' खरंच इतक्या सहजपणे खटला उभा करण्यासाठी बुकॅननला बोलवेल? डॅनी बुकॅननचं नाव त्यांना सांगण्याबद्दल ती स्वत:ला दोष देत राहिली. प्रसिद्ध लोकांच्या शहरात बुकॅनन प्रसिद्ध होताच. धागेदोरे जुळवायला 'एफबीआय'ला अवघड गेलं नसतं.

त्यांना डॅनीला तुरुंगात टाकायचं होतं. तिच्या बदल्यात डॅनी. तिला वाटलं, आपली ही निवड होती का? तिला एवढं एकाकी कधीच वाटलं नव्हतं.

बाथरुममधल्या फुटक्या आरशातल्या आपल्या प्रतिबिंबाकडे तिनं पाहिलं. चेहऱ्याची हाडं वर येऊ पहात असलेली, डोळे खोलावत चाललेले... दोघांचीही सुटका करून घेण्याची तिची भव्य कल्पना तिला अचानक निर्बुद्धपणाची, वेडेपणाची, मति कुंठित करणारी वाटू लागलेली... तिच्या जागी तिचे दिशाहीन वडील असते तर सामान बांधून रातोरात त्यांनी पलायन केलं असतं. तिला वाटलं, आता आपण काय करायचं?

५

त्या घरातल्या मधल्या पॅसेजमधून जाताना लीनं आपलं पिस्तूल बाहेर काढलं आणि आपल्यापुढे रोखून धरलं. दुसऱ्या हातानं तो फ्लॅशलाईट सावकाश; एका लयीत अर्धवर्तुळाकार फिरवत राहिला.

पहिल्या खोलीत त्यानं नजर फिरवली, ते किचन होतं. तिथं एकोणिसशे पन्नासच्या दशकातल्या जमान्यातला फ्रिज होता, त्याशिवाय इलेक्ट्रिकल उपकरणं आणि खाली काळ्या-पिवळ्या चौकटी असलेलं, फाटकं लिनोलियम. पाण्याची ओल असल्यामुळे भिंतींचा रंग काही ठिकाणी उडाला होता. छताचं काम पूर्ण झालेलं नव्हतं. त्यातून वरच्या मजल्याच्या लाकडी आराखड्याचे जोड आणि खालची बाजू स्पष्टपणे दिसत होती. लीनं पाहिलं तर जुने तांब्याचे पाईप आणि त्यावर तुलनेनं नव्या असलेल्या पीव्हीसीचं कव्हर. जाग-जागी भिंतींवर दिसत होते. उघड्या पडलेल्या, काळवंडलेल्या भिंती...

इथं कुठल्या खाद्यपदार्थाचा वास येत नव्हता... भरून राहिला होता, तो फक्त ग्रीसचा वास... बहुधा स्टोव्हच्यावर असलेल्या बर्नर्समध्ये आणि भोकांमध्ये कडक झालेलं... किचनच्या मध्यभागी एक फोरमायकाचं टेबल आणि भोवती चार धातूच्या खुर्च्या... ओटा ओकाबोका होता, तिथं डिशेस दिसत नव्हत्या. हे किचन गेल्या दहा वर्षात कधी वापरलं गेलंय असं सुचवेल अशी टॉवेल, कॉफीमेकर किंवा तत्सम कुठलीही वस्तू वा व्यक्तिगत स्पर्श जाणवत नव्हता, जणू तो कालप्रवाहात मागे गेला होता...

किचनच्या बाहेरच्या पॅसेजच्या बाजूला डायनिंग रूम होती... तिथं कमरेच्या उंचीच्या फळ्या-बाजूनं ठोकलेल्या, गेल्या काही वर्षात त्या काळवंडलेल्या आणि त्यांना तडे गेलेले... आतली हवा शिळी आणि गुदमरवून टाकणारी असली तरी त्याच्या अंगावर अचानक शहारा आला. ह्या घराला ऊब देणारी मध्यवर्ती यंत्रणा नव्हती वा भिंतीवर चढवलेले एअर कंडीशनरही नव्हते.

किचनप्रमाणेच इथलं सिलींगही तसंच अर्ध्यामुर्ध्या अवस्थेतलं... धुळीनं भरलेल्या झुंबराकडे जाणारी इलेक्ट्रिकल लाईन बाहेर आलेल्या लाकडी सांध्यांना भोकं पाडून नेलेली होती. लीनं निष्कर्ष काढला, इथं घर आधी बांधून झाल्यानंतर काही काळानं वीज आली असणार.

ली घराच्या पुढच्या बाजूच्या दिशेनं जात असताना एकदम कुठूनतरी जेमतेम ऐकू येईल असा आवाज त्याच्या कानावर पडला. क्षणभर लीनं उडीच मारली, पिस्तूल चौफेर रोखत आणि मग तो सैल झाला. हे घर जुनं होतं आणि जुन्या घरांमध्ये बरेच आवाज होत असतात.

लीनं पुढच्या खोल्यांपैकी एका खोलीत प्रवेश केला. त्यानं तिथं फ्लॅशलाईटमध्ये पाहिलं, फर्निचर भिंतीलगत हलवलेलं आणि खाली फरशीवरच्या धुळीच्या थरात पावलांचे ठसे आणि वस्तू ओढल्याच्या खुणा दिसत होत्या. खोलीच्या मध्यभागी बऱ्याच घडीच्या खुर्च्या आणि एक आयताकृती टेबल होते. टेबलाच्या एका टोकाला असलेल्या एका कॉफीमेकर शेजारी स्टायरोफोमच्या कॉफी-कपांचा ढिग विसावलेला होता. कॉफीमेकर शेजारी कॉफी, साखर वगैरे वस्तू पडलेल्या.

लीनं हे सगळं नजरेनं टिपलं आणि खिडक्या दिसल्या तसं तो वळला. खिडक्यांचे पडदे घट्ट ओढून घेतलेले होते. इतकंच नव्हे तर खिडक्या प्लायवूडचे मोठे तुकडे बसवून बंद केलेल्या, पडदे खालपर्यंत आलेले.

'छे:' ली पुटपुटला. पुढच्या दारापाशी असलेल्या छोट्या चौकोनी खिडक्या पुठ्ठ्यानं बंद केल्याचं त्यानं चटकन् शोधून काढलं. त्यानं आपला कॅमेरा बाहेर काढला आणि ह्या सगळ्या गोंधळून टाकणाऱ्या गोष्टींचे काही फोटो काढून घेतले.

आपली ही शोधमोहीम लवकरात लवकर आवरती घेण्यासाठी ली घाईघाईनं जिन्यावरून दुसऱ्या मजल्यावर गेला. पहिल्या बेडरुमचं दार त्यानं सावधपणे उघडलं आणि आत पाहिलं. इथला बेड लहान आणि तयार करून घेतलेला होता. त्यावरचा बुरशीचा वास लगेच त्याच्या नाकात घुसलाच. इथल्या भिंतीही ओबडधोबड, अर्धवट अवस्थेत राहिलेल्या होत्या. लीनं उघड्या पडलेल्या भिंतीवर हात ठेवला तसं भिंतीला पडलेल्या तड्यांमधून बाहेरून येणारी हवा त्याला लगेच जाणवली. भिंतीच्या वरच्या बाजूनं प्रकाशाची बारीक रेघ चमकताना बघून तो क्षणभर चक्रावला, पण नंतर त्याच्या लक्षात आलं, भिंत जिथं छताशी जोडली जायला हवी तिथल्या फटीतून चंद्रप्रकाश येत होता.

लीनं काळजीपूर्वक कोपरानं कपाटाचं दार उघडलं, त्याच्या लांबलेल्या करकरीनं त्याचा श्वास रोखलेला. तिथं कपडेच काय, एक हँगरसुद्धा नव्हता. त्यानं नकारार्थी मान हलवली आणि जोडूनच असलेल्या लहान बाथरूममध्ये तो

गेला. इथं टॉवेल, टॉयलेट पेपर किंवा साबण, काहीच नव्हतं. शॉवर फायबरग्लासचा होता.

मग तो शेजारच्या बेडरुममध्ये गेला. इथल्या चादरींवरच्या बुरशीचा वास इतका उग्र होता की त्याला जवळजवळ नाक दाबूनच धरावं लागलं. इथलं कपाटही रिकामं होतं.

ह्या सगळ्या गोष्टींपैकी कशाचीच संगती लागत नव्हती. खिडकीतून येणाऱ्या चंद्रप्रकाशाच्या झोतात तो उभा राहिला. त्याचवेळी भिंतीला पडलेल्या फटींमधून येणाऱ्या हवेच्या लहरी आपल्या मानेला गुदगुल्या करत असल्यासारखं त्याला जाणवलं. त्याला प्रश्न पडला, फेथ लॉकहार्ट ह्या जागेचा उपयोग प्रेमकुटी म्हणून करत नसेल तर ती इथं नेमकं काय करत होती? त्यानं तिला फक्त त्या उंच बाईबरोबर पाहिलेलं असलं तरी त्याचा सुरुवातीचा निष्कर्ष असाच होता. तसं माणसं कुठल्याही थराला जाऊ शकतात. पण इथं नाकात सीमेंट भरलं तरी इथल्या बेडवर कोणालाही सेक्स करणं असह्य होतं.

जिन्यावरून खाली येऊन तो मधला पॅसेज ओलांडून पुढच्या बाजूला असलेल्या दुसऱ्या जागेत गेला. लीला वाटलं, ही 'लिव्हींग रुम' असावी. इथल्या खिडक्याही वरच्या खिडक्यांप्रमाणे बंद केलेल्या होत्या. तिथं एक भिंतीतलं पुस्तकांचं कपाट होतं. मात्र त्यात पुस्तकं नव्हती. किचनप्रमाणेच इथलं सिलींगही अर्धवट खडबडीत होतं; त्याचवेळी लीनं लाईट वर फिरवला तसं सिलींगच्या खालच्या बाजूला 'X' अशा आकारात फळ्या ठोकलेल्या दिसल्या. मूळच्या बांधकामापेक्षा हे लाकूड उगाच वेगळं दिसत होतं... हलकं आणि वेगळ्या जातीचं. आणखी आधार? त्याची गरज कशासाठी होती?

एखाद्या माणसाला त्याच्या नशिबावर सोडून द्यावं तसं वाटून लीनं नकारार्थी मान हलवली. त्याच्या चिंतांमध्ये आता आणखी एका चिंतेची भर पडली होती आणि ती म्हणजे दुसरा मजला कोणत्याही क्षणी त्याच्या डोक्यावर कोसळण्याची असलेली शक्यता. त्याच्या मनःचक्षूंसमोर त्याच्या वरच्या मृत्युलेखाचं शीर्षक तरळलं - दुर्दैवी खाजगी गुप्तहेर डोक्यावर बाथरुम कोसळून मृत्युमुखी... भूतपूर्व पत्नीचा प्रतिक्रियेस नकार'!

लीनं लाईट आजूबाजूला फिरवला तसा तो थिजलाच. एका भिंतीत एक दार बसवलेलं होतं. बहुधा एखादं कपाट असावं, लीला वाटलं. त्यात तसं चमत्कारिक काही नव्हतं, फक्त हे दार कुलूपबंद होतं. तो पुढे गेला आणि त्यानं कुलपाची जवळून पाहणी केली. कुलपाच्या बरोबर खाली जमिनीवर भुश्याचा छोटासा उंचवटा. लीच्या लक्षात आलं, कुलूप बसवणाऱ्या माणसानं लाकडी दाराला यंत्रानं भोक पाडलं तेव्हा हा भुस्सा पडला असणार. लीला प्रश्न पडला,

एवढी तसदी घेण्याएवढं त्यात मौल्यवान काय असेल?

'छे:' ली पुन्हा म्हणाला. त्याला इथून बाहेर पडायचं होतं. पण कुलपावर त्याची नजर जशी खिळून राहिली. ली ॲडॅम्समध्ये एक दोष होता, (अर्थात तो ज्या क्षेत्रात होता, त्याचा विचार करता त्याला दोष म्हणणं अवघडच जावं) ली फार चौकस माणूस होता. गुपितं त्याला फार सतावत. लपवाछपवी करण्याचा प्रयत्न करणारी माणसं त्याला फार संतापजनक वाटत. लीचा मनापासून पूर्ण आणि प्रामाणिक गौप्यस्फोट करण्यावर ठाम विश्वास होता. त्याप्रमाणेच कृती करत त्यानं फ्लॅशलाईट बगलेत धरला, पिस्तूल पट्ट्यात खोचलं आणि आपलं कुलूप उघडणारं उपकरण बाहेर काढलं. झटपट बोटं फिरवत त्यानं ते उपकरण फिरवलं.

कुलूप निघाल्यावर लीनं आणखी एक खोल श्वास घेतला. पिस्तूल बाहेर काढलं आणि मूठ वळवत असताना ते दारावर रोखलं. खरं तर आत कपाटात कोणीतरी लपून बसलं असेल आणि ती व्यक्ती त्याच्यावर उडी मारण्याच्या बेतात असेल असं काही त्याला वाटत नव्हतं पण ह्यापेक्षा विचित्र गोष्टी घडलेल्या त्यानं पाहिलेल्या होत्या. दाराच्या दुसऱ्या बाजूला कोणी असू शकतं.

कपाटात त्यानं जे पाहिलं, त्यानंतर कोणीतरी तिथं दबा धरून राहण्यासारखा प्रश्न असता तर बरं झालं असतं असं त्याला आत कुठेतरी वाटून गेलं. श्वास रोखून शिव्या देत त्यानं पिस्तूल पट्ट्यात अडकवलं आणि तो धावत सुटला.

आता उघड्या दारातून, कपाटातल्या इलेक्ट्रॉनिक जंजाळातून लाल दिव्याची होत असलेली उघडझाप दिसत होती.

ली धावतच पुढच्या बाजूला असलेल्या आणखी एका खोलीत गेला आणि भिंतींवर आजूबाजूला तो लाईट ठराविक पद्धतीनं वरवर फिरवत गेला. तेव्हा त्याला हवं होतं ते दिसलं. भिंतीत एक कॅमेरा लेन्स बसवलेली होती, अगदी छोटी, गुप्त निरीक्षण करता यावं म्हणून खास बनवलेली. इथल्या अपुऱ्या उजेडात काही दिसणं अवघड होतं पण फ्लॅशलाईटचा झोत त्या लेन्सवरून परावर्तित होत होता. त्यानं लाईट आजूबाजूला फिरवला तेव्हा त्याला चार कॅमेरा लेन्स आढळल्या.

तो मनाशी म्हणाला, 'तरीच!' मगाशी त्यानं ऐकलेला आवाज इथून आला असणार. तिथून अंधारातून येताना त्यानं कशाला तरी अडखळल्यामुळे कुठलं तरी उपकरण चालू केलं असणार. तो पुन्हा झपूकन लिव्हींग रुममधल्या कपाटापाशी गेला आणि प्रकाशाचा झोत तिथं बसवलेल्या व्हिडिओ मशीनच्या पुढच्या बाजूवर टाकला.

तो टेप बाहेर काढण्यासाठी बटण शोधू लागला. बटण सापडल्यावर त्यानं

ते दाबलं पण काही झालं नाही. पुन्हा त्यानं ते दाबलं, मग पुन्हा, तरी तेच - परिणाम काही नाही. त्यानं इतर बटन्स दाबली. तेच - परिणाम काहीच नाही. मग लीचं लक्ष मशीनच्या पुढच्या बाजूला ठासलेल्या दुसऱ्या छोट्या इन्फ्रारेड भागाकडे गेलं आणि त्याला उत्तर मिळालं. मशीनचं नियंत्रण एका विशिष्ट रिमोटकडून होत होतं, मशीनची नेहमीची बटणं नावालाच होती. ह्या सगळ्या व्यवस्थेमुळे ज्या शक्यता त्याला जाणवल्या, त्यांनी त्याचं रक्त जसं गोठलंच. त्या मशीनमधली टेप बाहेर यावी म्हणून त्यानं त्यात पिस्तुलाची गोळी झाडायचाही विचार केला. मात्र ह्या सगळ्या यंत्रणेला संरक्षक कवच असल्यानं ते धोक्याचं होतं. पिस्तुलाची गोळी उसळून एखाद्या वेळी पुन्हा त्याच्याच अंगावर आली असती. नंतर त्याला प्रश्न पडला, ही सगळी यंत्रणा एखाद्या उपग्रहाला जोडलेली असेल तर, मग त्या टेपचा उपयोग फक्त 'आणखी एक नोंद' एवढाच होणार होता. इथं कुठे कॅमेरा असेल तर आत्तासुद्धा काही माणसं त्याच्या हालचाली बघत असणार.

ली आता पुन्हा धावत सुटणार एवढ्यात अचानक त्याला उस्फूर्तपणे एक गोष्ट सुचली, त्यानं आपली बॅग चाचपली... त्याची नेहमी स्थिर राहणारी बोटं आता कशीतरी फिरत असलेली. त्याचे हात एका छोट्या पेटीभोवती स्थिरावले. ती बाहेर काढून क्षणभर त्यानं पेटीच्या झाकणाशी खटपट केली आणि मग शेवटी एक छोटा पण चांगली शक्ती असलेला चुंबक बाहेर काढला.

चुंबक हे एक घरफोडीत वापरलं जाणारं लोकप्रिय साधन आहे. एखादी खिडकीची काच कापल्यानंतर खिडकीला असलेले लोखंडी अटकाव शोधून ते उचकटून काढण्यासाठी चुंबकाचा उपयोग होतो. नाहीतर अगदी निष्णात घर फोडेसुद्धा काही करू शकत नाहीत. आता चुंबकाचा उपयोग उलटा होणार होता - घरात चोरून प्रवेश करण्यासाठी नव्हे तर अदृश्य राहून घराबाहेर पडता यावं म्हणून.

त्यानं चुंबक हातात पकडून तो व्हिडिओ मशीनच्या समोरून आणि वरून फिरवला. जीव वाचवण्यासाठी माणूस पळतो त्या आकांतानं पळत जाण्याआधी त्यानं एक मिनिट राखून ठेवलेलं होतं. त्या मिनिटात त्यानं शक्य तितक्या वेळा तो चुंबक तसा फिरवत ठेवला. चुंबकीय क्षेत्रामुळे टेपवरच्या प्रतिमा नष्ट होण्यासाठी... त्याच्या प्रतिमा...

ते झाल्यावर त्यानं चुंबक बॅगेत टाकला, वळला आणि तो दाराच्या दिशेनं धावत निघाला. इकडे यायला आता कोण निघालं असेल कोणास ठाऊक, त्याच्या मनात येऊन गेलं. तेवढ्यात ली अचानक थांबला. त्याला प्रश्न पडला कपाटापाशी जाऊन तो 'व्हीसीआर'च काढून घेऊन बरोबर नेला तर? मात्र

पुढच्याच क्षणी लीनं तो आवाज ऐकला, त्यामुळे त्याच्या मनातले 'व्हिसीआर'चे विचार एकदमच निघून गेले.

एक कार येत होती.

लीनं एक शिवीच हासडली. त्याला प्रश्न पडला, लॉकहार्ट आणि तिचा संरक्षक येतायत का काय? ते इथं इतर संध्याकाळी आले होते. फारच नियमितपणा होता हा. तो पॅसेजमधून धावत गेला, मागचं दार त्यानं धाडकन उघडलं आणि उसळल्यासारखा बाहेर गेला... काँक्रिटच्या पायऱ्यांचा अडथळा ओलांडून... दाणकन त्यानं ओलसर, निसरड्या गवतात शिरकाव केला, त्याचे अनवाणी पाय घसरले आणि तो जोरात पडला. त्या धक्क्यानं त्याचा श्वास रोखला गेला... ढोपरात वेदना... पण भीती ही मोठी वेदनाशामक असते. काही सेकंदातच उठून तो झपाट्यानं झाडीच्या दिशेनं जायला लागला होता.

झाडीपासून तो निम्म्या अंतरावर असतानाच ती कार रस्त्यावर आली, कार सपाट रस्त्यावरून खडबडीत जमिनीवर येताना कारच्या दिव्यांचा प्रकाश वर-खाली झाला. लीनं आणखी काही ढांगांमध्ये झाडी गाठली आणि पुन्हा दाट अंधाऱ्या झाडीआड त्यानं आश्रय घेतला.

सेरॉव्हच्या रायफलचा लाल ठिपका काही क्षण लीच्या छातीवर रेंगाळला. सेरॉव्हला त्याला सहज उडवून देता आलं असतं पण त्यामुळे कारमधून येणाऱ्या माणसांना इशारा मिळाला असता. सेरॉव्हनं आता आपली रायफल ड्रायव्हरच्या बाजूच्या दारावर रोखली. झाडीत आता जाऊन बसलेला माणूस पुन्हा आणखी काही करण्याचा मूर्खपणा करणार नाही, अशी सेरॉव्हला आशा होती. त्याला वाटलं तो माणूस तसा फारच नशीबवान! मृत्यूच्या पकडीतून एकदा नाही तर दोनदा सुटला. एखाद्यानं आपलं नशीब वाया घालवू नये. ते फारच दुर्दैवी ठरेल असं त्याला वाटलं... पुन्हा एकदा तो आपल्या रायफलच्या लेसर दुर्बिणीतून पहात असलेला...

ली खरं तर आणखी धावत जायचा पण तो थांबला... छाती वरखाली होत असलेली... सरपटतच तो झाडीपर्यंत आला. चौकसपणा हे त्याचं सगळ्यात मोठं वैशिष्ट्य होतं... काही वेळा तर नको एवढा. शिवाय, त्याला वाटलं, त्या सगळ्या इलेक्ट्रॉनिक जंजाळाच्या मागे असलेल्या लोकांनी एव्हाना आपली माहितीही शोधली असेल... तो ज्याच्याकडे जायचा तो दंतवैद्य आणि पेप्सीपेक्षा

त्याला 'कोक' आवडतो... इथपासून सगळी माहिती... म्हणून इथंच दबा धरून पुढे काय घडतंय ते पहावं असा विचार त्यानं केला. कारमधले लोक झाडीच्या दिशेनं यायला लागले तर तो ऑलिंपिक मॅरॅथॉनपटूची सर्वोत्कृष्ट भूमिका वठवणार होता... अनवाणी पायांनीच... त्याला पकडून दाखवायचं तो आव्हानच देणार होता.

तो खाली झुकला आणि त्यानं रात्रीही स्पष्ट दृश्यं दिसू शकतील अशी एककेंद्री दुर्बिण बाहेर काढली. हे उपकरण उष्णतेचा माग घेऊन त्याचं रूपांतर स्पष्ट दृश्य प्रतिमांमध्ये करायचं ह्या संकल्पनेवर आधारलेलं होतं.

लीनं आपलं उपकरण केंद्रित केलं तेव्हा त्यावरच्या हिरव्या पडद्यावर लाल प्रतिमा दिसत होत्या. आता ती कार इतकी जवळ वाटत होती की लीला वाटलं, हात लांब केला तरी त्या कारला स्पर्श करता येईल. विशेषत: इंजिन अजूनही तापलेलं असल्यामुळे तो भाग अधिक उजळलेला, प्रखर दिसत होता. कारमधला तो माणूस ड्रायव्हरच्या बाजूनं कारमधून बाहेर पडताना त्यानं पाहिलं. लीनं त्याला ओळखलं नाही पण फेथ लॉकहार्ट कारमधून उतरून त्या माणसापाशी आली तेव्हा लीला ताणल्यासारखं जाणवलं. ह्या एका क्षणी ते दोघं शेजारी शेजारी, मग काहीतरी विसरल्यासारखा तो माणूस जरा घुटमळला.

'छे:' ली दातओठ खात म्हणाला, 'दार...' लीनं आपला रोख त्या छोट्या घराच्या मागच्या दाराकडे वळवला, ते उघडंच राहिलं होतं.

त्या माणसानं ते उघडच पाहिलेलं होतं. फेथसमोर येता येईल अशा पद्धतीनं तो वळला आणि त्याचा हात त्याच्या कोटाच्या आतल्या बाजूकडे गेला.

तिकडे जंगलात दडून राहिलेल्या सेरॉव्हनं त्याच्या लेसर रायफलचा रोख त्या माणसाच्या मानेवर धरलेला होता. तो माणूस आणि ती बाई छान, त्याला सोयिस्कर अशा पद्धतीनं उभे होते. सेरॉव्ह ज्या गोळ्या रायफलीसाठी वापरत होता, त्या अतिशय आधुनिक बनावटीच्या, लष्करी दर्जाच्या आणि पूर्णपणे धातूचं आवरण असलेल्या होत्या. सेरॉव्हचा शस्त्रं आणि त्यामुळे होणाऱ्या जखमा ह्या दोन्हीचा अभ्यास चांगला होता. गोळी अतिशय वेगानं फेकली जात असल्यामुळे लक्ष्य गाठून त्यातून पार होत राहताना त्यात काही तांत्रिक दोष राहण्याची फारच कमी शक्यता होती. गोळीच्या गतीमुळे तिला मिळालेली प्रेरणा मोकळी झाली आणि शरीरात विरली की होणारी इजा आणखीनच घातक असणार होती. गोळीच्या आकाराच्या मानानं जखमेचा सुरुवातीचा भाग आणि त्यातून तयार होणारी पोकळी खूपच मोठ्या आकाराची असणार होती. शिवाय,

ह्या गोळीचं वैशिष्ट्य असं होतं की इजा दूरवर जास्त होणार होती... भूकंपाच्या बाबतीत असतं तसं... त्यात केंद्रापासून दूरवर हानी जास्त होते... ह्या गोळीमुळे हाडं - पेशींना इजा होणार होती, ती अशा पद्धतीनं. सेरॉव्हला वाटलं, आपलं शस्त्र फार सुंदर आहे त्याच्या परीनं. सेरॉव्ह स्वतःवर म्हणूनच खूष होता.

सेरॉव्हला जाणीव होती... गतीमुळे मिळणाऱ्या प्रेरणेचं सामर्थ्य मुळात ज्या गतीवर अवलंबून असतं, त्यावरूनच लक्ष्याची हानी किती होईल ते ठरतं. रायफलच्या गोळीचं वजन दुप्पट असेल तर तिची गतिजन्य प्रेरणाही दुपटीनं वाढणार... त्यातही सेरॉव्ह फार पूर्वीच एक गोष्ट शिकला होता आणि ती म्हणजे, त्यातही गोळीची गती उडताना दुप्पट केली तर तिची गतिजन्य प्रेरणा चौपट होते. सेरॉव्हची रायफल आणि दारुगोळा असेच गतीच्या दृष्टीनं परिपूर्ण होते.

तरीसुद्धा, ह्या रायफलच्या गोळीला पूर्णपणे धातूचं आवरण असल्यामुळे ती एका माणसाच्या शरीरातून बाहेर पडून दुसऱ्या एखाद्या माणसाचा जीव घेण्याचीही शक्यता होती. सैनिक आणि दोन लक्ष्यं गाठायची असलेल्या भाडोत्री मारेकऱ्यांच्या दृष्टीनं ही गोष्ट चांगलीच होती. सेरॉव्हला वाटलं, आणखी एक गोळी त्या बाईला मारण्यासाठी झाडावी लागली तरी काहीच हरकत नाही. दारुगोळा तसा स्वस्त होता. परिणामतः - माणसंसुद्धा.

सेरॉव्हनं हलकासा श्वास घेतला, मग अगदी स्थिर झाला आणि त्यानं हलकेच रायफलचा चाप दाबला.

'बाप रे!' त्या माणसाचं शरीर वळताना आणि त्याच्या शेजारच्या बाईवर जोरानं धाडकन पडताना पाहून ली ओरडला. एकमेकांना जोडलेले असावेत तसे दोघेही जमिनीवर पडले.

लीनं उत्स्फूर्तपणे त्यांना मदत करण्यासाठी जंगलाच्या बाहेर पडण्यासाठी झपाझप जायला सुरुवात केली. त्याच वेळी रायफलची एक गोळी त्याच्या डोक्याशेजारच्या झाडात सणसणत घुसली. ली लगेच जमिनीवर पडला आणि आसरा शोधू लागला कारण पाठोपाठ आणखी एक गोळी जवळ येऊन आदळली. आता तो पाठीवर पडून राहिला. शरीर इतकं थरथरत होतं की हातातलं उपकरण धरून नीट बघणंही अवघड झालेलं... गोळ्या जिथून आल्या असं त्याला वाटलं, त्या बाजूची त्यानं आपल्या उपकरणावर पाहणी केली.

तेवढ्यात आणखी एक गोळी त्याच्याजवळ आदळली. त्यामुळे चिखल त्याच्या चेहऱ्यावर, डोळ्यात उडाला. लीनं ओळखलं - जो कोणी तिथं आहे, त्याला आपण काय करत होतो, हे चांगलं माहिताय आणि तो एखादा डायनॉसॉर

संपवण्याच्याच तयारीनं आलाय. लीला तो मारेकरी पद्धतशीरपणे आपल्याला घेरत चालल्याचं जाणवलं.

लीच्या लक्षात आलं - त्या मारेकऱ्यानं रायफलला आवाज रोखणारं उपकरण लावलेलं होतं कारण गोळी झाडताना प्रत्येक वेळी हातानं जोरात भिंतीवर फटका मारल्यावर जेवढा आवाज येईल, तेवढाच रायफलचा आवाज व्हायचा. फुगे फुटावेत तसं...

आपलं उपकरण धरलेल्या हाताशिवाय लीनं हलण्याचा प्रयत्न केला नाही, श्वासही रोखून धरला. भीतीनं गोठवून टाकणाऱ्या एक क्षणभरच लेसर किरणांची लाल रेघ आपल्या पायाजवळ एखाद्या चौकस सापासारखी रेंगाळताना त्यानं पाहिलं, मग ती रेघ गेली. त्याच्यापाशी फार वेळ नव्हता. इथं थांबून रहाणं म्हणजे मरणाला आमंत्रण देण्यासारखंच होतं.

त्यानं आपलं पिस्तूल छातीवर ठेवलं आणि बोटं पसरली... क्षणभरच त्यानं बाजूच्या चिखलात चाचपलं. मग त्याचे हात एका झाडावर विसावले. फक्त मनगट वळवून जेवढी ताकद वापरता येईल तेवढी वापरून त्यानं तो दगड पाच एक फूट अंतरावर फेकला आणि थांबला. तो दगड एका झाडावर आदळला तेव्हा काही सेकंदातच रायफलची आणखी एक गोळी त्याच जागी येऊन आदळली.

त्याबरोबर लीनं आपल्या उपकरणाचा रोख जिथून गोळी आली होती, तिकडे वळवला... रायफलच्या बॅरलपाशी अजूनही उष्णता होती. आजवर बऱ्याच सैनिकांना ह्या साध्या गोष्टीमुळे त्या उपकरणाला बळी पडावं लागलं होतं... ह्या उपकरणामुळे सैनिकांची जागा नेमकी लक्षात यायची... लीला त्याच परिणामाची अपेक्षा होती...

आणि तसंच झालं... मारेकरी फार लांब नव्हता. लीच्या पिस्तुलाच्या टप्प्यात होता. आपल्याला एकच संधी मिळेल हे ओळखून लीनं हळूच पिस्तूल पकडून हात उंचावला... नेम धरण्याच्या दृष्टीनं सरळ थेट टप्पा पकडण्याचा त्याचा प्रयत्न... आपल्या उपकरणातल्या प्रतिमेनुसार आपल्या लक्ष्यावर नजर वळवत लीनं शांतपणे एक प्रार्थना म्हटली आणि पिस्तुलातल्या पंधरा फैरींच्यापैकी आठ गोळ्या सलग झाडल्या. सगळे नेम बरेचसे जवळ धरलेले होते, त्यामुळे त्याच्या यशाची शक्यता वाढलेली. त्याच्या पिस्तुलाचा आवाज रायफलच्या दबलेल्या आवाजापेक्षा खूपच जास्त होता. त्या आवाजानं आजूबाजूच्या प्राणी विश्वात खळबळ आणि पळापळ...

चमत्कार व्हावा तसा लीच्या गोळ्यांपैकी एका गोळीचा नेम बरोबर लागला ह्याचं कारण म्हणजे आणखी जवळच्या जागेत सरकण्यासाठी बाजूला होताना

सेरॉव्ह बरोबर त्या गोळीच्या मार्गातच आला होता. सेरॉव्हच्या डाव्या हातात गोळी घुसली तेव्हा तो वेदनेनं कळवळला. क्षणभरच दंश व्हावा तशी त्याला जाणीव झाली, मग बद्द आवाज होत पेशी शिरांमधून घुसत त्या गोळीनं त्याच्या दंडाचं हाड निकामी केलं आणि शेवटी ती त्याच्या गळ्याभोवतीच्या हाडापाशी थांबली. लगेचच सेरॉव्हचा डावा हात जड आणि निरुपयोगी झाला. आपल्या कारकिर्दीत नेहमीच रायफलनं डझनभर माणसं मारल्यानंतर शेवटी लिओनिद सेरॉव्हला गोळी लागणं म्हणजे नेमकं काय असतं ते कळलं. आपल्या उजव्या हातात रायफल पकडून सेरॉव्हनं अशा वेळी भाडोत्री मारेकरी जो मार्ग पत्करतात, तो पत्करला. पलायन. वळून तो पळू लागला... पावलागणिक जमिनीवर रक्त पसरत राहिलेलं...

काही क्षण लीनं आपल्या उपकरणात त्याला पळताना पाहिलं. ज्या पद्धतीनं तो माणूस माघार घेत होता तेवढ्यावरून आपल्या निदान एका गोळीनं लक्ष्य गाठल्याची त्याची खात्री झाली. अर्थात एका जखमी पण सशस्त्र माणसाचा पाठलाग करणं मूर्खपणाचं होईल आणि त्याची काही आवश्यकताही नाही, असा निर्णय त्यानं घेऊन टाकला. शिवाय, त्याला आणखी काही गोष्टी करायच्या होत्या. आपली बॅग पकडून तो त्या छोट्या घराच्या दिशेनं धावत सुटला.

❖

६

ली आणि सेरॉव्ह ह्यांच्यामध्ये गोळीबार चाललेला असतानाच फेथ श्वासोच्छ्वास नियंत्रणात आणण्यासाठी धडपडत होती. न्यूमनशी टक्कर झाल्यामुळे ती हबकून गेली आणि तिचा खांदाही ठणकू लागला होता. सगळे बळ एकवटून कसेबसे फेथने त्याला बाजूला ढकलले. आपल्या कपड्यांवर तिला काहीतरी उष्ण-चिकट असल्यासारखे जाणवले. क्षणभर ती हादरली, तिला वाटले, आपल्याला गोळी लागलीय. नेमकं काय झालं ते फेथला कळणं शक्य नव्हतं. मात्र खरी गोष्ट अशी होती की न्यूमनच्या 'ग्लॉक' पिस्तुलानं छोट्या ढालीचं काम केलं होतं, गोळी त्याच्या शरीरातून पार होताना तिची दिशा बदलली. फेथ अजूनही सुखरूप असण्यामागचं तेच एकमेव कारण होतं. क्षणभर ती न्यूमनच्या निर्जीव चेहऱ्याकडे पहात राहिली, आपली अस्वस्थता आणखीनच वाढल्यासारखं तिला वाटलं.

आपली नजर बाजूला वळवून फेथ कशीतरी रस्त्यावरच खाली झुकत बसती झाली. न्यूमनच्या खिशात हात घालून तिने त्याच्या गाडीच्या किल्ल्या बाहेर काढल्या. फेथची छाती एवढी धडधडत होती की मन एकाग्र करणं तिला अवघड झालं होतं, गाडीच्या किल्ल्याही कशातरी तिनं हातात धरून ठेवल्या. अजूनही खाली झुकूनच तिनं ड्रायव्हरच्या बाजूचं दार हळूच उघडलं.

तिचं शरीर एवढं थरथरत होतं की गाडीत शिरल्यावरसुद्धा आपल्याला गाडी चालवता येईल ह्याची खात्री तिला नव्हती. मग एकदाची ती गाडीत बसली, गाडीचं दार तिनं लावून घेतलं आणि ते लॉक केलं. इंजिन चालू झाल्यावर तिनं गीअर टाकले आणि पेट्रोलसाठीचं पेडल दाबलं तोच इंजिन 'फ्लड' झालं आणि लगेचच बंद पडलं. मोठ्यानं खेकसतच तिनं पुन्हा किल्ल्या फिरवल्यावर इंजिन सुरू झालं. ह्यावेळी तिनं पेट्रोलचं पेडल जरा अधिक सावधगिरीनं दाबलं, त्याबरोबर इंजिन थरथरत राहिलं.

फेथ पुन्हा गॅसचं पेडल दाबणार तोच तिचा श्वास रोखला गेला. ड्रायव्हरच्या बाजूच्या खिडकीपाशी एक माणूस उभा होता. तो धापा टाकत होता आणि तिच्यासारखाच तोही थरकापलेला दिसला. मात्र तिचं खरं लक्ष वेधून घेतलं ते थेट तिच्यावर रोखलेल्या पिस्तुलानं. त्यानं तिला खिडकीची काच खाली घ्यायची खूण केली. ती पुन्हा गॅसचं पेडल दाबून गाडी सुरू करावी का काय अशा विचारात.

'तसा काही प्रयत्न करू नकोस,' तो अगदी तिच्या मनात काय चाललंय ते माहिती असल्यासारखं म्हणाला, 'तुझ्यावर गोळी झाडणारा मी नाही.' काचेतूनच त्यानं सांगितलं. 'असतो तर तू एव्हाना वरच गेली असतीस.'

शेवटी फेथनं खिडकीची काच खाली घेतली.

'दार उघड,' तो म्हणाला, 'आणि बाजूला हो.'

'तू - तू कोण आहेस?'

'बाईसाहेब, आधी इथून निघू या. मला-मला तुझ्याबद्दल काही माहिती नाही पण आणखी कोणी इथं टपकल्यावर मला इथं अडकून राहायचं नाहीये. काय गोळ्या खायच्या, त्या त्यांनी खाल्लेल्या चांगल्या.'

फेथनं गाडीचं दार उघडलं आणि ती बाजूला झाली. लीनं आपलं पिस्तूल केसमध्ये सरकवलं, बॅग मागच्या बाजूला भिरकावली. मग गाडीत शिरून त्यानं दार लावून घेतलं आणि मागे टेकला. नेमकं त्याचक्षणी गाडीच्या पुढच्या सीटवरचा सेल फोन वाजू लागल्यानं दोघेही उडालेच. त्यानं गाडी थांबवली. दोघांचीही आधी फोनकडे नजर गेली आणि मग नजरानजर.

'हा फोन माझा नाहीये,' तो म्हणाला.

'माझाही नाहीये,' - फेथ.

फोनची रिंग थांबल्यावर त्यानं विचारलं, 'तो मेलेला माणूस कोण आहे?'

'मी तुला काहीही सांगणार नाहीये.'

गाडी मुख्य रस्त्यावर आली, वेग घेण्यासाठी तो एका बाजूला झुकला आणि त्यानं पेट्रोलचं पेडल दाबलं. 'तुझ्या ह्या निर्णयाचा तुला एखादेवेळी पश्चात्ताप होईल.'

'मला तसं वाटत नाही.' - फेथ.

तिच्या ठाम स्वरानं तो गोंधळल्यासारखा वाटला.

त्यानं एक वळण काहीसं वेगानं घेतलं तसं तिनं आपल्या भोवती सीट बेल्ट ओढून घेतला. 'त्या माणसावर तू गोळी झाडली असशील तर माझ्यावरही गोळी झाडशील, मी तुला काही सांगितलं किंवा सांगितलं नाही. त्यानं फरक थोडाच पडणार आहे. तू जर खरं बोलत असशील आणि तू त्याला मारलं

नसलंस तर मग केवळ मी काही सांगणार नाही म्हणून तू मला मारशील असं वाटत नाही.'

'चांगल्या-वाईटाबद्दलची तुझी कल्पना फारच निरागस आहे. कधी कधी अगदी चांगल्या माणसांनाही एखाद्याला उडवून द्यावं लागतं.'

'हे तुझे अनुभवाचे बोल आहेत?' फेथ दरवाज्याच्या बाजूला झुकली.

त्यानं 'ऑटो डोअर लॉक'चा स्विच दाबला. 'हे बघ, गाडीच्या बाहेर उडीबिडी मारू नकोस. इथं काय चाललंय हे फक्त मला जाणून घ्यायचंय. म्हणूनच सुरुवातीचा प्रश्न म्हणजे - मेलेला माणूस कोण आहे?'

फेथनं त्याच्याकडे रोखून पाहिलं - तिला धक्का बसलेला. शेवटी एकदाची ती बोलली तेव्हा तिचा आवाज क्षीण झालेला. 'आपण कुठेतरी - कुठेही - गेलं तर चालेल? म्हणजे मला थोडं शांत बसता येईल, विचार करता येईल.' तिनं मुठी वळवल्या आणि ती रुक्षपणे म्हणाली, 'मी आजपर्यंत कोणालाही मारलेलं पाहिलं नाहीये. मी आजपर्यंत कधीच...' शेवटच्या वाक्याला तिचा आवाज चढला आणि ती थरथरू लागली. 'प्लीज, गाडी कडेला थांबव, प्लीज गाडी थांबव. मला बरं वाटत नाहीये.'

त्यानं गाडी चटकन थांबवली आणि 'ऑटो अनलॉक' बटण दाबलं. फेथनं दार उघडलं, ती बाहेर झुकली. लगेचच तिला उलटी झाली.

त्यानं तिच्या खांद्यावर हात ठेवला आणि तिची थरथर थांबेपर्यंत हात तसाच तिच्या खांद्यावर दाबून धरला. तो सावकाश, संथ सुरात म्हणाला, 'आता तुला बरं वाटेल.' ती पुन्हा बसती झाली आणि तिनं दार लावून घेतलं, तोपर्यंत तो स्तब्ध थांबलेला. मग गाडी सुरू करण्याआधी तो म्हणाला, 'पहिल्यांदा आपल्याला ही गाडी सोडावी लागेल. माझी गाडी झाडीच्या पलीकडे आहे, तिथं पोचायला काही मिनिटंच लागतील. नंतर तू सुरक्षित राहशील अशी एक जागा मला माहिती आहे. तिथं जा. ओके?'

'ओके,' फेथ कशीबशी म्हणाली.

७

त्यानंतर जेमतेम वीस मिनिटं उलटली नाहीत तोच एक भलीमोठी गाडी 'कॉटेज'च्या रस्त्यावर शिरली आणि गाडीतून एक पुरुष एका स्त्रीबरोबर बाहेर उतरला. गाडीच्या हेडलाईटच्या प्रकाशात त्यांच्या हातातली रिव्हॉल्वर्स चमकत होती. मृत व्यक्तीपाशी पोचल्यावर ती बाई खाली वाकली आणि तिनं मृतदेहाकडे पाहिलं. केन न्यूमनला ती चांगलं ओळखत नसती तर तिला तो मृतदेह ओळखताच आला नसता. ह्याआधीही तिनं माणसांचे मृत्यू पाहिले होते. पण तरीसुद्धा इथं शिसारीनं तिला उलटीची भावना झाली. पटकन ती उभी राहिली आणि बाजूला वळली. तिनं बरोबर आलेल्या माणसाबरोबर 'कॉटेज'ची कसून तपासणी केली आणि मृतदेहापाशी परत जाण्याआधी बाजूच्या झाडीचीही धावती पाहणी केली.

त्या आडदांड, लांबरुंद छातीच्या माणसानं केन न्यूमनच्या मृतदेहाकडे नजर टाकली आणि त्यानं एक शिवी हासडली. ह्या माणसाचं नाव हॉवर्ड कॉन्स्टॅन्टिनोपल - जवळून ओळखणारे सगळे त्याला 'कॉनी' म्हणायचे. 'एफ बी आय'चा तो अनुभवी अधिकारी असल्यानं आपल्या कारकिर्दीत त्यानं बहुतेक सगळे भलेबुरे प्रकार पाहिले होते. तरीसुद्धा ह्या रात्रीची घटना, त्यातली भीषणता त्यालाही नवीच होती. न्यूमन त्याचा चांगला मित्र होता. त्याला केव्हाही हुंदके फुटतील असं वाटण्यासारखे भाव त्याच्या चेहऱ्यावर होते.

त्याच्या शेजारीच ती स्त्री उभी होती. तिची उंची सहा फूट एक इंच असल्यानं ती कॉनीच्या उंचीशी बरोबरी करणारीच होती. तिचे केस अगदी आखूड कापलेले होते. अगदी कानावरच वळसे घेणारे. चेहरा अरुंद होत गेलेला - खालपर्यंत झुकलेला. तिचा पोशाखही 'स्टायलीश फिटींग' असलेला होता. तिच्या 'एफबी आय' मधल्या नोकरीतला अनुभव आणि ताणतणावामुळे तिच्या चेहऱ्याभोवती - काळ्याशार; उदास डोळ्यांभोवती रेषा कोरलेल्या. आजूबाजूच्या परिसरावरून तिची नजर फिरली. ज्या नजरेत केवळ निरीक्षणच नव्हे तर त्या

निरीक्षणातून नेमके आडाखे बांधण्यात कसलेल्या व्यक्तीची सहजता होती. तिच्यामध्ये सुप्त-सामर्थ्यशाली प्रक्षोभ आहे असं सहज वाटण्यासारखी धार तिच्या रूपरेखेत होती.

ब्रुक रेनॉल्डस्चं वय होतं एकोणचाळीस. तिची आकर्षक रूपरेखा आणि उंच, सडपातळ बांधा ह्या देणग्यांमुळे तिला हवं तर पुरुषांना भुरळ पाडणं शक्य होतं. मात्र ती घटस्फोटाच्या कडवट छायेनं वेढलेली होती. ह्या घटनेचा विदारक परिणाम तिच्या दोन छोट्या मुलांवरही झालेला होता. ह्या सगळ्यामुळे आपल्याला पुन्हा कुठल्या पुरुषाची सोबत हवीशी वाटेल का ह्याबद्दल तिच्या मनात शंका होती.

बेसबॉलचं वेड असलेल्या रेनॉल्डस्च्या, अतिउत्साही वडिलांनी तिचं नामकरण खेळाच्या प्रेमापोटी एका संघावरून केलेलं होतं - ब्रुकलिन डॉजर्स रेनॉल्डस् असं. अगदी तिच्या आईचा आक्षेप असूनही. रेनॉल्डस्च्या वडिलांचा लाडका बेसबॉल क्लब कॅलिफोर्नियाला गेल्यापासून त्यांचा स्वभाव पहिल्यासारखा राहिलेला नव्हता. मग पहिल्या दिवसापासून तिच्या आईनं तिला 'ब्रुक' म्हणावं, असा धोशाच लावलेला होता.

'बापरे!' रेनॉल्डस् शेवटी म्हणाली, तिची नजर तिच्या मृत सहकाऱ्यावर खिळलेली.

कॉनीनं तिच्याकडे दृष्टीक्षेप टाकला. 'मग आता काय करायचं?'

तिनं आपल्याभोवतीचं विषण्णतेचं सावट झटकून टाकलं. योग्य पावलं उचलणं आवश्यक होतं, झटपट पण पद्धतशीरपणे 'इथं एक गुन्हा घडलाय, कॉनी. आपल्यापुढे दुसरा पर्यायच नाही.'

'स्थानिक पोलिस?'

केन न्यूमन एफबीआयचा अधिकारी असल्यानं आणि त्याच्यावरच प्राणांतिक हल्ला झाल्यानं एकूण तपासात एफबीआयचा पुढाकार असणार हे उघड होतं. आपण मृतदेहावरून नजर वळवू शकत नाही आहोत हे रेनॉल्डस्च्या लक्षात आलं. ती म्हणाली, 'एफबीआयचा पुढाकार असला तरीही आपल्याला इथल्या कौंटीच्या (स्थानिक) आणि राज्याच्या पोलिसांबरोबर काम करावं लागेल. माझ्या ह्या लोकांशी ओळखी आहेत त्यामुळे एकूण तपासावर आणि त्यातून मिळणाऱ्या माहितीवर आपलं नियंत्रण राहील, ह्याची मला चांगली खात्री आहे.' आपल्या डोळ्यात अश्रू उभे राहतायत ह्या जाणीवेनं ते रोखण्यासाठी रेनॉल्डस्नं दीर्घ श्वास घेतला.

'आपण प्रयत्नांची शर्थ करू. पहिली गोष्ट आपल्याला करायला पाहिजे ती म्हणजे गुन्हा घडलेल्या जागेवर नियंत्रण ठेवणं, म्हणजे हे काम इथं एवढं अवघड जाणारं आहे अशातला भाग नाही. मी हेडक्वार्टर्समधून पॉल फिशरला इथं बोलवून घेते.'

रेनॉल्डस्‌नं मनातल्या मनात 'फेडरल ब्यूरो ऑफ इनव्हेस्टीगेशन'च्या ('एफबीआय') 'वॉशिंग्टन फिल्ड ऑफिस'मधल्या आपल्या अधिकाऱ्यांची चढत्या क्रमानं उजळणी केली. वेगवेगळ्या अधिकाऱ्यांना इथं घडलेल्या घटनांची माहिती देणं आवश्यक होतं. ह्या अधिकाऱ्यांमध्ये 'एडीआयसी' (असिस्टंट डायरेक्टर इन चार्ज) प्रमुख होता आणि त्याचं स्थान खुद्द 'एफबीआय'च्या डायरेक्टरपेक्षा केवळ तसूभर इतकंच दुय्यम होतं. लवकरच हे सगळे अधिकारी पाठोपाठ इथं येऊन दाखल होणार आणि ह्या जागेला युद्धक्षेत्राचं स्वरूप येणार, हे एव्हाना रेनॉल्डस्‌ला कळून चुकलं होतं.

'इतकंच काय, खुद्द डायरेक्टरसुद्धा इथं येईल, मी सांगून ठेवतो.' कॉनीनं पुस्ती जोडली.

रेनॉल्डस्‌ला अस्वस्थ वाटू लागलं. एक एजंट मारला जाणं, हा एक मोठाच धक्का होता. त्यातही तिच्याकडे कामगिरी सोपवलेली असताना एका एजंटचा जीव जाणं म्हणजे तर दुःस्वप्नच. ज्यातून बाहेर पडणंही अवघड व्हावं असं.

तासाभरानंच सगळा फौजफाटा घटनेच्या ठिकाणी गोळा झाला. सुदैवानं त्यांच्या पाठोपाठ टीव्ही-वर्तमानपत्रांची माणसं नव्हती. केन न्यूमनची जखम दुरूनही पाहिलेल्यांना जे कळलं होतं, तेच 'स्टेट मेडिकल एक्झॅमिनर'नं अधिकृतपणे सांगितलं, म्हणजेच - स्पेशल एजंट केनेथ न्यूमन हा दुरून झाडलेली गोळी मानेच्या वरच्या बाजूला छेदून चेहऱ्यातून बाहेर पडल्यामुळे मृत्युमुखी पडला होता. स्थानिक पोलिस संरक्षणाचं काम करत असतानाच 'एफबीआय'च्या 'व्हायोलंट क्राईम युनिट'नं पद्धतशीरपणे पुरावे गोळा केले.

रेनॉल्डस्, कॉनी आणि त्यांचे अधिकारी तिच्या गाडीभोवती गोळा झाले. त्यापैकी 'असिस्टंट डायरेक्टर इन चार्ज' होता फ्रेड मॅसी. फ्रेड विनोदबुद्धीचा अभाव असलेला, लहानखुरा माणूस होता. आपलं डोकं नको इतकं हलवत ठेवण्याची अतिरेकी सवय त्याला होती. त्याच्या पांढऱ्या शर्टाची कॉलर त्याच्या हडकुळ्या मानेभोवती सैल सोडलेली होती. चंद्रप्रकाशात त्याचं टक्कल चकाकल्यासारखं वाटत होतं.

'व्हायोलंट क्राईम युनिट'चा एक एजंट व्हिडिओ टेप आणि चिखलानं माखलेला बुटांचा एक जोड घेऊन 'कॉटेज' मधून बाहेर पडला. रेनॉल्डस् आणि कॉनीला 'कॉटेज'ची तपासणी करताना ते बूट दिसले होते परंतु सूज्ञपणे त्यांनी कुठल्याही पुराव्यामध्ये ढवळाढवळ न करण्याचा निर्णय घेतला होता.

'कोणीतरी घरात होतं.' त्यानं माहिती पुरवली. 'हे बूट पाठीमागे पायऱ्यांवर होते. घुसखोरी केलेली नाही. अलार्म निकामी केलेला होता आणि उपकरणांचं कपाट उघडं होतं. मला वाटतं, तो माणूस आपल्याला टेपवर दिसेलही.'

त्यानं ती टेप मॅसीकडे दिली, मॅसीनंही तत्परतेनं टेप रेनॉल्डस्ला दिली. मॅसीची ही कृती सूचक वगैरे नव्हती. 'ही सगळी रेनॉल्डस्ची जबाबदारी होती.' त्याबद्दल तिला श्रेय तरी मिळणार होतं किंवा अपयश पत्करावं लागणार होतं. त्या 'व्हायोलंट क्राईम युनिट'च्या एजंटनं ते बूट पुराव्यांच्या बॅगेत ठेवले आणि तो पुन्हा त्या घरात पुढच्या तपासणीसाठी गेला.

मॅसी म्हणाला, 'एजंट रेनॉल्डस्, मला तुझी निरीक्षणं तरी कळू देत,' त्याचा आवाज कठोर होता आणि का ते सगळ्यांच्या लक्षात आलं होतं.

इतर एफबीआयच्या एजंटपैकी काहीजणांनी आपल्या सहकाऱ्याचा मृतदेह पाहिल्यावर उघडपणे आसवं ढाळलेली होती, मोठ्यानं शिव्याही हासडल्या होत्या. पण इथं ह्या घटनास्थळी रेनॉल्डस् एकमेव बाई आणि त्यातही भर म्हणजे न्यूमनच्या पथकाची प्रमुख! त्यामुळे ह्या सगळ्यांच्या समोर अश्रू ढाळणं आपल्याला शोभणार नाही असंच रेनॉल्डस्ला वाटलं. 'एफबीआय'च्या एजंटपैकी बहुसंख्य मंडळींना त्यांच्या सबंध कारकिर्दीत कधी रिव्हॉल्व्हर बाहेरही काढायला लागत नसे. अपवाद फक्त ह्या शस्त्रांच्या पुनर्नोंदणीच्या कार्यक्रमाचा! रेनॉल्डस्ला कधीकधी वाटायचं, अशी आपत्ती आपल्यावर कोसळली तर आपली प्रतिक्रिया कशी असेल? आता तिला कळून चुकलं होतं— फारशी चांगली नाही.

रेनॉल्डस्नं हाताळली असतील अशा प्रकरणांमध्ये हे प्रकरण बहुधा सगळ्यात महत्त्वाचं होतं. काही काळ आधी, तिची नियुक्ती 'एफबीआय'च्या 'सार्वजनिक भ्रष्टाचार' विभागांत झाली होती. हा विभाग सुप्रसिद्ध 'गुन्हे अन्वेषण खात्या'चाच एक भाग होता. एका रात्री रेनॉल्डस्ला फेथ लॉकहार्टनं फोन केल्यावर आणि नंतर बऱ्याचदा तिला गुप्तपणे भेटल्यानंतर रेनॉल्डस् तिच्या पथकाची 'सुपरवायझर' झाली होती. ह्या पदाचे असे विशेष अधिकार होते. एवढे की लॉकहार्टचं कथन खरं ठरलं तर अमेरिकन सरकारमधल्या बड्या प्रस्थांपैकी काही जणांना पदच्युत करणंही शक्य होतं. आपल्या कारकिर्दीत असं प्रकरण आपल्याकडे यावं म्हणून बहुसंख्य एजंट मंडळींनी आपले प्राणही पणाला लावले असते. एक जीव तर इथं ह्या रात्री खर्ची पडला होताच!

रेनॉल्डस्नं टेप वर उचलून धरली. ती म्हणाली, 'इथं काय घडलं त्याबद्दल ही टेप मला वाटतं, आपल्याला काहीतरी सांगेल... आणि फेथ लॉकहार्टचं काय झालं, ह्याबद्दलही.'

'तिनं केनवर गोळी झाडली असण्याची शक्यता आहे असं तुला वाटतं? तसं असेल तर दोन सेकंदात मी देशभर तिच्यावर नजर ठेवून राहण्याचा आदेश देऊ शकतो.'

रेनॉल्डस्नं मान हलवली. 'माझं अंतर्मन मला सांगतंय, तिचा ह्या मृत्यूशी

काही संबंध नाही. परंतु वस्तुस्थिती अशी आहे की आम्हाला फारसं काही माहिती नाही. आम्ही रक्तगट आणि इतर तत्सम बाबी तपासून बघू. ह्या बाबी फक्त केनशीच जुळल्या तर तिला काही गोळी लागलेली नाही हे आम्हाला उलगडेल. आम्हाला माहिताय, केननं त्याचं पिस्तूल झाडलं नव्हतं. ते त्याच्या अंगावरच होतं. तरीसुद्धा त्याच्या 'ग्लॉक' पिस्तुलाला धक्का लागलेला आहे.'

कॉनीनं होकारार्थी मान हलवली. 'त्याचा जीव घेणाऱ्या गोळीचा धक्का. मानेच्या मागून आली आणि पुढून गेली. केननं पिस्तूल बाहेर काढलेलं होतं, बहुधा डोळ्यापर्यंत पण गोळी त्याचवेळी लागली आणि पिस्तुलावर आदळून बाजूला गेली.' कॉनीनं मुश्किलीनं आवंढा गिळला. 'केनच्या पिस्तुलावरच्या खुणा ह्या निष्कर्षाला पुष्टी देतात.'

रेनॉल्डस्‌नं विषण्णपणे कॉनीकडे पाहिलं. आणि तिनं आपलं विश्लेषण पुढे चालू ठेवलं. 'म्हणजे केन, लॉकहार्ट आणि गोळी झाडणारा ह्यांच्या मध्ये असेल?'

कॉनीनं सावकाश डोकं हलवलं. 'मानवी कवच. मला वाटतं, असल्या गोष्टी फक्त 'सीक्रेट सर्व्हिस'वाले करत असतील.'

रेनॉल्डस् म्हणाली, 'मी ह्या संदर्भात बोलले आहे. पोस्टमार्टेम झाल्याशिवाय आपल्याला काही कळणार नाही आणि जखम तर आपल्याला दिसतेच आहे पण मला वाटतं, बहुधा हा गोळीबार रायफलचा होता. एखादी बाई साधारणपणे आपल्या पर्समध्ये ठेवते, तशा प्रकारचं हे शस्त्र नाही.'

'म्हणजे आणखी एखादी व्यक्ती ह्या दोघांसाठी थांबलेली होती?' मॅसी मध्येच म्हणाला.

'पण त्या माणसानं असं मारून नंतर घरात का जावं?' कॉनीनं विचारलं.

'कदाचित न्यूमन आणि लॉकहार्टही घरात गेले असतील,' मॅसीनं निष्कर्ष काढला.

मॅसीनं फिल्ड इनव्हेस्टीगेशनचं काम केल्याला बरीच वर्षं झाली होती पण अजूनही तो तिचा सहाय्यक होता. त्यामुळे त्याच्याकडे दुर्लक्ष करून चालणं तिला शक्य नव्हतं. तरीही त्याच्याशी अगदी तिनं सहमती दाखवायलाच पाहिजे असंही काही नव्हतं.

रेनॉल्डस्‌नं निर्णायकपणे मान हलवली. 'ते जर घरात गेले असते तर केन घराच्या वाटेवर मारला गेला नसता. अन्यथा ते अजून घरातच असते. प्रत्येक वेळी आपण लॉकहार्टचा निदान दोन तास तरी इंटरव्ह्यू घेतो. त्यांच्यानंतर अर्ध्या तासानं आपण इथं आलो. आणि ते केनचे बूट नव्हते. पण ते पुरुषांचे बूट आहेत, जवळजवळ बारा साईझचे. बहुधा भलताच आडदांड गडी असावा.'

'न्यूमन आणि लॉकहार्ट घरात गेले नाहीत आणि तशा घरात घुसखोरी केल्याच्या खुणा नाहीत, ह्याचाच अर्थ ह्या तिसऱ्या व्यक्तीकडे 'अलार्म'चा 'पास-कोड' होता.

रेनॉल्डस् दु:खी दिसत होती पण तिला हे सगळं चालू ठेवणं भाग होतं. 'केन जिथं पडला त्यावरून असं वाटतं, तो नुकताच कारमधून बाहेर पडला होता. नंतर केनला काहीतरी खटकलं असावं. तो त्याचं 'ग्लॉक पिस्तूल बाहेर काढतो आणि...'

रेनॉल्डस् त्यांना घराबाहेरच्या वाटेकडे घेऊन गेली. 'इथल्या चाकांच्या खुणा पहा. इथली अवतीभोवतीची जमीन बऱ्यापैकी कोरडी आहे पण टायरच्या खुणा खोलवर आहेत. मला वाटतं, कोणीतरी इथून घाईघाईनं जायला बघत होतं. एवढं घाईघाईत की त्याचे बूटही निघाले.'

'आणि लॉकहार्ट?'

'बहुधा गोळी झाडणाराच तिला आपल्याबरोबर घेऊन गेला.'

रेनॉल्डस्नं ह्या मुद्द्यावर विचार केला. 'हीसुद्धा एक शक्यता आहे. पण त्यानं तिला का घेऊन जावं ते माझ्या लक्षात येत नाही. तिलाही मारायला हवं होतं.'

'पण मुख्य म्हणजे गोळी झाडणाऱ्याला इथं यायला पाहिजे, हे कळलं कसं?' मॅसीनं विचारलं आणि मग आपल्या प्रश्नाचं स्वत:च उत्तर दिल्यासारखं तो म्हणाला, 'गुप्ततेचा भंग झाला?'

न्यूमनचा मृतदेह पाहिल्यापासूनच रेनॉल्डस् ह्या शक्यतेवर विचार करत होती.

'तुमच्या मताचा आदर ठेवूनही, सर, मला ह्या मुद्द्यात तेवढं तथ्य नाही असं म्हणावंसं वाटतं.'

मॅसीनं थंडपणे मुद्दे बोटांनी मोजले.

'आपल्यासमोर एक मृत व्यक्ती आहे, तसंच एक गायब झालेली बाई आणि एक बुटांचा जोड. हे सगळे मुद्दे एकत्र केले तर मला ह्या प्रकरणात एक तिसरी व्यक्ती गुंतलेली दिसते. आतल्या गोटातून खबर मिळाल्याशिवाय ही तिसरी व्यक्ती इथं कशी झाली, ते तू मला सांग.'

रेनॉल्डस् अगदी खालच्या सुरात बोलत राहिली. 'ती एक नकळत घडलेली गोष्ट असावी. निर्जन जागा, सशस्त्र दरोड्याची शक्यता. असं घडू शकतं.' तिनं पटकन खोल श्वास घेतला. 'पण तुझं बरोबर असेल आणि जर खबर फुटली असेल, तरीसुद्धा हा मुद्दा तेवढा बरोबर वाटत नाही.' तिच्या ह्या बोलण्यावर सगळ्यांनी तिच्याकडे औत्सुक्यानं पाहिलं. 'गोळी झाडणाऱ्याला शेवटच्या क्षणी

आपण आपली जी योजना बदलली, त्याची कल्पना नव्हती हे उघड आहे. म्हणजे मी आणि कॉनी रात्री इथं येणार होतो ते', रेनॉल्डस्नं खुलासा केला. 'खरं तर मी फेथबरोबर असायला हवं होतं पण मी दुसऱ्या एका केसचं काम करत होते. ते काम फिसकटले आणि शेवटच्या क्षणी कॉनीबरोबर संपर्क साधून मी इथं यायचं ठरवलं.'

कॉनीनं व्हॅनकडे नजर टाकली. 'तुझं म्हणणं बरोबर आहे. कोणालाही हा बदल माहिती असण्याची शक्यता नव्हती. केनलासुद्धा माहिती नव्हतं.'

'आम्ही इथं येण्याआधी तीस मिनिटं मी केनला फोन करण्याचा प्रयत्न केला. मला एकदम इथं टपकायचं नव्हतं. एखादी गाडी ह्या सुरक्षित घराच्या दिशेनं आधी सूचना न देता त्यानं ऐकली असती तर शंका येऊन आधी त्यानं गोळी झाडली असती आणि नंतर प्रश्न विचारले असते. मी त्याच्याशी संपर्क साधण्याआधीच तो मरण पावला असावा.'

मॅसीनं तिच्या दिशेनं पावलं टाकली. 'एजंट रेनॉल्डस् सुरवातीपासून तू हा तपास करतीयस हे मला माहिती आहे. मला हेही माहिती आहे, तुझा ह्या घराचा वापर आणि लॉकहार्टवर क्लोज्ड-सर्किट टीव्हीमधून लक्ष ठेवणं ह्या सगळ्याला आपल्या खात्यातल्या योग्य त्या मंडळींची मान्यता होती. ह्या केसचा पाठपुरावा करण्यात आणि ह्या साक्षीदाराचा विश्वास संपादन करण्यात तुला ज्या अडचणी येतायत, त्याची मला कल्पना आहे.' मॅसी क्षणभर थांबला, शब्द खूप काळजीपूर्वक निवडत असल्यासारखं. 'एजंट' मंडळी तशी धोक्याशी नेहमीच खेळत असली तरी न्यूमनच्या मृत्यूनं सगळेजण सुन्न झाले होते. तरीसुद्धा ह्या प्रकरणाचा ठपका कोणावर तरी नक्कीच शेकणार होता आणि हे सगळ्यांना माहिती होतं.'

मॅसी पुढे म्हणाला, 'कसंही असो, तुमची कार्यपद्धती तेवढीशी तंत्रशुद्ध नव्हती. आणि वस्तुस्थिती अशी आहे की एक एजंट मेलाय.'

हाच धागा पकडून रेनॉल्डस् मध्येच म्हणाली, 'आम्हाला हे सगळं गुप्तपणे करणं भाग होतं. आम्हाला लॉकहार्टला अगदी एजंटांच्या गराड्यात ठेवणं शक्य नव्हतं. बुकॅननविरुद्ध खटला दाखल करण्यासाठी पुरेसे पुरावे गोळा करण्याआधीच तो निसटला असता.' तिनं एक दीर्घ श्वास घेतला. 'सर, तुम्ही माझी निरीक्षणं विचारलीत. ही निरीक्षणं आहेत, ती अशी. लॉकहार्टनं केनला मारलं असं मला वाटत नाही. मला वाटतं, ह्या हत्येमागे बुकॅनन आहे. आम्हाला तिला शोधावं लागेल. पण हे काम शांतपणे करावं लागेल. आपण योग्य त्या पद्धतीनं काम केलं नाही तर केन न्यूमनची हत्या वृथाच झाली असं म्हणावं लागेल. आणि जर लॉकहार्ट जिवंत असेल तर गोष्ट वेगळी आहे.'

न्यूमनच्या मृतदेहापाठोपाठ व्हॅनची दारं बंद झाली तसं रेनॉल्डस्नं तिकडे

पाहिलं. केनच्या ऐवजी ती जर फेथ लॉकहार्टबरोबर असती तर तिचाही जीव जाण्याची शक्यता होती. ह्याचं कारण म्हणजे 'एफबीआय' एजंटच्या दृष्टीनं मृत्यूची शक्यता नेहमीचीच होती, कितीही दूरची असली तरी. तिला प्रश्न पडला, आपण जर मेलो असतो तर आपल्या मुलांच्या स्मरणात आपण राहिलो असतो का? आपली सहा वर्षांची मुलगी आपल्या 'मॉमी'ला विसरणार नाही, ह्याची तिला खात्री होती तरीसुद्धा आपल्या तीन वर्षांच्या लहानग्या डेव्हीडबद्दल शंका होती. तिला वाटलं, काही वर्षांनंतर आपण मारले गेलो तर डेव्हीड काय आपल्याला फक्त जन्म देणारी बाई म्हणून ओळखेल का काय? हा विचार तिला जवळजवळ अपंग करून टाकणारा वाटला.

एके दिवशी तिनं आपला हात एका ज्योतिषीला दाखवण्याचा वेडेपणाही केला होता. त्या ज्योतिषीनं रेनॉल्डस्‌चं प्रेमानं स्वागत करून तिला चहा दिला, तिच्याबरोबर गप्पा मारल्या- गप्पा म्हणजे साधेसुधे वाटावेत असे प्रश्न. रेनॉल्डस्‌ला माहिती होतं, हे प्रश्न म्हणजे तिच्या पूर्वायुष्याची माहिती काढण्यासाठी केलेला बनाव होता.

रेनॉल्डस्‌चा हात पाहिल्यावर ज्योतिषानं तिची आयुष्यरेषा लहान असल्याचं तिला सांगितलं. तिनं तोपर्यंत कधीही बघितली नव्हती एवढी! रेनॉल्डस्‌च्या तळव्यावरची जखमेची खूण पाहून त्या बाईनं हे सांगितलं होतं. आठ वर्षांची असताना अंगणात रेनॉल्डस् एका कोकच्या बाटलीवर पडल्यामुळे ही जखम झाली होती.

त्या ज्योतिषीनं सांगितलं होतं– 'मृत्यू नैसर्गिक कारणामुळेच येईल असं नाही.' आपल्या मुद्द्यावर जोर देण्यासाठी तिनं आपल्या रंगवलेल्या भुवया उंचावल्या होत्या.

तिच्या ह्या बोलण्यावर रेनॉल्डस्‌नं तिला पाच डॉलर दिले आणि ती बाहेर पडली.

आता तिला ह्या सगळ्याचं नवल वाटलं.

कॉनीनं बुटाच्या पुढच्या भागानं तिथली मलीन जमीन दाबली. 'ह्यामागे बुकॅनन जर असेल तर एव्हाना तो कुठच्या कुठे गेला असेल.'

'मला तसं वाटत नाही,' रेनॉल्डस्‌नं उत्तर दिलं. 'तो जर हे सगळं घडल्यावर लगेच पळाला तर मग गुन्हा त्यानं कबूल केल्यासारखंच आहे. नाही-नाही, तो हे थंड डोक्यानं करेल.'

'मला हे पटत नाही,' मॅसी म्हणाला. 'मी काय म्हणतो, लॉकहार्ट अजून जिवंत आहे असं गृहीत धरून आपण तिला ताब्यात घेऊ.'

रेनॉल्डस् ताणलेल्या ताठर सुरात म्हणाली, 'सर, लॉकहार्ट ह्या खुनात

गुंतलेली नाही असं मानायला जागा असताना ती ह्या मनुष्य वधाला जबाबदार आहे असं म्हणता येणार नाही... कदाचित ती स्वत:ही बळी असू शकेल. त्यामुळे ती जर सापडली तर 'एफबीआय'ला पुढचं सगळं निस्तरावं लागेल. तुम्हाला माहिताय ते.'

'म्हणजे मुख्य साक्षीदार. ती ही भूमिका चांगलीच बजावू शकेल.' मॅसी म्हणाली.

रेनॉल्डस्नं थेट त्याच्याकडे पाहिलं. 'त्यासाठी आपली नेहमीची कारवाई हे उत्तर नाही. त्यामुळे काहीही चांगलं निष्पन्न होणार पाही, उलट धक्काच पोचेल. ह्या प्रकरणात गुंतलेल्या सगळ्यांच्या दृष्टीनं.'

'तिला जिवंत ठेवायचं बुकॅननला काहीच कारण नाही.'

'लॉकहार्ट ही एक स्मार्ट बाई आहे, रेनॉल्डस् म्हणाली. 'मी तिच्या सहवासात काही काळ राहिले, तिची ओळख करून घेतली. ती खमकी आहे. आणखी काही दिवस तिनं टिकाव धरला तर आपलं काम होईल. ती आपल्याला काय सांगतेय, हे बुकॅननला माहिती असणं शक्य नाही. पण जर का आपण मुख्य साक्षीदार म्हणून तिच्याबाबत निर्वाणीचा उपाय योजला तर मात्र तिच्या मृत्यूची नोटीस काढल्यासारखं होईल.'

सगळेजण काही काळ स्तब्ध राहिले. 'ठीक आहे, तुझा मुद्दा माझ्या लक्षात आला' मॅसी शेवटी म्हणाला, 'तुला खरंच असं वाटतं तू तिला सरळपणे शोधू शकशील?'

'हो.' नाहीतरी आणखी काय बोलणार होती ती?

'ह्यामागे तुझं धाडस बोलतंय का तुझं डोकं?'

'दोन्ही.'

मॅसीनं जरा वेळ तिच्याकडे बारकाईनं पाहिलं. 'एजंट रेनॉल्डस्, तूर्त तू लॉकहार्ट शोधण्यावर भर दे. गुन्हा विभागांचे लोक न्यूमनच्या खुनाचा तपास करतील.'

'केनला लागलेल्या गोळीचा शोध घेण्यासाठी मी त्यांना बाजूच्या मोकळ्या जागेवर रोख ठेवायला सांगेन. मग मी झाडीत शोध घेईन.' रेनॉल्डस् म्हणाली.

'झाडी कशाला? बूट तर पायरीवर होते.'

तिनं झाडीकडे नजर टाकली. 'मी जर कोणाला मारण्यासाठी लपले असते, तर...' तिनं झाडीकडे इशारा केला. 'ह्या जागेला मोक्याची जागा म्हणून पहिली पसंती दिली असती. लपायला चांगली जागा, नेम धरण्याच्या दृष्टीनं सुरेख आणि पलायनाचाही गुप्त मार्ग. गाडी थांबलेली, रायफलची विल्हेवाट लावलेली आणि ड्यूल्स एअरपोर्टकडे झटकन धाव. तासाभरात हा गोळी झाडणारा

परदेशी मुलखात रवाना. केनला जी गोळी लागली ती मानेतून शिरली होती. तो झाडीतून वेध घेत होता. आपल्यावर गोळी झाडणाऱ्याला केननं पाहिलं नसणारच नाहीतर त्यानं पाठ फिरवली नसती.' तिनं झाडीकडे नजर टाकली. 'सगळा रोख आहे तो त्याच्यावर.'

तेवढ्यात आणखी एक गाडी तिथं आली आणि गाडीतून 'एफबीआय'चा डायरेक्टर स्वत: उतरला. कॉनी आणि रेनॉल्डस्ला सोडून मॅसी, त्याचे सहकारी घाईघाईने पुढे झाले.

'मग आपण पावलं कशी टाकायची?' कॉनीनं विचारलं.

'ते बूट माझ्या सिंड्रेलाला होतात का ते पाहीन,' मॅसी डायरेक्टरशी बोलताना बघून रेनॉल्डस् म्हणाली. रेनॉल्डस्ला माहिती होतं, डायरेक्टर माजी 'फिल्ड एजंट' असल्यानं ही दुर्घटना त्याला वैयक्तिक पातळीवरचीच वाटणार होती. ह्या प्रकरणाशी संबंधित प्रत्येकजण आणि प्रत्येक गोष्ट सखोलपणे तपासली जाणार होती.

'आपण नेहमीचे सगळे मूलभूत प्रकार लक्षात घेऊच.' तिनं आपली बोटं टेपवर आपटली. 'पण आपलं हुकूमाचं पान आहे ते हे. जो कोणी ह्या टेपवर असेल, त्याला ताबडतोब झाडू. अगदी निर्वाणीचीच भाषा.'

'हे सगळं कसं पार पडणार त्यावर पुढचं अवलंबून आहे. आपल्याला फार वेळही मिळणार नाही कदाचित,' कॉनी म्हणाला.

❖

८

लीची स्टिअरिंग व्हीलवरची पकड एवढी घट्ट होती की त्याची बोटं पांढरीफटक पडत चाललेली. झगमगते दिवे असलेली पोलिस कार त्याच्या विरुद्ध दिशेनं भरधाव गेली तसं त्यानं मोठ्यानं श्वास टाकला आणि ॲक्सलरेटर जोरात दाबला. पहिली गाडी सोडून दिल्यावर ते आता लीच्या गाडीत होते. गोळीबारात मरण पावलेल्या गाडीची आतली बाजू घासून-पुसून त्यानं स्वच्छ केली होती. पण काहीतरी राहून गेलं असण्याचीही शक्यता होती. आणि आता तर उघड्या डोळ्यांनीही दिसणार नाहीत अशा वस्तू शोधून काढू शकतील अशी उपकरणं अवतरली होती.

फेथनं भिरभिरते दिवे अंधारात दिसेनासे होताना पाहिले तसं पोलिस त्या घराच्या दिशेनं जातायत का काय असं तिला वाटलं. केन न्यूमनला बायको-मुलं होती का? तसा तो पितृवत्सल वाटत होता.

लीनं कार मागच्या बाजूच्या रस्त्यांमधून सफाईनं काढली तसं फेथनं छातीवर खुणेनंच क्रूसवंदन केलं. आपल्या ह्या काहीशा प्रतिक्षिप्त क्रियेनं तिचं तिलाच सूक्ष्म आश्चर्य वाटलं. तिनं मृत केनसाठी सूक्ष्म प्रार्थना केली. त्याला कुटुंबही असेल असं समजून तिनं पुटपुटत पुन्हा प्रार्थना केली. आपण ह्या संकटातून वाचल्याबद्दलची अपराधी भावना कमी व्हावी म्हणून ती मोठ्यानं म्हणाली, 'तुला मरण आल्याचं मला एवढं वाईट वाटतंय.'

लीनं तिच्याकडे पाहून विचारलं, 'तुझा मित्र होता?' तिनं नकारार्थी मान हलवली. 'त्याला माझ्यामुळे मरण आलं. एवढं कारण पुरेसं नाही?'

प्रार्थना आणि पश्चाताप आपण ज्या सहजतेनं व्यक्त केला त्याचं फेथला आश्चर्य वाटलं. भटकत-भरकटत गेलेल्या तिच्या वडिलांमुळे गेली काही वर्षं तिचं चर्चमध्ये जाणं कमी झालं होतं. मात्र तिच्या आईनं त्यांचं कुटुंब असेल तिथल्या कॅथॉलिक स्कूलमध्ये जायला बजावून सांगितलं असल्यानं तिच्या

निधनानंतरही तिच्या वडिलांनी हा नियम पाळत ठेवला होता. कॉलेजमधल्या तिच्या शेवटच्या वर्षाच्या आधीच्या उन्हाळ्यात ती पोरकी झाली होती. तिच्या वडिलांना हृदयविकाराचा झटका आल्यामुळे वडिलांबरोबरची तिची भटकंती अचानक थांबली. तिला एका नात्यातल्या घरी पाठवण्यात आलं. पण त्यांना ती तिथं नको होती. त्या लोकांनी तिच्याकडे दुर्लक्ष करण्यात कसलीही कसूर केली नाही. अर्थात फेथनंही शक्य तेवढं बंड करून पाहिलं. ती सिगरेटी ओढायची, दारू प्यायची, कौमार्य उधळण्याची फॅशन नसण्याच्या काळातच तिनं तीही फॅशन केली. शाळेत रोज नन्स जेवढा तिचा स्कर्ट गुडघ्याखाली ओढून घ्यायच्या तेवढा ती स्कर्ट पार वर घ्यायची. एकूणच आयुष्यातलं ते सगळ्यात विस्मरणीय वर्ष होतं. कॉलेजमध्ये धडपडत असताना आयुष्याला काही दिशा मिळावी म्हणून प्रयत्न करत असतानाच्या पुढच्या काही वर्षांमध्येही त्यात तसा फरक काहीच पडला नाही. नंतर पुढची पंधरा वर्षं आपली वाटचाल निर्दोष चालल्याचं समाधान तिला होतं, एकूण सगळं प्रवाही होतं. आता तिचे निष्फळ प्रयत्न चाललेले, एका कडेलोटाच्या दिशेनं ती घसरत चाललेली.

फेथनं लीकडे पाहिलं. 'आपण पोलिसांना कळवायला पाहिजे, मृतदेह तिथं घरापाशी आहे, हे सांगायला हवं.'

लीनं नकारार्थी मान हलवली. 'त्यामुळे भलताच अनर्थ ओढवेल. ही काही तेवढी चांगली कल्पना नाही.'

'आपण त्याला तिथं तसं, सोडून चालणार नाही. हे बरोबर नाही.'

'इथल्या चौकीत जाऊन सगळा खुलासा करायचा का काय? आपल्यालाच आत हवा खायला जायला लागेल.'

'छे! तुझी तयारी नसेल तर मी सांगेन. मी काही त्याला तिथं तशी सोडणार नाही.'

'ठीक आहे, ठीक आहे, जरा शांत हो.' त्यानं उसासा टाकला. 'मला वाटतं, थोड्या वेळानं आपण, निनावी फोन करून पोलिसांना बघायला सांगावं.'

'मग ठीक आहे,' फेथ म्हणाली.

काही मिनिटांनंतर फेथ चुळबुळत असल्याचं लीच्या लक्षात आलं.

'माझी आणखी एक विनंती आहे,' ती म्हणाली.

फेथच्या त्या आक्रमक शैलीमुळे त्याचं डोकं चढायला लागलं होतं. आपलं दुखरं ढोपर, डोळ्यात खुपणारे थंड धुलीकण, पुढ्यात आ वासून पसरलेली अज्ञात संकटं ह्या सगळ्या गोष्टींकडे दुर्लक्ष करण्याचा लीनं प्रयत्न केला.

'कसली?' तो कंटाळलेल्या सुरात म्हणाला.

'इथून जवळच पेट्रोल पंप आहे. मला जरा फ्रेश व्हायचंय.' एवढं बोलून ती पटकन म्हणाली, 'म्हणजे चालत असेल तर.'

लीचं लक्ष तिच्या कपड्यांवर पडलेल्या डागांकडे गेलं आणि त्याची मुद्रा सौम्य झाली. 'नो प्रॉब्लेम.' ली म्हणाला.

'पेट्रोल पंप इथंच थोडं पुढे...'

'मला माहिताय, तो कुठे आहे ते.' ली म्हणाला. 'मी ज्या भागात काम करतो त्या भागाची खडा न् खडा माहिती मिळवायला आवडतं मला.'

फेथ त्याच्याकडे बघत राहिली.

बाथरुममध्ये खूप काळजीपूर्वक कपड्यांवरचे रक्ताचे डाग धुवून काढताना फेथनं आपलं मन त्यात गुंतून राहणार नाही एवढी दक्षता घेतली. तरीसुद्धा आपले सगळे कपडे उतरवून टाकावेत आणि बाथरुममधून साबण पेपर, टॉवेल घेऊन आपलं अंग खसखसा चोळून काढावंसं तिला एकसारखं वाटत होतं.

ती पुन्हा गाडीत येऊन बसल्यावर जे ती बोलू शकली नव्हती त्याचे भाव लीच्या चेहऱ्यावर उमटलेले दिसले.

'आता काही हरकत नाही,' ती म्हणाली.

'बरं, बाकी राहू दे, माझं नाव ली. ली ॲडॅम्स.'

फेथ काही बोलली नाही. त्यानं गाडी सुरू केली आणि ते पेट्रोल पंपाच्या बाहेर पडले.

'तुला, तुझं नाव सांगायची गरज नाही,' तो म्हणाला, 'तुमच्या पाळतीवर राहायची कामगिरी माझ्यावर सोपवलेली होती, मिस लॉकहार्ट.'

तिनं संशयानं त्याच्याकडे पाहिलं. 'हे काम तुझ्याकडे दिलं कोणी?'

'काय माहिती?'

'तुला हे काम कोणी दिलं हे माहिती नाही, हे कसं शक्य आहे?'

'हे जरा विचित्र आहे हे खरंय, पण घडतं असं कधीकधी. काही लोकांना प्रायव्हेट डिटेक्टिव्हची मदत घेणं चमत्कारिक वाटतं.'

'अच्छा, म्हणजे तू प्रायव्हेट डिटेक्टिव्ह आहेस तर,' तिच्या आवाजात खोचकपणा.

'तोही पोट भरण्याचा एक राजमार्ग असू शकतो. आणि माझ्याकडे कोणी आलं तर, तर त्याचं काम घेण्याएवढा मीही अधिकृत आहे.'

'आणि हा माणूस तुझ्याकडे आला कसा?'

'मी 'यलो पेजेस'मध्ये जाहिरात दिलेली होती एवढंच. ह्यापेक्षा मला काही सांगता येणार नाही.'

'श्रीयुत ॲडॅम्स, तुम्ही नेमके कशात गुंतला आहात, ह्याची तुम्हाला कल्पना आहे?'

'एवढंच म्हणू या की थोड्या वेळापूर्वी होती त्यापेक्षा चांगली कल्पना आता मला आलीय. माझ्यावर गोळी झाडलं जाणं ह्या एकाच गोष्टीत माझं सगळं लक्ष गुंतलंय.'

'तुझ्यावर गोळी झाडली कोणी?'

'तुझ्या मित्राला मारणाऱ्यानंच. तो खरं तर माझ्या टप्प्यात आल्यासारखा होता पण निसटला.'

फेथ कपाळाच्या बाजूनं हात फिरवत अंधारात बघत राहिली. त्याच्या पुढच्या बोलण्यानं तिला धक्का बसला.

'तू कोण आहेस. विशेष संरक्षण असलेली साक्षीदार?' ली क्षणभर थांबला. तिनं काही उत्तर दिलं नाही हे बघून तो पुढे म्हणाला, 'तू गाडीतून बाहेर पडण्यात गुंग असताना मी तुझ्या मित्राचं निरीक्षण घेतलं. त्याच्याकडे नऊ मिलिमीटरचं 'ग्लॉक' बनावटीचं पिस्तूल आणि 'केलव्हर'चं संरक्षक कवच होतं. ते त्यानं आतून घातलेलं होतं म्हणूनच तो वाचला. त्याच्या पट्ट्यावर एफबीआयचा बिल्ला होता. त्याचं नाव काय होतं?'

'त्याच्याशी काही संबंध आहे?'

'असू शकेल.'

'विशेष संरक्षित साक्षीदार कशावरून?

'त्या घरामुळे. खास कुलपं, विशेष सुरक्षा व्यवस्था. ते एक सुरक्षित घर आहे. तिथं कोणी रहात नाही एवढं नक्की.'

'म्हणजे तू आत जाऊन आलास तर.'

त्यानं मान हलवली. 'आधी मला वाटलं, तुझी काही प्रेमकहाणी बिहाणी आहे का काय? त्या घरात दोन मिनिटंच घालवल्यावर ही प्रेमकहाणी नाही, हे मला कळलं. तरीसुद्धा ते घर विचित्रच होतं. लपवलेले कॅमेरे, टेपरेकॉर्डींग सिस्टीम. ते असो, पण हे सगळं तुझ्यासाठी होतं, हे तुला माहिताय?'

तिच्या आश्चर्यचकित चेहऱ्यामुळे त्याला हवं होतं, ते उत्तर मिळालं.

'तुला आपल्याला कोणी काम दिलं हे माहिती नाही तर मग माझ्या पातळीवर राहण्याचं काम तुझ्याकडे कसं आलं?'

'फारच सोपं आहे. फोनवरून तुझी माहिती मिळाली आणि माझ्या पैशाचा ॲडव्हान्स मला ऑफिसमध्ये पाठवला गेला. खरोखरच. तुझ्या पाळतीवर राहण्याची सूचना मला मिळाली आणि मी तेच काम केलं.'

'मला तर सांगितलं होतं, माझ्या पाळतीवर कोणी नाहीये.'

'मी ह्या कामात चांगलाच तरबेज आहे.'

'दिसतंय तर तसंच.'

'तू कुठे जातेयस, हे एकदा मला कळल्यावर मी इथं तुझ्याआधी येऊन टपकलो. फारच साधं-सरळ-सोपं.'

'तुला सूचना देणारा आवाज बाईचा होता का पुरुषाचा?'

'सांगणं अवघड आहे; आवाज तेवढा स्पष्ट नव्हता.'

'त्यावरून तुला संशय आला नाही?'

'मला सगळ्याच गोष्टींचा संशय येतो. एक गोष्ट नक्की, जो कोणी तुझ्या पाळतीवर आहे तो काही हे सगळं गंमत म्हणून करत नाहीये. आज इथं ज्या आणि जशा गोळ्या झाडल्या गेल्या, त्यात एक हत्तीसुद्धा मेला असता. मी हे माझ्या डोळ्यांनी बघितलंय.'

तो गप्प झाला तसं फेथला काय बोलावं कळेनासं झालं. तिच्या पर्समध्ये बरीच क्रेडीट कार्डस् होती आणि त्यातून अक्षरश: हवा तेवढा खर्च करणं शक्य होतं. पण आता ते शक्य नव्हतं कारण एकदा त्या कार्डस्चा वापर झाला की फेथ कुठे आहे, हे लगेच उघड झालं असतं. तिनं तिच्या पर्समध्ये हात घातला, तिच्या छानदार घराची, लक्झरी कारची किल्ली असलेली शोभिवंत रिंग तिच्या हाताला लागली. आता त्या किल्ल्यांचाही उपयोग नव्हता. तिच्या छोट्या पर्समध्ये असलेले पंचावन्न डॉलर्स आणि काही पेनी अशी भरघोस रक्कम तिच्याकडे होती. हे पैसे आणि अंगावरचे कपडे सोडले तर तिचं सर्वस्व हिरावलेलं होतं. तिच्या विपन्नावस्थेतलं बालपण जसं काही त्यावेळच्या सगळ्या मलूल, निराश आठवणी घेऊन घोंघावत परत आलं होतं.

तिच्या नावावर बरीच मोठी रक्कम होती, पण ती एका बँकेत सेफ डिपॉझिट मध्ये ठेवलेली होती. बँक उद्याच्या सकाळशिवाय उघडणार नाही. त्या सेफ डिपॉझिटमध्ये तिच्या आणखीही दोन गोष्टी होत्या आणि तिच्या दृष्टीनं त्या अधिक महत्त्वाच्या होत्या. त्या म्हणजे ड्रायव्हिंग लायसन्स आणि दुसरं एक क्रेडीट कार्ड. दोन्ही खोट्या नावावर घेतलेलं होतं. तसा हा मामला सोपा होता पण ह्या बनावट गोष्टी कधी वापराव्या लागणार नाहीत असं तिला वाटत होतं. इतकं की सहजपणे ह्या गोष्टी मिळतील अशा ठेवण्याऐवजी तिनं त्या बँकेत ठेवल्या होत्या. आता तिला ह्या मूर्खपणाचा पश्चाताप वाटत होता.

त्या दोन कार्डांमुळे तिला अक्षरश: कुठेही जाणं शक्य होतं. आपलं आयुष्य जर अचानक अंगावर आलं तर हा मार्ग मोकळा असल्याचं ती नेहमी स्वत:ला बजावायची.

तिनं लीकडे पाहिलं. त्याच्याबरोबर आपण काय करणार आहोत, तिला

प्रश्न पडला. फेथनं एक ओळखलं होतं, आपल्यापुढचं सगळ्यात मोठं आव्हान म्हणजे उरलेली रात्र निभावून नेणं. कदाचित त्यासाठी त्याची मदत झाली असती. त्याच्यात आत्मविश्वास दिसत होता आणि त्याच्याकडे पिस्तूलही होतं. फार ताप न होता बँकेत जाता आलं असतं तर तिच्या दृष्टीनं पुढच्या प्रश्नांना सहज तोंड देता आलं असतं. बँक उघडायला अजून सात तास होते. सात वर्षांएवढे प्रदीर्घ वाटायला लावणारे!

❖

१

व्हर्जिनियामधल्या प्रतिष्ठित समजल्या जाणाऱ्या 'मॅक्लीन' परिसरातल्या आपल्या घरात थॉर्नहिल बसलेला होता. घरात म्हणजे खरं तर त्याच्या लहानशा 'स्टडी'त. हिरव्या पडद्यांनी सजलेलं त्याचं घर तसं जुनं होतं. त्याच्या बायकोच्या घराण्याकडे पैसा होता आणि पैशानं जी सुखं विकत घेता येतात, त्यांचा उपभोग तो घ्यायचा. शिवाय, त्यामुळे आयुष्यभर सरकारी नोकरीत राहण्याचं स्वातंत्र्यही त्याला घेता आलेलं होतं. मात्र आत्ता ह्या घटकेला त्याला तेवढं स्वास्थ्य वाटत नव्हतं.

नुकत्याच मिळालेल्या एका संदेशावर त्याचा विश्वास बसत नव्हता आणि तरीसुद्धा सगळ्या योजना फिसकटण्याची शक्यता दिसत होती. थॉर्नहिलनं आपल्यासमोर बसलेल्या माणसाकडे पाहिलं. थॉर्नहिलची मतं आणि कल्पनांशी फिलीप विन्स्लोची सहमती होती, दोघांचेही विचार जुळायचे. हा माणूसही 'सीआयए'मधला अनुभवी होता आणि विशेष म्हणजे तो थॉर्नहिलच्या विशेष गुप्त गटाचा एक सभासद होता. आपले जुने वैभवाचे दिवस आठवत दोघांनीही थॉर्नहिलच्या 'स्टडी'त कित्येक रात्री घालवलेल्या होत्या आणि भविष्यातसुद्धा आपली विजयी घोडदौड चालू राहील अशा योजनाही त्यांनी इथं आखलेल्या होत्या. दोघेही 'पेल' विद्यापीठाचे पदवीधर होते. हुशारांमध्ये गणना होणारे. आपल्या देशाची सेवा करण्यात धन्यता वाटण्याचा काळ असल्यापासून त्यांची एकत्र वाटचाल चाललेली होती. 'सीआयए'चे ते वैभवाचे दिवस होते. शिवाय, देशाचं हित जपण्यासाठी काहीही करायला तयार असलेल्या पिढीचे ते प्रतिनिधी होते. स्वप्नं बघणाऱ्या माणसानं ती प्रत्यक्षात उतरवण्यासाठी धोके पत्करण्याची तयारीही ठेवायला हवी, असं थॉर्नहिलचं ठाम मत होतं.

'एफ बी आय'चा एजंट मारला गेला,' थॉर्नहिल विन्स्लोला म्हणाला.

'आणि लॉकहार्ट?' विन्स्लोनं विचारलं, थॉर्नहिलनं हलकेच मान हलवली,

'ती नाहिशी झाली.'

एवढं ऐकल्यावर विन्स्लोनं समारोप केला. 'म्हणजे एफ बी आयच्या एका चांगल्या माणसाचा आपण बळी दिला आणि खरं लक्ष्य निसटू दिलं.' त्यानं आपल्या ग्लासमध्ये बर्फाचा खडा टाकला. 'हे काही चांगलं झालं नाही, बॉब. आपल्या बाकीच्या लोकांना ही बातमी ऐकायला आवडणार नाही.'

'त्यात भर म्हणजे ह्या सगळ्या प्रकारात, आपल्या माणसावरही गोळी झाडण्यात आलीय.'

'एफ बी आय'च्या एजंटकडून?'

थॉर्नहिलनं नकारार्थी मान हलवली. 'नाही, तिथं रात्री आणखीही कोणीतरी होतं. कोण ते अजून कळलेलं नाही. सेरॉव्हकडून- आपल्या माणसाकडून माहिती काढून घेण्यात आलीय. त्या रात्री तिथल्या घरी कोण होता, त्याचं वर्णन सेरॉव्हनं दिलं, आम्ही कॉम्प्युटरच्या मदतीनं त्याचा छडा लावण्याच्या प्रयत्नात आहोत. त्याची ओळख लौकरच पटेल.'

'सेरॉव्हनं आणखी काही सांगितलं का?'

'सध्यातरी काही नाही. सेरॉव्हला सध्या सुरक्षित स्थळी थांबवून ठेवलंय.'

'बॉब, 'एफबीआय'चे लोक ह्या प्रकारामागे हात धुवून लागतील.'

'नेमकं सांगायच तर फेथ लॉकहार्टला शोधून काढण्यासाठी ते आकाशपाताळ एक करतील.'

'त्यांचा कोणावर संशय आहे?'

'अर्थातच बुकॅनन. हा संशय तर्कशुद्धही आहे.' थॉर्नहिल उत्तरला.

'मग आपण बुकॅननचं काम करायचं?'

'सध्यातरी काही नाही. आपण त्याला कळवत ठेवू. निदान ह्या सगळ्यामागच्या सत्याची आपली बाजू. आपण त्याला गुंतवून ठेवू आणि त्याचवेळी एकीकडे 'एफबीआय'कडेही लक्ष ठेवू. आज सकाळी बुकॅनन शहराबाहेर जातोय म्हणजे आपल्याला बरंच. तरीसुद्धा 'एफबीआय'च्या तपासात ते बुकॅननच्या फारच जवळ आले तर आपण त्याचा कारभार जरा लौकरच आटपून टाकू आणि लॉकहार्टला ठार मारण्यासाठी बुकॅननं कसे प्रयत्न केले ते दाखवणारे एकापेक्षा एक भयंकर पुरावे एफबीआयला दाखवू.'

'आणि लॉकहार्ट?' विन्स्लोनं विचारलं.

'एफबीआय' तिला शोधून काढेलच. त्यांच्या मर्यादेत, त्याबाबतीत ते तरबेज आहेत.'

'त्याचा आपल्याला काय उपयोग होणार आहे, हे कळत नाही मला. एकदा लॉकहार्ट म्हणाली की बुकॅनन त्याच्याबरोबर आपल्यालाही ओढेल.'

'मला ती शक्यता फारच कमी वाटते,' थॉर्नहिल म्हणाला, 'एफबीआयनं तिला पकडलं आणि आधी आपण तिला पकडलं नाही तरी आपण अवतीभवती असूच आणि त्यावेळी आपण संधी हुकवणार नाही आहोत. लॉकहार्ट गेली की पाठोपाठ बुकॅननही जाईलच, मग आपल्याला मूळची योजना घेऊन पुढे जाता येईल.

'तसं घडो म्हणजे झालं.'

'घडेल, तसंच घडेल.' थॉर्नहिल त्याच्या नेहमीच्या आशावादी सुरात म्हणाला, 'ह्या अशा क्षेत्रात त्याच्या एवढा दीर्घकाळ टिकाव धरायचा तर आशावादी दृष्टीकोनच आवश्यक होता.'

❖

१०

लीनं गाडी एका गल्लीत वळवली आणि थांबवली. त्याची नजर तिथल्या अंधारलेल्या भागावरून फिरली. आपला पाठलाग होत नाही ह्याची खात्री होईपर्यंत म्हणजे जवळजवळ दोन तास त्यांचा गाडीतून प्रवास चाललेला होता. नंतर लीनं एका बूथमधून पोलिसांना फोन केला. आता दोघांनाही तसं सुरक्षित वाटत असलं तरी लीचा एक हात अजूनही त्याच्या पिस्तुलावर होता, कुठल्याही क्षणी पिस्तूल बाहेर काढण्याच्या दृष्टीनं. सध्या कोण कुठून टपकेल ह्याचा नेम काय?

'तू पोलिसांना काय सांगितलंस?' फेथनं विचारलं.

'थोडक्यात पण महत्त्वाचं. काय घडलं ते आणि ठावठिकाणा.'

'आणखी काही?'

'आणखी म्हणजे... ज्यानं फोन घेतला तो माणूस साशंक होता पण त्यानं मला बोलतं ठेवण्याचा यथाशक्ती प्रयत्न केला.'

फेथनं बाजूला गल्लीत पाहिलं. 'तू म्हणत होतास ती ही सुरक्षित जागा?' गल्लीत सगळीकडे अंधार, अंधारात लपलेले खाचखळगे, कचऱ्याचे डबे आणि फूटपाथ. कोणाच्यातरी पावलांचे होणारे आवाज.

ली म्हणाला, 'नाही, आपण गाडी इथंच सोडायची आणि सुरक्षित ठिकाणापर्यंत चालत जायचं. सुरक्षित ठिकाणी म्हणजेच माझ्या अपार्टमेंटपर्यंत.'

'आपण कुठे आहोत?'

'नॉर्थ आर्लिंग्टन. आता हा भाग खूपच आधुनिक झालाय पण इथं अजूनही धोका उद्भवू शकतो, विशेषत: अशा रात्रीच्या वेळी.'

ते दोघेही गल्लीतून जात पुढच्या रस्त्यावर आले. फेथ अगदी त्याच्या पाठोपाठ. जुनी पण टुमदार बैठी घरं एकत्र येऊन इथं चौक झाला होता.

'तुझं घर कुठलं आहे?'

'तिथं शेवटी, मोठं घर, मालक रिटायर झालाय, फ्लोरिडात राहातो. त्याची आणखीही एकदोन घरं आहेत. मी त्याला मदत करतो आणि तो मला भाड्यात सूट देतो.'

फेथला मध्येच लीनं थांबवलं. 'एक सेकंद, मला आधी खात्री करून घेऊ दे.'

तिनं त्याचं जाकीट पकडलं. 'तू मला इथं सोडून जाऊ नकोस.'

'आपल्याला आश्चर्याचा धक्का द्यायला तिथं कोणी थांबलेलं नाही ना एवढीच मी खात्री करून घेतोय. तुला काहीही संशयास्पद वाटलं तर जोरात ओरड म्हणजे दोन ढांगांमध्ये मी इथं येईन.'

तो अदृश्य झाला आणि फेथ गल्लीच्या एका खबदाडीच्या आडोशानं उभी राहिली. तिची छाती एवढी धडधडत होती की तिला जवळजवळ वाटलं, ही धडधड ऐकून एखादी खिडकी उघडायची आणि त्या खिडकीतून बूट-बीट भिरकावला जायचा. आणखी काही आपल्याला असं एकटं थांबणं शक्य नाही, असं फेथला वाटत असतानाच ली परत आला.

'ओके, सगळं ठीक वाटतंय, जाऊ या.'

त्या इमारतीच्या बाहेरचं दार लावलेलं होतं. पण लीनं किल्ली बाहेर काढून ते दार उघडलं. फेथला आपल्या डोक्यावरच भिंतीत बसवलेला व्हिडीओ कॅमेरा दिसला.

लीनं तिच्याकडे पाहिलं, 'माझी कल्पना. मला कोण भेटायला येतंय ते आधी बघायला आवडतं.'

जिना चढून ते वरच्या मजल्यावर आले आणि हॉलकडे जाणाऱ्या मार्गानं उजवीकडे शेवटच्या दारापाशी आले. फेथला तिथं दारावर तीन कुलपं दिसली. लीनं दुसरी एक किल्ली काढून ती कुलपं उघडली. दार उघडल्यावर तिला एखाद्या यंत्राचा असतो तसा आवाज ऐकू आला. ते आत गेले. भिंतीवर धोक्याचा इशारा देणारी घंटा होती. त्याच्याच पलीकडे भिंतीत बसवलेला व्हिडीओ स्क्रीन होता. त्या पडद्यावर इमारतीची दर्शनी बाजू दिसत होती. घराबाहेरच्या कॅमेरापाशी हा पडदा जोडलेला होता, हे उघड आहे. नंतर सुरक्षिततेच्या दृष्टीनं बसवलेल्या आणखीही काही यांत्रिक करामती लीनं फेथला दाखवल्या.

'तू सुरक्षिततेच्या कल्पनेनं खूपच पछाडलेला दिसतोयस.' फेथ म्हणाली.
'पछाडलेला? त्यापेक्षाही जास्त.'

तेवढ्यात फेथला खालून हॉलमधून कोणीतरी येत असल्याची चाहूल लागली. ती जरा सावधपणे मागे झाली पण लीला हसतमुखानं त्या आवाजाच्या

दिशेनं जाताना पाहिलं तसा तिच्यावरचा ताण निवळला. सेकंदभरातच तिथं एक जर्मन शेफर्ड जातीचा कुत्रा अवतरला. खाली बसून मग ली त्याचे लाड करायला लागला.

'काय म्हणतोयस मॅक्स, कसं चाललंय?' असं म्हणत लीनं मॅक्सच्या डोक्यावर थोपटलं. मॅक्सही प्रेमानं त्याचा हात चाटायला लागला.

'माणसानं शोधलेली ही सगळ्यांत चांगली सुरक्षा यंत्रणा. वीज-बॅटरी जाण्याची चिंता नाही की विश्वासघाताचा धोका नाही.'

'म्हणजे आपण इथं रहायचं अशी तुझी योजना आहे?'

लीनं तिच्याकडे वर पाहिलं. 'तुला काही खायला-प्यायला हवंय? भरल्यापोटी ह्या विषयावर आपल्याला बोलता येईल.'

ते किचन टेबलपाशी गेले. फेथला काही खायची इच्छा नव्हती. तिनं फक्त चहा घेतला तर लीनं कॉफी तयार करून घेतली. मॅक्स टेबलापाशी सुन्न पडून राहिला.

'बापरे, म्हणजे एव्हाना ते आपल्यामागे इथं यायला निघालेही असतील.'

'ते चागलंही होईल.' लीनं तिच्याकडे नजर रोखत विचारलं.

'ते का?'

'मी काही गुन्हेगारांना मदत करत नाहीये.'

'म्हणजे मी गुन्हेगार आहे असं तुला वाटतं?' -फेथ.

'आहेस तू गुन्हेगार?' लीनंही प्रतिप्रश्न केला.

फेथ चहाच्या कपाभोवती बोटं ठेवत म्हणाली, 'मी एफबीआयसाठी काम करत होते, त्यांच्याविरुद्ध नाही.'

'ओके, मग त्यांचं तुझ्याबरोबर काय चाललं होतं?'

'मी त्याचं उत्तर देऊ शकत नाही.'

'मग मी तुला मदत करू शकत नाही. चल, मी तुला तुझ्या घरी परत सोडतो.'

तिनं त्याच्या दंडावर हात ठेवला. 'थांब, प्लीज थांब.' एकटीनं राहण्याच्या कल्पनेनंच ती सुन्न झाली.

त्यानं तिला खाली बसवलं आणि तिच्या उत्तराच्या अपेक्षेनं तो तिच्याकडे पाहू लागला.

'मला मदत करण्यासाठी मी तुला किती माहिती सांगावी अशी अपेक्षा आहे तुझी?'

'ते तुला कशा प्रकारची मदत हवी आहे, त्यावर अवलंबून आहे. मी कायद्याच्या विरुद्ध जाऊन काहीही करणार नाही.'

'मी तसं काही सांगणार नाही.'

'तर मग कोणीतरी तुझ्या जीवावर उठलं असेल एवढंच, बाकी तुला काही धोका नाही.'

ली तिच्याकडे पहात असलेला... फेथनं अस्वस्थपणे चहाचा घोट घेतला.

'व्हिडिओवरून तू कोण आहेस हे त्यांना कळलं तर आपण इथं असं बसून चालेल?'

'मी ती व्हिडीओ टेप बिघडवून टाकलीय. मी एक तांत्रिक करामत वापरली.'

फेथनं त्याच्याकडे पाहिलं, तिच्या डोळ्यात आशेचा किरण, 'म्हणजे ती सगळी व्हिडीओ टेप तुला पुसून टाकता आली?'

'मला नक्की सांगता येणार नाही, मी काही ह्या प्रकारांमधला तज्ज्ञ नाही.'

'पण ती टेप पुन्हा जुळवायची तर निदान थोडा वेळ तरी लागेल त्याला?'

'मला तीच आशा आहे. पण इथं काही आपली गाठ शाळकरी पोरींशी पडलेली नाही. चित्रीकरण करणाऱ्या यंत्रणेतही सुरक्षा यंत्रणा बसवलेली होती. एक शक्यता अशी आहे की पोलिसांनी जोरबीर लावून ती टेप बाहेर काढण्याचा प्रयत्न केला तर तिची नासधूस होईल. तसं घडलं तर व्यक्तिशः मी पैज लावायला तयार आहे. खाजगीपणा जपायला आवडणारा माणूस आहे मी. पण तरीसुद्धा माझ्यापाशी तुला मोकळेपणानं माहिती द्यावी लागेल.'

फेथ काही बोलली नाही. ती फक्त त्याच्याकडे बघत राहिली. जणू काही तिनं असभ्य वर्तन केलं होतं.

लीनं तिच्याकडे पहात मान उंचावली. 'काय सांगायचं ते मी तुला सांगतो. मी डिटेक्टीव्ह आहे, ठीक आहे? तू दिलेल्या माहितीवरून मी काही निष्कर्ष काढेन आणि ते बरोबर आहेत का नाही, ते तू मला सांग, कसं काय वाटतं?' फेथ तरीही काही बोलली नाही तशी ली पुढे म्हणाला, 'मी पाहिलेले कॅमेरे फक्त लिव्हींग रूममध्ये होते. टेबल, खुर्च्या, कॉफी आणि इतर सामानही तिथंच होतं. मी तिथली यंत्रणा बंद केली. त्यामुळे कॅमेरे बंद पडले असावेत.'

'त्यात बरंच तथ्य वाटतंय,' फेथ म्हणाली.

'नाही, ही बाब तशी नाहीये. सावधगिरीचा इशारा देणारी यंत्रणा उघडणारी परवलीची संख्या मला माहिती होती.'

'मग?'

'म्हणून मी तो कोड वापरून सुरक्षा यंत्रणा निकामी केली. मग कॅमेरे बंद करणारी यंत्रणा तरीही चालू कशी राहते. म्हणजेच कॅमेरेही चालू राहतात का?'

फेथ फारच गोंधळलेली दिसली. 'मला माहिती नाही.'

'म्हणजेच तुझ्या नकळत तुझं चित्रीकरण चालू राहिलं असतं. आता ही

निर्जन ठिकाणी असलेली जागा, सीआयए पातळीवरची सुरक्षा यंत्रणा, 'एफबीआय'चे हे कॅमेरे आणि चित्रीकरण यंत्रणा, ह्या सगळ्या गोष्टी एकाच मुद्याकडे अंगुलीनिर्देश करतात.' आपलं म्हणणं नेमकं कसं मांडावं, ह्या विचारात गढल्यानं ली किंचितसा थांबला. 'त्यांनी तुझी चौकशी करण्यासाठी तुला तिथं आणलं, पण तू त्यांना सहकार्य करशील का नाही किंवा तुला कोणीतरी तिथून नेईल का काय, ह्याची त्यांना खात्री नसावी. म्हणून तू नंतर बेपत्ता वगैरे झालीस तर काय, ह्या विचारानं ह्या चौकशीचं चित्रीकरण करायचं त्यांनी ठरवलं.'

फेथनं थोडसं निवळतं स्मित करत त्याच्याकडे पाहिलं. 'म्हणजे फारच दूरदर्शीपणा म्हटला पाहिजे नाही?'

ली विचारात मग्न होत खिडकीबाहेर बघत उभा राहिला. काहीतरी महत्त्वाचं त्याला जाणवून गेलं होतं, ह्याआधीच विचार करायला हवं होतं असं काहीतरी. फेथशी त्याची काही ओळख नसली तरी त्याला जे सांगायचं होतं, ते सांगावं का नाही असं त्याला वाटत राहिलं, 'मला एक वाईट बातमी द्यायचीय तुला.'

फेथ गोंधळलेली दिसली. 'म्हणजे?'

''एफबीआय' तुझी चौकशी करतंय. बहुधा तू त्यांच्या संरक्षणातही आहेस, त्यांचा एक माणूस तुझं संरक्षण करताना मारला गेला आणि बहुधा ज्यानं त्याला मारलं, त्यालाच मी जखमी केलंय. 'एफबीआय'च्या टेपवर माझा चेहरा आहे.' तो क्षणभर स्तब्ध. 'तुला त्यांच्या ताब्यात द्यावं लागेल मला.'

फेथ एकदम उठून उभी राहिली. 'तू तसं करणार नाहीस, तसं करणं शक्य नाही, तू मला मदत करशील म्हणाला होतास.'

'तसं जर मी केलं नाही तर वेगळीच समस्या निर्माण होईल. आत्ता फार तर माझं लायसन्स जाईल.' त्यानं आपलं जॅकेट चढवलं. 'तुझा मुख्य संबंध कोणाशी येतो 'एफबीआय' पैकी?'

'मला त्याचं नाव माहिती नाही,' फेथ थंडपणे म्हणाली.

'तुझ्यापाशी त्याचा फोन नंबर आहे?'

'आता त्याचा काही उपयोग होणार नाही. आता त्याला फोन घेता येईल का नाही ह्याची मला शंका आहे.'

लीनं तिच्याकडे साशंकपणे पाहिलं. 'म्हणजे जो माणूस मारला गेला त्याच्याशीच फक्त तुझा संपर्क होता?'

'बरोबर.' फेथनं निर्विकार चेहऱ्यानं ही थाप मारली.

'हे बरोबर आहे? मला जे माहिती आहे, ते मी तुला सांगतो. मी त्या घरात तुला एका बाईबरोबर आणखी तीन वेळा पाहिलंय. उंचेली बाई आणि तिचं नाव तुला माहिती नाही? तेव्हा पहिला नियम म्हणजे थाप मारण्याआधी ती पचेल

का नाही त्याची खात्री करून घ्यावी.' त्यानं तिचा हात हातात घेऊन म्हटलं, 'चल, जाऊ या.'

'मि. ॲडॅम्स, आणखी एका प्रश्नावर तुम्ही विचार केलेला दिसत नाही?'

'खरं? मला सांगता येईल कुठला प्रश्न ते?'

''एफबीआय'कडे मला सोपवताना तू नेमकं सांगणार काय?'

'कोणास ठाऊक, खरं तेच सांगितलं तर?'

'ओके. मग सत्य काय आहे, ते पाहू तरी. ह्या घटनेच्या वेळी तिथं असलेल्या तिसऱ्या मजल्यावर तू गोळी झाडलीस पण तिथं अशी कोणी व्यक्ती होती, हे तू सिद्ध करू शकणार नाहीस. म्हणजे उघड गोष्टी एवढ्याच की तू आणि मी त्या घरात होतो. तू तुझं पिस्तूल झाडलंस, आणि एक एफबीआय एजंट ठार झालाय.'

'ज्या गोळीनं तो माणूस मेला ती माझ्या पिस्तुलातली नाही,' ली तिचा हात सोडून रागावून म्हणाला.

'मी मला काय वाटतंय ते सांगत नाहीये. 'एफबीआय'ला काय संशय येईल ते सुचवत्येय. तुझ्या भूतकाळात संशयास्पद काही असेल तर 'एफबीआय' तुझ्यावर विश्वास ठेवेल?' तिनं आणखी पुस्ती सहजपणे जोडली. 'एखादं वर्षभर ते तुझी चौकशी करतील आणि काहीच सापडलं नाही तर चौकशी थांबवतील.'

लीनं तिच्याकडे जरा हैराण होऊन पाहिलं. तसा त्याचा नजिकचा भूतकाळ स्वच्छ होता. त्याआधीच्या काळातच जराशी गडबड होती. डिटेक्टीव्ह म्हणून काम करायला सुरुवात केल्यावर आज कराव्याशा वाटत नाहीत अशा काही गोष्टी त्यानं केलेल्या होत्या. त्यात बेकायदेशीर असं काही नव्हतं. पण एफबीआयच्या लोकांना ते स्पष्ट करणं अवघड होतं. शिवाय, त्याच्या भूतपूर्व बायकोनंही त्याच्यावर तो पिसाट आहे, मुलीला मारहाण करतो असे खोटे आरोप केले होते. त्यामुळे चिडून, आता घटस्फोट घेतलेल्या बायकोच्या मित्राशी मारामारी होण्याचा प्रसंगही उद्भवलेला होता.

त्यामुळे लीला प्रश्न पडला, पुढचं वर्षभर आपल्या आयुष्यात ढवळाढवळ करण्याची संधी 'एफबीआय'ला का द्यावी? त्याउलट फेथला जाऊ दिलं आणि 'एफबीआय'नं त्याला पकडलं तर? कुठल्याही शक्यतेचा विचार केला तरी त्याच्यापुढे पेचच होता.

फेथ एकदम प्रसन्नपणानं म्हणाली, 'तू मला, 'एफबीआय'च्या ऑफिसमध्ये सोडतोयस का?'

'ठीक आहे, ओके. तुझ्या मुद्द्यात तथ्य आहे,' ली जरा रागानं म्हणाला, 'पण ही डोकेदुखी मी आपणहून ओढवून घेतलेली नाही.'

'आणि मीही तुला ह्या प्रकारात गुंतवून घ्यायला सांगितलेलं नव्हतं. पण...'

'पण काय?'

'पण आज रात्री तू नसतास तर मी जिवंत राहिले नसते. मी ह्याआधी तुझे आभार मानले नाहीत ह्याबद्दल सॉरी. मी आता तुझे आभार मानत्येय.'

मनात शंका असूनही आपला राग निवळतोय असं लीला वाटलं, त्याला वाटलं, एकतर ही बाई प्रामाणिक तरी आहे किंवा आजपर्यंत भेटलेल्यांपैकी सगळ्यात हुशार तरी आहे. किंवा ह्या दोन्हींचं मिश्रण. शेवटी हे वॉशिंग्टन आहे.

'स्त्रीदाक्षिण्य दाखवताना मला आनंद होतो', ली शुष्कपणे म्हणाला, 'ठीक आहे, समजा मी तुला 'एफबीआय'च्या ताब्यात द्यायचं नाही असं ठरवलं, पण ही रात्र कशी घालवायची असा तुझा विचार आहे?'

'मला इथून जावं लागेल. मला ह्या सगळ्या गोष्टींवर विचार करायला वेळ हवा आहे.'

''एफबीआय'चे लोक तुला इतक्या सहजपणे जाऊ देणार नाहीत. मला असं वाटतंय, तुझा 'एफबीआय'शी काही करार-बिरार झालाय का काय?'

'अजून नाही. आणि जरी केला, तरी त्यात त्यांची बाजू लंगडी आहे असं, जाहीर करण्याएवढी माझी बाजू भक्कम आहे.'

'ज्यांनी तुला मारायचा प्रयत्न केला त्या लोकांचं काय?'

'मला एकदा थोडी मोकळीक मिळाली की काय करायचं ते मला ठरवता येईल. कदाचित शेवटी मी 'एफबीआय'कडेच जाईन. पण मला मरायचं नाहीये. माझ्याशी संबंधित असलेलं कोणीही बळी जाऊ द्यायचं नाहीये मला.' तिनं त्याच्याकडे सहेतुकपणे नजर टाकली.

'माझ्याकडून तुला वाटणारी काळजी मी समजू शकतो पण माझी काळजी घ्यायला मी समर्थ आहे. तेव्हा आता कुठे पलायन करायचा विचार आहे तुझा ते सांग, आणि तिथे जायची तुझी योजना काय आहे?'

फेथ काहीतरी बोलून गेली आणि मग थांबली. ती अचानक सावध होऊन खाली पहात राहिली.

'फेथ, तू माझ्यावर विश्वास ठेवला नाहीस तर ह्याचा काही उपयोग होणार नाही.' ली हळुवारपणे आपले मुद्दे मांडू लागला. 'मी तुला जाऊ दिलं तर त्याचा अर्थ तुझ्यासाठी मला मोठा धोका पत्करावा लागेल. तुझा काय विचार आहे, ह्यावर बरंच काही अवलंबून आहे. काही बड्या राजकीय व्यक्तिंचे बुरखे फाडण्यासाठी 'एफबीआय'ला तुझी गरज वाटत असेल तर मी त्यांच्याच बाजूनं असेन.'

‘पण त्यांनी माझ्या सुरक्षिततेची हमी दिली आणि मी परत आले तर?’

‘मला ही शक्यता विचार करण्यासारखी वाटत्येय. पण तू परत येशीलच ह्याची खात्री काय?’

‘तू जर माझ्याबरोबर आलास तर?’

ह्या प्रश्नानं ली इतका ताठरला की नकळत त्याची लाथ मॅक्सला बसली. त्यामुळे मॅक्स टेबलाखालून बाहेर आला आणि लीकडे केविलवाण्या नजरेनं पाहू लागला.

फेथ घाईघाईनं पुढे बोलू लागली. ‘टेपवरून तुला शोधून काढायला आता त्यांना फार वेळ लागणार नाही. तू ज्याच्यावर गोळी झाडलीस त्यानंही त्याच्या लोकांसाठी तुझी ओळख पटवली तर? म्हणजेच तुझ्यापुढेही धोका आहे, हे उघड आहे.’

‘मला, नक्की सांगता येणार नाही.’

‘ली’, फेथ उत्साहानं बोलू लागली, ‘तुला हे कधी जाणवलं का की ज्यानं तुला माझ्या पाळतीवर रहायला सांगितलं त्यानं तुझ्यावरही नजर ठेवली असेल? आजची गोळीबाराची घटना घडवण्यासाठीही तुझा उपयोग झाला असण्याची शक्यता आहे.’

‘हं, त्यांना माझ्या पाळतीवर राहता आलं असतं तर तेच तुझ्या पाळतीवर राहिले असते की,’ त्यानं युक्तिवाद केला.

‘पण समजा तुलाही ह्या सगळ्यात अडकवण्याचा प्रयत्न असेल तर?’

एकूण ह्या परिस्थितीचं गांभीर्य लीला उलगडत गेलं, त्यानं गाल फुगवून एक मोठा सुस्कारा टाकला. काय पण रात्र आहे, त्याला वाटलं, आपल्याला हे सगळं आधी का जाणवलं नाही? आपल्याला काम देणारा निनावी, अनोळखी माणूस. खूप पैसा. गूढ लक्ष्य, एकाकी-निर्जन जागेतलं घर. आपण काय मानसिक बेशुद्धीत होतो का काय?

ली म्हणाला, ‘मी ऐकतोय.’

फेथ सांगत राहिली, ‘वॉशिंग्टनमधल्या एका बँकेत माझी सेफ-डिपॉझिट बॉक्स आहे. त्या बॉक्समध्ये रोकड आहे आणि दुसऱ्या नावांनी क्रेडीट कार्डस् आहेत. तेवढ्या बळावर आपल्याला पाहिजे तेवढं लांब जाता येईल. प्रश्न फक्त एवढाच आहे की ‘एफबीआय’चं माझ्या बँकेवर लक्ष असेल. मला तुझ्या मदतीची गरज आहे.’

‘मी तुझ्या सेफ-डिपॉझिट बॉक्समधून काही काढू शकणार नाही.’

‘पण तू तिथपर्यंत मला नेऊ शकतोस, कोणाची पाळत आहे का ते बघू शकतोस. ह्या कामांमध्ये तू माझ्यापेक्षा तरबेज आहेस. मी आत जाईन, बॉक्स

मोकळी करेन आणि जेवढ्या लौकर येता येईल तेवढं येईन, तोपर्यंत तू मला संरक्षण दे. काहीही संशयास्पद आढळलं तर आपण धूम ठोकू.'

'हे ऐकून आपण बँकेवर दरोडा घालतोय का काय असंच मला वाटायला लागलंय,' ली रागावून म्हणाला.

'देवाशपथ, त्या बॉक्समधल्या सगळ्या गोष्टी माझ्या स्वत:च्या आहेत.'

लीचे हात त्याच्या केसांमध्ये, 'ओके, ते पार पडलं. पुढे काय?'

'आपण दक्षिणेकडे प्रयाण करायचं.'

'म्हणजे कुठे?'

'कॅरोलिनाच्या किनाऱ्यावर. माझी तिथं एक जागा आहे.'

'तुझी मालक म्हणून नोंद आहे तिथं?'एफबीआय'वाले शोधून काढतील.'

'मी ती जागा एका वॉर्योवेडानच्या नावानं घेतलीय आणि कागदपत्रांवर ऑफिसर म्हणून दुसऱ्या नावानं सही केलीय. पण तुझं काय? तू काही तुझ्या नावानं प्रवास करू शकणार नाहीस.'

'माझी चिंता करू नकोस. मी आजवर खूप वेषांतरं यशस्वीपणे केलेली आहेत आणि ती सिद्ध करणारी कागदपत्रंही माझ्याकडे आहेत.'

'तर मग आपली जय्यत तयारी झालीय.'

लीनं मॅक्सकडे पाहिलं, मॅक्सनं आपलं भलंमोठं डोकं लीच्या मांडीवर विसावलेलं होतं.

'आपण किती दिवस जाणार आहोत?'

फेथनं नकारार्थी मान हलवत सांगितलं, 'कोणास ठाऊक. कदाचित एखादा आठवडाभर.'

लीनं सुस्कारा टाकला. 'मला वाटतं, खाली राहणाऱ्या बाईंना मॅक्सची काळजी घ्यायला सांगता येईल.'

'म्हणजे तू माझ्याबरोबर यायला तयार आहेस तर?'

'येणार आहे, तू मला तुझ्या मदतीला धावून येणारा समजतीयस म्हणून... अन्य कुठला हेतू मनात ठेवून नाही.'

'तू भलतेच हेतू मनात ठेवून माझ्या बरोबर येणारा वाटत नाहीसच मला.'

'ह्या बाबतीत तुला जरा हसायचं असेल तर तुझं हे वाक्य माझ्या माजी बायकोला ऐकव.'

❖

११

अलेक्झांड्रिया हा भाग उत्तर व्हर्जिनियामध्ये पोटोमॅक नदीलगतचा, गाडीतून जायचं झालं तर वॉशिंग्टन डी. सी. पासून पंधरा मिनिटांच्या अंतरावर. पाण्यामुळे ह्या भागातली वस्ती अस्तित्वात आली आणि पुढे दीर्घकाळ एक बंदर म्हणूनही इथली भरभराट होत गेली होती. आजही वास्तव्य करावंस वाटावं असं हे समृद्ध ठिकाण म्हणून ओळखलं जात असलं तरी गावाच्या आर्थिक भवितव्याच्या दृष्टीनं इथल्या नदीला आता महत्त्व राहिलेलं नव्हतं.

आता इथं जुनी खानदानी वैभव जपणारी आणि नवश्रीमंत अशी दोन्ही प्रकारची कुटुंब गुण्यागोविंदानं राहात होती. इथली घरं आणि बरेचसे रस्तेही तसे इतिहासाशी नातं अजून जपणारे होते.

आताच्या ह्या पहाटेच्या वेळी इथले रस्ते शांत होते. अपवाद फक्त पावसाच्या भुरभुरीचा. इथल्या 'ड्यूक स्ट्रीट'वरच्या घरांच्या रांगेतलं ते चार मजली घर काही खूप मोठं नव्हतं. घरापुढच्या लहानशा अंगणात एक झाड उभं होतं. कुंपण बरं म्हणता येईल, फार स्पृहणीय म्हणता येणार नाही असं. घराच्या मागच्या बाजूला परसबाग होती तरीसुद्धा तिथली झाडंझुडपं, कारंजं आणि वीटकाम हे काही आजूबाजूच्या घरांच्या तुलनेत फार उल्लेखनीय असं नव्हतं.

पहाटेच्या पहिल्यावहिल्या गुलाबी छटा नुकत्याच क्षितिजावर उमटत होत्या तेव्हा ह्या घराचा मालक डॅनियल बुकॅनन बाहेर जाण्याची वेशभूषा करून आपल्या लायब्ररीत बसलेला होता. ही अंडाकृती लायब्ररी डायनिंग रुमच्या बाजूलाच होती. एक कार बुकॅननला 'रेगन नॅशनल एअरपोर्ट'कडे नेण्यासाठी बाहेर उभी होती.

बुकॅननची एका सेनेटरबरोबर मिटींग ठरलेली होती. हा सेनेटर सिनेटच्या एका अतिशय महत्त्वाच्या कमिटीवर होता. ह्या कमिटीकडे सरकारच्या तिजोरीवर नियंत्रण ठेवण्याचं काम होतं. सगळ्यात महत्त्वाचा मुद्दा म्हणजे परदेश संबंध

कामकाजविषयक समितीच्या उपसमितीमध्येही हा सेनेटर होता. परदेशांना मदत म्हणून जे डॉलर्स दिले जायचे, त्यावर ह्या उपसमितीचं नियंत्रण होतं, म्हणजेच कोणत्या देशांना मदतनिधी द्यायचा, ते ही उपसमिती ठरवत असे. हा सेनेटर बुकॅननचा फार जुना मित्र होता. उंच, आदबशीर आणि अतिशय ठासून मतं मांडणारा हा सिनेटर नेहमीच त्याच्या पदामुळे मिळणाऱ्या सत्तेचा उपभोग घेत आलेला होता आणि त्याचं राहणीमानही नेहमीच त्याच्या उत्पन्नाच्या मर्यादेपलीकडचं असायचं. बुकॅननं ह्या सेनेटरला देऊ केलेलं निवृत्तीनंतरचं 'मानधन'ही केवळ अफाट असंच होतं.

बुकॅननच्या 'लाच योजने'ची सुरुवात सावधपणे झालेली होती. बुकॅननची उद्दिष्टं यशस्वी करण्यात दूरान्वयाने का होईना उपयोगी पडू शकतील आणि ज्यांना लाच देता येईल अशा वॉशिंग्टनमधल्या सगळ्या सेनेटर्सचं आणि पदाधिकाऱ्यांचं त्यानं विश्लेषण केलं होतं. 'काँग्रेस'चे बरेच सदस्य धनिक असले तरी पैसा जवळ नसलेले सदस्यही कमी नव्हते. 'काँग्रेस'मध्ये काम करणाऱ्यांना बऱ्याचदा आर्थिक आणि कौटुंबिकदृष्ट्या अडचणी असायच्या; दोन घरं चालवायला लागायची आणि वॉशिंग्टनमधला हा भाग काही स्वस्त राहणीमानाचा नव्हता. त्यात बहुतेक वेळा 'काँग्रेस' सदस्यांची कुटुंबं त्यांच्याबरोबर नसायची. ज्यांना लाच देता येईल असं वाटायचं अशांना बुकॅनन भेटायचा आणि त्यांच्या पुढच्या 'सहभागा'ची प्रदीर्घ प्रक्रिया सुरू करायचा. सुरुवातीला तो जी गाजरं दाखवायचा ती लहान असायची पण एकदा बुकॅननच्या 'लक्ष्यां'नी उत्साह दाखवायचा अवकाश, ही आमिषं भराभर वाढायची. त्या दृष्टीनं बुकॅननची निवड चांगली ठरली होती कारण आजपर्यंत त्यानं देऊ केलेल्या बक्षिसीच्या मोबदल्यात कोणीही आपली मतं किंवा सत्ता वापरायला नकार दिलेला नव्हता. साहजिकच बुकॅननच्या 'गिऱ्हाईकां'ना मिळणारा परदेश मदतनिधी वाढत गेला होता.

खरं तर बुकॅनन आज ज्या सिनेटरला भेटणार होता, त्याचा बुकॅननं अलीकडे विश्वासघात केलेला होता, शब्द न पाळून. पण विश्वासघात ही इथली नित्याचीच बाब होती. प्रत्येकजण 'संगीत' थांबण्याआधी आपली 'खुर्ची' पकडण्यासाठी धडपडत होता. तो सिनेटरही अस्वस्थ असणं समजण्यासारखं होतं. पण त्याला इलाज नव्हता, त्यालाही इतरांसारखं 'रांगेत' उभं रहावं लागणार होतं.

बुकॅननला एकदम थकवा वाटू लागला. त्याला न्यायला तयार असलेल्या गाडीतही त्याला बसायचं नव्हतं किंवा त्या विमानातही चढायचं नव्हतं. पण ह्या बाबतीत तो काही बोलू शकत नव्हता.

बुकॅननन‌ं त्याच्यासमोर उभ्या असलेल्या माणसाकडे पाहिलं. तो धडधाकट माणूस म्हणाला, 'थॉर्नहिलसाहेबांनी तुम्हाला सदिच्छा कळवल्या आहेत.' बाहेरच्या जगाच्या दृष्टीनं हा माणूस म्हणजे बुकॅननचा ड्रायव्हर होता. प्रत्यक्षात तो 'सीआयए' चा सर्वेसर्वा असलेल्या थॉर्नहिलच्या माणसांपैकी एक होता, बुकॅननवर नजर ठेवण्यासाठी. बुकॅननन‌ंही त्याच्या सदिच्छा थॉर्नहिलला कळवायला त्या माणसाला सांगितलं.

'एवढ्यात घडलेल्या काही महत्त्वाच्या घटनांची जाणीव तुम्हाला असावी असं त्यांना वाटतं.' तो माणूस मख्खपणे म्हणाला.

'कशा प्रकारची?'

'तुम्हाला गोत्यात आणण्यासाठी फेथ लॉकहार्ट 'एफबीआय'साठी काम करतेय.'

एक क्षणभरच भोवंडल्यासारखं वाटून बुकॅननला आपणच सगळं सांगून टाकू असं वाटलं. 'काय सांगतोस काय?' बुकॅननन‌ं विचारलं.

'एफबीआय'मधल्या आमच्या माणसाकडून ही खबर एवढ्यातच निघाली.'

'म्हणजे त्यांनी तिला सापळ्यात अडकवलं? त्यांच्यासाठी तिला काम करायला लावलं?' बुकॅननन‌ं विचारलं. (प्रत्यक्षात त्याच्या मनातून विचारायचं होतं. 'सीआयए'न‌ं मला अडकवलं तसं?')

'ती राजीखुषीनं त्यांना सामील झाली.' बुकॅननन‌ं हळूहळू आपला तोल सावरला. 'मला सांग बरं सगळं,' तो म्हणाला.

त्यावर त्या माणसानं थोडं सत्य, थोडं अर्धसत्य आणि काही निव्वळ थापा त्यांची सरमिसळ करत माहिती दिली. हे सगळं त्यानं सारख्याच सुरात आणि प्रामाणिकपणाचा कसबी अभिनय करत सांगितलं.

'फेथ आता कुठे आहे?'- बुकॅनन.

'ती भूमिगत झालीय. 'एफबीआय' तिच्या शोधात आहे.'

'तिनं 'एफबीआय'ला किती माहिती दिलीय? मी देशाबाहेर जायच्या तयारीला लागू का काय?'

'नाही, अजून तेवढं काही बिघडलेलं नाही. तिनं एकूण कामाची पद्धत सांगितलीय, कोणकोण माणसं गुंतलीयत, ते सांगितलेलं नाही.'

'आणि थॉर्नहिलसाहेबांना फेथ कुठे आहे, ते माहिती नाही? त्यांचं सर्वज्ञानीत्व आहे कुठे?'

'मला त्याची काही कल्पना नाही,' तो माणूस म्हणाला.

'हे तुमच्या 'सीआयए'ला शोभत नाही.' बुकॅनन म्हणाला, त्यानं थोडं स्मित करण्यासाठी यशस्वी प्रयत्न केला.

'मला वाटतं, आता मीच शोधण्याचा प्रयत्न करावा.'

'त्याच्याशी तुमचा काही संबंध नाही.' त्या माणसाच्या ह्या आगाऊ बोलण्यावर बुकॅननं त्याच्याकडे आश्चर्यानं पाहिलं. बुकॅननला एकाएकी पराभूत वाटू लागलं. अस्तित्वाचा झगडा आता धोकादायक होत चाललेला होता.

त्या माणसानं घड्याळात पाहिलं. 'तुमची फ्लाईट पकडण्यासाठी पंधरा मिनिटात आपल्याला निघावं लागेल.' त्यानं बुकॅननची ब्रीफकेस उचलली आणि तो बाहेर निघून गेला.

बुकॅननशी संपर्क साधताना रॉबर्ट थॉर्नहिल नेहमीच काळजी घ्यायचा. त्याच्या घरी किंवा ऑफिसमध्ये कुठेही फोन करायचा नाही. कोणाला संशय येणार नाही, कोणाला लक्ष ठेवता येणार नाही अशा पद्धतीनं थेट भेटणं. बुकॅननला थॉर्नहिलशी झालेली पहिली भेट आठवायची. आयुष्यात मोजक्याच वेळी जेव्हा कधी समोरच्या माणसासमोर आपण असमर्थ असल्याची जाणीव बुकॅननला झाली होती, त्यातली ही एक भेट. 'कॉंग्रेस'चे सदस्य, उच्चपदस्थ अधिकारी ह्यांच्याबरोबरचे बेकायदेशीर व्यवहार, थेट 'व्हाईट हाऊस'मध्ये केलेला शिरकाव, ह्या सगळ्याचे सज्जड पुरावे थॉर्नहिलनं बुकॅननसमोर शांतपणे मांडले होते. अगदी खाजगी संभाषणांच्या टेप्सही, त्यातून बुकॅनन आणि त्याला मदत करणारी माणसं, सगळेच उघडकीस येऊ शकत होते. बुकॅननच्या छुप्या पैशाची यंत्रणा, तो पैसा बाहेर पोचण्यासाठी उघडलेल्या कॉर्पोरेशन्स...

हे सगळं उघड केल्यावर थॉर्नहिल सरळ म्हणाला होता, 'आता तू माझ्यासाठी काम कर. सध्या जे करतोयस तेच करत रहा, फक्त आमची 'सीआयए' मजबूत होईपर्यंत. मग तू बाजूला व्हायचंस आणि मी तुझ्या कामाचा ताबा घेणार.'

बुकॅननं त्याला नकार दिला होता. 'मी तुरुंगात जाईन त्यापेक्षा.'

ह्यावर थॉर्नहिल म्हणाला होता, 'मी खुलासेवार बोललो नाही ह्याबद्दल क्षमस्व. मी सांगतोय त्याला तुरुंग पर्याय नाही. तू एकतर माझ्यासाठी काम कर नाहीतर मग जिवंत राहू नकोस.'

ही धमकी ऐकल्यावर बुकॅनन एकदम निस्तेज झाला होता पण तरीसुद्धा त्यानं ठामपणे विचारलं, 'एका सरकारी नोकराचा खुनात हात?'

'मी विशेष प्रकारचा सरकारी नोकर आहे. मी कुठल्याही टोकाला जाऊ शकतो. माझ्या कामात ते बसतं.'

'तरीसुद्धा माझं उत्तर तेच आहे.'

'फेथ लॉकहार्टच्या संदर्भातही तुझं उत्तर हेच आहे? का मी ह्या मुद्द्यावर स्वत:च तिच्याशी बोलू?'

थॉर्नहिलच्या ह्या शेऱ्यानं मात्र बुकॅननला आपल्या मेंदूत गोळी घातल्यासारखं

वाटलं. रॉबर्ट थॉर्नहिल हा माणूस कसा होता, हे बुकॅननला चांगलं माहिती होतं. बोलताना तसं त्याच्या संभाषणात धाकटपटशा किंवा आडदांडपणा नसायचा पण तो कोणाला 'सॉरी, असं व्हायला नको होतं' असा एखादा निरुपद्रवी संवाद म्हणाला, तरी दुसऱ्या दिवशी एखादेवेळी तो माणूस मृतावस्थेतही आढळायचा. त्याचा काही नेम नसायचा. थॉर्नहिल सगळ्या गोष्टी काळजीपूर्वक, विचारपूर्वक करणारा, आपल्या कामाला वाहून घेणारा होता. बुकॅननं ह्या गोष्टीवर विचार केलेला होता. म्हणूनच फेथला वाचवण्यासाठी बुकॅननं पुढे पाऊल टाकलं होतं.

त्याचवेळी थॉर्नहिलनं जे सुरक्षिततेचे उपाय योजले होते, त्याचंही महत्त्व बुकॅननच्या लक्षात आलं. 'एफबीआय'चं त्याच्यावर लक्ष होतं. बुकॅनन हे लक्षात येऊन एकदम खुर्चीत कोसळला आणि लायब्ररीच्या भिंतीवर शोभून दिसणाऱ्या एका पेंटींगकडे त्याचं लक्ष गेलं. एक आई आणि तिचं मूल ह्यांच्यातल्या विविध भावछटा जिवंत करणारं हे पेंटींग खूप दुर्मिळ होतं. बुकॅननच्या संग्रहातला हा सगळ्यात अमोल ठेवा होता. दुर्दैवानं हे पेंटींग आता बुकॅननला विकून टाकावं लागणार होतं, कदाचित हे घरसुद्धा. बुकॅननं बांधलेल्या राजकारणी मंडळींच्या 'निवृत्तीवेतना'ची तजवीज करता करता बुकॅननकडचा पैसा संपत चालला होता. खरं तर हे पेंटींग अजून न विकल्याची खंत बुकॅननला वाटत होती. त्या पैशातून बराच निधी उभा राहू शकला असता, त्यातून बऱ्याच जणांना आर्थिक मदत मिळाली असती. तरीसुद्धा ते पेटींग बघणं ही खूप सुखावणारी, मनाला उभारी देणारी गोष्ट होती.

पण तूर्त तरी ह्या सगळ्यामागे एक अनिश्चितता होती. बुकॅननला आपली अखेर जवळ आल्यासारखं वाटत होतं. थॉर्नहिल आपल्याला असं तसं सोडणार नाही, ह्याची बुकॅननला जाणीव होती. तसंच बुकॅननच्या वर्तुळातल्या मंडळींनाही निवृत्तीसुख थॉर्नहिल लाभू देईल का नाही, ह्याबद्दलही बुकॅनन भ्रमात नव्हता. नंतर ते थॉर्नहिलच्या मुठीत राहणार होते. थॉर्नहिल शेवटी एक हेर होता. आणि हेर म्हणजे साक्षात चकवाच. असत्य, भ्रम असं असलं तरी बुकॅननं मात्र आपल्याला मदत करणाऱ्या राजकारण्यांना जे जे कबूल केलं होतं ते द्यायचं असं ठरवून टाकलं होतं, भले त्याचं सुख त्यांना घेता येवो वा न येवो.

खोलीतल्या शेकोटीचा प्रकाश त्या पेंटींगवर पडलेला असतानाच बुकॅननला त्या चित्रातली स्त्री फेथ लॉकहार्टसारखी दिसतेय असं वाटू लागलं, बऱ्याचदा त्याला असं वाटायचं. फेथचे केस, डोळे, ओठ-सारंच वैशिष्ट्यपूर्ण होतं. बोलके ओठ, सोनेरी केस, लक्षवेधी डोळे-नजर, सगळ्यातलं योग्य ते अचूक हेरणारी.

फेथशी झालेल्या पहिल्या भेटीचा तपशील न् तपशील बुकॅननच्या लक्षात

होता. कॉलेजमधून ती नुकतीच बाहेर पडलेली होती, खूप उत्साहानं ती बुकॅननच्या कामात-आयुष्यात सहभागी झाली. ती काही बाबतीत अपरिपक्व होती, वॉशिंग्टनमधली कामाची पद्धत तिला माहिती नव्हती आणि आश्चर्य वाटावं एवढी बाळबोधही होती. तरीसुद्धा ती जिथं जाईल तिथं एखाद्या चित्रपटतारकेसारखी हुकूमत गाजवायची. ती थट्टेखोर आहे असं वाटत असतानाच क्षणार्धात गंभीरही सहजपणे व्हायची. रोखठोकपणे बोलूनही आपलं म्हणणं ती दुसऱ्यांच्या गळी उतरवू शकत असे.

तिच्याशी पाचच मिनिटं बोलल्यावर ह्या जगात यशस्वी होण्यासाठी लागणाऱ्या गोष्टी तिच्यात आहेत, हे बुकॅननं ओळखलं होतं. तिच्या महिनाभराच्या कामावरूनच बुकॅननचा होरा खरा ठरला. ती आपल्या कामाचं 'होमवर्क' करायची, न थकता कामं उपसायची, त्यातल्या खाचाखोचा शिकून घ्यायची. संबंधित राजकारण्यांशी उत्तम संवाद साधायची, आणखी खोलात शिरायची तिची तयारी असायची. आपल्या कामात यशस्वी व्हायचं तर सगळ्यांशी मिळतंजुळतं घ्यावं लागेल हे फेथनं फार लौकर ओळखलं होतं. एखाद्या गोष्टीत पराभवाचे धक्के बसत राहिले तरी अंतिम विजय मिळेपर्यंत असे धक्के सहन करण्याची क्षमता फेथमध्ये होती. त्याआधी किंवा नंतरही बुकॅननला फेथसारखं कोणी भेटलं नव्हतं. पंधरा एक वर्षं ते एकत्र काम करत होते. तीच जणू त्याचं कुटुंब होती, एखाद्या गुणी मुलीसारखी, आणि आता? तो आपल्या मुलीची काळजी कशी घेणार होता?

आता वर घराच्या छपरावर पाऊस बरसत असताना आणि घराच्या चिमणीतून वारं भणाणत असताना बुकॅनन अचानक सगळे संदर्भ विसरला... त्याला घेऊन जाण्यासाठी थांबलेली ती गाडी, विमानतळावरचं ते विमान आणि त्याला द्विधा मन:स्थितीत टाकणाऱ्या समस्या... शेकोटीच्या शांत सळसळत्या प्रकाशात चमकणाऱ्या त्या पेंटींगकडे बुकॅनन एकटक बघत राहिला होता मात्र त्याचं विचारचक्र त्या चित्रापलीकडचं होतं.

फेथनं त्याचा विश्वासघात केलेला नव्हता. थॉर्नहिलनं फेथबद्दल काहीही सांगितलं तरी बुकॅननला त्यावर विश्वास ठेवणं शक्य नव्हतं. पण आता ती थॉर्नहिलच्या वाटेत आलेली होती म्हणजेच तिच्या जिवाला धोका होता. 'जा, फेथ, तुला शक्य तितक्या लांब पळून जा,' बुकॅनन दबत्या आवाजात म्हणाला, त्यात भयंकर मृत्यू पाठलाग करत असलेल्या मुलाकडे बघून तगमगणाऱ्या पित्याची वेदना मिसळलेली होती, त्याला असहाय्य वाटत असलेलं.

❖

१२

फेथला एकदम जाग आली. तिनं आपल्या घड्याळाकडे नजर टाकली. जवळजवळ सात वाजले होते. थोडी विश्रांती घ्यायला हवी म्हणून लीनं तिला बजावून सांगितलं होतं पण ही विश्रांती एवढा वेळ होईल असं तिला वाटलं नव्हतं. ती उठून बसली, तिचं डोकं जड झालेलं. अंगही दुखत होतं आणि तिनं बेडच्या एका बाजूला पाय घेतले तेव्हा तिला पोटातही थोडं कसंसच वाटलं.

बेडवरून उठून ती बाजूच्याच बाथरुममध्ये गेली आणि तिनं आरशात पाहिलं. 'बापरे' ती म्हणाली. केसांचा अवतार झाला होता, चेहरा भयंकर दिसत होता. कपडे घाणेरडे झालेले आणि डोकं तर सीमेंटचंच वाटत असलेलं. काय पण दिवसाची सुरुवात, तिला वाटलं.

तिनं शॉवर सुरू केला आणि कपडे उतरवण्यासाठी ती पुन्हा बेडरुममध्ये आली. कपडे उतरवून ती बेडरुममध्ये मधोमध उभी असतानाच लीनं दारावर टकटक केलं.

'येस?' तिनं काळजीच्या सुरात विचारलं.

'तू शॉवरला जाण्याआधी आपल्याला जरा एक काम करावं लागेल,' लीनं बाहेरून सांगितलं.

'ठीक आहे?' त्याच्या आवाजातला चमत्कारिक स्वर जाणवून तिच्या अंगावर शहारा आला. पटकन तिनं पुन्हा कपडे चढवले आणि अवघडून ती खोलीच्या मधोमध उभी राहिली.

'मी आत येऊ का?' त्याच्या आवाजात अधीरता.

ती पुढे झाली आणि तिनं दरवाजा उघडला. 'काय—' असं म्हणत पुढे बोलायच्या आत ती जवळजवळ किंचाळलीच.

दरवाजात तिच्यासमोर उभा असलेला माणूस ली ॲडॅम्स नव्हता. ह्या माणसाचे केस तपकिरी होते, दाढी-मिशाही तशाच. त्यात चष्मा. निळ्याशार डोळ्यांच्या जागी तपकिरी छटा असलेले डोळे.

तिची प्रतिक्रिया पाहून त्याच्या चेहऱ्यावर स्मित. 'छान, म्हणजे मी परीक्षेत पास झालो.'

'ली?'

'आपण आहोत तसं राहून काही 'एफबीआय'ला गुंगारा देऊ शकणार नाही.'

लीनं हात पुढे केले. फेथनं पाहिलं तर त्याच्या हातात कात्री आणि केस रंगवायच्या रंगाचा डबा.

'केस छोटे ठेवलेले बरं असतं आणि माझं वैयक्तिक मत तर असं आहे की तपकिरी रंगाबद्दल उगाचच गैरसमज असतात.'

तिनं मलूलपणे त्याच्याकडे पाहिलं. 'म्हणजे मी केस कापायचे आणि पुन्हा रंगवायचे?'

'नाही, मी कापीन आणि तुला पाहिजे असेल तर रंगवेनसुद्धा.'

'मला शक्य नाही.'

'तुला करावं लागेल.'

'हे बघ, मला हे वेडेपण वाटत्येय.'

'तुझं बरोबर आहे. वेडेपणा आहे. जरा असा विचार कर, केस काय पुन्हा येतील पण एकदा मेलो की मेलोच.' तो फटकन् म्हणाला.

ती विरोध करायला लागली खरी पण नंतर लीचं म्हणणं बरोबर असल्याचं तिच्या लक्षात आलं. तिनं विचारलं, 'केस किती आखूड कापायचे?'

त्यानं तिचे केस वेगवेगळ्या अंगांनी निरखले. 'केस बारीक ठेवले तर? बॉयकट पण सुंदर.'

फेथ शेवटी राजी झाली. ते बाथरुममध्ये गेले. लीनं तिला टॉयलेटवर बसवलं आणि तिचे केस कापायला सुरुवात केली. फेथनं तिचे डोळे घट्ट मिटून घेतले. पाठोपाठ केस रंगवूनही झाले. रिकाम्यापोटी त्या रंगाच्या वासानं तिला कसंसच वाटलं पण हे सगळं झाल्यावर शेवटी तिनं आरशात पाहिलं तेव्हा तिला सुखद आश्चर्य वाटलं. तिला वाटत होतं, तेवढी काही ती वाईट वगैरे दिसत नव्हती. उलट आकर्षकच वाटत होती.

'आता शॉवर घे,' ली म्हणाला. 'रंग धुतला जाणार नाही. ड्रायर सिंकखाली आहे. बेडवर धुतलेले कपडे ठेवलेले आहेत.'

त्यानं त्याच्या शरीरयष्टीकडे नजर टाकली आणि म्हणाली, 'तुझे कपडे मला येणार नाहीत.'

'त्याची तू काळजी करू नकोस.' ली म्हणाला.

अर्ध्या तासानंतर फेथ जीन-शर्टमध्ये बाहेर पडली तेव्हा ती अधिक तरुण दिसत होती, अगदी एखाद्या कॉलेज-तरुणीसारखी. लीनंही तिच्या ह्या रूपाला

मनापासून दाद दिली.

'ह्या माझ्या नव्या रूपाचं श्रेय तुलाच जातं.' एकदम त्यानं तिच्या ओल्या केसांकडे पाहिलं आणि काहीतरी वाटून तिनं विचारलं, 'तुझ्या, इथं आणखी एखादी बाथरुम आहे?'

'नाही, आहे एकच. पण तू झोपलेली असतानाच मी शॉवर घेऊन टाकला. मी हेअर ड्रायर वापरला नाही. हो, नाहीतर त्याच्या आवाजानं तुला जाग यायची. मी किती दुसऱ्याचा विचार करणारा माणूस आहे बघ.'

तिला जरा चमत्कारिक वाटायला लागलं. ती बेडवर नग्नावस्थेत झोपलेली असताना तो आजूबाजूला होता ह्या विचारानं तिला जरा भीतीच वाटली. 'बापरे' ती बोलण्यात सहजपणा आणण्याचा प्रयत्न करत म्हणाली.

'घाबरू नकोस, तू मेकअप्शिवायसुद्धा चांगली दिसतेस.'

फेथचं स्मित. 'तुझ्या थापा आवडतात मला पण मला एक सांग, तू तुझ्या इथं बायकांचे कपडे नेहमी ठेवतोस?' तिनं त्याच्याकडे जरा निरखून पाहिलं. टेनिस शूज, जीन आणि पांढऱ्या टी-शर्टमध्ये तो अधिकच मर्दानी, आकर्षक दिसत होता. त्याचं मजबूत, पीळदार शरीर खुलून दिसत होतं.

'ते कपडे माझ्या पुतणीचे-रॅचेलचे आहेत. ती मिशिगनमध्ये लॉ शिकत्येय. गेल्या वर्षी इथं ती उमेदवारी करायला आली होती. तेव्हा माझ्याकडे राहिली होती. तिचे थोडे कपडे इथं राहिले. बरं झालं, तुझ्या अंगाला आले. पुढच्या उन्हाळ्यात बहुतेक परत येईल.' लीनं खुलासा केला.

फेथ म्हणाली, 'तिला इथं काळजी घ्यायला सांग, हे शहर माणसं उद्ध्वस्त करण्याची वृत्ती असलेलं आहे.'

'तिला तुझ्यासारखे काही प्रश्न जाणवतील असं वाटत नाही. तिला एक दिवस जज्ज व्हायचंय. ते गुन्हेगारांचं काम नाही.'

लीच्या ह्या बोलण्यानं फेथ जरा ओशाळली. तिनं सिंकजवळ जाऊन एक मग काढला आणि त्यात कॉफी ओतली.

ली उभा राहिला आणि म्हणाला, 'ए, हे मी तुला उद्देशून म्हणालो नाही बरं का, सॉरी.'

दोघेही किचनमध्ये बसलेले असतानाच लीचा कुत्रा-मॅक्स तिथं आला. तिनं हात पुढे करुन त्याच्या भल्यामोठ्या डोक्यावर थोपटलं.

'आपण इथून जाणार आता. मॅक्सची व्यवस्था झाली?'

'पूर्णपणे.' त्यानं घड्याळात नजर टाकली. 'थोड्याच वेळात बँक उघडेल. बांधाबांध करायला आपल्याला थोडाच वेळ मिळेल. तुझं काम करायचं की एअरपोर्ट, तिकीटं घ्यायची की रवाना.' लीनं सांगितलं.

'मला एअरपोर्टवरून आपल्या मुक्कामाच्या घरी फोन करता येईल. का इथून करू?'

'नको. फोन धोक्याचेच, शोधून काढता येतात.'

'माझ्या लक्षात आलं नव्हतं हे.'

'तुला आता ते घ्यावं लागेल लक्षात. फक्त तिकडे मुक्कामाची सोय झाली म्हणजे बरं.' ती कॉफीचा घुटका घेत म्हणाली.

'मुक्कामाची सोय होणारच. माझंच घर आहे ते, म्हणजे माझ्या दुसऱ्या नावाचं.' फेथ म्हणत असतानाच ली कॉफी घेऊनच बेडरूममध्ये गेला आणि थोड्याच वेळात आपल्या टी-शर्टवर गडद निळ्या रंगाचा स्वेटर घालून बाहेर आला. खोट्या दाढी-मिशा आता काढलेल्या होत्या आणि डोक्यावर बास्केटबॉल कॅप, त्याच्या हातात एक प्लॅस्टीकची बॅग.

'ह्या, पिशवीत आपल्या वेषांतराचे पुरावे आहेत.' त्यानं स्पष्टीकरण केलं. आणि मॅक्सला हाक मारली. मॅक्स आज्ञाधारकपणे किचनमध्ये त्याच्यासमोर येऊन बसला. 'फोन वाजला तर उचलू नकोस आणि खिडक्यांपासून लांब रहा.'

फेथनं मानेनं होकार दिला. ली आणि मॅक्स पटकन बाहेर पडले. तिनं आपला कॉफीचा कप उचलला आणि ती तो छोटा फ्लॅट पहात फिरू लागली. हे अपार्टमेंट म्हणजे एखादं कॉलेज होस्टेल आणि एखाद्या परिपक्व तरुणाचं घर, असं दोन्हीचं मिश्रण होतं. त्यामुळेच डायनिंग रुम असायला हवी तिथं घरातली व्यायामशाळा होती, साधीसुधी उपकरणं असलेली, बॉक्सिंग ग्लोव्हजसकट.

भिंतीवर पांढऱ्या कपड्यातल्या काही माणसांचे फोटो होते. फेथनं त्यातल्या लीला लगेच ओळखलं. आज दिसत होता तसाच तो अठराव्या वर्षीही दिसत होता. बराचसा मधल्या काळाप्रमाणे झाला होता तेवढाच फरक. त्याशिवाय त्याचे काही बॉक्सिंगच्या रिंगणातले विजय साजरा करण्यासाठी हात उंचावलेले फोटो, त्याच्या रुंद छातीवर रुळणारं पदक, चेहरा शांत, विजयाची खात्री असलेला. एक समर्थ, कणखर, हरहुन्नरी पुरुष. ली असाच आपल्या पाठीशी रहावा असं तिला वाटलं.

ती बेडरुममध्ये गेली. बेडच्या शेजारीच एक सेल फोन आणि त्याच्यापलीकडे एक हलवता येईल असं धोक्याचा इशारा देणारं यंत्र. काल रात्री ती खूप दमलेली असल्यानं ते तिच्या लक्षात आलं नव्हतं. तिला वाटलं, रात्री हा काय उशाखाली पिस्तूल ठेवून झोपतो का काय? तिला प्रश्न पडला. हा अतिरेकीपणा आहे का बाकीच्या जगाला माहिती नाही असं काही फेथला माहिती आहे?

अचानक तिला वाटलं— आपण पळून जाऊ असं लीच्या मनात कसं आलं नाही? ती हॉलच्या दिशेनं गेली. अगदी बाहेरच पडायचं म्हटलं आणि पुढच्या बाजूनं निघून गेलं तर लीनं पाहिलं असतं. मात्र किचनच्या बाजूनं मागे

जाणारं एक दार आग लागली तर सुटण्यासाठी केलेल्या मार्गाकडे जाणारं होतं. दारापाशी जाऊन ते उघडण्याचा तिनं प्रयत्न केला तर ते पक्कं बंद होतं, अगदी कुलूपबंद. खिडक्यांची दारंही तशीच कडेकोट बंदिस्त. आपल्याला असं अडकवून ठेवलेलं बघून फेथ संतापली पण खरी गोष्ट अशी होती की ली अ‍ॅडम्स तिच्या आयुष्यात येण्याआधीच ती अडकलेली होती.

ती त्या अपार्टमेंटवरून नजर फिरवत राहिली... आणि तिथल्या वस्तू, मूळच्या कव्हर्समधले रेकॉर्ड आल्बम्, 'द स्टींग'सारख्या चित्रपटाचं पोस्टर... आणखी एक दार उघडून ती आत गेली. ती दिवा लावायला गेली आणि अचानक एका आवाजानं लक्ष वेधल्यानं थांबली. खिडकीपाशी जाऊन पडदा बाजूला करत खिडकीतून तिनं बाहेर नजर टाकली. आकाश अजूनही मलूल-करडं असलं तरी बाहेर चांगलं उजाडलेलं होतं. बाहेर तिच्या नजरेच्या टप्प्यात कोणी दिसत नसलं तरी ते काही खरं नव्हतं. बाहेरून एखाद्या सैन्यानं वेढा दिला असता तरी इथं काही कळलं नसतं.

दिवा लावून तिनं त्या खोलीत आजूबाजूला आश्चर्यानं पाहिलं. टेबल-फायलींचं कपाट, अद्ययावत फोन सिस्टीम आणि अशाच वस्तू... डेस्कवर व्यवस्थित लावलेल्या फाईल्स, एक कॅलेंडर आणि नेहमीच्या कामाच्या वस्तू. ली घरीही त्याचं काम करायचा हे उघड होतं.

अचानक फोन वाजायला लागल्यानं ती दचकलीच. थरथरत ती फोनपाशी गेली... फोन करणाऱ्याचा नंबर तिथं दिसत होता. त्यावरून तो बाहेरून-दूरवरून कुठून तरी आलेला होता, हे स्पष्ट होत होतं. फिलाडेल्फिया, तिच्या लक्षात आलं. लीच्या आवाजात पलीकडून बोलणाऱ्याला 'मेसेज देऊन ठेवायला' आन्सरिंग मशीननं सांगितलं. त्या व्यक्तीचा आवाज ऐकून फेथ गारठली.

'फेथ लॉकहार्ट कुठे आहे?' डॅनी बुकॅननच्या आवाजातला प्रश्न. प्रश्नांची सरबत्ती करताना तो खूप अस्वस्थ वाटत होता. 'तुला काय काय माहिती मिळाली?' तो लीला आणखी प्रश्न विचारत असलेला. त्याला लगेच उत्तरं पाहिजे होती. शेवटी एका नंबरवर फोन करायला सांगून बुकॅननं फोन ठेवून दिला. फेथ हळूहळू फोनपासून मागेमागे सरकू लागली. आत्ताच तिनं जे ऐकलं होतं ते आठवून ती खिळल्यासारखी झाली होती. आपला विश्वासघात होत असल्याच्या विचारानं आपलं मन बधीर होत चाललंय असं तिला वाटलं. तोच मागून अचानक आवाज आला म्हणून ती वळली आणि अस्फुट किंकाळी द्यावी तसा चेहरा होत तिचा श्वास रोखला गेला. तो तिच्याकडे बघत उभा होता.

❖

१३

बुकॅनननं गजबजलेल्या विमानतळावर आजूबाजूला पाहिलं. ली ॲडॅम्सला विमानतळावरून थेट फोन करण्यात त्यानं धोका पत्करला होता पण आता त्याच्यापुढे फार पर्याय नव्हते. त्याची नजर आजूबाजूला फिरत असताना त्याला प्रश्न पडला, इथं थॉर्नहिलची माणसं कुठली असतील? ती म्हातारी, का बुकॅनन फोन करत असताना येरझाऱ्या घालणारा दिसलेला तो उंच, मध्यमवयीन माणूस? खरी गोष्ट अशी होती की थॉर्नहिलची माणसं कुठेही असण्याची शक्यता होती. एका अपार असहाय्यतेच्या भावनेनं बुकॅननला वेढून टाकलं.

बुकॅननची सगळ्यांत मोठी भीती होती ती म्हणजे थॉर्नहिल फेथला त्याच्या कारस्थानात गुंतवतो का काय याची, नाहीतर दुसरं टोक म्हणजे तिच्या जिवावरच उठावयाचा. फेथला त्यानं बाजूला केलं असेल पण बुकॅनन तिला वाऱ्यावर सोडणार नव्हता. म्हणून तर त्यानं ॲडॅम्सला फेथवर नजर ठेवायला सांगितलं होतं. ह्या सगळ्या प्रकरणाच्या शेवटी फेथ सुखरूप राहायला हवी होती. त्याला ॲडॅम्सबद्दलही चिंता वाटत होती म्हणूनच त्यानं ॲडॅम्सला फोन केला होता.

क्षणभर त्याच्या मनात आलं, आपण लगेच इथेच तिकीट काढून मिळेल त्या पहिल्या विमानानं कुठेतरी दूरवर निघून गेलो तर? ही कल्पना रंगवणं सोपं होतं पण ती प्रत्यक्षात उतरवणं फारच टोकाची गोष्ट होती. त्यानं आपल्या सुटकेची कल्पना करून पाहिली पण लगेचच थॉर्नहिलचं भान त्याला आलं. त्याचं एरवी अदृश्य वाटणारं सैन्य अचानक त्याच्या पुढ्यात अवतरलं असतं आणि अंधारातून त्याच्या समोर येऊन उभं ठाकलं असतं. लगेचच फिलाडेल्फिया विमानतळाच्या अंतर्गत भागात कुठेतरी एका खोलीत त्याची रवानगी... तिथं थॉर्नहिल थंडपणे त्याची वाट पहात असलेला... तोंडात पाईप-थ्री पीस सूट बेफिकीर उद्धटपणा आणि बुकॅननला प्रश्न— आत्ता ह्या क्षणी मरायचंय?

शेवटी बुकॅननला जे करणं शक्य होतं तेच त्यानं केलं. विमानतळावरून तो

बाहेर पडला. त्याच्यासाठी थांबलेल्या गाडीत बसला आणि आपल्या सेनेटर मित्राला भेटायला निघाला. कशासाठी? तर थॉर्नहिलसाठी आणखी एक बळी मिळविण्यासाठी. बुकॅननबरोबर एक उपकरण होतं. अगदी त्वचेच्या रंगात मिसळून जाणारं पण एवढं प्रगत की कुठल्याही उपकरणं शोधून काढणाऱ्या यंत्राला ते सापडलं नसतं. बुकॅननच्या पाठोपाठ एक गाडी राहणार होती आणि बुकॅननच्या सेनेटरबरोबरच्या संवादातला शब्द न् शब्द त्या गाडीत रेकॉर्ड होणार होता.

एवढंच नाही तर बुकॅननबरोबरच्या उपकरणांतून ऐकू येणाऱ्या संवादामध्ये व्यत्यय आला तर पर्यायी व्यवस्थाही केलेली होती. बुकॅननच्या ब्रीफकेसमध्ये एक टेपरेकॉर्डर बसवलेला होता, ब्रीफकेसचं हँडल थोडं हलवल्याबरोबर चालू होणारा हा टेपरेकॉर्डरही असाच कुठल्याही उपकरणाची मदत घेऊन शोधणं अशक्य होतं. थॉनहिलनं प्रत्येक गोष्टीचा काळजीपूर्वक विचार केलेला होता.

गाडीतला हा प्रवास संपताना बुकॅननसमोर एक सुखद कल्पनाचित्र तरळलं- त्यात थॉर्नहिल संपलेला, तो अजीजीनं विनवतोय, आता त्याला काहीतरी शिक्षा होणार आहे...

बुकॅनन विमानतळावर असताना एक पस्तिशीतला माणूस बुकॅननवर नजर ठेवून होताच. आपल्या पुढ्यातल्या लॅपटॉप कॉम्प्युटरवर काम करत असल्यासारखा तो बसलेला होता. खरं तर त्यामुळे आजूबाजूनं विमानतळावरून जाणाऱ्या प्रवाशांच्या लॅपटॉपमधल्या प्रतिमा त्या माणसाला निरखता येत होत्या. तो माणूस दिसायला आपल्या कामात गुंग असल्यासारखा दिसत होता, एखादा सेल्स किंवा मार्केटिंगचा रिपोर्ट करत असल्यासारखं. कधी तो स्वत:शी बोलत असल्यासारखा वाटायचा, प्रत्यक्षात तो माणूस त्याच्या नेकटायमध्ये असलेल्या छोट्या मायक्रोफोनमधून शांतपणे बोलत होता. त्याच्या लॅपटॉप कॉम्प्युटरच्या मागच्या बाजूसही विशेष उपकरण बसवलेलं होतं. त्याच्या एका यंत्रणेमुळे इलेक्ट्रॉनिक सिग्नल्स नोंदवले जायचे तर दुसऱ्या यंत्रणेतून शब्द नोंदवले जात. त्यामुळेच बुकॅननं विमातळावरून जो फोन केला, त्या नंबरची नोंद लगेचच त्या लॅपटॉप कॉम्प्युटरवर झाली आणि विमानतळावरच्या गजबजाटातून जेवढं टिपता येईल तेवढं बुकॅननचं फोनवरचं संभाषणही त्यातून एक प्रश्न नेमका ऐकू आला- 'फेथ लॉकहार्ट कुठे आहे?' आणि तेवढ्यात तो माणूस एकदम ताठ बसला.

त्या माणसानं पाठोपाठ तो टेलिफोन नंबर आणि इतर माहिती वॉशिंग्टनमधल्या आपल्या सहकाऱ्यांना कळवली. काही सेकंदातच तिकडे तो फोन नंबर कोणाचा आहे हे कळलं आणि अर्थातच पत्तासुद्धा. काही मिनिटातच रॉबर्ट थॉर्नहिलशी संपूर्ण निष्ठा बाळगून असलेल्या काही कट्टर व्यावसायिक आणि अनुभवी

लोकांचं एक पथक ली ॲडॅम्सच्या अपार्टमेंटच्या दिशेनं रवाना झालं. अशा एखाद्या कामगिरीची ते वाटच पहात होते.

थॉर्नहिलच्या सूचना साध्या-स्पष्ट होत्या. फेथ लॉकहार्ट तिथं असली तर तिला 'उडवून द्यायचं'. हेरगिरीच्या वर्तुळातली ही संज्ञा सहजपणे वापरली जायची. तिच्याबरोबर असणाऱ्या कोणाच्याही कपाळी हेच आता लिहिलेलं होतं. कशासाठी? देशासाठी!

१४

'तू मला केवढं घाबरवलंस!' फेथला आपलं थरथरणं थांबवणं अशक्य झालं होतं.

ली खोलीत आला आणि त्यानं आजूबाजूला पाहिलं. 'तू माझ्या ऑफिसमध्ये काय करतीयस?'

'काही नाही! मला आश्चर्य वाटलं. तुझं ऑफिस इथं असेल हे मला माहितीसुद्धा नव्हतं.'

'ह्याचं कारण म्हणजे तुला ते माहिती असण्याची गरजही नव्हती.'

'मी इथं आले तेव्हा खिडकीतून काहीतरी आवाज ऐकल्यासारखं वाटलं.'

'आवाज होता पण तो खिडकीतून आलेला नव्हता.' त्यानं दाराच्या दिशेनं खूण केली.

फेथला दारावर प्लॅस्टीकचा पांढरा चौकोनी तुकडा लावलेला दिसला.

'हे एक उपकरण आहे. माझ्या ऑफिसचं दार कोणी उघडलं की ह्या उपकरणामुळे माझ्यापाशी असलेल्या ह्या बीपरवर मला आवाज ऐकू येतो.' त्यानं आपल्या खिशातून एक उपकरण बाहेर काढून दाखवलं. 'खाली मिसेस कार्टरच्या इथं मला मॅक्सला शांत करावं लागलं नसतं तर, मी इथं वर ह्याआधीच पोचलो असतो.'

'बाबारे, मी फक्त इकडेतिकडे करत होते, टाईमपास.'

'चांगला शब्द आहे- टाईमपास.'

'ली, मी तुझ्याविरुद्ध काही कारस्थान वगैरे करत नाहीये. शपथ.'

'आता आपलं सामान आवरायला लागू. तुझ्या बँकेतल्या लोकांना उगाच वाट बघायला नको.'

फेथनं पुन्हा फोनकडे बघायचं टाळलं. लीनं बुकॅननचा तो 'मेसेज' नक्कीच ऐकलेला नाही. तिला वाटलं, बुकॅननं लीला आपल्यावर पाळत ठेवायला

सांगितलं, कालची हत्या लीच्याच हातून घडली का? का त्याच्याबरोबर विमानातून जाताना तीस हजार फुटांवरून तो आपल्यालाही ढकलून देईल? आणि आपण ढगांमधून आक्रोश करत असताना विकट हास्य करेल?

पण नंतर तिच्या मनात आलं, आपल्याला मारायचंच असतं त्याला तर काल रात्रीपासून आत्तापर्यंत केव्हाही मारता आलं असतं की. आपल्याला त्या निर्जन भागातल्या घरापाशी केव्हाही सोडून जाता आलं असतं. पाठोपाठ पुन्हा दुसरा विचार, 'एफबीआय'ला आपण काय सांगितलंय त्याची डॅनी बुकॅननला माहिती हवी होती. अन्यथा आपल्याला तिथं सोडून जाणं लीला सहज शक्य होतं. ती जिवंत राहण्याचं तेही एक कारण होतं, आणि म्हणूनच 'ली'सुद्धा आपल्याला बोलतं करायला उत्सुक होता. एकदा ती बोलली की मग तो आपला खेळ संपवणार- फेथच्या मनातला पुढचा विचार. आणि ह्या पार्श्वभूमीवर आपण त्याच्याबरोबर नॉर्थ कॅरोलिनाला चाललोय. ह्या दिवसात तिथले बीच निर्जन असतात. मनात असे असुरक्षित विचार दाटलेले असतानाच ती हळूहळू खोलीबाहेर पडली, वधस्तंभाकडे निघालेल्या एखाद्या शिक्षा ठोठावल्या गेलेल्या स्त्रीसारखी.

आणखी वीसच मिनिटांतच फेथनं आपली प्रवासाची छोटी बॅग बंद केली, पर्सही खांद्यावर लटकावली. ली बेडरुममध्ये आला. त्यानं पुन्हा दाढीमिशा चिकटवल्या होत्या. बेसबॉल कॅप तेवढी नव्हती डोक्यावर आणि उजव्या हातात पिस्तूल, गोळ्यांची दोन खोकी आणि कंबरेचा पट्टा.

तो त्या सगळ्या वस्तू एका पेटीत भरत असतानाच फेथ म्हणाली, 'पिस्तूल विमानात नेता येत नाही ना!'

'गंमत करतेस का काय? हे, असले प्रकार केव्हापासून सुरू आहेत' त्यानं ती पेटी बंद केली आणि किल्ल्या खिशात टाकत तिला म्हणाला, 'आत जाताना आपल्या बरोबरचं पिस्तूल दाखवलं आणि एक फॉर्म दाखवला तर विमानातूनसुद्धा नेता येतं. पिस्तुलात गोळ्या आहेत आणि त्यांची अधिकृत नोंद झालेली आहे, ह्याची खात्री करून घेतली जाते. शिवाय विमानात ठेवत नाही असं शस्त्र-काडतूसं वगैरे अशा ठिकाणी ठेवली जातात की ती मिळवणं अवघड असतं. म्हणजे विमान पळवून नेण्याचाही प्रश्न नाही. आता पटतंय ना?'

'खुलाशाबद्दल धन्यवाद,' फेथ ताडकन म्हणाली.

'मी कोणी हौशी खेळाडू नाहीये.'

'मी कधी म्हटलं तसं?'

'मग!'

'ओके, सॉरी.' तेवढं बोलून ती घुटमळली. लीशी खूप चांगला सूर जुळावा असं आता तिला वाटत होतं; त्याची कारणं बरीच होती पण स्वसंरक्षण हे

त्यातलं मुख्य कारण होतं. 'तू माझ्यासाठी एक करशील का?'

त्यानं तिच्याकडे संशयानं पाहिलं. 'मला फेथ म्हण.' ती म्हणाली. त्याचवेळी सावधगिरीचा इशारा देणाऱ्या, दारावरच्या बेलच्या आवाजानं दोघेही एकदम सावध झाले.

ली घड्याळात पहात म्हणाला, 'आपले पाहुणे जरा लौकरच आले.'

फेथ त्याच्याकडे आश्चर्यानं पहात राहिली. आता लीच्या हालचाली एखाद्या यंत्राप्रमाणे सफाईदार होऊ लागल्या होत्या. पुढच्या वीस सेकंदातच त्या पेटीतून पिस्तूल पुन्हा त्याच्या हातात आलं होतं - भरलेलं. आता त्यानं ती पेटी-गोळ्या सगळं आपल्या प्रवासाच्या बॅगेत भरलं आणि ती बॅग खांद्यावर लटकवली. 'तुझी बॅग घे.' लीनं सांगितलं.

'कोण आलं असेल?' फेथच्या छातीत धडधड.

'चल, जाऊन बघू या.'

दोघेही हळूच पुढच्या दारापाशी गेले. त्यानं टीव्हीच्या पडद्यावर पाहिलं. बिल्डींगच्या प्रवेशदारापाशीच एक माणूस उभा होता, अंगावरचा तपकिरी पोशाखही दिसत होता. दोघांनीही पाहिलं तर तो माणूस पुन्हा एकदा ब्रेक दाबत होता.

'हा तर पार्सलं पोचवणारा माणूस दिसतोय,' फेथ सुटकेचा श्वास टाकत म्हणाली.

लीची नजर अजून टीव्हीच्या पडद्यावरच. त्यानं टीव्ही स्क्रीनजवळचं एक बटन दाबताच कॅमेऱ्याचा रोख बदलला आणि फेथला बिल्डींगसमोरचा रस्ता दिसला. तिथं जे दिसायला पाहिजे ते दिसत नव्हतं.

'त्या माणसाचा ट्रक कुठे आहे?' ती म्हणाली-तिची भीती अचानक जागी झालेली.

'छान प्रश्न. खरी गोष्ट अशी आहे की इथून जातो तो पार्सलवाला मला माहिताय, ह्याचाच अर्थ-समस्या. आपल्यापुढे एक मोठी समस्या आहे.'

'मग आपल्याला पाठीमागच्या बाजूनं बाहेर पडता येईल.' फेथ म्हणाली.

'यस, पाठीमागच्या बाजूला माणसं ठेवायला ते नक्की विसरले असणार,' —ली.

'आपल्याला तर समोर एकच माणूस दिसतोय.'

'आपल्याला फक्त तेवढाच माणूस दिसतोय. पण इमारतीची पुढची बाजू त्याच्याकडे आहे. आपल्याला बाहेर काढून इमारतीमागे असलेल्या माणसांच्या तावडीतून अलगद सोडण्याचा प्रयत्न दिसतोय.'

'म्हणजे आपल्याला कोंडीत पकडलंय.' ती कुजबुजली.

पुन्हा एकदा बेल वाजली आणि लीनं इंटरकॉमचं बटन दाबलं.

फेथनं त्याचा हात पकडला. 'आता तू काय करतोयस?'

'त्याला, काय पाहिजे ते बघतो. तो पार्सलवाला म्हणाला तर त्याला आत येऊ देईन.'

'तू त्याला आत घेणार.' फेथ मंदपणे म्हणाली. त्याच्या पिस्तुलाकडे पहात ती म्हणाली. 'आणि... आणि, घरात गोळीबार वगैरे झाला म्हणजे?'

लीचा चेहरा ताठरला. 'मी तुला इथून जायला सांगितलं की सुसाट सूट.'

'कुठे? कुठे जायचं?'

'माझ्यामागून ये. आणि आता आणखी प्रश्न विचारू नकोस.'

लीनं इंटरकॉमचं बटन दाबल्यावर त्या माणसानं आपली ओळख सांगितली. त्याबरोबर लीनं इमारतीतली धोक्याचा इशारा देणारी यंत्रणा चालू केली, दार उघडलं, फेथचा दंड पकडला आणि तिला घेऊन हॉलच्या दिशेनं गेला. लीच्या अपार्टमेंटच्या बाजूलाच एक दरवाजा होता. त्या दरवाजावर अपार्टमेंटचा नंबर नव्हता. टीव्हीवर खाली बिल्डींगमध्ये त्या पार्सलवाल्या माणसाची पावलं वाजताना फेथ ऐकत असतानाच लीनं तो दरवाजा उघडलेला होता. क्षणार्धात ते आत शिरले, त्याबरोबर त्यानं वळून दार बंद करून घेतलं. ती जागा खूप अंधारी होती पण लीच्या पायाखालची होती. त्याच्या पाठीमागच्या बेडरुमसारख्या दिसणाऱ्या दुसऱ्या एका रुममध्ये उघडणाऱ्या दारातून ली फेथला घेऊन गेला. फेथला तर फारसं काहीच दिसत नव्हतं त्या अंधारात.

मग लीनं आणखी एक दरवाजा उघडला आणि फेथला आत यायची खूण केली. ती आत शिरताच आपण एका भिंतीला लागून उभे असल्याचं तिला जाणवलं. पाठोपाठची ही जागा एखाद्या टेलिफोन बूथएवढी अरुंद होती. लीनं दार लावून घेतल्यावर तर तिथला अंधार आणखीनच काळाकुट्ट झाला, फेथनं आजपर्यंत कधीही अनुभवलेला नव्हता एवढा.

त्यात ली बोलायला लागल्यावर ती दचकलीच, त्याचे श्वास तिच्या कानात जात असलेले. 'तुझ्या अगदी समोरच शिडी आहे. ह्या इथं पायऱ्या आहेत.' त्यानं तिचा हात पकडला आणि तिच्या हाताला पायऱ्यांचा स्पर्श होईल अशा पद्धतीनं तिचा हात पायऱ्यांपाशी नेला. ली तिच्या कानात कुजबुजत राहिला. 'मला तुझी बॅग दे आणि चढायला सुरुवात कर. सावकाश जा. आता आपल्याला पूर्ण शांतता हवीय, अजिबात आवाज येता कामा नये, घाई-गडबड अजिबात नको. मी तुझ्या मागेच असेन. वर गेलीस की तिथेच थांब.'

फेथनं शिडी चढायला सुरुवात केली तसं तिला फारच कोंडल्यासारखं वाटू लागलं. आता घटना एकदम वेगळ्या वाटेनं जाऊ लागल्यानं तिला अस्वस्थही वाटत होतं; मळमळल्यासारखंच, पण पोटातही काही नव्हतं.

ती सावकाश-सावकाश वर गेली. तिला आत्मविश्वास आला तसं ती वेगानं जाऊ लागली. फेथची चूक झाली ती तिथेच, अचानक एका पायरीवरून ती घसरली आणि तिची हनुवटी एका पायरीवर आपटून ती कळवळली. त्याचवेळी तिला लीचा बलदंड हात आपल्याभोवती जाणवला. क्षणभरात ती पुन्हा स्थिरावली. आपल्या वेदना विसरून ती पुन्हा चढत राहिली. एका ठिकाणी डोक्याला सिलींगचा स्पर्श झाला तशी ती थांबली.

ली अजून पायऱ्यांवरच तिच्यामागे होता. मग एकदम तो तिच्या पायरीवर आला, त्याचे पाय तिच्या पायांच्या दोन्ही बाजूला. त्याच्या पायांच्यामध्ये तिचे पाय आक्रसून घेतले. झपकन तो तिच्या अंगावर झुकला, तो काय करतोय हे तिला कळेनासं झालेलं. तिची छाती शिडीच्या पायऱ्यांवर दाबली गेल्यानं श्वास घेणं तिला त्रासदायक झालेलं. तो क्षण तिला भयंकर वाटला, तिला वाटलं, आपल्यावर बलात्कार करण्यासाठी त्यानं तिला फसवून इथं आणलंय. अचानक वरून प्रकाश कोसळल्यासारखा तिच्या अंगावर आला, तेवढ्यात ली तिच्यापासून बाजूला झाला. डोळे फडफडवत तिनं वर पाहिलं. अंधाराच्या भीतीनंतर डोळ्यांसमोर आलेलं निळं आकाश तिला इतकं सुखावून गेलं की तिला सुटकेच्या भावनेनं मोठ्यानं ओरडावंसं वाटलं.

'वर गच्चीवर जा पण खाली झुकून. जेवढं खाली राहता येईल तेवढं.' ली अधीरपणे तिच्या कानात कुजबुजला.

पोटापर्यंत झुकत ती वर गेली आणि तिनं आजूबाजूला पाहिलं. ह्या जुन्या इमारतीच्या गच्चीत जुनी 'हिटींग युनिटस्' आणि त्या मानानं नवी असलेली एअरकंडीशनिंग मशिनरी ठिकठिकाणी दिसत होती. लपण्याच्या दृष्टीनं ह्या जागा चांगल्या होत्या. फेथ त्यातल्याच एका जवळच्या ठिकाणी खाली बसली.

ली अजून शिडीवरच होता. बारकाईनं कानोसा घेत त्यानं घड्याळात पाहिलं. एव्हाना तो माणूस त्याच्या दारापर्यंत आलेला असणार, त्यानं अंदाज केला, बेल दाबून तो माणूस लीच्या प्रतिसादाची वाट बघत असेल. कोणीही दार उघडणार नाही, हे त्या माणसाच्या लक्षात येईपर्यंत त्यांना तीस सेकंद मिळणार होती. आणखी थोडा वेळ मिळाला असता तर बरं झालं असतं. त्यानं खिशातून आपला सेल फोन काढून एक नंबर फिरवला, पलीकडून उत्तर आल्यावर तो बोलू लागला, 'मिसेस कार्टर, मी ली ॲडॅम्स. मी काय सांगतोय ते ऐकून घ्या, मॅक्सला बाहेरच्या बाजूला सोडा. बरोबर, मी आत्ताच त्याला तुमच्या इथं सोडलं, हो, माहिताय मला, तो माझ्या अपार्टमेंटकडे जाईल, मला तेच पाहिजे आहे. अं, मी त्याला औषध द्यायला विसरलो. प्लीज हं, मी लवकर निघतोय.'

त्यानं फोन खिशात ठेवला आणि बॅगा घेऊन तो शिडीवरून गच्चीवर

गेला. शिडीवरचं दार लावून टाकलं आणि फेथपाशी येत म्हणाला, 'ओके, आता थोडा वेळ मिळालाय.'

खालून मॅक्सच्या भुंकण्याचा आवाज आला तसं ली हलकंच हसत म्हणाला, 'माझ्यामागून ये.' खाली झुकत दोघेही गच्चीच्या एका बाजूला आले. ह्या बिल्डींगच्या लगतची शेजारच्या बिल्डींगची उंची साधारण पाच फुटांनी कमी होती. लीनं आधी फेथचा हात धरून तिला खाली सोडलं, मग स्वतःही त्या बिल्डींगच्या गच्चीवर उतरला. त्याचक्षणी दोघांनाही लीच्या अपार्टमेंटमधून आरडाओरडा ऐकू आला.

'बघ, ते लोक माझ्या अपार्टमेंटवर येऊन धडकलेयत, अजिबात वेळ न घालवता. आणखी काही मिनिटं जाऊ देत, नुसता गोंधळ सुरू होईल.'

'तोपर्यंत आपण काय करायचं?' फेथनं विचारलं.

'अशा आणखी तीन बिल्डींग ओलांडायच्या आणि आग लागली तर सुटण्यासाठी ठेवलेल्या जिन्यातून शेवटी उतरायचं.'

आणखी पाचच मिनिटात ते एका गल्लीतून पळत मोठ्या रस्त्याला लागले. तिथं बऱ्याच इमारती होत्या पण जरा कमी उंचीच्या. रस्त्याच्या दोन्ही बाजूंना बऱ्याच गाड्या पार्क केलेल्या होत्या. एकदम मागून फेथला एखादा टेनिसचा बॉल आदळावा तसा आवाज ऐकू आला. ह्या इमारतींपासून थोड्या अंतरावर टेनिसकोर्ट असल्याचं फेथच्या लक्षात आलं. हे कोर्ट खूप उंच पाईन झाडांनी वेढलेलं होतं.

फेथनं मग पाहिलं तर तिथं जवळच ली हातात एक टेनिसचा बॉल घेऊन उभा असलेला दिसला. तो चेंडू घेऊन तिच्यापाशी आला, एकीकडे आपल्या खिशातल्या चाकूनं तो त्या टेनिस बॉलला भोक पाडत होता.

'तुझं काय चाललंय?' तिचा प्रश्न.

'तू, बाजूच्या रस्त्यानं जायला लाग, सावधपणे.'

'ली...' फेथ पुढे काही बोलायच्या आतच ली म्हणाला, 'तू फक्त मी सांगतोय तसं कर.'

वळून ती लीनं सांगितल्याप्रमाणे जात राहिली. पार्क केलेल्या गाड्यांच्या पलीकडच्या बाजूनं ली जात राहिलेला. शेवटी तो एका नव्याशा दिसणाऱ्या लक्झरी गाडीपाशी थांबला.

'आपल्यावर कोणाचं लक्ष असल्याचं बघितलंस तू?' लीनं विचारलं.

फेथनं नकारार्थी मान हलवली.

ली आता त्या गाडीपाशी गेला आणि त्यानं तो टेनिस बॉल गाडीच्या की-लॉकवर ठेवला. त्या टेनिस बॉलला पाडलेलं भोक लॉकवर.

फेथनं लीचा काय चक्रमपणा चाललाय अशा नजरेनं पहात विचारलं, 'तुझं चाललंय तरी काय?'

ह्या प्रश्नाला उत्तर दिल्यासारखं त्यानं टेनिसबॉलवर आपल्या मुठीचा दणका दिला, त्या बॉलमधली आणि 'की लॉक'मधली सगळी हवा काढून घेत. त्याहीपेक्षा त्या लक्झरी गाडीची चारही दारं खाडकन उघडली तेव्हा तर फेथच्या आश्चर्याला पारावर उरला नाही.

'तुला जमलं कसं हे?'

'आत बस लौकर.'

ली पाठोपाठ फेथही गाडीत पटकन बसली. मग ली स्टीअरींगच्या खालच्या बाजूला झुकला आणि त्याला हव्या होत्या त्या वायरी त्यानं शोधून काढल्या.

'ह्या नव्या गाड्या काही अशा वायरी जोडून सुरू करता येत नाहीत. आताचं तंत्रज्ञान...' फेथ पुढे बोलणार तेवढ्यात गाडी सुरू झाली.

ली आता मागे टेकून बसला, गाडी गीअरमध्ये टाकून त्यानं बाजूला रस्त्यावर वळवली. फेथकडे पहात त्यानं विचारलं 'काय, कसं काय?'

'ठीक आहे, पण टेनिस बॉलमुळे गाडीचं कुलूप कसं उघडलं?'

'माझी काही व्यावसायिक रहस्यं आहेत.'

दोघेही आता फेथच्या बँकेपाशी आलेले. ली गाडीत - त्याची तीक्ष्ण नजर चौफेर न्याहाळत असलेली. फेथ बँकेत गेली, तिनं तिथल्या असिस्टंट मॅनेजरला आपल्याला काय हवंय ते सांगितलं, तिची सही आवश्यक तिथं केली, सगळं सहजपणे. सुदैवानं तिची त्या माणसाशी ओळखही होती.

त्या असिस्टंट मॅनेजरनं तिचं बदललेलं रूप चौकसपणे पाहिलं तेव्हा ती म्हणाली, 'काय करणार, मध्यमवयात वाढतं वय कमी दाखवण्याचा हाच उपाय असतो.'

'पण तुम्हाला शोभून दिसतंय,' तो स्त्री-दाक्षिण्याच्या पातळीवरून म्हणाला.

त्यानं तिच्याकडून किल्ली घेतली तेव्हा तीही निरखत राहिली. त्यानं किल्ली लावून एक बॉक्स बाहेर काढली. नंतर तो माणूस बाहेर गेला तरी फेथ त्याच्या दिशेनं पहात राहिली.

तिच्या मनात शंकांचा कल्लोळ. हा माणूसही त्यांच्यापैकीच कोणी आहे का काय? तो पोलिसांना, 'एफबीआय'ला नाहीतर आपल्यामागे लागलेल्या हिंस्त्र लोकांना कळवेल का काय? तो माणूस मात्र आपल्या टेबलापाशी जाऊन डोनट खात बसला.

फेथनं मग बॉक्समधल्या सगळ्या गोष्टी आपल्या बॅगेत भरल्या आणि बॉक्स बंद केली. तिचं झाल्यावर त्या माणसानं पुन्हा तिथं येऊन ती बॉक्स

व्हॉल्टमध्ये बंद केली. फेथही शक्य तेवढ्या शांतपणे बाहेर पडली.

फेथ पुन्हा गाडीत बसल्यावर ते 'रेगन नॅशनल एअरपोर्ट'च्या दिशेनं निघाले. फेथनं लीकडे पाहिलं, तो आपल्याच विचारांमध्ये गुंग होऊन समोर पहात असलेला.

'तू अपार्टमेंटमध्ये चांगल्या हालचाली केल्यास.' ती म्हणाली.

तो मान हलवत म्हणाला, 'मला खरं तर मॅक्सची काळजी वाटत्येय. ह्या परिस्थितीत हा वेडेपणा वाटेल एखादेवेळी.'

'मला तर वाटत नाही.'

'गेली काही वर्षं मी ह्या कुत्र्याच्याच सहवासात आहे.'

'पण त्याला कशाला काय करतील?' फेथ समजुतीच्या स्वरात म्हणाली.

'तुला असं वाटणं साहजिक आहे. पण वस्तुस्थिती अशी आहे की हे लोक माणसाला सहजपणे मारतात, तिथं कुत्र्याची काय किंमत?'

'माझ्यासाठी तुला असं करावं लागलं, वाईट वाटतं मला.'

तो ताठ बसत म्हणाला, 'शेवटी कुत्रा, कुत्रा असतो. आपल्याला इतर काळजी करण्यासारख्या गोष्टी बऱ्याच आहेत.'

फेथ होकारार्थी मान हलवत म्हणाली 'येस.'

लीच्या आतापर्यंतच्या बेडर कामगिरीमुळे फेथला एकदम त्याच्याशी खूप मोकळेपणानं बोलावंसं वाटलं पण अचानक तिच्या कानात बुकॅननच्या फोनचा आवाज खणखणत राहिला. काल रात्री झालेल्या गोळीबाराच्या आवाजासारखा.

'नॉर्थ कॅरोलिनाला गेल्यावर आपण सगळ्याचा नीट विचार करू. सगळ्या अंगांनी' ती एवढंच म्हणाली.

१५

थॉर्नहिलनं फोन खाली ठेवला. त्याच्या चेहऱ्यावर अस्वस्थता. त्याची माणसं ली ॲडॅम्सच्या अपार्टमेंटवर गेली तेव्हा तिथं कोणीही नव्हतं. एकाला तर एक कुत्राही चावला होता. एक बाई एका पुरुषाबरोबर अपार्टमेंट पलीकडच्या रस्त्यानं जाताना दिसल्याचीही खबर लागलेली होती. लीच्या आन्सरिंग मशीनवर बुकॅननं ठेवलेल्या फोनची टेपही थॉर्नहिलनं ऐकली होती. त्यामुळे तर थॉर्नहिल आणखीनच संतापला होता. ली ॲडॅम्सच्या अपार्टमेंटवर असलेला धोक्याचा इशारा ऐकून पोलिसही तिथं धडकले होते पण थॉर्नहिलच्या माणसांनी त्याची व्यवस्था करून ठेवलेली होती. त्यांच्याकडे अधिकृत वाटावी अशी ओळखपत्रं होती. ती दाखवताच पोलिस लगेच निघून गेले. कायद्याच्या दृष्टीनं अमेरिकेअंतर्गत काम करण्याचे अधिकार 'सीआयए'ला नव्हते. म्हणून थॉर्नहिलची माणसं अशी वेगवेगळी ओळखपत्रं त्या त्या प्रसंगानुसार वापरायची. त्या भागातल्या गस्ती पोलिसांनाही त्यांनी जर काही बघितलं असेल तर त्याची माहिती गुप्त ठेवण्याच्या सूचना देण्यात आलेल्या होत्या. तरीसुद्धा थॉर्नहिलला हे आवडलं नव्हतं. हे धोक्याचं होतं, एखाद्याला नाक खुपसायची संधी देणारं.

थॉर्नहिलच्या मते १९९४ पासून 'सीआयए'चा ऱ्हास सुरू झालेला होता. थॉर्नहिलला काही आठवणी फार शरमून टाकायच्या. उदा. 'सीआयए'च्या एखाद्या माजी अधिकाऱ्याला रशियासाठी हेरगिरी करण्याबद्दल पकडणं. दुर्दैवानं हे प्रकरण 'एफबीआय'नंच उघडकीस आणलेलं होतं. त्यानंतर राष्ट्राध्यक्षांनी 'एफबीआय'चा एजंट 'सीआयए'चा कायमचा कर्मचारी असेल अशा सूचना जारी केल्या आणि तेव्हापासून 'एफबीआय'चा वरचष्मा वाढत गेला. थॉर्नहिलला वाटायचं, त्यामुळेच 'सीआयए'नं धोका पत्करायचा आणि 'एफबीआय'नं श्रेय घ्यायचं असा प्रकार सुरू झाला, हे 'सीआयए'वर कब्जा करण्यासारखंच होतं. साध्यासाध्या कामांसाठी 'एफबीआय'ची मदत घ्यायला लागायची, त्यांना कळवायला लागायचं.

मात्र थॉर्नहिलना जाणवायचं ते आणखी एका गोष्टीमुळे आणि ती म्हणजे, 'सीआयए'वरचे निर्बंध केवळ देशांतर्गत नव्हते तर परदेशातल्या एखाद्या कामगिरीसाठीही राष्ट्राध्यक्षांकडून परवानगी घ्यायला लागायची, इतरही जाचक नियम लागू झाले होते. हेरगिरीचं जग जसजसं गुंतागुंतीचं होत चाललेलं होतं तसतसा 'सीआयए' आणि 'एफबीआय'मधला संघर्ष वाढत चाललेला होता. दहशतवाद आणि अंमली पदार्थांच्या व्यापाराविरुद्ध चाललेल्या कामगिऱ्यांमुळे 'एफबीआय'चाही परदेशातला वावर वाढला होता. तोही 'सीआयए'ला एक सल होता.

ह्या सगळ्या गोष्टींमुळे थॉर्नहिलला 'एफबीआय'बद्दल वाटणारा द्वेष वाढत चाललेला होता. मात्र ह्या सगळ्या त्रासदायक विषयामुळे आपल्यावर आणखी काही गंभीर परिणाम होऊ नये म्हणून त्यानं आपल्या विचारांचा रोख इतर गोष्टींकडे वळवला, बुकॅननं फेथ लॉकहार्टवर पाळत ठेवण्यासाठी खाजगी गुप्तचर ठेवला असेल तर काल रात्री त्या घरापाशी असणारा माणूस तो गुप्तचरच असणार. आपल्या माणसाला - सेरॉव्हला त्यानंच गोळी घातली असणार. सेरॉव्हचा हात कायमचा जायबंदी झालेला होता आणि म्हणूनच थॉर्नहिलनं ह्या रशियन माणसाला संपवून टाकायचा आदेश दिलेला होता. एखाद्या माणसाला मारता येईल एवढा हात स्थिर ठेवता येत नसेल तर असा भाडोत्री मारेकरी पैशासाठी दुसऱ्या मार्गांकडे वळण्याची शक्यता होती आणि त्यात धोका होता. चूक सेरॉव्हचीच होती आणि थॉर्नहिलला आपल्या लोकांकडून विश्वासार्हता फार हवी असायची.

आता हा ली ॲडॅम्स ह्या प्रकरणात गुंतलेला होता. थॉर्नहिलनं त्या माणसाची पार्श्वभूमी पूर्णपणे तपासण्याचा आदेश दिलेलाच होता. आताच्या कॉँप्युटरयुगात ती माहिती मिळायलाही फार वेळ लागणार नव्हता. थॉर्नहिलला ॲडॅम्सनं फेथ लॉकहार्टवर केलेली फाईल मिळाली होती, त्याच्या माणसांनी त्याच्या अपार्टमेंटमधून ती शोधून काढलेली होती.

त्या फायलीतल्या टिपणांवरून हा माणूस सखोल, तर्कशुद्ध पद्धतीनं तपास करणारा असावा असं दिसत होतं. थॉर्नहिलच्या दृष्टीनं ही गोष्ट चांगलीही होती आणि वाईटही. ॲडॅम्सनं थॉर्नहिलच्या माणसांना गुंगारा दिलेला होता. ती गोष्ट एवढी सोपी नव्हती. चांगली बाजू म्हणजे ॲडॅम्स तर्कशुद्ध असेल तर त्याला काही देऊ केल्यावर तो थॉर्नहिलच्या प्रस्तावाला राजी होण्याची शक्यता होती. काल रात्रीपासूनच्या ॲडॅम्सच्या सगळ्या हालचालींवर थॉर्नहिलनं विचार केलेला होता. अगदी पलायनापर्यंत सगळ्या शक्यता लक्षात घेऊन. एक शक्यता म्हणजे वेषांतर करून पलायन. म्हणूनच थॉर्नहिलनं इथल्या तिन्ही विमानतळांवर

आणि रेल्वे स्टेशनवर माणसं ठेवलेली होती. आणखी काही शक्यता म्हणजे एखादी कार भाड्यानं घेऊन न्यूयॉर्कला जाणं आणि तिथून विमानानं रवाना. किंवा दक्षिणेच्या दिशेनं पलायन.

थॉर्नहिलला हे पाठलाग नको वाटायचे. लपणाऱ्यांना लपण्यासाठी नेहमीच हव्या तेवढ्या जागा असायच्या आणि ह्या असल्या 'बाहेरच्या उद्योगांना' पुरतील एवढी माणसं त्याच्या हाताशी नव्हती. स्वतंत्रपणे काम करता येत होतं एवढाच त्या कामातला फायदा होता. थॉर्नहिलला तसा कोणी जाब विचारायचं नाही. विचारलंच तर उत्तरं कशी द्यायची, हे थॉर्नहिलला माहिती होतं. शेवटी त्याचं काम 'चांगलं' होतं, नेहमीच काहीतरी हाती लागायचं आणि तेच त्याचं मोठं शस्त्र होतं.

पळून जाणाऱ्यांना आकर्षित करेल अशी एक गोष्ट म्हणजे योग्य ते आमिष दाखवणं. थॉर्नहिल आता अशाच आमिषाच्या शोधात होता. त्यावर जरा जास्त विचार करावा लागणार होता. फेथ लॉकहार्टला कोणी कुटुंबिय नव्हते; वडीलधारे आणि लहानही. ॲडॅम्सबद्दल पुरेशी माहिती मिळालेली नव्हती पण ती मिळणार होती. एखादं प्रेमप्रकरण असेल तर फारच चांगलं. आता ॲडॅम्सवरच रोख राहणार होता.

आता थॉर्नहिलचे विचार बुकॅननकडे वळले. सध्या तो फिलाडेल्फियामधल्या एका महत्त्वाच्या सेनेटरला भेटण्यात गुंतलेला होता. विषय- बुकॅननच्या एका अशीलाचे मुद्दे पुढे मांडून त्याचं काम करून देणे. ह्या सेनेटरवर 'सीआयए'चा दात होता, त्याच्या नावावर काळ्या कारवाया बऱ्याच होत्या, त्याला वाकवायला पुरेशा. 'सीआयए'कडे जास्त सरकारी पैसा वळू न देण्यात ह्या सेनेटरचा हात होता.

थॉर्नहिलची रम्य स्वप्नं होती. ह्या बड्या राजकारण्यांच्या ऑफिसांमध्ये शिरायचं, त्यांना व्हिडिओ दाखवायच्या, टेप्स ऐकवायच्या आणि सज्जड कागदपत्रं. बुकॅनन आणि ह्या राजकारण्यांच्यामध्ये शिजलेली कारस्थानं, भविष्यात त्यांना बुकॅननकडून मिळणारे लाभ हे सगळं उघड करायचं. थॉर्नहिलला हे राजकारणी भयंकर लोभी वाटायचे. म्हणूनच एक दिवस बुकॅनन नाहीसा झालाय असं सांगून तुमच्या भेटींच्या टेप्स त्यानं आमच्याकडे दिलेल्या आहेत असं ह्या सेनेटरना धमकवायचं थॉर्नहिलनं ठरवलेलं होतं. त्याही पुढची धमकी म्हणजे ह्या टेप्स 'एफबीआय'कडे देण्याची. त्याचा परिणाम? तुरुंग! मग हे सेनेटर जनतेची सेवा करणार कसे? त्यात जगभर देशाचं हसं होणार, दहशतवादी आपला शत्रू फारच दुर्बळ आहे असं समजून डोकं वर काढणार ! एवढ्या धमकावणीनंतर ह्या सेनेटर्सना थॉर्नहिलशी हातमिळवणी करावीच लागणार होती.

थॉर्नहिलच्या भव्य योजनेतली पहिली चाल असणार होती ती म्हणजे आपल्या ह्या नव्या सेनेटर मित्रांना 'सीआयए'च्या वाटेतून 'एफबीआय'ला पूर्णपणे बाजूला करायला लावायचं. पुढची चाल म्हणजे 'सीआयए'च्या कारवायांसाठी असलेलं बजेट पन्नास टक्क्यांनी वाढवून घ्यायचं, सुरूवात म्हणून. नंतरच्या काळात 'सीआयए' सेनेट कमिट्या आणि संसदेला जबाबदार न राहता एखाद्या मध्यवर्ती संयुक्त अन्वेषण समितीला बांधील राहणार. थोडक्यात, 'सीआयए'ची अधिकारकक्षा अमर्याद करायची आणि 'एफबीआय'ला खाली रेटायचं. त्या वाढत्या अधिकारकक्षेत देशांतर्गत निरीक्षण, गुप्तनिधी, अमेरिकेच्या शत्रूंच्या सत्ता उलथवण्यासाठी बंडखोर गटांना शस्त्रास्त्रं पुरवणं, अगदी निवडक हत्यांसह. बरेच पर्याय शस्त्रं म्हणून पुन्हा थॉर्नहिल आणि त्याच्या सहकाऱ्यांकडे आणण्याचा थॉर्नहिलचा विचार होता. अगदी त्या क्षणी कुठल्या पाच व्यक्तींना 'उडवून द्यावं लागेल', हेही त्याच्या मनात निश्चित होतं. कशासाठी? तर हे जग अधिक चांगलं, सुरक्षित, मानवतावादी करण्यासाठी! थॉर्नहिलला आपली ती उद्दिष्टं आता अगदी दृष्टीपथात आल्यासारखी वाटत होती.

❖

१६

बुकॅननं सेनेटर हार्वे मिलस्टेडबरोबर हस्तांदोलन केलं. हार्वे मिलस्टेड उंच, रुबाबदार होता. कुशल नेता, उच्च दर्जाची नैतिकता, समर्थ राजकीय दृष्टी आणि त्यामुळे वेगवेगळ्या प्रश्नांकडे पाहण्याची विचारी नजर, धुरंधर राजकारणी अशी त्याची सार्वजनिक प्रतिमा होती. वस्तुस्थिती अशी होती की मिलस्टेड पक्का स्त्रीलंपट होता. सतत उपटणाऱ्या पाठदुखीवरच्या वेदनाशामकांच्या तो आहारी गेलेला होता आणि त्यामुळे काही वेळा त्याचे विचार असंबद्ध असायचे. शिवाय त्याचं मद्यपानही वाढत चाललेलं होतं. त्याच्या कारकिर्दीच्या ऐन भरात त्यानं समर्थन करून अमलात आणायला लावलेल्या कायद्यांमुळे आता प्रत्येक अमेरिकन नागरिकाला लाभ होत असले तरी अलीकडे बऱ्याच वर्षात त्याच्याकडून अशा कुठल्याही अर्थपूर्ण कायद्यासाठी कार्य झालेलं नव्हतं. अलीकडे तो जे बोलायचा त्याचं खंडन करायच्या कोणी भानगडीत पडायचं नाही कारण तो जे बोलायचा ते अधिकारवाणीनं, ठासून बोलायचा. शिवाय, वृत्तपत्रांच्या वर्तुळात ह्या मोहक, आदबशीर माणसाबद्दल प्रेम होतं आणि त्याचं नेता म्हणून स्थान भक्कम होतं. वृत्तपत्रांना हवं असलेलं फुटीर बातम्यांचं खाद्यही तो वेळोवेळी पुरवायचा.

अमेरिकेच्या 'काँग्रेस'मध्ये पाचशे पस्तीस सभासद होते. शंभर सेनेटर आणि बाकीचे 'हाऊस' मधले प्रतिनिधी. बुकॅननच्या अंदाजानुसार ह्या लोकांपैकी तीन चतुर्थांश लोक अगदी सुसंस्कृत, कष्टाळू, वॉशिंग्टनमध्ये आणि एकूण नागरिकांसाठी करत असलेल्या आपल्या कामाची प्रखर जाणीव असलेले असे खरोखरच जागरुक लोक होते. बुकॅनन ह्या सगळ्यांना 'निष्ठावंत' म्हणायचा. साहजिकच बुकॅनन निष्ठावंतांपासून लांब रहायचा. ह्या लोकांना 'हात लावणं' म्हणजे तुरुंगवासालाच आमंत्रण होतं.

वॉशिंग्टनमधले बाकी राजकारणी हार्वे मिलस्टेडसारखे होते. सगळेच काही

मद्यपी, स्त्रीलंपट किंवा त्यांच्याच सक्रीय भूतकाळाचे अवशेष असल्यासारखे नसले तरी स्खलनशील होते. बऱ्याच कारणांमुळे भ्रष्टाचारप्रवण होते, बुकॅनन त्यांच्यापुढे दाखवत असलेल्या आमिषांना सहज बळी पडायचे.

गेली काही वर्षं बुकॅननं यशस्वीपणे जे राजकारणी गळाला लावले होते, ते दोन प्रकारचे होते. म्हणजे 'रिपब्लिकन्स' आणि 'डेमोक्रॅटस' नव्हेत तर 'शहरी' आणि 'ग्रामीण' असे. 'शहरी' गटातल्या लोकांना एकूण राजकीय व्यवस्था कोणापेक्षाही तोंडपाठ होती. वॉशिंग्टन त्यांचंच शहर होतं. ह्याउलट 'ग्रामीण' गटातले लोक थोडेसे नैतिकतावादी किंवा राजकीय तत्त्वज्ञान असलेले होते. फार हुषार नसलेले पण प्रचारमोहीमा सफाईनं राबवून, निवडणूक जिंकून वॉशिंग्टनमध्ये आलेले. वॉशिंग्टनमध्ये आल्यावर काय करायचं, हे त्यांना उलगडायचं नाही. वॉशिंग्टनमध्ये येणं हे एकमेव ध्येय गाठल्यानं ते कृतकृत्य असायचे, मात्र तिथली सत्ता त्यांना सुखावायची आणि इतर संबंधित गोष्टी... निवडणूक लढवण्यासाठी येत असलेल्या प्रचंड खर्चाची भरपाई करून घेण्यासाठी हा गट चिंतातुर असायचा.

बुकॅनन आणि मिलस्टेड, मिलस्टेडच्या प्रशस्त ऑफिसात एका आरामशीर, लेदरच्या कोचावर बसले होते. तिथली शेल्फ एखाद्या प्रदीर्घ राजकीय कारकीर्द असलेल्या नेत्याची असतात तशी वेगवेगळ्या वस्तूंनी भरलेली होती. पदकं, शोभिवंत पदकं, चांदीचे करंडक, गौरवचिन्हं, मिलस्टेडपेक्षाही नामवंत असलेल्यांबरोबरचे त्याचे शेकडो फोटो... बुकॅननं आजूबाजूला पाहिलं तेव्हा त्याला जाणवलं, आपण अशाच ठिकाणी जात आपलं सगळं व्यावसायिक आयुष्य घालवलंय, भीक मागत.

बाहेरच्या बाजूला दिवसाची अगदी सुरुवात असूनही मिलस्टेडच्या ऑफिसातली माणसं कामात गुंतलेली होती, दिवसभराच्या काही कार्यक्रमाच्या तयारीत— मिलस्टेड पुन्हा निवडणूक लढवणार नव्हता पण आपल्या मतदारसंघातल्या लोकांसाठी काही ना काही करावं लागतं त्यातला हा प्रकार होता.

'इतकं लौकर कळवूनही तू भेटलास हे विशेष, हार्वे. तुला मध्ये फार वेळ दिला नाही मी.'

'तुला नाही म्हणणं अवघड असतं, डॅनी.'

'मी लगेच मुद्याला हात घालतो. आता जे एक बिल येतंय त्यामुळे मला मिळवता येणारे सरकारी निधी बंद होण्याची शक्यता आहे, आणखीही वीस मदतनिधींचा पैसा. आम्ही हे होऊ देणार नाही. मदतनिधी मिळणाऱ्या देशांमध्ये बालमृत्यूंचं प्रमाण सत्तर टक्क्यांनी कमी झालंय. रोग-प्रतिबंधक लसी आणि अँटीबायोटीक्सची कृपा! नव्या नोकऱ्यांच्या जागा तयार होतायत, अर्थव्यवस्था

अधिकृत वळणावर येतायेत. आयात-निर्यातीचं प्रमाणही सुखद आहे. आता आम्ही ह्या देशांचे मदतनिधी बंद होऊ देणार नाही. आपण ह्या देशांना स्वत:च्या पायावर उभं राहू दिलं तर आपल्याला व्यापारातलं असंतुलन जाणवणार नाही. मदतनिधी बंद करणं अनैतिक तर आहेच पण मूर्खपणाचंही आहे.'

''एड'ची कामगिरी बरीच चांगली होतेय.' मिलस्टेड म्हणाला.

बुकॅनन 'एड'शी जवळून संबंधित होता. 'एड' म्हणजे 'एजन्सी फॉर इंटरनॅशनल डेव्हलपमेंट.' आधी ही एक स्वायत्त संस्था होती पण आता ती 'सेक्रेटरी ऑफ स्टेट'शी संलग्न असलेली. ह्या संस्थेच्या बजेटवरही सेक्रेटरीचंच बरंचसं नियंत्रण असायचं. अमेरिकेतून परराष्ट्रांना जे मदतनिधी जात त्यात 'एड' अग्रभागी होती. त्याद्वारे दीर्घकाळ चालू असलेल्या कार्यक्रमांखाली बरेचसे निधी वापरले जायचे. 'एड'च्या मदतनिधीच्या डॉलर्सचं वाटप संगीतखुर्चीसारखं असायचं. कित्येकदा बुकॅननच्या वाट्यालाही निराशा यायची, त्याचा थकवाही यायचा. ही सगळी प्रक्रिया फार स्पर्धात्मक होती आणि 'एड'नं लावलेले निकष त्या त्या कार्यक्रमांना नसतील तर अशा कार्यक्रमांना मदतनिधी मिळायचा नाही.

'एड' हे सगळं करू शकत नाही, आणि मी ज्यांना मदत मिळावी म्हणून काम करतो ते 'जागतिक नाणेनिधी' आणि 'वर्ल्ड बँकां'च्या दृष्टीनं फार लहान आहेत आणि आता 'मूलभूत दीर्घकालीन विकासा'च्या गप्पा चालू आहेत. असा विश्वास नसेल तर मदतनिधी मिळणार नाही. गेल्या वेळी मी पाहिलं तर अन्न आणि औषधांना प्राधान्य होतं.'

'तुझी तळमळ समजू शकतो मी डॅनी, पण आता इथंही पैशाच्या बाबतीत काटेकोरपणा आलाय. गंगेत हात धुवून घ्यायचे दिवस संपले.' मिलस्टेड मनापासून म्हणाला.

'माझे अशील अडचणीत येतील, त्यांचे पैसे असे तोडू नकोस.'

'हे बघ, मी हा येऊ घातलेला कायदा चर्चेलाच घेणार नाही.'

'सेनेट'मध्ये एखाद्या चेअरमनला एखादा कायदा समितीच्या बाहेर येऊ द्यायचा नसेल तर तो ते 'बिल' चर्चेलाच आणायचा नाही. मिलस्टेड आत्ता तेच सुचवत होता. बुकॅननं ह्या आधीही ही खेळी बऱ्याचदा खेळलेली होती.

'पण ज्याला हा कायदा आणायचाय, तो ते होऊ देणार नाही.' बुकॅनन म्हणाला. 'मी तर ऐकतोय, कुठल्याही परिस्थितीत हे 'बिल' चर्चेला आणायचं त्यानं पक्कं ठरवलंय. समितीपेक्षा सभागृहात त्याला सहानुभूती असलेले श्रोतेही जास्त मिळतील. त्यापेक्षा हा संभाव्य कायदा सध्या दडपून टाकून आताच्या सभागृहाच्या अधिवेशनाच्या बाहेरच ठेवला तर?'

डॅनी बुकॅननचं ह्या तंत्रावरही प्रभुत्व होतं. असा कायदा 'दाबून टाकणं'

म्हणजे एखाद्या सेनेटरनं त्याला आक्षेप घेणं. हा आक्षेप दूर होत नाही तोपर्यंत हा कायदा बाजूलाच पडून रहायचा. वॉशिंग्टनमध्ये काही गोष्टी घडणं थांबवायला खरी ताकद लागायची. बुकॅननला ह्या शहराची हीच बाजू भुलवणारी वाटायची. काही वेळा तर आरोग्यविषयक किंवा तंबाखूविरोधी कायदे प्रसिद्धी माध्यमांनी गाजवूनही 'काँग्रेस'च्या यंत्रणेच्या अजस्त्र सागरात अदृश्य व्हायचे. बुकॅननंही आपल्या भक्कम अशीलांना धक्का लागू नये म्हणून हे तंत्र प्रभावीपणे वापरलेलं होतं. कालहरण करणं आणि आपले हितसंबंध जपणं, हे त्यामागचे मुख्य हेतू होते. म्हणूनच मिलस्टेडला, कॉफी घेताघेता हा कायदा प्रत्यक्षात येऊ नये म्हणून वेगवेगळ्या युक्त्या-प्रयुक्त्या, खेळ्या सुचवत राहीला होता.

मग एकदम मिलस्टेडमध्ये आत्मविश्वास दिसू लागला. तो म्हणाला, 'ठीक आहे, असं ना तसं, आम्ही तुझं काम करू. एवढ्या मोठ्या बजेटमध्ये तुझं काम काही तेवढं डोळ्यावर येणारं नाही.'

'मी जे सांगतोय, ते माझ्या अशीलांसाठी - मी ज्यांच्यासाठी काम करतो, त्यांच्यासाठी. बरेच लोक ह्या कामावर अवलंबून आहेत, हार्वे, आणि त्यातल्या बऱ्याच जणांना अजून चालताही येत नाही.'

'मी ऐकतोय तुझं.'

'मी तर म्हणेन, तू एकदा परिस्थितीची पाहणी करायला तिकडे जा. मी तुझ्याबरोबर येईन. देश खरोखरच सुंदर आहे, पण जमीन चांगली नाही. परमेश्वराची अमेरिकेवर कृपा असेल पण तो जगातल्या इतर बऱ्याच लोकांना विसरला. पण ह्या कमी नशीबवान लोकांचा जगण्याचा लढा चालूच असतो.'

मिलस्टेड खोकला, 'माझा सगळा कार्यक्रम आधीच गच्च आहे, डॅनी. आणि दुसरं म्हणजे पुन्हा निवडणूक लढवण्याचा माझा विचार नाही. आणखी दोन वर्षांनी मी रामराम ठोकणार आहे.'

आता बुकॅनन पुढे झुकला आणि त्यानं सहज ब्रीफकेस उचलून दुसरीकडे ठेवली. बॅगेच्या हँडलला थोडासा धक्का देताच बॅगेतलं दडवलेलं गुप्त उपकरण सुरू झालं. हे पुढचं नाट्य अर्थातच बुकॅनन थॉर्नहिलसाठी करत होता.

बुकॅननं घसा खाकरला आणि म्हणाला, 'मला वाटतं, तुझ्या जागी कोण काम करणार ह्याचा विचार आत्तापासूनच केलेला बरा. आंतरराष्ट्रीय मदतनिधी आणि कार्यक्रमांच्या बाबतीत मी देत असलेल्या 'निवृत्तीमानधन' कार्यक्रमात सहभागी होणारी तुझ्यासारखी माणसं मला हवी आहेत. तुला मी जेवढे पैसे देतोय तेवढेच मी त्या लोकांना देण्याचंही आश्वासन देतो. त्यांना विशेष काही करायचं नाही, फक्त माझं काम करायचं, माझ्या अशीलांसाठी पैसा वळता ठेवायचा. आता कुठल्याही बाबतीत पराभव पत्करण्याच्या परिस्थितीत मी नाही.

तू गेली दहा वर्षं माझ्यासाठी काम करतोयस, माझा तुझ्यावर विश्वास आहे. म्हणून नव्या माणसांनीही माझं असं काम केलं तर मी त्यांनाही तुझ्यासारखेच राजकीय निवृत्तीलाभ देईन.'

मिलस्टेडनं दाराकडे पाहिलं आणि मग हळू आवाजात, बुकॅननचं म्हणणं मान्य असल्यासारखा म्हणाला, 'तुझ्या पट्टीत बसतील अशी काही माणसं माझ्यापाशी आहेत.' तो जरा अस्वस्थ वाटत असल्यासारखा दिसत होता. 'ते लोक मी करत असलेली काही कामं करू शकतील. मी त्यांच्यापाशी अजून उघडपणे विषय काढलेला नाही पण त्यांच्याबरोबरही तशी व्यवस्था होऊ शकेल.'

'हे ऐकून मला खरंच बरं वाटलं.'

'आणि तू पुढच्या योजना आताच आखतोयस तेही योग्य आहे. दोन वर्षं काय कशी पटकन जातील.'

'दोन वर्षांनंतर माझा तरी काय भरवसा, हार्वे.'

मिलस्टेड जरा जिव्हाळ्याचं हसला. 'तू कधी निवृत्त होशील, हे माझ्या मनातही आलं नाही. पण मला वाटतं, तू तुझी वारसदार तयार केलीयस. बरं ते असो, फेथ कशी आहे? नेहमीसारखीच आनंदी असणार.'

'फेथ, फेथ आहे शेवटी. तू चांगला ओळखतोसच तिला.'

'तिच्यासारखं कोणीतरी तुला हातभार लावायला आहे ही नशीबाचीच गोष्ट आहे.'

'खूपच.'- बुकॅनन.

'तू तिला भेटलास की माझ्या शुभेच्छा कळव. एकदा भेटून जा म्हणावं.' त्यानं डोळे मिचकावले.

ह्यावर बुकॅनन काही बोलला नाही.

मिलस्टेड मागे टेकून बसला. 'माझं निम्मं आयुष्य मी सार्वजनिक जीवनात खर्च केलंय. मला इथं जे पैसे मिळतात ते अगदीच किरकोळ, म्हणजे माझ्यासारखी पात्रता-स्थान असलेल्या माणसाच्या मानानं. बाहेर मी किती कमावले, हे तुला माहितीच आहे. देशाची सेवा करण्याबद्दल काहीतरी पाहिजेच.'

'खरी गोष्ट आहे.' बुकॅनन.

'पण मला त्याची यत्किंचितही खंत नाही.'

'खंत वाटायचं कारणच नाही.'

बुकॅनन थकल्यासारखा स्मितहास्य करत म्हणाला, 'किंवा ह्या देशाची पुनर्बांधणी करण्यावर, भविष्याला आकार देण्यासाठी, पुढच्या पिढीसाठी मी जे डॉलर्स खर्ची घातले त्याचंही मला काही वाटत नाही किंवा पुढच्या पिढीसाठीही.'

आता तो ते 'त्याचे' पैसे असल्यासारखं बोलत असलेला, जणू देश

त्याच्यावरच चाललाय. 'लोकांच्या ते लक्षात येत नाही. टीव्ही-पेपरवाले फक्त व्यंगच शोधतात.' बुकॅनन म्हणाला, 'तू जे मिळवलंस त्यावर तुझा हक्क आहे. तू देशाची सेवा चांगली केलीस. आपण बोललो तसंच किंवा त्यापेक्षाही जास्त तू तुझं काम केलंस, त्याचं बक्षीस तुला मिळेल, अमेरिकन शैलीत.'

'मी थकलोय, डॅनी. आरपार थकलोय. तुला म्हणून सांगतो. दोन वर्ष जाऊ दे, मी दोन मिनिटं तरी टिकेन का नाही शंका वाटते मला. ह्या जागेनं माझा जीवनरस शोषून घेतलाय.'

'तू खरा राजकारणी आहेस. आमचा सगळ्यांचा हिरो.'

बुकॅनननं एक दीर्घ श्वास घेतला. त्याला वाटलं, बाहेर उभ्या राहिलेल्या व्हॅनमधली थॉर्नहिलची माणसं हे संवाद ऐकून करमणूक करून घेतायत का काय? खरं तर बुकॅननलाही मिलस्टेडप्रमाणेच आता निवृत्तीचे वेध लागलेले होते. बुकॅनननं आपल्या मित्राकडे पाहिलं. त्याच्यावर थकल्याची छटा होती. पस्तीस वर्षं जिच्याबरोबर व्यतीत केली, त्या बायकोबरोबर शानदार निवृत्तीचं जीवन जगण्याच्या विचारात तो होता. खरं तर बऱ्याच वेळा त्यानं आपल्या बायकोची प्रतारणा केलेली होती. पण तिनं प्रत्येक वेळी मिलस्टेडला समजून घेतलं होतं. त्याबद्दल मौनही बाळगलं होतं. राजकारण्यांच्या बायका हा कॉलेजांमध्ये अभ्यासाला ठेवण्याचा विषय आहे असं म्हणूनच बुकॅननचं मत होतं.

लौकरच हार्वे मिलस्टेडला नवा मालक येणार होता. घटनेच्या तेराव्या दुरुस्तीनुसार गुलामगिरी बेकायदेशीर ठरवण्यात आलेली होती पण रॉबर्ट थॉर्नहिलला हे सांगण्याची तसदी कोणी घेतलेली नव्हती. बुकॅनन आता आपल्या ह्या मित्रांना थॉर्नहिल नामक सैतानाच्या ताब्यात देणार होता. बुकॅननला सगळ्यांत जास्त बोच होती ती ह्या गोष्टीची. थॉर्नहिलनं त्याचं आयुष्य आता व्यापून टाकलेलं होतं.

बुकॅनन आणि मिलस्टेड दोघेही उठले, मिलस्टेडनं बुकॅननशी हस्तांदोलन केलं. 'थँक यू, डॅनी. तू, जे जे माझ्यासाठी केलंस, त्या सगळ्याबद्दल.'

'असू दे, मिलस्टेड, त्याचा एकसारखा उल्लेख करण्याची गरज नाही.' बुकॅनन म्हणाला, मग त्यानं ती ब्रीफकेस उचलली आणि घाईघाईनं बाहेर पडला.

❖

१७

'एफबीआय' एजंट ब्रूक रेनॉल्डस्‌चं व्यक्तिमत्त्व तसं ओबडधोबडच होतं पण ती अतिशय जबाबदारीनं काम करणारी एक सुस्वभावी, कार्यक्षम अधिकारी होती. म्हणूनच ती आपल्या दिवंगत सहकाऱ्याच्या, केन न्यूमनच्या बायकोला भेटून तिचं सांत्वन करून आली. खरं तर अशा प्रसंगी 'एफबीआय'ची एखादी उच्चपदस्थ व्यक्तीही बरोबर असायला हवी होती. 'फेडरल ब्यूरो ऑफ इन्व्हेस्टिगेशन'ला आपल्या कर्मचाऱ्यांची काळजी असते, हे व्यक्त करण्याचा तो एक रिवाज होता पण ब्रूक रेनॉल्डस् न्यूमनची जबाबदारी आपल्यावर होती असं मानत असल्यानं ती कुठल्याही औपचारिक रितीरिवाजांसाठी थांबली नाही. शिवाय न्यूमनच्या कुटुंबियांना शांत, नियंत्रणात ठेवण्यासाठीही ते आवश्यक होतं. ब्रूकला न्यूमन गोळीबारात बळी पडल्यानं जसं अपराधी वाटत होतं तसंच न्यूमनची बायको ॲनीसुद्धा मनातून आपल्यालाच जबाबदार धरत असावी ही जाणीवही टोचत होती.

दुसरीकडे तिचं वैयक्तिक आयुष्यही एका सावटाखाली होतं. ती घटस्फोटाच्या छायेत होती आणि एकदा त्यावर शिक्कामोर्तब झालं की तिला आर्थिक अडचणींना तोंड द्यावं लागणार होतं. तिच्या नवऱ्याकडून तिला पोटगी मिळण्याची शक्यता नव्हती. उलट त्याच्या अनियमित कमाईमुळे त्यालाच पोटगी देण्याची दुर्धर अवस्था तिच्यावर ओढवण्याची शक्यता होती.

केन न्यूमनच्या बायकोचं सांत्वन केल्यावर ती घरी एक चक्कर टाकून पुन्हा ऑफिसात येऊन बसलेली होती. काल रात्री त्या घरात ताब्यात घेतलेल्या व्हिडीओ टेपचे विचार तिच्या मनात होते. त्या टेपवर 'एफबीआय'च्या प्रयोगशाळेचे तंत्रज्ञ काम करत होते. तेवढ्यात जणू काही तिच्या विचारांचे प्रतिध्वनी उमटावेत तसा त्या प्रयोगशाळेतूनच फोन आला आणि त्यावरून जी समजली ती काही चांगली बातमी नव्हती.

प्रयोगशाळेत गेल्यावर तिथल्या दोघा तंत्रज्ञांना ब्रूकनं पहिला प्रश्न विचारला आणि तो म्हणजे, 'माझी टेप कोणी तरी खराब केलीय? मला जर नीट समजावून सांगितलं तर बरं होईल.'

'नीट सांगायचं तर असं सांगता येईल की व्हिडिओटेप हा एक मॅग्नेटीक तंत्रज्ञानात मोडणारा प्रकार आहे. तुम्ही आम्हाला जी टेप दिली ती कोणीतरी पद्धतशीरपणे बिघडवलीय, पुन्हा वापरता येणार नाही अशा पद्धतीनं. टेपवरच्या प्रतिमा ज्या पद्धतीनं बिघडल्या आहेत, त्यावरून तरी हाच निष्कर्ष निघतो.' दोघांपैकी एक तंत्रज्ञ सांगत होता.

'पण टेपमध्येच काही बिघाड असेल तर? कोणीतरी त्यात ढवळाढवळ केलीय असं सांगून तुम्ही खात्रीपूर्वक कसं काय सांगू शकता?' ब्रूकनं प्रश्न विचारला.

'आम्ही अगदी शंभर टक्के सांगू शकत नाही खात्रीपूर्वक, पण तसं वाटतंय तरी.'

रेनॉल्डस्‌ला आठवलं, त्या घरात व्हिडीओ साधनसामग्री जिथं ठेवली होती, ती लहान जागा उघडलेली आढळली होती.

तो तंत्रज्ञ पुढे सांगत होता, 'एखाद्या व्यक्तीनं एखादा प्रभावी चुंबक व्हिडीओ रेकॉर्डरवरून बऱ्याचदा फिरवला तर त्यामुळे टेप खराब होऊ शकते.'

रेनॉल्डस्‌नं अस्वस्थपणे प्रदीर्घ श्वास घेतला. एका किरकोळ चुंबकानं आपला भक्कम पुरावा असा उधळला जाताना तिच्या मनात विचार आला. 'ह्या टेपवरच्या प्रतिमा पुन्हा मिळवण्याचा काही मार्ग आहे का?'

'ते शक्य आहे पण त्याला वेळ लागेल. आम्ही तिथपर्यंत पोचल्याशिवाय काहीही ठामपणे सांगता येणार नाही.'

'करून पहा, पण मला एक गोष्ट स्पष्ट केली पाहिजे.' रेनॉल्डस् उभी राहिली. 'त्या टेपवर काय आहे हे बघणं, माझ्या दृष्टीनं अतिशय आवश्यक आहे. त्या घरात कोण येऊन गेलं हे पाहणं मला आवश्यक वाटतं. तुम्हाला काही अडचण आली तर कोणाचीही मदत घ्या पण सतत ह्या कामात रहा. समजलं?'

त्या दोघांनीही एकमेकांकडे बघत संमतीदर्शक मान हलवली.

रेनॉल्डस् पुन्हा ऑफिसवर परतली तेव्हा एक माणूस तिची वाट बघत बसलेला होता.

'काय पॉल.' त्याला मानेनं अभिवादन करत ब्रुक म्हणाली.

पॉल फिशरनं उठून रेनॉल्डस्‌च्या ऑफिसचं दार लावलं. मुख्यालयातला तो तिचा मित्र होता. पुन्हा तिच्यासमोर येऊन खुर्चीत बसत पॉल म्हणाला, 'तुझ्यावर

कामाचा नको इतका ताण पडतोय असं दिसतंय. तू नेहमीच तशी दिसतेस. मला तुझ्याबद्दल प्रेम वाटतंय ते त्यामुळेच.'

तो हसला, न राहवून ब्रूकही प्रतिसादादाखल हसली.

ब्रूकच्या दृष्टीनं 'एफबीआय'मध्ये मान उंचावून ज्यांच्याकडे पहावं असे जे थोडे लोक होते, त्यात पॉलचा समावेश होता. अक्षरशः, कारण त्याची उंची दणदणीत सहा फूट पाच इंच होती. दोघेही एकाच वयाचे होते पण फिशर इथल्या सेवाज्येष्ठतेनुसार तिच्यापेक्षा दोन वर्षांनी अनुभवी होता. फिशर कार्यक्षम, आत्मविश्वासानं ओतप्रोत भरलेला आणि देखणा असा माणूस होता. रेनॉल्डस्चं वैवाहिक जीवन दुभंगायला लागल्यावर फिशरबरोबर प्रेमप्रकरण रंगवायची स्वप्नं रेनॉल्डस् बघायची. ह्याचं कारण म्हणजे फिशर घटस्फोटित होता. पॉल आज अचानक आलेला होता, त्यामुळे आपण जरा घरी जाऊन कपडेबिपडे बदलून आलो ते बरं झालं असं तिला वाटलं. फिशर तसा एकसारखा ऑफिसात दिसायचा पण आत्ता तो नुकताच कामावर आल्यासारखा वाटत होता.

'मला केन न्यूमनबद्दल वाईट वाटलं.' तो म्हणाला.

'मी बाहेरगावी होतो नाहीतर काल रात्री मीच तिथं असतो.'

आपल्या टेबलावरच्या पत्रं उघडायच्या पट्टीशी खेळत रेनॉल्डस् म्हणाली, 'तुझ्यापेक्षा माझं दुःख जास्त आहे आणि आपल्या दोघांपेक्षाही न्यूमनच्या बायकोचं—ॲनीचं.'

फिशर म्हणाला,'मी ऑफिसमध्ये बोललोय तसं पण मला ह्या घटनेचा वृत्तांत तुझ्या तोंडून ऐकायचाय.'

रेनॉल्डस्चं सगळं सांगून झाल्यावर फिशर म्हणाला, 'एकूण तू ज्यांच्यामागे लागलीयस. त्यांच्या लक्षात आलंय की ते तुझं लक्ष्य आहेत.'

'असं वाटतंय तर खरं.'

'तू ह्या तपासात फार खोलात तर शिरलेली नाहीस ना?'

'कोर्टाकडे हे प्रकरण सोपवून कोणावर आरोप ठेवण्याएवढी नाहीच. तुला तसंच वाटत असेल तर.'

'म्हणजे केन आता मृत्युमुखी पडलाय आणि तुझी मुख्य साक्षीदार बेपत्ता आहे. फेथ लॉकहार्टबद्दल मला सांग बरं.'

तिनं पटकन त्याच्याकडे रोखून पाहिलं. त्याचं बोलणं आणि फटकळ सूर लक्षात येऊन रेनॉल्डस् अस्वस्थ झालेली.

त्याचीही नजर तिच्या नजरेत. त्याच्या पिंगट डोळ्यांमध्ये थोडासा अलिप्तपणा रेनॉल्डस्ला जाणवत असलेला, पण ते साहजिकच होतं, तो मुख्यालयातला एक अधिकारी आहे, तिनं समजूत करून घेतली.

‘पॉल, तुला काही सांगायचंय का मला?’ रेनॉल्डस्‌नं विचारलं.

‘ब्रूक, आपण नेहमीच एकमेकांशी मोकळेपणानं बोलत आलोय, काल रात्री आपल्या वरिष्ठांमुळे तुला अडचणीच्या प्रसंगाला तोंड द्यावं लागलं पण सगळ्यांनाच तुझी काळजी वाटतेय. तुला हे कळायला हवं.’

‘मला कल्पना आहे, अलीकडच्या घटनांमुळे...’

‘ह्याआधी काळजी होतीच पण आता, ह्या घटनांमुळे ती आणखी वाढलीय.’

‘म्हणजे मी ही चौकशी बंद-बिंद करावी असं त्यांना वाटतंय का काय? पॉल ह्या चौकशीमुळे कदाचित सरकारी इमारतींना ज्यांची नावं दिलेली आहेत असे लोकही गुंतू शकतील.’

‘हा सगळा पुराव्याचा मुद्दा आहे. लॉकहार्टशिवाय तुझ्यापाशी काय आहे?’

‘बरच काही मिळू शकतं, पॉल.’

‘बुकॅननशिवाय आणखी कोणाची नावं सांगितलीयत तिनं?’

ह्या पॉलच्या प्रश्नावर रेनॉल्डस् बिचकली. ह्या प्रकरणातली एक समस्या म्हणजे लॉकहार्टनं कुठलीही नावं दिलेली नव्हती. अजूनतरी ती फार हुषारीनं सगळं करत होती. तिचा ‘एफबीआय’बरोबरचा सौदा पूर्ण होईपर्यंत तिला ती सगळी माहिती राखून ठेवायची होती.

रेनॉल्डस् हे सगळं लक्षात ठेवून म्हणाली, ‘अजूनतरी ठोस असं काही नाही पण ही माहिती आम्ही मिळवू. बुकॅनन ज्यांच्याबरोबर व्यवहार करत होता, ती माणसं साधीसुधी नव्हती. तिनं त्याच्या काम करण्याच्या योजनेतला काही भाग आम्हाला सांगितलाय, हे राजकारणी सत्तेवर असेपर्यंत त्याच्यासाठी काम करतात आणि एकदा ते सत्तेपासून दूर झाले की बुकॅनन ह्या राजकारण्यांना अशी पदं बाहेर देतो की तिथं काम नसतं आणि वर पुन्हा पैशाच्या रूपानं भरपाई, इतर लाभ. सगळं किती साधं-सोपं पण चलाखीचं, चतुराईचं, सगळे तपशील हाती आलेले नाहीत.’

‘मला तिच्या विश्वासार्हतेबद्दल शंका घ्यायची नाहीये. पण ह्यापैकी तू काही सिद्ध करू शकतेस? आत्ता ह्या घटकेला?’

‘ते सिद्ध करण्यासाठी आम्ही शक्य ते सगळं करतोय. पण मी फार घाई केली किंवा तिचा विश्वास गमवला तर सगळंच फसेल.’ एवढं बोलून रेनॉल्डस् जरा स्तब्ध झाली.

‘मी जरा माझं थंडपणे तार्किक मांडणी केलेलं विश्लेषण सांगू का?’ फिशर बोलू लागला. ‘तू जी ही नावं न कळलेली पण अतिशय सत्ता हातात असलेली माणसं सुचवतीयस, त्यांच्यापैकी बऱ्याच जणांना निवृत्तीनंतरची भविष्यात चांगली पदं मिळणार असतील किंवा आत्ताही मिळत असतील पण त्यात खटकण्यासारखं

काय आहे? हे नेहमीच चालतं, फोनवर, पार्ट्यांमध्ये, सगळीकडे त्यांच्याभोवती संधी घुटमळत असतात. हीच तर अमेरिका आहे. मग एवढा आटापिटा कशासाठी?'

'पॉल, आम्ही शोधू पाहतोय ते सगळं ह्या सगळ्यापेक्षा जास्त काहीतरी आहे. खूपच जास्त काहीतरी.'

'म्हणजे तुला असं म्हणायचंय का की प्रत्यक्ष बेकायदेशीर कारवाया कशा चालतात, घटनेचा दुरुपयोग कसा झाला ह्याचा शोध तुला लावता येईल.'

'अगदी तसंच काही नाही.'

'तेच मला म्हणायचंय. हा सगळा खटाटोप जवळजवळ जे नाही ते सिद्ध करण्यासारखं आहे.'

रेनॉल्डसूला पॉलचा मुद्दा पटत होता. एखाद्या व्यक्तीनं एखादं कृत्य केलं नाही, हे सिद्ध कसं करायचं? बुकॅननचं काम करण्यासाठी त्याच्या माणसांनी जे केलं असेल, ते प्रत्येकच राजकारणी करत असतो. एखादा राजकारणी एखादी गोष्ट 'का' करतो. हा चर्चेचा विषय नसतो. त्यातला 'का' बेकायदेशीर ठरतो, 'कसं' ठरत नाही.

तेवढ्यात पॉलनं विचारलं, 'ह्या भूतपूर्व, आत्ता ह्या घटकेला निनावी असलेल्या राजकारण्यांना ज्या अज्ञात कंपन्यांमध्ये, पदं मिळतात, त्या कंपन्यांचा बुकॅनन डायरेक्टर आहे? का ह्या कंपन्यांचा शेअरहोल्डर किंवा भांडवलदार आहे? ह्या कंपन्यांचे त्याच्याशी काही व्यवहार आहेत का?'

'तू तर सरकारी वकिलांसारखंच बोलतोयस,' रेनॉल्डस् जरा रागानं म्हणाली.

'मी अगदी तोच हेतू मनात ठेवून आहे. कारण तुला अशाच प्रश्नांना तोंड द्यावं लागेल.'

'ह्या प्रकरणात बुकॅननचा थेट संबंध जोडता येईल असे पुरावे अजून आम्हाला उघडकीला आणता आलेले नाहीत.'

'तर मग तू हे निष्कर्ष कशावरून काढतेयस?'

रेनॉल्डस् ह्यावर काही बोलून गेली. पण एकदम गप्प झाली. रागानं मूठ आवळल्यामुळे तिच्या हातातली पेन्सिल मध्येच तुटली.

'मी तुझं उत्तर देतो,' पॉल म्हणाला, 'फेथ लॉकहार्ट, तुझी बेपत्ता साक्षीदार हेच त्यावरचं उत्तर आहे.'

'आम्ही तिला शोधून काढू, पॉल. मग खरी चक्रं फिरायला लागतील.'

'आणि समजा ती तुम्हाला सापडली नाही तर? मग काय करणार?'

'आम्ही दुसरा काहीतरी मार्ग शोधू.'

'लाच घेतलेल्यांची नावं तुम्ही स्वतंत्रपणे निश्चित करू शकाल?'

पॉलच्या ह्या प्रश्नाला रेनॉल्डसूला 'हो' असं उत्तर द्यावंसं खूप वाटत होतं.

पण ती तसं काही बोलू शकली नाही. बुकॅनन वॉशिंग्टनमध्ये गेली कित्येक वर्षं वास्तव्य करून राहिलेला होता. इथल्या बहुतेक राजकारण्यांशी आणि उच्चपदस्थ अधिकाऱ्यांशी त्याचे हितसंबंध असण्याची शक्यता होती. फेथ लॉकहार्टशिवाय भ्रष्ट व्यक्तींची नावं निश्चित करणं अवघड होतं.

'काहीही घडणं शक्य आहे,' रेनॉल्डस्.

पॉलनं नकारार्थी मान हलवली. तो म्हणाला, 'ब्रुक, खरं तर वस्तुस्थिती ह्याच्या अगदी उलट आहे. कायद्यापुढे पुराव्याशिवाय सगळ्याची किंमत शून्य असते. हां, त्यातही पुरावे शोधण्याचे काम गुप्तपणे केलं तर गोष्ट वेगळी पण एवढ्या वरच्या पातळीवरचा तपास, त्यातही अशी बडी माणसं गुंतलेली असताना कधीच पूर्णपणे गुप्त राहू शकत नाही. त्यांत आता एका हत्येच्या चौकशीची भर.'

त्याचं बोलून झाल्यावर शांतपणे त्याच्याकडे पाहात रेनॉल्डस् म्हणाली, 'ठीक आहे, पॉल मी नेमकं काय करावं, हे तर मला सांगशील?'

'गंभीर गुन्हे अन्वेषण विभागांतर्फे जो तपास चालू आहे, त्याची माहिती तुला मिळत राहील. लॉकहार्टला शोधून काढ. ही दोन्ही प्रकरणं एकमेकांत गुंतलेली असल्यानं तुझ्या सहकार्याची आवश्यकता आहे.'

'आम्ही करत असलेल्या तपासाबद्दल त्या लोकांना काही सांगणं मला शक्य नाही.'

'मीही ते तुला सांगत नाहीये. न्यूमनच्या हत्येभोवतीचा गुंता मोकळा करायला फक्त त्यांना मदत कर. आणि लॉकहार्टला शोधून काढ.'

'आणि त्याशिवाय काही? आम्हाला ती समजा सापडलीच नाही तर? माझ्या तपासाचं काय?'

'त्याबद्दल मी काही सांगू शकत नाही, ब्रुक. आत्ताच काही ग्रहमान ओळखणं अवघड आहे.'

पॉलच्या ह्या बोलण्यावर रेनॉल्डस् उभी राहिली. तिची नजर खिडकीबाहेर, खिडकीत तिची आणि फिशरची अशा दोन्ही प्रतिमा दिसत असलेल्या, पॉलची नजर तिच्यावरच. तिला वाटलं, त्याची नजर आपल्या पाठीवर आहे का लांबचलांब पायांवर... तिनं गुडघ्यांपर्यंतचा काळा स्कर्ट आणि काळेच स्टॉकिंग्ज चढवलेले...

तेवढ्यात तिच्या कानी एक सूक्ष्म आवाज... मुख्यालयातल्या ऑफिसमधली संभाषणं बाहेर रेंगाळणाऱ्या कोणाला चोरून ऐकू नयेत म्हणून खिडकीत पसरलेल्या एका उपकरणाचा... त्या आवाजानं रेनॉल्डस् भानावर आली. ती फिशरकडे पाहात म्हणाली, 'माझ्यावर एवढा विश्वास टाकल्याबद्दल थँक्स, पॉल.'

पॉल जायला निघालेला. जाता-जाता तो म्हणाला, 'आत्तापर्यंत जे घडलंय, त्याची चौकशी करणारे फोन पेपरवाल्यांकडून येतायत. सध्या एका गुप्त मोहिमेत एक एजंट मारला गेला एवढंच त्यांना माहिताय. अजून त्यांना कुठलेही तपशील दिलेले नाहीत, अगदी न्यूमनचं नावसुद्धा. पण ही शांतता फार काळ टिकणार नाही. एकदा का माहितीचा बांध फुटला की तो खळखळाट कसा थांबवायचा हाच प्रश्न आहे.'

एवढं बोलून पॉल बाहेर पडल्यावर त्याच्यामागे दार बंद झालं आणि रेनॉल्डस् आपले बूट बाजूला भिरकावून देऊन ऑफिसमध्ये येरझाऱ्या घालू लागली. प्रचंड तणावाला वाट करून दिल्यासारखी.

१८

वॉशिंग्टनच्या एअरपोर्टचं आता, ‘रोनाल्ड रेगन वॉशिंग्टन नॅशनल एअरपोर्ट’ असं नामकरण झालेलं असलं तरी अजून बऱ्याच जणांच्या तोंडी ‘नॅशनल’ असंच नाव असलेलं. हा विमानतळ सकाळच्या वेळी गजबजलेला. शहराच्या दृष्टीनं मोठी सोय आणि इथली रोजची असंख्य उड्डाणं ह्या गोष्टींमुळे हा विमानतळ लोकांचा जेवढा आवडता होता तेवढाच इथला आक्रसलेपणा, तुलनेनं छोट्या धावपट्ट्या आणि पोटात गोळा आणायला लावणारी झटकेबाज उड्डाणं (कारण? विमानतळाभोवतीचं अपुरं अवकाश) ह्या टीकेच्या गोष्टी होत्या. तरीसुद्धा आता नव्या सुखसोयींनी युक्त असलेल्या इमारतींमुळे घाईगर्दीत असलेल्या विमानप्रवाशांना इथं येणं बरंच सुखाचं झालं होतं.

ली आणि फेथनं इथं प्रवेश केला तेव्हा लीला एक पोलिस गस्त घालताना दिसला. पार्किंगच्या जागेत एके ठिकाणी गाडी लावून दोघे आत आले होते.

फेथलाही त्या पोलिसांच्या हालचाली दिसल्या. लीनं तिला दिलेल्या ‘लेन्स’ तिनं डोळ्यात घातलेल्या होत्या. त्या काचा होत्या साध्याच पण त्यामुळे फेथच्या व्यक्तिमत्त्वावर एक वेगळी छटा आलेली होती. लीच्या दंडाला स्पर्श करून तिनं विचारलं, ‘अस्वस्थ दिसतोयस तो?’

‘मी नेहमीच अस्वस्थ असतो. त्यामुळे मला प्रेरणा मिळते.’ त्यानं दोघांच्याही बॅगा खांद्यावर लटकावल्या. ‘पटकन कॉफी घेऊ, तिकीट काऊंटरच्या इथली गर्दी थोडी कमी होऊ दे.’ दोघेही कॉफीच्या स्टॉलचा नजरेनं शोध घेत असतानाच त्यानं विचारलं, ‘आता इथून फ्लाईट कधी मिळेल?’

‘आधी आपण नॉरफोकला जायचं आणि तिथून पाईन आयलंडला, नॉर्थ कॅरोलिनाच्या थोडं बाहेरच्या बाजूला. नॉरफोकला बऱ्याच फ्लाईटस् आहेत. पाइन आयलंडला जाण्यासाठी. फक्त आधी सांगून फ्लाईट ठरवावी लागते. नॉरफोकची फ्लाईट पक्की झाली की लगेच पाईन आयलंडची फ्लाईटही ठरवून

टाकेन. त्या फ्लाईट फक्त दिवसा असतात.'

दोघेही तिथल्या फोनपाशी गेले. लीला फेथनं ते दोघं येत असल्याचं सांगितलेलं ऐकू आलं. फोन खाली ठेवून ती म्हणाली, 'ठरलं तर मग. एकदा तिथं पोचलो की कार भाड्यानं घेता येईल.'

'फारच छान.'

'ही जागा आराम करायला फार छान आहे. आपल्याला नको असेल तर कोणाला भेटायची-बोलायची गरज नाही.'

'मला इच्छाही नाही,' ली ठामपणे म्हणाला.

'मला एक विचारायचंय तुला.' दोघेही कॉफी घ्यायला जात असताना फेथ म्हणाली.

'विचार.'

'तू किती दिवस माझ्या पाळतीवर आहेस?'

'सहा दिवस.' त्यानं तत्परतेनं उत्तर दिलं. 'त्यात तीन वेळा तू त्या घरात गेलीस, काल रात्रीचं धरून.'

'आणि तू अजून तुला ज्यानं काय दिलं त्याला काही कळवलं नाहीस? का?'

'तसं खरोखरच विशेष काही घडत नसेल तर मला आठवड्याचा रिपोर्ट देणं बरं वाटतं. खरं सांगतो, मला वेळ मिळाला असता तर कालची रात्र रिपोर्टच्या दृष्टीनं सर्वोकृष्ट ठरली असती.'

'आणि कोणी तुला काम दिलं हे माहिती नसताना तू हे रिपोर्ट कसे देणार होतास?'

'मला फोन नंबर दिलेला होता.'

'आणि तू ह्या नंबरचा शोध घेण्याचा प्रयत्न केला नाहीस?'

त्यानं तिच्याकडे जरा हैराण होऊन पाहिलं, 'नाही, मला काय घेणं आहे? पैसा घ्यायचा आणि सुटायचं.'

फेथ त्याच्या ह्या बोलण्यामुळे वरमल्यासारखी दिसली. 'मला तसं म्हणायचं नव्हतं.'

खांद्यावरच्या बॅगा सारख्या करत ली म्हणाला, 'तशी एक विशेष डिरेक्टरी असते, फोन नंबर असेल तर त्या डिरेक्टरीतून त्या नंबरचा पत्ताही मिळू शकतो.'

'मग?'

'पण सध्याच्या ह्या सॅटलाईट फोन आणि सेल फोनच्या युगात त्याला काही अर्थ नसतो. मी त्या नंबरवर फोन केला पण तो फक्त माझे कॉल घेण्यासाठीच

ठेवलेला होता कारण तिथं मि. ॲडॅम्सनी टेपवर माहिती सांगून ठेवावी असं उत्तर मिळालं. वॉशिंग्टन डीसीमधला एक पोस्ट बॉक्स् नंबरही मिळाला. तो तपासून पाहिला तर हा नंबर एका कॉर्पोरेशनच्या नावावर होता, त्या कॉर्पोरेशनचं मी कधी नावही ऐकलेलं नव्हतं. त्याचा पत्ताही खोटा होता, बाकी ठप्प.' त्यानं तिच्याकडे पाहात म्हटलं, 'फेथ, मी माझं काम फार गंभीरपणे करतो. मला कुठल्या सापळ्यात अडकवून घ्यायला आवडत नाही.'

कॉफी स्टॉलपाशी पोचल्यावर कॉफी घेऊन दोघेही एका रिकाम्या कोपऱ्यात बसले. कॉफी घेताना फेथ विचार करत राहिली. ली आपल्याशी सरळपणे वागतही असेल पण शेवटी तो डॅनी बुकॅननशी संबंधित होता. आपण ज्याला आदर्श मानलं त्याची आता भीती वाटावी, हे तिला फार चमत्कारिक वाटत होतं. गेल्या वर्षी दोघांमध्ये एवढं अंतर पडलं नसतं तर फेथ बुकॅननशी खूपच जवळिकीनं वागणार होती. पण रात्रीची भीती तिच्या मनात एवढी होती की ती आता गोंधळलेल्या अवस्थेत आणि आता बुकॅनन भेटला असता, तरी ती त्याला काय असं म्हणणार होती 'डॅनी, काल रात्री तू मला ठार मारण्याचा प्रयत्न केलास? केला असशील तर प्लीज थांब, मी तुला मदत करण्यासाठी 'एफबीआय' बरोबर काम करत्येय. आणि तू लीला माझ्यावर पाळत ठेवायला का सांगितलंस?' लीलाही म्हणूनच निरोप द्यावा लागणार होता. लवकरच.

'तुला माझ्याबद्दल काय काय माहिती मिळाली?'

'हेच की तू लॉबीइस्ट आहेस, म्हणजे सरकारी मदतनिधी विशिष्ट गटांना, देशांना मिळावी म्हणून तू काम करतेस, दहा वर्षांपूर्वी तू आणि डॅनियल बुकॅनन नावाच्या माणसानं स्वत:ची एक फर्म सुरू केली.'

'आम्ही सध्या कुठल्या क्लायंटस्‌साठी काम करतो, ते कळलं?' फेथचा पुढचा प्रश्न.

'नाही, का ते एवढं महत्त्वाचं आहे?'

'तुला बुकॅननबद्दल काय माहिती आहे?'

'रिपोर्टमध्ये त्याच्याबद्दल फारशी माहिती नव्हती पण मी स्वत:च थोडीफार चौकशी करून पाहिली. बुकॅनन हा माणूस विलक्षण आहे. इथले बहुतेक बडे लोक त्याला ओळखतात आणि त्याचंही सगळ्यांशी चांगलं सूत आहे. मोठमोठ्या व्यवहारांच्या लढाया लढत त्यानं चांगलंच डबोलं जमा केलंय. मला वाटतं, तू स्वत:ही त्यात फारशी मागे नसावीस.'

'मिळवला मी पैसा. आणखी काही माहिती?'

त्यानं तिच्याकडे जरा विचित्र नजरेनं पाहिलं. 'तुला जर माहिती आहे तर मग आणखी माहिती तुला कशाला हवीय? बुकॅनन खरंच ह्या सगळ्या प्रकरणात

गुंतलेला आहे का?'

आता फेथ लीकडे चौकसपणे पाहात म्हणाली, 'डॅनी बुकॅनन मला आदरणीय वाटतो. मी आज जी आहे ते त्याच्यामुळेच.'

'तुमच्यात चांगलीच मैत्री दिसतेय. पण तू माझ्या प्रश्नाचं उत्तर दिलं नाहीस.'

'डॅनीसारखे लोक दुर्मिळ असतात. खरा द्रष्टा माणूस.'

'आणि तू?'

'मी? मी फक्त, त्याची स्वप्नं प्रत्यक्षात उतरवायला मदत केली.'

'तू काही मला तेवढी सामान्य वगैरे वाटत नाहीस.' फेथनं कॉफीचा एक घुटका घेतला. ती काही बोलली नाही. 'नाहीतर कोणीही उठून तू जे करतेस ते काम करताना दिसत नाही.'

येत असलेली जांभई फेथनं दडपली आणि पुन्हा एकदा कॉफीचा घुटका घेतला. तिचं डोकं ठणकायला लागलं होतं. तिला विश्रांतीची एवढी गरज कधीच वाटली नव्हती. आत्ता ह्या क्षणी कुठेही - एखाद्या टेबलाखालीसुद्धा झोपी जावं आणि दहा वर्षं उठू नये असं तिला वाटत होतं. कदाचित गेल्या बारा तासांमधल्या भयानक अनुभवातून आलेली एक शारीरिक प्रतिक्रिया.

'मला ह्या जगात परिवर्तन घडवून आणायचं होतं, अशी थाप मला मारता आली असती. सगळेचजण तसं म्हणत असतात, नाही का?' बॅगेतून ॲस्पिरीनची बाटली काढून त्यातल्या दोन गोळ्या तिनं कॉफीबरोबर घेतल्या. 'खरं तर मी लहान असताना वॉटर गेट प्रकरणाची सुनावणी पाहिल्याचं मला आठवतंय. गंभीर चेहऱ्यानं वावरणारी ती सगळी माणसं... सगळ्या प्रसारमाध्यमांचा प्रकाशझोत, सबंध जगाचं लक्ष... पण संपूर्ण देशाला जे प्रकरण भयंकर काहीतरी वाटायचं, ते मला फारच मख्ख वाटायचं, शेवटी सत्ता ती सत्ता!'

कॉफीच्या कपात पाहात अस्फुट स्मित करत फेथ पुढे म्हणाली, 'मला माझ्या लहानपणची एक नन् आठवते... सिस्टर ऑड्रे ॲन... म्हणायची, फेथ, तुझ्या नावात श्रद्धा आहे, विश्वास आहे, धार्मिकता आहे, त्या नावाला जाग, वेडंवाकडं वागू नकोस कधी, आपल्यातल्या चांगुलपणाला जागावं आणि वाकड्याला विसरावं.'

'म्हणजे तू वांड होतीस तर!' लीची प्रतिक्रिया.

'वडिलांमुळे मला खूप हिंडावं लागलं, बाहेर मी आडदांडपणा केला तरी शाळेत अभ्यासात चांगली होते. मी चांगल्या कॉलेजात गेले आणि शेवटी वॉशिंग्टन- इथं? सत्ताच सत्ता... आपण काय करायला हवं ह्याची अंधुकशीही कल्पना मला नव्हती. पण आतून तीव्रतेनं जाणवायचं, आपण ह्या इथल्या

सत्तेच्या मैदानात कुठेतरी खेळायला हवं. मग एका राजकारणी व्यक्तीसाठी थोडं फार काम करत असताना डॅनी बुकॅननचं माझ्याकडे लक्ष गेलं. त्याला बहुतेक माझ्यात काहीतरी जाणवलं- माझी खंबीर वृत्ती किंवा अगदी 'स्पीकर'पासून सगळ्या राजकारण्यांशी ठामपणे वागणं.'

'कॉलेजमधून बाहेर पडलेल्यांच्या मानानं फारच छान.'

'माझं तत्त्वज्ञान असं होतं की एकदा नन्स आणि सिस्टर हाताळल्या की त्यांच्या मानानं राजकारणी काहीच नाहीत.'

ली ह्यावर मोठ्यानं हसला. एक सेकंदभर दुसरीकडे बघत ली म्हणाला, 'लगेच इकडे तिकडे बघू नकोस पण 'एफबीआय'चं इथंही लक्ष आहे.'

'काय?' लीच्या बोलण्यावर फेथनं एकदम इकडेतिकडे बघत विचारलं, 'कुठे आहेत?'

त्यानं हलकेच टेबलावर पंजा आपटला, 'ते कुठेही नसतात आणि सगळीकडे असतात. ते लोक कपाळावर त्यांचे बिल्ले मिरवत हिंडत नाहीत. आपल्याला तसे दिसत नाहीत ते.'

'मग एकदम कशाला म्हणालास, 'एफबीआय'चं इथंही लक्ष आहे. म्हणून?'

'मी तुझी थोडीशी चाचणी घेतली आणि त्यात तू नापास झालीस. मी 'एफबीआय'ची माणसं ओळखू शकतो, नेहमी नाही, कधीकधी. पण मी पुन्हा कधी असं तुला म्हणालो तर ती थट्टा नसेल. ते खरोखरच असतील आजूबाजूला. पण त्यावेळी मात्र मघाशी एकदम दचकून पाहिलंस तसं बघू नकोस. नेहमी सारख्याच, सावकाश हालचाली. एखाद्या मित्राबरोबर सुट्टी मजेत घालवायला निघालेल्या तरुणीसारखी रहा, समजलं?'

'ठीक आहे, छान. पण पुन्हा तसली गंमत करू नकोस बाबा. माझं डोकं अजून शांत झालेलं नाही.' फेथनं सांगून टाकलं.

'तू तिकिटाचे पैसे कसे देणार आहेस?'

'तू सांग बरं!' फेथनं लीलाच उलटा उखाणा घातला.

लीनं उत्तर दिलं, 'तुझं क्रेडिट कार्ड. तुझ्या दुसऱ्या नावानं कुठेही कॅश न मिरवता. कॅश मोजून वन वे तिकीट घेतलं की लगेच एअरलाईनचं लक्ष जाणार. तूर्त कोणाचंही तुला लक्ष वेधून घ्यायची इच्छा नाहीये. बरं, ते असो, तुझं दुसरं नाव काय आहे?'

'सुझान ब्लेक.'

'छान नाव आहे.'

'सुझान माझ्या आईचं नाव होतं.'

'होतं म्हणजे वारली?'

'आई आणि वडील दोघेही. मी अकरा वर्षांची असताना आई वारली आणि त्यानंतर सहा वर्षांनी वडील. बाकी मला भाऊ-बहीण कोणी नाहीत. सतराव्या वर्षीच मी पोरकी झाले.'

'फारच खडतर दिवस असणार ते' –ली

फेथ थोडावेळ गप्प. भूतकाळाबद्दल बोलणं तिला फार जड जायचं, त्यामुळे ती क्वचितच बोलायची. खरंतर लीबद्दल तरी तिला कुठे काय माहिती होती? तरीसुद्धा त्याच्यात तिला काहीतरी आश्वासक, दिलासा देणारं वाटत होतं. 'माझं माझ्या आईवर खूप प्रेम होतं. ती खूप छान होती स्वभावानं आणि वडिलांसाठी खूप काही सहन करणारी. बाबाही तसे एक व्यक्ती म्हणून चांगले, दोष एकच- काहीतरी चमत्कारिक कल्पना लढवून झटपट श्रीमंत व्हायचं वेड. आणि त्यांची कल्पना बारगळली– ते नेहमीचंच होतं– की आम्हाला बाडबिस्तरा गुंडाळून मुक्काम दुसरीकडे हलवायला लागायचा.'

'का बरं?'

'कारण माझ्या बाबांच्या अफाट योजना राबवण्यासाठी दुसऱ्या कोणाचा तरी पैसा खर्ची पडलेला असायचा. साहजिकच ते लोक अस्वस्थ व्हायचे. आईच्या मृत्यूपर्यंत आम्ही चार वेळा असे मुक्काम हलवले होते. आणि त्यानंतर पाच वेळा. मी आणि आई, बाबांसाठी रोज प्रार्थना करायचो. मरण्याआधी तिनं मला बजावलं- 'बाबांची काळजी घे हो!' आणि माझं वय किती होतं? अवघं अकरा!'

लीनं अविश्वास वाटावा असं काहीतरी ऐकल्यासारखं मान हलवली. 'हे सगळं माझ्या कल्पनेपलीकडचं आहे. माझे आई-वडील एकाच घरात पन्नास वर्षं राहिलेले आहेत. मग आई गेल्यावर तू कसं निभावून नेलंस?'

आता फेथ आणखी मोकळेपणानं बोलू लागली, 'तुला वाटतं तेवढं अवघड काही नव्हतं. आईचं बाबांवर प्रेम होतं तसा रागही होता, त्यांच्या अस्थिर, भिरभिरत जगण्यामुळे. पण त्यांचा स्वभाव काही बदलणार नव्हता. ते काही सुखी-बिखी जोडपं नव्हतं. आई गेल्यावर मग मी आणि बाबा विरुद्ध हे जग असा सामना सुरू झाला. मग कधीकधी बाबा मला माझ्या एकुलत्या एका पोशाखात नटवूनथटवून त्यांच्या संभाव्य भागीदाराकडे न्यायचे. बहुधा लोकांचं त्यामुळे त्यांच्याबद्दल चांगलं मत व्हायचं. मग मी सोळा वर्षांची झाल्यावर बाबांच्या कामाला हातभारसुद्धा लावायला लागले. मी खूप लौकर मोठी झाले. मी बोलायला शिकले-ताठपणे, ठामपणे जगायला शिकले, विचार करायला शिकले.'

'शिक्षणाला हा चांगलाच पर्याय आहे म्हणायचा.' लीनं आपलं मत व्यक्त केलं. 'पण त्या अनुभवाचाच तुला लॉबीस्ट म्हणून काम करताना उपयोग झाला.'

'प्रत्येक योजनेच्या वेळी, व्यवसाय सुरू करताना बाबा म्हणायचे, हे सगळं

तुझ्यासाठी चाललंय, पोरी. त्यांना खरंच प्रत्येकवेळी वाटायचं, आता यश मिळणार. बाबा काही लोकांना फसवणारे नव्हते. पण तसं काही व्हायचं नाही आणि आम्हाला आमचा मुक्काम हलवायला लागायचा,

'तुला तुझ्या वडिलांची अजूनही खूप आठवण येते असं दिसतंय.' ली म्हणाला.

'खूप.' ती अभिमानानं म्हटल्यासारखं म्हणाली आणि मग एकदम तिनं डोळे मिटून घेतले. बघताबघता तिच्या डोळ्यांमधून गालांवरून अश्रू ओघळू लागले.

लीनं एक नॅपकीन बाहेर काढून तिच्या हातात दिला. त्या रूमालानं तिनं डोळे पुसले.

'सॉरी,' ती म्हणाली. 'मी हे सगळं आजपर्यंत कधीच कोणाशी बोललेली नाही.'

'त्यात विशेष काही नाही, फेथ. मी एक चांगला श्रोता आहे.'

'मग डॅनी बुकॅननमध्ये मला माझे बाबा सापडले पुन्हा,' घसा साफ करत ती म्हणाली, तिचे डोळे मोठे. 'बुकॅनन बराचसा बाबांसारखा आहे... बोलणं-वागणं, चटकन माघार घ्यायची तयारी नसणं, प्रत्येक गोष्टीची इत्थंभूत माहिती करून घेणं. त्यानंही मला खूप काही शिकवलंय– केवळ हे मदतनिधी उभे करण्यासाठी डावपेच लढवायचं कामच शिकवलेलं नाही. एकूण जगण्याबद्दल, जगाबद्दल खूप काही शिकवलं. त्यालाही त्याआधी खूप संघर्ष करायला लागलेला होता. आमच्यात समान दुवे बरेच आहेत.'

लीच्या चेहऱ्यावर स्मित. मग एकदम संभाषणाचा आपल्यावरचा रोख बदलून फेथनं विचारलं, 'तुझ्या घराचं कसं काय?'

ली मागे रेलत म्हणाला, 'आम्ही, आठ भावंडं आहोत. त्यातला मी सहावा.'

'बापरे! आठ! तुझी आई संतच असणार.' फेथ आश्चर्यानं म्हणाली.

'दहा जन्म पुरेल एवढी डोकेदुखी दिलीय आम्ही त्यांना.'

'म्हणजे अजूनही तुझे आई-वडील आहेत तर.'

'खणखणीत. आमचे खूप प्रेमाचे संबंध आहेत. जगणं बिघडतंयस वाटलं तर त्यांचा आधार वाटतो.'

'ऐकून खूप छान वाटलं.' फेथची नजर दुसरीकडे.

ली तिचे विचार ओळखू पहात असल्यासारखा म्हणाला, 'कुटुंबांचेही त्यांचे असे प्रश्न असतात, फेथ, घटस्फोट, गंभीर आजार, नैराश्य, अडचणीचे दिवस, आम्ही ह्या सगळ्यातून गेलोय.'

मग मध्येच ती हळूच म्हणाली, 'तुझ्यासारखा झपाटलेला डिटेक्टिव्ह मित्र पटकन माणसं जोडत असणार. तुझ्या दृष्टीनं शेवटी मी एक खुनशी बाईच.'

'तू जर एवढी वाईट असतीस तर 'एफबीआय'नं तुला एवढं संरक्षणात ठेवलं नसतं.'

कॉफीचा कप खाली ठेवत ती त्याच्या दिशेनं झुकली, तिची मुद्रा गंभीर, 'तुझ्या निरीक्षणशक्तीचं कौतुक वाटतं. पण आता आपण मोकळेपणानं बोलतोय तर तुला सांगते, माझ्या आयुष्यात मी मुंगीलासुद्धा दुखवलेलं नाही. मी स्वतःला अजूनही गुन्हेगार समजत नाही. पण मला वाटतं, 'एफबीआय'ला मला तुरुंगात, टाकायचं असतं तर त्यांनी तेही केलं असतं.' ती पुढे म्हणाली, 'मग, अजूनही ह्या विमानातून माझ्याबरोबर यायची इच्छा आहे?'

'अगदी, तू माझं कुतूहल आता खरोखरच खूपच चाळवलंयस.'

ह्यावर एक सुस्कारा सोडत मागे टेकून ती बसली तेवढ्यात ली म्हणाला, 'मी आता सांगतोय, ते ऐकल्यावर लगेच इकडेतिकडे बघू नकोस, पण आता खरोखरच बरेचसे 'एफबीआय'चे दिसत असल्यासारखे दोघेजण येतायत.'

'खरंच?' फेथनं विचारलं.

'ह्या बाबतीत विनोद करण्याचा प्रयत्नसुद्धा करणार नाही मी तुझ्यासारखा.' त्याच्या ह्या बोलण्यावर खाली झुकून तिनं उगाचच आपल्या बॅगेतून काहीतरी काढत असल्याचा आविर्भाव आणला. काही चिंतातूर क्षण उलटलेले लीनं दाखवलेले. ते दोघेजण त्यांच्याकडे न बघताच पुढे गेले तसं फेथ पुन्हा बसती झाली.

'ली, त्यांना जे समजलं असेल तेवढ्यावरून ते एक बाई आणि एका पुरुषाच्या शोधात असणार. मी तिकीटं घेऊन येईपर्यंत तू इथं थांबतोस? मी तुला सिक्युरिटी गेटपाशी भेटते.'

लीच्या नजरेत अविश्वास. 'मला जरा ह्या मुद्यावर विचार करू दे.'

'तुझा माझ्यावर विश्वास नाही ना? मी काय म्हणत्येय, तू बॅगांवर नजर ठेव. मला माझी पर्स बरोबर ठेवावी लागेल. तुला खरंच शंका असेल तर तुला इथून गेट स्पष्ट दिसतंच आहे. मी तुझी नजर चुकवून पळून जायचा प्रयत्न केला तरी मी तुला लगेच सापडेन आणि मला माहिताय, माझ्यापेक्षा तुला जास्त वेगानं पळता येतं.' ती उभी राहिली. 'आणि आता मी काही 'एफबीआय'कडे जाऊ शकत नाही, खरं का नाही?'

तिची नजर त्याच्यावर दीर्घकाळ रेंगाळत राहिलेली... तिच्या तर्कशक्तीचं त्याला आव्हान दिल्यासारखी...

'ओके' म्हणत शेवटी लीचा होकार.

'तुझं नवं नाव काय आहे? तुझं तिकीट काढण्यासाठी मला लागेल.'

'चार्लस् राईट.'

हे नाव ऐकून तिनं त्याच्याकडे बघत डोळे मिचकावले... त्याचं अस्वस्थ स्मित... तेवढ्यात फेथ वळली आणि गर्दीत दिसेनाशी झाली.

ती गेली मात्र, तिला जायला सांगण्याचा निर्णय घेतल्याचा पश्चात्ताप लीला झाला. त्याच्या मनात विचारांची गर्दी-ती बॅग इथं ठेवून गेलीय खरी पण त्या बॅगेत काय होतं-थोडे कपडे आणि ते सुद्धा त्यानंच दिलेले. फेथनं आपल्याबरोबर पर्स घेतली होती, म्हणजेच तिला ज्याची खरी गरज होती, ते सगळं जवळच ठेवलं होतं-खोटी ओळखपत्रं आणि पैसा. सिक्युरिटी गेट आपल्याला इथून दिसतंय खरं पण जर पुढच्या दारातून पटकन निघून गेलो तर? सध्याच्या परिस्थितीतून बाहेर पडण्यासाठी फेथशिवाय दुसरं कोणीच त्याच्यासमोर नव्हतं. त्यात त्याचा ठावठिकाणा आता माहिती असलेली काही अस्सल भयानक माणसं, त्याच्याजवळची माहिती तो सांगत नाही तोपर्यंत त्याचं हाड न् हाड आनंदानं पिंजून काढतील अशी, त्याला तर काहीच माहिती नव्हतं तसं, ही गोष्ट ह्या आनंदानं हाडं पिंजून काढू शकणाऱ्या मंडळींना कशी आवडणार? मग? पुढचा मुक्काम? स्मशानभूमी! ह्या विचारांनी ली उठला, आणि बॅगा उचलून तडक तिच्यामागोमाग निघाला.

११

रेनॉल्डस्‌च्या दारावर टकटक. पाठोपाठ कॉनी- हॉवर्ड कॉन्स्टॅन्टिनोपल– आत डोकावला. रेनॉल्डस्‌ तेव्हा फोनवर बोलत होती पण तिनं हातानंच कॉनीला आत यायची खूण केली.

कॉनी दोघांसाठीही कॉफीचे कप घेऊन आला होता. रेनॉल्डस्‌च्या चेहऱ्यावर आभारदर्शक स्मित. कॉनी खुर्चीत बसून तिचं फोनवर बोलणं होईपर्यंत कॉफीचे घुटके घेत राहिला.

रेनॉल्डस्‌नं फोन खाली ठेवला आणि ती कॉफी ढवळत राहिली. 'काही चांगली बातमी घेऊन आला असशील तर बरं होईल, कॉनी.' तिच्या लक्षात आलं, कॉनीही घरी जाऊन शॉवर घेणं-कपडे बदलणं वगैरे करून पुन्हा ऑफिसमध्ये आलाय. त्याचे केस अजून ओले आणि त्यामुळे जास्त करडे वाटत असलेले. कॉनीची पन्नाशी उलटलीय ही गोष्ट नजरेआड करत. कॉनी कधीच बदलत नसल्यासारखा, अजस्त्र-रांगडा, नेहमीच भक्कम आधार वाटणारा.

'तुला खरं ऐकायचंय की खोटं?' कॉफीचा घुटका घेऊन रेनॉल्डस्‌ उसासली आणि खुर्चीत मागे टेकून बसली. 'आत्ता तरी मला काही सांगता येणार नाही.'

'कालच्या सगळ्या घटनेच्या ठिकाणी मी 'गुन्हा अन्वेषण' विभागाच्या लोकांबरोबर काम केलं. 'एफबीआय'मध्ये कामाची सुरुवात मी अशीच तर केली होती.' कॉनी सांगत होता. 'पाठ भरून आली बाबा. आता काही असलं दगदगीचं काम करायचं वय राहिलं नाही.'

'निवृत्तीचे विचारही मनात आणू नकोस. मी तुझ्याशिवाय काम करू शकत नाही.'

कॉनीनं पुन्हा कॉफीचा कप उचलला. रेनॉल्डस्‌च्या बोलण्यानं सुखावल्यासारखा तो मागे टेकून बसला, जॅकेट सैल करत. मनातले विचार नीट रांगेत लावत असल्यासारखा तो स्तब्ध राहिलेला.

रेनॉल्डस् शांतपणे त्याच्या बोलण्याच्या प्रतीक्षेत. कॉनी काही फुटकळ गप्पा मारायला आलेला नव्हता. त्याचा तो स्वभावही नव्हता. कॉनी सगळं फार जाणीवपूर्वक, निश्चितपणानं करायचा, हे रेनॉल्डस्ला माहिती होतं. नोकरशाहीच्या चक्रात तो एक मुरलेला माणूस होता. कॉनीचं तपासातलं कौशल्य आणि त्याची विचारपद्धती ह्यामुळे रेनॉल्डस् त्याच्यावर भिस्त टाकून असायची. मात्र आपण कॉनीपेक्षा वयानं लहान असूनही त्याचे 'बॉस' आहोत, ही गोष्ट त्याला कुठेतरी खटकत असावी, हे तिला जाणवायचं. ह्या क्षेत्रात ती करत असलेल्या पदावर काम करणाऱ्या बायका फार थोड्या होत्या. कॉनीच्या मनातल्या तिच्याबद्दलच्या सुप्त नाराजीबद्दल रेनॉल्डस् त्याला काही दोष देत नसे तसं त्यानंही कधी नकारात्मक प्रतिक्रिया व्यक्त केलेली नव्हती.

'मी ॲनीला, केन न्यूमनच्या बायकोला, भेटून आलो. तू काल रात्री तिला भेटून आलीस, ते तिला बरं वाटलं. ती म्हणालीसुद्धा तसं.'

रेनॉल्डस्ला हे ऐकून आश्चर्य वाटलं. तिला वाटलं, म्हणजे केन न्यूमनच्या मृत्यूबद्दल ती आपल्याला दोष देत नाही तर.

'आपला डायरेक्टरसुद्धा तिला भेटून आला म्हणे. ते त्यानं चांगलं केलं. केनचे आणि माझे संबंध फार जुने आहेत.' फेथला कॉनीच्या चेहऱ्यावरचे भाव अगदी स्पष्टपणे जाणवले. 'गंभीर गुन्हे अन्वेषण' विभागानं गुन्हेगाराला पकडण्याआधी कॉनीची त्या गुन्हेगाराशी गाठ पडली तर त्याला कोर्टात वगैरे उभं करण्याची वेळ येणार नाही, हे कॉनीच्या मुद्रेवरून रेनॉल्डस्नं लगेच ओळखलं.

रेनॉल्डस्नं पुढे झुकून कॉनीला सांगितलं. 'पुढे तपासाचं काय काय झालं, ते तरी सांग.'

कॉनीच्या चेहऱ्यावर क्षणिक स्मित. 'तू गोळी झाडणाऱ्या माणसाची जागा बरोबर सांगितलीस. आम्हाला रक्त सापडलं-बऱ्यापैकी-घरामागच्या झाडीत. साधारण माग काढला पण शंभर फुटांवरच झाडीत तो हरवलेला दिसला.'

'नेमकं किती रक्त होतं? जिवाला धोका असण्याएवढं गंभीर?'

'नेमकं सांगता येणार नाही. सध्या, तिथं एका पथकानं तपास जारी ठेवलाय.'

रेनॉल्डस्नं खोल श्वास घेतला. 'आपल्याला मृतदेह मिळाला तर त्यामुळे गोष्टी सोप्या वाटतील तसा गुंताही वाढेल.'

कॉनीनं विचारमग्न होत मान हलवली. 'तुझ्या विचारांची दिशा माझ्या लक्षात येतेय.'

'रक्ताचा नमुना घेतलाय?'

'आपल्या प्रयोगशाळेत त्याच्यावरच काम चाललंय. त्याचा किती उपयोग होईल तो भाग वेगळा.' कॉनी म्हणाला.

'तो गोळी झाडणारा माणूस जखमी झाला असेल तर त्याला शोधून काढणं थोडं सोपं होईल.'

'कदाचित. त्याला औषधोपचार लागले असतील तर जवळच कुठल्या डॉक्टरकडे जाण्याएवढा तो मूर्ख नक्कीच नसणार. त्या डॉक्टर लोकांना अशा गोळीबारानं जखमी झालेल्यांची माहिती पोलिसांना द्यावी लागते. शिवाय तो किती जखमी झालाय हेही आपल्याला माहिती नाही. साधी जखम असेल तर तो बँडेजपट्टी लावणार, विमान पकडणार आणि छूः. आपण सगळीकडे बंदोबस्त ठेवला असला तरी हा माणूस खाजगी विमानानं गेला तरी पुन्हा प्रश्नच. वस्तुस्थिती अशी की हा माणूस केव्हाच पसार झाला असेल.'

'किंवा मेलाही असेल. त्याचं मुख्य लक्ष्य हुकलं, हे उघड आहे. ज्यांच्यासाठी तो काम करत असेल, ते लोकही त्याच्यावर नाराज असणार.'

'बरोबर.'

रेनॉल्डस्‌ची हातांची घडी, तिला ज्या आणखी एका मुद्यावर चर्चा करायची होती, त्यावर विचार करण्यात तो गुंग... 'कॉनी, केनच्या पिस्तुलातून गोळी झाडलेली नव्हती.'

कॉनीनंही ह्या मुद्यावर विचार केलेला होता. हे उघड होतं. 'ह्याचाच अर्थ ते रक्त माणसाचं असल्याची खात्री पटली तर रात्री त्या घरापाशी आणखी एक चौथी व्यक्ती होती, हे उघड आहे. त्या माणसानंच गोळी झाडणाऱ्यावर गोळी झाडली.' त्यानं हैराण झाल्यासारखी मान हलवली. 'हे सगळं विचित्र वाटतंय.'

'विचित्र पण अगदी उघड सत्य... आपल्यासमोर आलेल्या घटनांवरून हे स्पष्ट होतं. विचार कर— ह्या चौथ्या माणसानं तर केनला मारलं नसेल, जखमी झालेल्या माणसाऐवजी?'

'मला तर तसं वाटत नाही.' कॉनी म्हणाला. 'पण खात्री करून घेण्यासाठी दुसरीकडून जिथून गोळी आली असं आपल्याला वाटतं तिथं झाडीत काडतुसांचा वगैरे शोध घेणं चालू आहे. ह्या दोन अज्ञात माणसांमध्ये गोळीबार झाला असेल तर मग, आपल्याला आणखीही काडतुसं सापडतील.'

'ह्या चौथ्या माणसामुळे घराचं दार उघडणं, व्हिडिओ कॅमेरे निकामी होणं अशा गोष्टींचाही उलगडा होईल.'

कॉनी ताठ बसला. 'टेपवर काही अजून मिळालं का नाही? काही चेहरे, काहीतरी असायलाच हवं टेपवर.' कॉनीनं टेपच्या मुद्याला हात घातला.

'स्पष्टच सांगायचं तर टेप नादुरुस्त झाल्यामुळे आपली पंचाईत झालीय.' रेनॉल्डस्‌नं माहिती पुरवली.

'काय?'

'सध्या काही विचारू नकोस. आता ह्या घटकेला, आपल्याला टेपवर विसंबून राहता येणार नाही.'

'छ्या: म्हणजे आपल्या हातात फारसं काहीच नाही.'

'नेमकंच सांगायचं तर फेथ लॉकहार्टशिवाय काही नाही.'

'आपण सगळे विमानतळ, रेल्वे-बस स्टेशन्स, गाड्या भाड्यानं देणारे अशा ठिकाणी बंदोबस्त लावलाय. फेथ लॉकहार्टच्या कंपनीतही... अर्थात ती तिथं जाईल असं मला वाटत नसलं तरी.'

'अगदी मान्य. खरं तर ती गोळी त्या दिशेनंही आली असण्याची शक्यता आहे,' रेनॉल्डस् सावकाश म्हणाली.

'बुकॅनन?'

'आपण हे सिद्ध करू शकलो तर...' कॉनी.

'लॉकहार्ट सापडली तर आपण अजूनही करू शकू.'

'त्यावर विसंबून राहू नकोस. एखाद्याला जिवाची भीती असेल तर निष्ठा बदलू शकतात.'

'बुकॅनन आणि त्याचे लोक लॉकहार्टच्या मागे असतील तर मग ते आपल्याही वासावर असतील.' कॉनीची शंका.

'हे तू ह्याआधीही बोलून दाखवलं होतंस. म्हणजे आपल्या गोष्टी फुटतायत? इथून?'

'कुठूनतरी. आपल्या इथून किंवा लॉकहार्टच्या इथून. कदाचित बुकॅननला शंका येईल असं तिनं काहीतरी केलं असेल. सगळ्याच दृष्टीनं हा माणूस गुपितं बाळगून रहायला आवडणारा दिसतो. त्यानं तिच्यावर पाळत ठेवली आणि तिला व्यवस्थित बाहेर काढलं.'

'नक्कीच एखाद्या कुठल्या व्यक्तीपेक्षा जास्त कोणीतरी ह्या प्रकरणात गुंतलेले आहेत.'

'मीही तेच म्हणेन पण कायद्याची अंमलबजावणी करणाऱ्या प्रत्येक खात्यात काही नासके आंबे असतातच.'

कॉनीच्या ह्या बोलण्यावर त्याला आपला संशय येतोय का काय अशी शंका रेनॉल्डस्ला आली. 'एफबीआय'मध्ये कधी काही संशयास्पद आढळलं तर त्या दृष्टीनं सावधगिरी बाळगून तपासणी करणारी यंत्रणा अस्तित्वात होती. ह्या यंत्रणेला तोंड द्यायची वेळ आपल्यावर कधी आली नाही, ह्याबद्दल रेनॉल्डस्नं परमेश्वराचे आभार मानले. त्या बाबतीत तिची पाटी स्वच्छ होती.

रेनॉल्डस्ला कॉनी आर्थिकदृष्टया व्यवस्थित असल्याचं माहिती होतं. एका प्रदीर्घ आजारात त्याची बायको बऱ्याच वर्षांपूर्वी स्वर्गवासी झालेली होती: त्या

आजारात त्याचा बराच पैसा खर्चही पडलेला होता, पण त्याचं घर छान होतं आणि आता त्याला बरीच किंमतही होती. मुलांची शिक्षणं पार पडलेली होती, त्याला पेन्शनही मिळणार होतं. एकूण तो आता सुखासीन निवृत्तीच्या मार्गावर होता.

ह्या उलट रेनॉल्डसूचं व्यक्तिगत आयुष्य आणि आर्थिक स्थिती खालावलेली होती. घटस्फोटातल्या व्यवस्थेनुसार तिचं घरही तिला विकावं लागणार होतं. आता नवी जागा अपुरी असणार होती. त्यात दोन मुलं. त्यांना सांभाळण्याचाही प्रश्न होता. इतर कुठल्या नोकरीत तिचा घटस्फोट ही बाब डोळ्यावर येणारी ठरली असती पण 'एफबीआय'मध्ये घटस्फोटांचं प्रमाण बरंच असल्यानं रेनॉल्डसूचा घटस्फोट एवढा खुपणारा नव्हता. तसंही 'एफबीआय'मधली नोकरी ही काही आनंदी अशा वैयक्तिक जीवनाला पोषक नव्हतीच.

कॉनीची नजर अजूनही तिच्यावर असलेली पाहून रेनॉल्डसूनं डोळे मिचकावले. तिला प्रश्न पडला, आपण फुटीर असल्याची खरंच कॉनीला शंका येत असेल? केन न्यूमनच्या मृत्यूला कारणीभूत ठरल्याबद्दल?

तिनं स्वत:ला सावरत म्हटलं, 'ह्या बातम्या फुटण्याच्या शंकेबद्दल खरं तर आपण काही करू शकत नाही आत्ता तरी. आपल्याला काय करणं शक्य आहे, ह्यावर लक्ष केंद्रित करू.'

'छान, ह्या पुढची आपली चाल काय राहील?'

'आपल्या सगळ्या तपासाच्या आघाड्यांवर जोर देऊ. लॉकहार्टला शोधून काढू. विमानानं किंवा आगगाडीनं जाण्यासाठी ती क्रेडीट कार्ड वापरेल असं दिसतंय. निदान गोळी झाडणाऱ्याला शोधून काढण्याची तरी गरज आहे. बुकॅननवर लक्ष ठेवू. त्या टेपवर कोण दिसतं तेही पाहू. तू 'गंभीर गुन्हे अन्वेषण' विभागाच्या संपर्कात रहा. आपल्यासमोर बरेच धागे आहेत, त्यातले एक-दोन पकडता आले तरी बरंच काही साधेल.'

'ते तर नेहमीचंच आहे नाही?'

'कॉनी, ह्या प्रकरणात आपण खरंच अडचणीत आहोत.'

कॉनीनं विचारमग्न होत नकारार्थी मान हलवली.

❖

२०

विमानतळाच्या प्रवासी कक्षात 'एफबीआय' आणि 'सीआयए'ची माणसं एकाचवेळी वावरत होती. मात्र, इथं 'सीआयए'चे लोक आहेत ह्याची 'एफबीआय'च्या लोकांना अजिबात कल्पना नव्हती. थॉर्नहिलच्या म्हणजे 'सीआयए'च्या माणसांची जमेची बाजू म्हणजे फेथ लॉकहार्ट बरोबर ली ॲडॅम्स असण्याची शक्यता असल्याचं त्यांना माहिती होतं, ह्याउलट 'एफबीआय'चे गुप्तचर फक्त फेथ लॉकहार्टला शोधत होते.

त्यात ली नकळत दोन 'एफबीआय'च्या माणसांजवळून पुढे गेला, दोघांनीही हातात ब्रीफकेस वगैरे घेत व्यावसायिक माणसांचा आविर्भाव आणलेला होता. त्या दोघांनाही लीच्या तिथल्या वावराची जाणीव नव्हती. काही क्षणांपूर्वीच फेथही त्या दोघांजवळून गेली होती.

मुख्य तिकिटाच्या काऊंटरपाशी आल्यावर लीचा वेग मंदावला. फेथ तिथं एका क्लार्कशी बोलत होती. तिच्यावर अविश्वास दाखवल्याबद्दल अचानक त्याला अपराधी वाटू लागलं. तिथंच एका कोपऱ्यापाशी झुकून तो तिची वाट पहात राहिला.

काऊंटरपाशी फेथनं तिचं नवं ओळखपत्र दाखवलं आणि तीन तिकिटं काढली. त्यापैकी दोन तिकीटं सुझान ब्लेक आणि चार्लस् राईट ह्या नावांनी होती. काऊंटरवरच्या बाईनं तिच्या फोटोकडे फारसं लक्ष दिलं नाही. सहसा माणसं त्यांच्या ओळखपत्रांमधल्या फोटोंसारखी दिसत नसली तरी त्या बाईचे फेथनं आभारच मानले. नॉरफोककडे जाणारं विमान आणखी पाऊणएक तासात निघणार होतं. तिसरं तिकीट तिनं खरेदी केलं ते 'फेथ लॉकहार्ट' नावानं. शिकागोमध्ये थांबून पुढे सॅन फ्रान्सिस्कोला जाणाऱ्या विमानाचं, ते विमान आणखी चाळीस मिनिटांनी सुटणार होतं. तिनं ती वेळ कॉम्प्युटरवर पाहिली

होती. तिला एकदा वाटलं, ह्याच विमानानं गेलो तर... पुढे मेस्किकोपर्यंत सुद्धा पळून जाता येईल...

हे तिसरं तिकीट घेताना आपण ते आपल्या बॉससाठी घेत असल्याचा खुलासा फेथनं केला होता.

त्यावर ती क्लार्क म्हणाली, 'तिला घाई करावी लागेल. आणखी दहा मिनिटात प्रवासी आत जायला लागतील.'

'त्याचा काही फारसा प्रश्न नाही.' फेथनं तिला आश्वासन दिलं. 'तिच्याकडे काही सामान नाहीये.'

क्लार्कनं तिला ते तिच्याच नावानं काढलेलं तिकीट दिलं. फेथला वाटलं, तिसऱ्या तिकीटासाठी आपण आपलं खरं नाव वापरण्यात सुरक्षितता आहे कारण तिन्ही तिकीटांचे पैसे तिनं सुझान ब्लेक ह्या आपल्या दुसऱ्या नावाच्या क्रेडीट कार्डवर दिले होते.

पण तिचा हा तर्क फार चुकीचा ठरणार होता. ली फेथकडे बघत असतानाच एका विचारानं तिला धक्का दिला. त्याचं पिस्तूल! विमानतळावरच्या सुरक्षा यंत्रणेतून पार होण्याआधी त्याला ते पिस्तूल तपासायचं होतं अन्यथा गोंधळ उडण्याची शक्यता होती. झर्रकन तो काऊंटरच्या बाजूनं सरकत फेथपाशी आला, फेथ गोंधळलेली.

त्यानं फेथभोवती हात टाकला आणि तिच्या गालावर पटकन ओठ टेकवले. 'सॉरी हं, मला वाटलं होतं त्यापेक्षा फोन लांबला.' मग तिकीट देणाऱ्या बाईकडे पहात तो सहज सुरात म्हणाला, 'माझं एक पिस्तूल आहे, ते मला तपासायचंय.'

तिनं आपले डोळे किंचित उंचावत विचारलं, 'तुम्ही मि. राईट?'

लीनं होकारार्थी मान हलवली. ती आवश्यक त्या कागदपत्रांवर सोपस्कार करत राहिली. त्यानं तिला आपलं खोटं ओळखपत्र दाखवलं, तिनं त्याच्या तिकिटावर शिक्का मारला आणि कॉम्प्युटरमध्ये माहिती भरली. त्यानं आपलं पिस्तूल आणि त्याच्या गोळ्या तपासून तिच्याकडे दिल्या आणि संबंधित आवेदनपत्र भरलं. त्या बाईनं ते एका डब्यात भरून त्यावर लेबल लावलं, पाठोपाठ ली आणि फेथ तिकिटाच्या काऊंटरपासून निघाले.

'मी पिस्तुलाचं विसरलो त्याबद्दल सॉरी,' लीनं पुढे 'सुरक्षा' प्रवेशद्वाराकडे पाहिलं. 'ठीक आहे, त्या दारापाशी लोक असणार. आपण तिथून जाताना स्वतंत्रपणे जाऊ. डोकं शांत ठेव, तू आता फेथ लॉकहार्ट नाहीयेस.'

तिथून जाताना फेथचे प्राण कंठाशी आले असले तरी, काहीही न घडता दोघांनीही 'सुरक्षा प्रवेशद्वार' ओलांडलं.

उड्डाणासंबंधी माहिती देणाऱ्या कॉम्प्युटरजवळून जाताना ली एका गेटकडे

बोट करत म्हणाला, 'तिकडून जायचंय.'

फेथनं होकारार्थी मान हलवली. सॅन फ्रान्सिस्कोच्या विमानाच्या उड्डाणासाठी जायचं गेट तसं जवळ असलं तरी नॉरफोकच्या विमानाकडे जाण्यासाठी असलेल्या गेटपासून तुलनेनं लांबच होतं. फेथनं आपलं स्मित लपवलं. तिला वाटलं, छान चाललंय.

जाताना तिनं लीकडे पाहिलं. त्यानं तिच्यासाठी खूपच धडपड केली होती. ती जे करू पहात होती, ते तिला खटकत होतं पण जे चाललंय ते चांगल्यासाठीच अशी तिनं स्वतःची समजूत करून घेतली. दोघांच्याही दृष्टीनं.

नॉरफोकच्या विमानाकडे जाणारं गेट दोघांनी गाठलं.

ली तिला म्हणाला, 'आपल्या पुढच्या पाईन आयलंडच्या फ्लाईटसाठी आता फोन कर.' दोघेही फोनपाशी गेले. तिनं फोन केला.

'चला, सगळं जमलं एकदाचं,' फेथ म्हणाली, 'आता आपल्याला जरा निवांत होता येईल.'

'बरोबर.' ली मख्खपणे म्हणाला.

फेथ आजूबाजूला बघत म्हणाली, 'मी जरा फ्रेश होऊन येते.'

'लवकर.'

ती घाईघाईनं जात असताना ली तिच्याकडे विचारमग्न मुद्रेनं पहात राहिला.

२१

'मस्त!' कॉम्प्युटरच्या पडद्यासमोर बसलेला माणूस एकदम उद्‌गारला. विमानतळाबाहेर एका व्हॅनमध्ये तो बसलेला होता. 'एफबीआय' शोधत असलेल्या माणसांच्या प्रवासावर लक्ष ठेवण्यासाठी विमानकंपन्यांशी 'एफबीआय'ची विशेष संपर्कयंत्रणा होती. म्हणूनच 'एफबीआय'नं मुख्य विमान कंपन्यांच्या आरक्षण यंत्रणेत फेथ लॉकहार्ट हे नाव आढळलं तर अधोरेखित करून ठेवण्याची विनंती केली होती. त्या विनंतीचा अतिशय चांगला परिणाम नुकताच दिसून आला होता.

'तिनं नुकतंच सॅन फ्रान्सिस्कोच्या उड्डाणाचं रिझर्वेशन केलंय. आता अर्ध्याएक तासात ते निघेलच.' त्या माणसानं आपल्या हेडसेट मायक्रोफोनमधून सांगितलं. 'युनायटेड एअरलाईन्स' असं म्हणत त्यापाठोपाठ त्यानं उड्डाण क्रमांक, प्रवेशद्वारासंबंधीची माहिती पुरवली. आणि 'गाठा लौकर' असा आदेश विमानतळावरच्या प्रवासी कक्षात थांबलेल्या 'एफबीआय'च्या लोकांना दिला. लगेचच ही माहिती ब्रुक रेनॉल्डस्‌ला कळवण्यासाठी त्यानं फोन उचलला.

ली त्याच्या पुढच्याच सीटवर ठेवलेल्या एका मासिकाची पानं चाळत असताना दोन सुटातली माणसं त्याच्या जवळून पुढे गेली. काही क्षणातच जीन्स आणि विंडब्रेकर्स चढवलेले दोघेजण त्याच दिशेनं घाईघाईनं पुढे गेले.

ली तात्काळ उठला, आणखी कोणी आजूबाजूनं घाईगडबडीत जातंय का ते पाहिलं. कोणीही दिसत नाही हे कळल्यावर तोही त्या माणसांच्या पाठोपाठ निघाला.

'एफबीआय'च्या एजंटांच्या पाठोपाठ जीन्समधील माणसं होती. घाईघाईनं सगळेजण महिला कक्षाजवळून गेले आणि मिनिटभरातच फेथ तिथून बाहेर आली. ती माणसं गर्दीत दिसेनाशी झाली.

हे सगळं पाहिल्यावर लीचा वेग मंदावला. आणखी एक धोक्याच्या इशाऱ्याची

हूल? ती त्याच्याविरुद्ध दिशेनं जायला लागली तसं आपली भीती साधार ठरल्याचं त्यानं ओळखलं. त्याची आता तिच्यावर नजर... आपल्या घड्याळाकडे पहात तिनं चालण्याचा वेग वाढवलेला... तिचा इरादा त्यानं ओळखला... दुसऱ्याच फ्लाईटकडे ती चाललेली. एकूण हालचालींवरून फ्लाईटची वेळ जवळ आल्यासारखं वाटत असलेलं. गर्दीतून जाताना त्यानं मधल्या जागेवर नजर टाकली. तिथून पुढे आणखी दहा गेट होती. सेकंदभरच त्यानं कॉम्प्युटरवर नजर टाकली मात्र, सॅन फ्रान्सिस्कोला जाणाऱ्या 'युनायटेड' फ्लाईटमध्ये आता प्रवासी चढण्याची वेळ झाली असल्याचा संदेश कॉम्प्युटरच्या पडद्यावर झळकला. त्याची नजर आणखी पुढे सरकली तर 'टोलेडो' नामक ठिकाणी जाणाऱ्या फ्लाईटचा संदेशही झळकला. मग फेथ कुठल्या फ्लाईटच्या दिशेनं जात होती?

ली पुढे घुसला, प्रतीक्षागृहातून त्यानं वाट काढली आणि फेथचं आपल्याकडे लक्ष न जाऊ देता तो तिच्यापुढे सरकला. सॅन फ्रान्सिस्कोच्या फ्लाईटकडे जाणारं गेट दृष्टीपथात आल्यावर तो अचानक थांबला. मघाशी त्याच्यापुढे निघून गेलेली सुटातली दोन माणसं गेटपाशी एका अस्वस्थ दिसणाऱ्या, 'युनायटेड एअरलाईन्स'च्या माणसाशी बोलत उभी होती. मग ती मख्ख चेहऱ्याची माणसं बाजूला झाली आणि एका पार्टीशनच्या मागे उभी राहिली. त्यांची नजर गर्दीवर - तिथून बाहेर पडण्याच्या जागेवर खिळलेली. ती 'एफबीआय'ची माणसं होती हे उघड होतं. लीला वाटलं, फेथ सॅन फ्रान्सिस्कोच्या फ्लाईटच्या दिशेनंच जात असली पाहिजे.

पण तरीही संगती लागत नव्हती. मग विचार करता करता लीच्या लक्षात आलं. काही मिनिटांच्या अवधीत निघणाऱ्या दोन्ही फ्लाईटसूच्या तिकिटांसाठी आपलं खोटं नाव वापरणं फेथला शक्य नव्हतं. तिकीट एजंटला मग सगळं उघड झालं असतं. फेथनं तिचं खरं नाव वापरलं होतं कारण फ्लाईट मिळवण्यासाठी आपलं ओळखपत्र दाखवणं तिला भाग होतं. छे! फेथ थेट त्या माणसांच्या दिशेनंच चाललेली होती. म्हणजे तिनं तिकीटं द्यायचा अवकाश, एजंट 'एफबीआय'च्या माणसांना इशारा देणार, की सगळं संपलं.

आता ली वळणार एवढ्यात काही वेळापूर्वी विंडब्रेकर्स आणि जीन्समधील जी दोन माणसं त्याच्याजवळून गेलेली होती, ती त्याच्या नजरेच्या टप्प्यात आली. लीच्या अनुभवी नजरेनं टिपलं, ती माणसं 'एफबीआय'च्या माणसांकडे बारकाईनं पहात होती. ली पुढे सरकला, बाहेर मलूल हवा असूनही खिडकीच्या काचेत जेवढं त्यांचं प्रतिबिंब पडलेलं होतं, तेवढ्यावरून दोघांपैकी एका माणसानं आपल्या हातात काहीतरी धरलेलं लीला दिसलं. त्याच्या अंगावर काटा आला.

ली पुन्हा तिथल्या खुर्च्यांमधल्या जागेतून घाईघाईनं जायला लागला. गर्दी

प्रचंड होती, जसं काही त्या एकाच दिवशी वॉशिंग्टनमध्ये राहणारे सगळे लोक विमान पकडून निघायच्या घाईत होते. तिथंच एका बाजूला त्याला फेथ दिसली. पुढच्याच क्षणी ती त्याच्यापासून दूर गेली असती. अचानक ली पुढे असलेल्या लोकांच्या लोंढ्यातून झेपावला आणि कोणीतरी तिथं ठेवलेल्या कपड्यांच्या बॅगेला अडखळून खाली पडला. चांगलंच आदळल्यामुळे लीचा गुडघा शेकून निघाला. तो उभा राहिला तर फेथ त्याच्या पुढे गेलेली. त्याच्या हातात आता काही सेकंदच.

'सुझान? सुझान ब्लेक?' लीनं मोठ्यानं साद घातली.

आधी लीनं मारलेल्या ह्या हाकेचा काही परिणाम दिसला नाही. पण मग ती थांबली, तिनं आजूबाजूला पाहिलं. तिला तो दिसला असता तर ती तिथून पळत सुटेल, हे लीला माहिती होतं. मात्र ती थांबल्यामुळे लीला हवा होता तो वेळ मिळाला. पटकन वळसा घालून तो तिच्यामागे जाऊन थांबला.

त्यानं फेथचा हात पकडला तशी ती जवळजवळ कोसळलीच. 'मागे फिर आणि माझ्याबरोबर चल.' तो म्हणाला.

'ली, तुला कळणार नाही. प्लीज, मला जाऊ दे' - फेथ.

'नाही, तुझ्याच काही लक्षात येत नाहीये. सॅन फ्रान्सिस्कोच्या गेटपाशी 'एफबीआय'चे लोक तुझी वाट पहात थांबलेयत.'

ते शब्द कानावर पडले मात्र, फेथ गारठलीच.

'तू सगळा गोंधळ केलास. तू दुसरं रिझर्व्हेशन तुझ्या नावावर केलंस. त्यांचं ह्या गोष्टींवर लक्ष असतं, फेथ. तू आता इथं आहेस, हे त्यांना माहिती आहे.'

दोघेही आता तिथून मागे बाहेर पडायच्या मुख्य दाराच्या दिशेनं पुन्हा निघाले, शक्य तितक्या झपाट्यानं. विमानात प्रवासी चढायची वेळ झालेली होती. लीनं दोघांच्याही बॅगा पकडल्या पण विमानाकडे जाण्याऐवजी फेथला आपल्याबरोबर ओढत लीनं दिशा बदलली. सिक्युरिटी गेटमधून जात ते एलेव्हेटरच्या दिशेनं निघाले.

'आपण कुठे चाललोय?' फेथ म्हणाली. 'नॉरफॉकचं विमान आता सुटतंय.'

'आपल्या शोधात त्यांनी सगळ्या विमानतळाची नाकेबंदी करण्याआधी आपल्याला इथून बाहेर पडायचंय.'

ते एलेव्हेटरमधून एकदम खालच्या बाजूला गेले. विमानतळाच्या बाहेर पडले. त्याबरोबर लीनं एका टॅक्सीला हात केला. टॅक्सीत बसल्यावर लीनं टॅक्सीड्रायव्हरला व्हर्जिनियामधला एक पत्ता दिला आणि टॅक्सी निघाली. लीची आता फेथकडे नजर.

'नॉरफोकच्या विमानात चढणं आपल्याला शक्य नव्हतं.'

'का नाही? ते तिकीट मी माझ्या दुसऱ्या नावानं काढलेलं होतं.'

लीनं ड्रायव्हरकडे पाहिलं. तो म्हातारा माणूस आरामात रेडिओ ऐकत बसलेला होता.

ते बघून समाधान वाटलं तरी ली खालच्या आवाजात बोलत राहिला. 'ह्याचं कारण असं की पहिली गोष्ट ते करतील ती म्हणजे तिकीट काऊंटरवर फेथ लॉकहार्टचं तिकीट कोणी काढलं ते शोधून काढायचं. त्यांना कळेलच की सुझान ब्लेकनं ते तिकीट काढलेलं होतं. मग त्यांना समजेल, चार्लस् राईट तिच्याबरोबर प्रवास करतोय. अर्थातच त्यांना आपल्या दोघांची वर्णनं मिळतील. पाठोपाठ ब्लेक आणि राईटच्या आरक्षणांची तपासणी आणि आपण विमानातून नॉरफोकला उतरलो की तिथं आपल्या स्वागतासाठी 'एफबीआय'चं पथक.'

फेथचा चेहरा निस्तेज. 'हे लोक एवढ्या वेगानं हालचाली करतात?'

लीच्या शरीरातून संतापाची लहर उठलेली. 'आपल्या पाठीमागे लागलेले लोक कोणी असेतसे आहेत असं तुला वाटतं का?' अचानक संतापून त्यानं मांडीवर हात आपटला. 'छे!'

'काय?' फेथनं व्याकूळपणे विचारलं. 'काय?'

'माझं पिस्तूल त्यांच्या ताब्यात गेलंय. ते माझ्या नावावर नोंदवलेलं आहे. माझं खरं नाव. छ्या: 'एफबीआय'ची माणसं आता उरावरच बसतील.' नैराश्यानं त्यानं डोकं हातांवर विसावलं. 'आज अगदी वाढदिवस असल्यासारखं फारच सुखदायक घटना घडतायत, आनंद आहे.'

फेथ त्याच्या खांद्याला स्पर्श करुन गेली पण तिनं आपला हात मागे घेतला. तिनं त्याऐवजी खिडकीबाहेर पाहिलं. 'सॉरी, खरंच - खरंच सॉरी.' तिनं गाडीच्या खिडकीवर हात ठेवला, काचेचा थंडपणा अंगात झिरपू देत... 'हे बघ, मला 'एफबीआय'कडे घेऊन जा. मी सगळं खरंखरं सांगेन.'

'ते फारच छान होईल, फक्त 'एफबीआय'नं विश्वास ठेवायला हवा तुझ्यावर. आणखी एक गोष्ट आहे.'

'कुठली?' फेथ चकित, तिला वाटलं, बुकॅननचं काम करण्याबद्दल हा काही सांगतोय का काय?

'आत्ता नाही सांगणार.' खरं तर ली गेटपाशी थांबलेल्या त्या दुसऱ्या जोडीचा विचार करत असलेला, त्या दोघांपैकी एकाच्या हातात त्यानं जे काही पाहिलं होतं, तेही त्याच्या डोक्यात होतं. 'आत्ता फक्त एवढंच सांग, तिथं विमानतळावर तुझं नेमकं काय चाललेलं होतं.'

तिची नजर खिडकीबाहेर... 'ते मला सांगायला जमेलसं वाटत नाही.' फेथ हे इतक्या हळुवारपणे म्हणाली की लीला ते अगदी अलगद ऐकू आलं.

'प्रयत्न तर कर,' तो ठासून म्हणाला, 'खूप मनापासून प्रयत्न कर.'

'ते तुला समजेलसं वाटत नाही.'

'मला बऱ्याच गोष्टी समजतात.'

लीच्या ह्या बोलण्यावर शेवटी तिनं त्याच्याकडे तोंड वळवलं. तिचा चेहरा लज्जित. ती त्याची नजर टाळू पहात असलेली. तिची बोटं अस्वस्थपणे तिच्या जॅकेटच्या टोकाशी खेळत असलेली, 'मी एवढाच विचार केला, तू माझ्याबरोबर नसलेला बरं, मला वाटलं, म्हणजे तू सुरक्षित राहशील.'

ली एकदम उद्विग्न झाल्यासारखा दूर पहात म्हणाला, 'छे!!'

'खरंच!'

तिच्याकडे वळून तिचा खांदा त्यानं नकळत एवढ्या जोरात दाबला की ती कळवळली. 'ऐकून घे, फेथ. ही जी कोण माणसं आहेत ती माझ्या अपार्टमेंटमध्ये धडकून गेलीयत. त्यांना माहिताय, मी ह्या प्रकारात गुंतलोय. मी तुझ्याबरोबर असलो काय आणि नसलो काय, माझ्यापुढचा धोका काही टळणार नाही, उलट तो वाढेल आणि तू जर माझ्या हातावर तुरी देत निसटू बघशील तर प्रश्न अजिबातच सुटणार नाही.'

'पण तू गुंतलायस हे त्यांना आधीच माहिती होतं. तुझ्या अपार्टमेंटमधल्या गोष्टी आठवतायत?'

लीनं नकारार्थी मान हलवली. 'ते 'एफबीआय'चे लोक नव्हते.'

तिला धक्का बसल्यासारखं दिसलं. 'मग कोण होते?'

'मला माहिती नाही, पण 'एफबीआय'चे लोक काही असं पार्सल्वाल्यासारखं वेषांतर करत नाहीत. 'एफबीआय'चा पहिला नियम म्हणजे ताकद जास्त लावली की विजय हमखास. 'एफबीआय'चे लोक आले असते तर कुत्री अन् बित्री, सगळा लवाजमा आणि फौजफाटा, येतात आणि झोपवून टाकतात, खेळ खलास.' ली जसा नीट विचार करत गेला तसा त्याचा आवाज जरा शांत होत गेला, 'हां, आता गेटपाशी जे लोक तुझ्यासाठी थांबले होते, ते 'एफबीआय'चे होते.' असं म्हणत त्यानं विचारपूर्वक मान हलवली. 'आपण कोण आहोत हे लपवण्याचाही ते प्रयत्न करत नव्हते.' मग त्याच्या मनात त्या गेटपाशी उभ्या असलेल्या दुसऱ्या जोडीचा विचार आला. फेथ अजून सुखरूप आहे, हे नशीबच म्हटले पाहिजे. 'मी त्यांना तुला ताब्यात घेऊ द्यायला हवं होतं' तो पुढे मरगळल्यासारखा म्हणाला.

'मग का नाही तसं केलंस?' तिनं शांतपणे विचारलं.

लीला ह्या प्रश्नावर खो खो हसावंसं वाटलं. तो सगळा अनुभवच स्वप्नवत् होता.

'तूर्त तरी वेडेपणाला प्राधान्य द्यायचं मी ठरवलंय.' ली म्हणाला.

फेथ कसनुसं हसली आणि म्हणाली, 'अशा वेड्या लोकांबद्दल मी परमेश्वराचे आभार मानते.'

ली काही तिच्या हसण्यादाखल परतीचं हसला नाही. मात्र तो म्हणाला, 'इथून पुढे आपण सयामी जुळ्यासारखं राहायचं, चिकटून, जराही एकमेकांना सोडायचं नाही. अगदी मला टॉयलेटला जायचं असलं तरी तुला ते बघायची सवय करावी लागेल ह्याचं कारण बाईसाहेब, इथून पुढे आपण अविभाज्य राहणार आहोत.'

'ली...'

'मला काहीही ऐकायचं नाही, एक शब्दही बोलू नकोस.' त्याच्या आवाजात थरथर. 'देवाशपथ' तुला बडवावंसं वाटतंय.' मग त्यानं आपला मजबूत हात पुढे घेऊन तिच्या मनगटावर एखाद्या बेडीसारखा घट्ट अडकवला. मग तो शून्यात बघत मागे टेकून बसला.

फेथला आपला हात बाजूला घेणं शक्य नव्हतं असं नाही पण तिनं तसा प्रयत्न केला नाही. शिवाय खरंच तो आपल्यावर हात उगारेल अशी भीतीही तिला वाटत होती. तिला वाटलं, बहुधा ली ॲडम्स आजवर एवढा कधी संतापला नसेल. शेवटी ती मागे टेकून बसली आणि तिनं शांत होण्याचा प्रयत्न केला. तिची छाती एवढी धडधडत होती की जणू तो ताण सहन करणं तिच्या रक्तवाहिन्यांना अशक्य होतं.

वॉशिंग्टनमध्ये सेक्स, पैसा, सत्ता, निष्ठा ह्याबाबतीत खोटेपणा चालायचा. खऱ्यामध्ये खोटेपणाचा आणि साध्या वास्तवात असत्य मिसळून जायचं. फेथनं हे सगळं बघितलेलं होतं. ह्या भूतलावरची ही सगळ्यात जास्त निराश करणारी आणि क्रूर अशी जागा होती. इथं जुन्या संबंधांवर भिस्त ठेवून अस्तित्वाच्या झगड्यासाठी चपळाई दाखवली जायची. इथं उगवणारा प्रत्येक दिवस, प्रत्येक नवं नातं एक तर घडवणारं तरी असायचं किंवा बिघडवणारं तरी असायचं. आणि अशा जगात फेथनं प्रगती केली होती. खरं तर ह्या जगावर प्रेम केलं होतं. अगदी आत्तापर्यंत.

लीच्या डोळ्यांत काय दिसेल ह्या भीतीनं फेथला ली ॲडम्सकडे बघणं अशक्य झालं होतं. तिच्याजवळ आता तो एकटाच होता. त्याला ती तेवढी ओळखत नसली तरी काही कारणांमुळे त्यानं आपल्याला समजून घ्यावं, आपली कदर करावी असं तिला एकीकडे वाटत असलं तरी ह्या दोहोंपैकी काहीही आपल्याला लाभणार नाही, हे तिला कळून चुकलं होतं. तिला वाटलं, आपली आता तशी लायकी राहिलेली नाही.

गाडीच्या खिडकीतून तिची नजर पटकन वर झेपावणाऱ्या विमानाकडे गेली. आणखी काही सेकंदातच ते ढगांआड दिसेनासं होणार होतं. त्या विमानातल्या प्रवाशांना आता लवकरच खाली असलेला ढगांचा थर फक्त दिसणार होता. जणू त्या खालचं जग अचानक अदृश्य झालेलं. तिला वाटलं, आपण त्या विमानात असतो तर... म्हणजे फक्त वर झेपावत रहायचं... पुन्हा एकदा नव्यानं जगणं सुरू करता येईल अशा ठिकाणी जायचं... तिला प्रश्न पडला, का अशी एखादी जागा नाही कुठे? का?

२२

ब्रुक रेनॉल्डस् आणि कॉनीनं ह्या प्रकरणाचा पाठपुरावा चालूच ठेवलेला. त्यांना केन न्यूमनची कार सापडली होती. प्रयोगशाळेत त्या टेपवर अजूनही काम चालूच होतं. सगळ्यात वाईट गोष्ट म्हणजे फेथ लॉकहार्ट हातोहात निसटून गेली होती.

विमानतळावर चौकशी केल्यावर सगळा उलगडा आला होता. फेथ लॉकहार्टनं केलेलं वेषांतर आणि ली अॅडॅम्सचं पिस्तूलही... त्यावरून त्या रात्री झालेल्या गोळीबाराचा अंदाजही दोघांनी घेऊन पाहिलेला.

'अॅडॅम्स आणि तो दुसरा गोळी झाडणारा ह्या दोघांमध्ये गोळीबार झाला आणि त्यात अॅडॅम्सची सरशी झाली.' रेनॉल्डस्‌नं विचारमग्न होत कॉनीकडे पाहून विचारलं. 'अॅडॅम्स आणि लॉकहार्ट यांच्यात काही संबंध?'

'आत्ता तरी काही दिसत नाही पण आम्ही नुकतंच त्या मुद्यावर खोलात जायला सुरुवात केलीय.'

'माझ्या डोक्यात दुसराच विचार येतोय, कॉनी... अॅडॅम्स झाडीतून बाहेर आला, त्यानं केनला मारलं आणि मग झाडीतून निघून गेला. तो कशावर तरी पडून जखमी झाला असावा. तिथं रक्त सापडलं ते त्यामुळे. आता रायफलच्या गोळीचं कोडं त्यामुळे उलगडत नाही पण ही शक्यता आपण नाकारू शकत नाही. आपल्याला एवढंच माहिताय की त्याच्याकडे रायफलसुद्धा होती. किंवा ती गोळी एखाद्या शिकारी बंदुकीचीही असू शकेल.'

'हे बघ ब्रुक, एक म्हणजे तो माणूस काही स्वत:शीच गोळीबार करू शकणार नाही. दोन वेगळ्या प्रकारच्या गोळ्या आपल्याला मिळाल्या आहेत, हे लक्षात घे. आणि मला तरी असं वाटत नाही की कुठलाही शिकारी तिथं उभं राहून कशावर तरी गोळ्यांमागून गोळ्या झाडत राहील. त्यात त्याचे सहकारी किंवा त्याला स्वत:लाच धोका आहे. त्यामुळेच बऱ्याच राज्यांवर ह्या बाबतीत

काही निर्बंधही आहेत. आणि तिथं सापडलेल्या गोळ्या ह्या काही खूप दिवस पडून राहिलेल्या नाहीत.'

'ओके, ओके, पण ह्या मुद्यावर ॲडॅम्सवर विश्वास ठेवण्याची माझी अजिबात इच्छा नाही.'

'आणि माझा विश्वास आहे असं तुला वाटतं? मी माझ्या आईवरसुद्धा विश्वास ठेवत नाही. पण ह्या वस्तुस्थितीकडे मी डोळेझाकही करू शकत नाही. लॉकहार्ट केनच्या गाडीतून निघून जाते? आणि जंगलातून जाण्याआधी ॲडॅम्स तिथं बूट सोडून जातो? छे, विश्वास ठेवणंच अवघड आहे.'

'हे बघ कॉनी, मी फक्त शक्यता दाखवतेय. मला एक गोष्ट टोचतीय ती म्हणजे गोळी झाडणारा जर जंगलात असेल तर मग त्यानं नक्कीच नाही.'

कॉनी आपला पंजा जबड्यावरून फिरवत म्हणाला, 'हं, हे मात्र खरं आहे.'

मग रेनॉल्डस् एकदम चुटकी वाजवत म्हणाला, 'अरेच्चा, आणि ते दार? मी एवढी आंधळ्यासारखी कशी राहिले? आम्ही त्या घरापाशी गेलो, तेव्हा दार सताड उघडं होतं. मला अगदी स्पष्ट आठवतं. ते बाहेरच्या बाजूला उघडतं, ह्याचाच अर्थ केन त्या दिशेनं वळला तेव्हा त्यानं ते बघितलं असणार. त्यानं काय केलं असतं? पिस्तूल बाहेर काढलं असतं.'

'आणि त्यानं बूटही पाहिले असतील. तेव्हा अंधार होता पण त्या घराचं मागचं पोर्च काही तेवढं मोठं नाही.' कोकचा आणखी एक घुटका घेत कॉनी म्हणाला, 'आपल्या प्रयोगशाळेतल्या लोकांनी एकदा व्हिडिओचं रहस्य उलगडलं की ॲडॅम्स तिथं होता का नाही हेही निश्चितपणे कळेल आपल्याला.'

'त्यांना ते कोडं उलगडलं तर. पण मुख्य मुद्दा असा की मुळात ॲडॅम्सला तिथं येण्याचं कारणच काय?'

'कदाचित कोणीतरी लॉकहार्टवर पाळत ठेवायला त्याला सांगितलं असेल.'

'बुकॅनन?'

'माझ्या यादीत त्याचंच नाव पहिलं असेल.'

'पण बुकॅननं जर लॉकहार्टला उडवण्यासाठी भाडोत्री मारेकरी आणला असेल तर मग ते बघायला तिथं ॲडॅम्स कशाला?'

एखाद्या अस्वलानं झाडावर खाजवावं तसं कॉनीनं आपले जाडजूड खांदे वर घेतले आणि मग हळूच सैल सोडले. 'हे खरं आहे, त्यातून काही अर्थबोध होत नाही.'

'एवढंच नाही, तुझ्यासाठी माझ्याकडे आणखी गुंता आहे. लॉकहार्टनं नॉरफोकला जाण्यासाठी दोन तिकिटं घेतली होती. पण सॅन फ्रान्सिस्कोला जाण्यासाठी खऱ्या नावानं एकच तिकिट घेतलं.'

‘आणि विमानतळावरच्या निरीक्षणाचं काम बजावणाऱ्या व्हिडिओवर ॲडॅम्स तुला आपल्या माणसांमागून धावत जात असल्याचं कळलं.’

‘लॉकहार्टनं त्याच्या हातावर तुरी देण्याचा प्रयत्न तर केला नसेल?’

‘तिकीट एजंटानं सांगितलं, लॉकहार्टनं तिकीटं घेईपर्यंत ॲडॅम्स काऊंटरपर्यंत आला नाही. आणि ॲडॅम्स सॅन फ्रान्सिस्कोच्या गेटजवळून तिला मागे घेऊन गेल्याचं तिथल्या व्हिडिओवरून दिसतं.’

‘म्हणजे बहुधा एक प्रकारची अनैच्छिक भागीदारी.’ रेनॉल्डस् म्हणाली. कॉनीकडे बघितल्यावर तिच्या मनात विचार आला - म्हणजे आपल्यासारखं? ‘मला खरं म्हणजे काय करावंसं वाटतं माहितीय?’ रेनॉल्डस्नं प्रश्न केला. कॉनीच्या भुवया उंचावल्या. ‘मला मि. ॲडॅम्सचे बूट परत करायचे आहेत. आपल्याकडे त्याचा घरचा पत्ता आहे?’

‘नॉर्थ आर्लींग्टन. वीस मिनिटांचं अंतर आहे इथून.’

रेनॉल्डस् उठली, ‘चल, जाऊ या.’

गाडी पार्क करताना रेनॉल्डस् म्हणाली, ‘ॲडॅम्सचं एकूण चांगलं चालत असणार. हा भाग काही तेवढा किरकोळ नाही.’

कॉनीनं आजूबाजूला पाहिलं आणि म्हणाला, ‘मला वाटतं, माझं घर विकून टाकून इथंच कुठेतरी घ्यावं. रस्त्यावर भटकावं, पार्कमध्ये बसावं आणि जीवनाचा आनंद लुटावा.’

‘निवृत्तीचे विचार डोक्यात घोळतायत वाटतं?’

‘केनचा गुंडाळलेला मृतदेह पाहिल्यावर हे काम काही आता एकसारखं करावंसं वाटत नाही.’

दोघेही पुढच्या दारापर्यंत गेले. दोघांनाही तिथं व्हिडिओ कॅमेरा असल्याचं लक्षात आलं. मग कॉनीनं दारावरची बेल वाजवली.

‘कोण आहे?’ आतून एक करडा प्रश्न.

‘एफबीआय,’ रेनॉल्डस् म्हणाली, ‘एजंट रेनॉल्डस् आणि कॉन्स्टॅन्टिनोपल.’

पण त्यांना वाटलं होतं तसं दार एकदम उघडलं नाही.

‘तुमचे बॅज दाखवा.’ एक वयस्क आवाज. ‘कॅमेऱ्यासमोर धरा.’

दोघांनीही एकमेकांकडे पाहिलं.

रेनॉल्डस्चं स्मित. ‘आपण आपले सरळपणे वागू आणि आपल्याला सांगितलंय तसं करू.’

दोघांनीही कॅमेऱ्यासमोर बॅजेस धरले. मिनिटभरानं इमारतीचं दार उघडलं

आणि आतल्या दरवाजाच्या काचेत एका बाईचा चेहरा अवतरला.

'बघू पुन्हा एकदा,' ती म्हणाली. 'माझे डोळे काही आता तेवढी साथ देत नाहीत.'

'मॅडम...' कॉनी भडकून काही बोलायच्या आतच रेनॉल्डस्‌नं त्याला कोपरानं ढोसलं. पुन्हा एकदा दोघांनी ते बॅज समोर धरले.

त्या बाईनं ते नीट निरखले आणि दार उघडलं.

'सॉरी,' ते आत आल्यावर ती बाई म्हणाली. 'आज सकाळपासून जे जे काय चाललंय ते बघितल्यावर मी आता सामान बांधून निघायच्या बेतात आहे. आणि वीस वर्षं इथं राहिल्यावर, छे:'

'जे जे म्हणजे काय झालं?' रेनॉल्डस्‌नं तिखटपणे विचारलं.

त्या बाईनं तिच्याकडे थकलेल्या नजरेनं पाहिलं. 'तुम्ही इथं कोणाला भेटायला आलेला आहात?'

'ली ॲडॅम्स,' रेनॉल्डस् म्हणाली.

'मला वाटलंच. हं, तो इथं नाहीये.'

'तो कुठे असेल ह्याची काही कल्पना?'

'कार्टर, ॲंगी कार्टर. तो कुठे गेलाय ह्याची काही मला कल्पना नाही. आज सकाळी तो गेला आणि त्यानंतर मी काही त्याला पाहिलं नाही.'

'मग आज सकाळी काय घडलं?' कॉनीनं विचारलं.

कार्टर म्हणाली, 'जे घडलं ते खूपच लौकर. मी कॉफी घेत असताना ली खाली आला आणि त्यानं त्याच्या कुत्र्यावर लक्ष ठेवायला सांगितलं.' दोघांनीही तिच्याकडे कुतूहलानं पाहिलं. 'कुत्रा म्हणजे मॅक्स, लीचा जर्मन शेफर्ड. बिच्चारा.'

रेनॉल्डस् म्हणाली, 'कुत्र्याला काय झालं?'

'त्या लोकांनी त्याला मारलं. तो ठीक होईल, पण तो जखमी झालाय.'

कॉनी कार्टरच्या दिशेनं सरकला, 'त्याला कोणी जखमी केलं?'

'मिस कार्टर, आपण आत तुमच्या अपार्टमेंटमध्ये जाऊन बसलो तर?'

आत जाऊन बसल्यावर रेनॉल्डस् म्हणाली, 'तुम्ही अगदी पहिल्यापासून सगळं सांगा, आम्ही जाताजाता प्रश्‍न विचारू.'

कार्टर म्हणाली, 'ली खाजगी गुप्तहेर आहे.'

'आम्हाला माहिताय. कुठे जातोय ते त्यानं सांगितलं नाही?' कॉनीचा प्रश्‍न.

'तो कधीच सांगत नाही.'

'त्याचं कुठे स्वतंत्र ऑफिस आहे?'

'नाही, त्याची स्वतंत्र बेडरूम तो ऑफिस म्हणून वापरतो. तो ह्या इमारतीची देखभालही करतो. बाहेर कॅमेरा, भक्कम कुलपं हे त्याचंच काम आहे. त्यासाठी

त्यानं कधीही पैसा घेतला नाही, इथं राहणाऱ्या कोणालाही काही अडचण आली तर सगळेजण त्याच्याकडे जातात. तो प्रश्न सोडवण्यात हुषार आहे.'

रेनॉल्डस् प्रेमानं हसली. 'छानच माणूस दिसतोय. तुमचं चालू दे.'

'हं, मी मॅक्सला शांत केलं तेवढ्यात पार्सलवाला आला. मी त्याला खिडकीतून पाहिलं. तेवढ्यात लीनं फोन केला आणि त्यानं मॅक्सला सोडायला सांगितलं.'

रेनॉल्डस्नं मध्येच विचारलं, 'त्यानं बिल्डींगमधून फोन केला होता?'

'कल्पना नाही. आवाज स्पष्ट नव्हता, सेल्युलर फोनसारखा. मुख्य म्हणजे मी त्याला बिल्डींगमधून बाहेर पडताना पाहिलं नाही. मला वाटतं, तो पाठीमागच्या बाजूनं आगीतून सुटका करायच्या मार्गानं निघून गेला.'

'त्याचा आवाज कसा वाटला?'

'मला वाटतं, तो कशामुळे तरी चिडलेला होता. मला त्यानं मॅक्सला सोडायला सांगितलं तेव्हा आश्चर्य वाटलं. म्हणजे मी तुला सांगितलंच. मी नुकतंच त्याला शांत केलं होतं. ली म्हणाला, त्याला मॅक्सला इंजेक्शन का काहीतरी द्यायचंय. आता त्याचा काही अर्थबोध मला झाला नाही, पण लीनं मला जे सांगितलं ते मी केलं आणि मग सगळाच गोंधळ उडाला.'

'ह्या पार्सलवाल्या माणसाला तुम्ही भेटलात?'

'तो पार्सलवाला नव्हता. म्हणजे त्याच्या अंगावर पोशाख होता पण तो काही आमचा नेहमीचा माणूस नव्हता.'

'एखादेवेळी बदली माणूस असेल.'

'मी आजपर्यंत कुठल्याही माणसाला कधी पिस्तूल बाळगलेलं बघितलं नाही, तुम्ही बघितलंत?'

'म्हणजे तुम्ही पिस्तूल बघितलंत?'

तिनं होकारार्थी मान हलवली. 'तो पायऱ्यांवरून धावत खाली आला तेव्हा... त्याच्या हातात पिस्तूल होतं आणि दुसरा हात रक्ताळलेला होता. पण मला वाटतं, मी जरा पुढचं सांगतेय त्याआधी मॅक्सचं भुंकणं ऐकू आलं, मी कधी त्याला एवढं भुंकताना आजवर ऐकलेलं नाही. मग झटापटीचा आवाज ऐकू आला. पायांचे आवाज, ओरडण्याचा आवाज, मॅक्सचे पंजे... मग काही तरी आपटल्याचा आवाज, मॅक्सचं विव्हळणं, पाठोपाठ लीच्या दारावर कोणीतरी धडकत होतं. पुढची गोष्ट म्हणजे आगीतून सुटण्याच्या मार्गावर पावलांचे आवाज ऐकू आले. मी किचनच्या खिडकीतून पाहिलं तर सगळी माणसं वर धावत जाताना दिसली आगीतून सुटण्याच्या मार्गावर. मी म्हटलं, काय टीव्हीचा शो वगैरे चाललाय काय. मी पुन्हा पुढच्या दारापाशी गेले आणि पीपहोलमधून

बाहेर पाहिलं. त्याचवेळी पार्सलवाला पुढच्या दारातून जाताना मी पाहिलं, मला वाटतं तो मागे गेला आणि सगळ्यांना जाऊन मिळाला. मला नेमकं सांगता येणार नाही.'

कॉनी खुर्चीत पुढे झुकला. 'ह्या बाकीच्या लोकांनी युनिफॉर्म घातले होते का?'

मिसेस कार्टरनं त्याच्याकडे पाहिलं. 'तुम्हाला तर हे माहिती पाहिजे.'

रेनॉल्डस्‌नं तिच्याकडे गोंधळून पाहिलं. 'म्हणजे तुला म्हणायचंय काय?'

पण मिसेस कार्टरनं घाईघाईनं आपली कथा चालूच ठेवली. 'त्यांनी मागच्या दारावर आवाज केला तर एकदम अलार्म वाजायला लागला. लगेच पोलिस आले.'

'पोलिस आल्यावर काय झालं?'

'ती माणसं होती तोपर्यंत, निदान त्यांच्यापैकी काही लोक.'

'पोलिसांनी त्यांना पकडलं का?'

'नाही. पोलिसांनी मॅक्सला नेलं आणि त्या लोकांना शोध घेऊ दिला.'

रेनॉल्डस् एकदम म्हणाली, 'पोलिसांनी त्यांना इथं राहू कसं दिलं काही कल्पना?'

'ज्या कारणासाठी मी तुम्हाला आत घेतलं, त्याच कारणासाठी.'

रेनॉल्डस्‌नं धक्का बसून कॉनीकडे पाहिलं. मग कार्टरकडे पाहिलं आणि विचारलं, 'म्हणजे...'

'म्हणजे ते 'एफबीआय'चे लोक होते.' कार्टरनं घाईघाईनं सांगितलं.

❖

२३

'आपण नेमकं इथं काय करतोय?' फेथनं विचारलं. एअरपोर्टपासून टॅक्सी केल्यानंतर त्यांनी आणखी दोन टॅक्सी केल्या होत्या. शेवटची टॅक्सी सोडल्यानंतर ते आता बराच काळ चालत होते.

लीनं तिच्याकडे पाहिलं. 'कायद्यापासून पळ काढताना लक्षात ठेवायचा पहिला नियम म्हणजे तुम्ही जी टॅक्सी घेतली असेल किंवा ज्या टॅक्स्या घेतल्या असतील त्या ते शोधून काढतात म्हणून तुमच्या खऱ्या मुक्कामाच्या ठिकाणी कधीही टॅक्सीनं जाऊ नका.' त्यानं पुढच्या दिशेनं अंगुलीनिर्देश केला. 'आता आपण जवळजवळ पोचलोच आहोत.' जात असताना लीनं डोळ्यापाशी हात नेऊन कॉन्टॅक्ट लेन्स बाहेर काढल्या. त्याचे डोळे पुन्हा निळे झाले. त्यानं आपल्या बॅगमधल्या केसमध्ये त्या लेन्सेस ठेवल्या.

फेथनं समोर पाहिलं पण तिला काही दिसलं नाही. जुनी घरं, खडबडीत पादचारी मार्ग, निस्तेज झाडं आणि मैदान.

उत्तर व्हर्जिनियातल्या ह्या बाजूला ती सहसा यायची नाही. हा भाग खूप औद्योगीकरण झालेला असा होता. छोटे उद्योग, ट्रक आणि बोटींच्या दुरूस्तीची दुकानं.

'आपण आता गावाबाहेर पडायला पाहिजे, नाही? म्हणजे मला काय म्हणायचंय, 'एफबीआय' तर काही करू शकत नाही. त्यात पुन्हा आपल्या मागे लागलेले लोक कोण आहेत, हेही तू सांगत नाहीस आणि इथं आपण चक्क ह्या गावातून भटकतोय.' ली काही बोलला नाही, शेवटी तिनं त्याचा दंड पकडला. 'ली, नेमकं काय चाललंय, हे तू मला सांगशील का?'

ह्यावर तो इतका अचानक थांबला की ती त्याच्यावर आदळलीच, एखाद्या भिंतीवर आदळावं तसं.

लीनं तिच्याकडे दृष्टीक्षेप टाकला. 'तू मला मूर्ख म्हटलंस तरी चालेल पण

मी हे डोळ्याआड करू शकत नाही की जेवढी माहिती मी तुला देईन तेवढी तुझ्या डोक्यात काहीतरी भन्नाट कल्पना येईल आणि आपण दोघेही गाळात जाऊ.'

'हे बघ, एअरपोर्टवर जे घडले त्याबद्दल क्षमस्व. तुझं बरोबर आहे, मी मूर्ख आहे. पण माझीही काही कारणं होती.'

'तुझी कारणं गेली, खड्ड्यात. तुझं सगळं आयुष्य हे असलंच.' तो रागानं म्हणाला आणि पुन्हा चालायला लागला.

ती घाईघाईनं पुढे गेली, त्याचा दंड पकडला आणि ते निघाले.

'ओके, तुला जर तसं खरंच वाटत असेल तर मग आपण आपापल्या वाटांनी गेलो तर? इथं आणि आत्ता. प्रत्येकानं आपापलं नशीब अजमावायचं.'

त्यानं हात मागे घेतले. 'तुझ्यामुळे मी घरी जाऊ शकत नाही की माझं क्रेडीट कार्ड वापरू शकत नाही. माझ्यापाशी माझं पिस्तूल नाही, 'एफबीआय'ची माणसं माझ्या मागे लागली आहेत आणि माझ्या वॅलेटमध्ये चार नोटा आहेत.'

'तू माझे अर्धे पैसे घे.'

'आणि तू नेमकी कुठे जाणार आहेस?'

'माझ्या आयुष्याला अर्थ नसेल आणि त्याचा धक्का तुला बसेलही पण मी माझी काळजी घेऊ शकते.'

त्यानं नकारार्थी मान हलवली. 'आपण एकत्र राहू. त्याला कारणं बरीच आहेत. त्यातलं एक म्हणजे जेव्हा कधी 'एफबीआय' आपल्याला पकडेल तेव्हा तू तुझ्या आईची शपथ घेऊन सांग की मी निरपराध आहे आणि तुझ्या ह्या दुःस्वप्नात उगाचच अडकलोय.'

'ली!'

'वाद मिटला.'

तो घाईघाईनं चालायला लागला आणि फेथनं आता काहीही बोलायचं नाही असं ठरवून टाकलं. खरी गोष्ट अशी की तिला एकटं पडायचं नव्हतं.

'तू जरा थांब इथं,' ली बॅगा खाली ठेवून म्हणाला. 'मी जिथं जातोय तिथं ओळखला जाण्याची शक्यता आहे आणि तू माझ्याबरोबर यायला नकोयस मला.'

फेथनं आजूबाजूला पाहिलं. तिच्या पाठीमागे एक आठफुटी उंच कुंपण होतं चेनलिंकचं. आत एक बोटी दुरुस्त करायचं केद्रं होतं. आत एक डॉबरमन गस्त घालत होता. तिला वाटलं बोटींसाठी एवढी सुरक्षितता लागते? कदाचित ह्या भागात सगळ्याच गोष्टींना लागत असेल.

'मी इथं असं एकटीनंच रहायचं का?' तिनं विचारलं.

लीनं आपल्या बॅगमधून एक बेसबॉल कॅप काढली आणि गॉगल चढवला. 'हो,' तो कडकपणे म्हणाला. 'मग मघाशी मी माझी काळजी घेईन असं काय कुठलं भूत म्हणालं का?'

फेथला चटकन उत्तर सुचलं नाही. तिनं एवढंच केलं, रागावून ती लीला घाईघाईनं मोटरसायकलच्या दुकानात जाताना पहात राहिली. ती तिथं थांबलेली असताना तिला अचानक आपल्यामागे कोणीतरी असल्याचं जाणवलं. तिनं वळून पाहिलं तर तिच्यासमोर एक मोठा डॉबरमन होता. तो त्या मोकळ्या जागेतून बाहेर आला होता. त्या कुत्र्यानं दात दाखवले आणि खालच्या आवाजात गुरगुरला तसं फेथ हळूच खाली वाकली. त्या बॅगा समोर धरून ती मागे सरकली आणि मोटरसायकलच्या दुकानाच्या पार्कींग लॉटमध्ये गेली. त्या डॉबरमननं तिचा नाद सोडला आणि तो पुन्हा मागच्या मोकळ्या जागेत गेला.

फेथनं सुटकेचा श्वास टाकला आणि तिनं बॅगा खाली टाकल्या. तिनं बेसबॉल कॅप आणखी पुढे ओढून ती वळवली आणि एक लाल चकचकीत कावासाकी निरखल्यासारखं केलं, ती कावासाकी विकायलाच ठेवली होती. तिथं पलीकडेच एक बांधकामक्षेत्रातली जड उपकरणं भाड्यानं देणारी कंपनी होती. तिचं लक्ष एका क्रेनकडे गेलं. ह्या क्रेनची उंची तीस फूट होती. हे सगळं जग तिला फारसं परिचित नव्हतं. तिचा आजवरचा प्रवास फारच वेगळ्या क्षेत्रात झाला होता: जगातली राजधानींची शहरं, मोठे राजकीय सौदे, अशीलं, सत्ता आणि पैशाची मोठी प्रस्थं. सगळं सतत हलत राहणारं.

डॅनी बुकॅननं तिला मुक्ती दिली होती. ती तशी सामान्य होती पण तरीही ती ह्या जगात चार चांगल्या गोष्टी करत होती. गेली दहा वर्षं ती गरजू लोकांना मदत करत होती.

ह्या विचारात असतानाच फेथला पाठीमागे पावलं ऐकू आल्यानं ती वळली. जीन-काळे बूट असलेल्या त्या माणसाच्या अंगावर मळका शर्ट होता आणि त्यावर मोटरसायकलच्या दुकानाचा लोगो होता. तो तरुण विशीतला, उंच, सडपातळ आणि देखणा होता.

'मी काही मदत करू शकतो का मॅडम? काहीही?' त्यानं विचारलं.

'सहज बघत होते. मी माझ्या मित्राची वाट बघत होते.'

'वा, ही गाडी तर चांगली दिसतीय.' त्यानं एका 'बीएमडब्ल्यू' मोटरसायकलकडे बोट दाखवलं. गाडी भलतीच श्रीमंती थाटाची होती. तिला वाटलं, काय ही पैशाची उधळपट्टी?

त्यानं सावकाश त्या गाडीच्या पेट्रोल टाकीवरून हात फिरवला. 'मांजरासारखी गुरगुर आहे ह्या गाडीची. सुंदर गोष्टींची काळजी घेतली तर त्या गोष्टीही तुमची

काळजी घेतात.' एवढं बोलून तो लांबरुंद हसला. त्यानं तिच्याकडे बघितलं आणि डोळे मिचकावले.

'मी गाडी चालवत नाही, मी फक्त बसते.' ती सहजपणे म्हणाली आणि मग तिला आपल्या बोलण्याचा पश्चात्ताप झाला.

पुन्हा एकदा लांबरुंद स्मित. 'वा, मग तर फारच छान. ही तर आजच्या दिवसातली सगळ्यात मस्त बातमी. फक्त बसतेस ना?' तो तरुण हसला आणि त्यानं टाळी वाजवली. 'आपण जरा एखादी फेरी मारली तर. तू फक्त बस.'

तिच्या चेहऱ्यावर लज्जेचे भाव. 'हे पहा, मला काही तुझं...'

'एवढं बिथरायचं काही कारण नाही. तुला काही लागलं तर माझं नाव लक्षात ठेव, रिक.'

त्यानं त्याचं कार्ड बाहेर काढलं आणि पुन्हा तिच्याकडे बघून डोळे मिचकावले. पुढं तो खालच्या पट्टीत म्हणाला, 'घराचा फोन नंबर मागच्या बाजूला आहे.'

त्याच्या हातातल्या कार्डकडे तिनं तिटकाऱ्यानं पाहिलं. 'ठीक आहे, रिक, पण मला सगळं उघडं लागतं. तू तेवढा पुरुष आहेस का?'

रिकला हे काही तेवढं खटकलेलं दिसलं नाही.

'नाही, ऐकून छान वाटलं. माझा मित्र आत आहे. तो उंचीनं तुझ्याएवढाच आहे पण त्याचं शरीर खरंच मर्दानी आहे.'

'खरंच?'

'मी नुसतं बोलत नाही, तो तिथं आहे. जाऊन विचार?' तिनं मागच्या दिशेला हात केला.

रिकनं मागे वळून पाहिलं तर ली बिल्डींगच्या बाहेर पडत होता. त्याच्या हातात दोन हेल्मेट आणि रायडींग सूट होते. त्याच्या जाकिटाच्या पुढच्या खिशात एक नकाशा कोंबलेला होता. त्याच्या अंगावरच्या जाडजूड कपड्यांमधूनही लीची दणदणीत देहयष्टी लक्षात येत होती. त्यानं रिककडे संशयाच्या नजरेनं पाहिलं.

'आपली ओळख आहे?' लीनं विचारलं.

रिक अस्वस्थसं हसला आणि लीकडे बघून त्यानं अवघडल्यासारखं आवंढा गिळला. 'नाही, नाही सर.' तो अडखळत म्हणाला.

'मग तुला काय पाहिजे, बाळ?'

फेथ मध्ये पडली. 'नाही, तो फक्त मला रायडींगसाठी जे सामान आवडतं ना, ते विचारत होता, हो ना रिकी?' तिनं रिकीकडे बघून स्मित केलं.

'ठीक आहे, बरं, मी निघतो.' रिक अक्षरशः दुकानाच्या दिशेनं धावत निघाला.

'बाय, बाय' फेथ त्याला उद्देशून म्हणाली. ली तिला रागावून म्हणाला, 'मी तुला रस्त्याच्या पलीकडे थांबायला सांगितलं होतं. एक मिनिटही तुला एकटीला थांबता येत नाही?'

'माझं एका डॉबरमनशी भांडण झालं होतं. म्हटलं, माघार घेतलेली बरी.' 'तुझं त्या माणसाबरोबर काय चाललं होतं, पळून जायचा विचार होता का काय?'

'ली, माझा काहीतरी संशय घेऊ नकोस.'

'नाही, कोणाची तरी धुलाई करायला निमित्त. त्या माणसाला काय हवं होतं?'

'त्याला काहीतरी विकायचं होतं, अर्थात मोटरसायकल नाही, दुसरं काहीतरी. हे काय आहे?' तिनं त्याच्या हातातल्या गोष्टींकडे बोट दाखवत विचारलं.

'ह्या काळात मोटरसायकलवरून जाताना जे साहित्य लागतं ते. ताशी साठ मैल वेगानं जाताना वारं चांगलंच बोचतं.'

'आपल्यापाशी मोटरसायकल नाहीये.'

'आता आपल्यापाशी आहे मोटरसायकल.'

ती त्याच्यापाठोपाठ मागे गेली, तिथं एक जंगी होंडा मोटरसायकल होती. अगदी सुसज्ज.

लीनं इग्निशनमध्ये किल्ली घातली आणि आपला रायडींग सूट तो चढवू लागला.

'हा जो काय प्रकार आहे त्यावरून आपण कुठे चाललोय?'

लीनं आपल्या सूटची झिप ओढली.

'आपण नॉर्थ कॅरोलिनाला चाललोय.'

'एवढं अंतर मोटरसायकलवरून?'

'क्रेडीट कार्डाशिवाय आणि ओळखपत्राशिवाय आपण गाडी भाड्यानं घेऊ शकत नाही. तुझ्या माझ्या गाडीचा उपयोग नाही. आपण आगगाडी, विमान किंवा बसनेही जाऊ शकत नाही. आपल्या पाठीमागे लागलेले लोक ह्या सगळ्या जागी पोचू शकतील.'

'मी मोटरसायकलवर कधीच बसलेले नाही.'

'तुला काही गाडी चालवावी लागणार नाही. ते काम मी करीन. मग काय म्हणणं आहे? मग राइडला येणार?' त्याचं तिच्याकडे बघून स्मित.

त्याचं बोलून झाल्यावर फेथला आपल्या मस्तकावर कोणीतरी प्रहार केलाय असं वाटायचं. त्या गाडीवर त्याला बसलेलं पाहिल्यावर तिचं सर्वांग तापलं, आणि अगदी त्याच क्षणी ईश्वरानं इच्छापूर्ती करावी तसं सूर्यकिरण मलूल

ढगांमधून बाहेर आले. प्रकाशाची तिरीप आली आणि त्याचे निळे डोळे उजळले. तिला वाटलं, आपल्याला हलणं शक्य नाही. श्वास रोखले गेले, पाय थरथरू लागले.

तिला कॉलेजमधले सुट्टीचे दिवस आठवले. तिच्या आयुष्यात त्यावेळी ली सारखेच निळे डोळे असलेला एक मित्र होता. मोटरसायकलवाला.

'राईड घ्यायचीय?' त्यानं तिला विचारलं होतं. ती आधी म्हणाली 'नाही' आणि मग पटकन हातातलं पुस्तक टाकून त्याच्यामागे चढून बसली होती. त्यावेळी त्यांचं प्रेमप्रकरण चाललेलं, पुढच्या सहजीवनाच्या योजना, प्रेमाच्या आणाभाका. तेवढ्यात तिची आई वारली, वडिलांनी स्थलांतर केलं. तिला क्षणभर वाटलं ली त्याच्यासारखाच असेल का? तिनं त्या आठवणी इतक्या हद्दपार केल्या होत्या की तिला त्या मुलाचं नावही आठवेना.

'तू बरी आहेस ना?' लीनं विचारलं.

नीटपणे बसण्यासाठी तिनं हँडलची एक बाजू पकडली आणि शक्य तितक्या शांतपणे म्हणाली, 'आणि इथले दुकानवाले तुला तसेच जाऊ देतील?'

'ही जागा माझा भाऊच चालवतो. हे एक प्रात्यक्षिक आहे. फक्त आपण जरा लांबच्या टेस्ट ड्राईव्हसाठी अधिकृतपणे ही गाडी घेतोय.'

'मी हे सगळं कसं काय करत्येय.'

फेथनं रायडींग सूट चढवला आणि लीच्या मदतीनं तिनं हेल्मेट घातलं. त्यानं त्यांच्या बॅगा जागच्या जागी ठेवल्या आणि फेथ त्याच्यामागे चढून बसली. त्यानं गाडीचा क्लच सोडला तर फेथ त्या धक्क्यानं एकदम मागे झाली, त्याबरोबर लीला ती घट्ट बिलगली, गाडीला चिकटून.

गाडीचा आवाज कानावर आदळल्यावर ती उडी मारायचीच बाकी राहिली.

'ओके, शांत हो, आपल्या दोघांच्याही हेल्मेटमध्ये ऑडिओ लिंक आहे.' लीचा आवाज तिच्या कानावर पडला. त्याला तिला बसलेला धक्का जाणवला होता. 'तू कधी तुझ्या बीच हाऊसवर गाडीनं गेलीयस?'

'नाही, मी नेहमी विमानानंच गेले.'

'ठीक आहे, माझ्यापाशी नकाशा आहे. नॉरफोकला जाऊ. तिथून सगळ्यात जवळचा रस्ता घेऊ. वाटेत खायला घेऊ. फार अंधार पडायच्या आत आपल्याला हे सगळं केलं पाहिजे. ओके?'

तिनं होकारार्थी मान हलवली आणि प्रयत्नपूर्वक म्हणाली, 'ओके.'

'आता फक्त मागे टेकून बस आणि निवांत रहा. तू निश्चिंत रहा.'

मात्र त्याऐवजी ती त्याच्या अंगावर झुकली, त्याच्या कमरेभोवती हाताचा विळखा घातला आणि त्याला घट्ट धरलं. अचानक कॉलेजमधले ते दोन महिने

तिला आठवले. हे एक शुभचिन्ह होतं. काहीही आता शक्य होतं. एक बोट घ्यायची आणि त्यांच्याशिवाय कोणीही भेट दिली नसेल अशा वेस्ट इंडिजमधल्या एखाद्या ठिकाणी जायचं, त्यांच्याशिवाय पुन्हा कोणीही जाणार नाही अशा ठिकाणी... तिथं ती एक झोपडी नीट ठेवायला शिकणार होती, नारळाच्या दुधात स्वयंपाक करणार होती आणि ली मासे पकडायला गेला की ती घर छान ठेवणार होती... मग चंद्रप्रकाशात रोज रात्री कामक्रीडा... ती त्याच्या अंगावर आणखी झुकली. ह्या सगळ्या कल्पना तिला वाईट वाटल्या नाहीत तशा फार अशक्यही.

'फेथ?' ली तिच्या कानात म्हणाला.

'येस?'

'तू जर विमानतळावर पुन्हा तमाशा केलास तर मग माझ्या हातांची कमाल तुला दाखवेन. समजलं?'

२४

मोनोकोल हे रेस्टॉरंट राजकारणी आणि बड्या प्रस्थांचं आवडतं होतं. इथं बुकॅनन सेनेटर रसेल वॉर्डला भेटणार होता. रेस्टॉरंटमध्ये बुकॅनन आणि वॉर्डचं स्वागत झाल्यावर दोघेही एका कोपऱ्यात जाऊन बसले. इथं ते नेहमी यायचे. त्यांनी ड्रिंक्सची ऑर्डर दिली आणि ते मेनूवरून नजर फिरवत राहिले.

बुकॅननला आठवत होतं तेव्हापासून रसेल वॉर्डला 'रस्टी' ह्या नावानंच ओळखायचे. दोघेही बराच काळ एकत्र काम करत होते. रसेल वॉर्ड नॉर्थ कॅरोलिनाचा ज्येष्ठ सेनेटर होता आणि त्याच्या सगळ्या मतदारसंघात त्याचं चांगलं वजन होतं. वॉर्डला इथल्या प्रत्येक व्यक्तीची खडा न् खडा माहिती होती. त्याला लोकांची बलस्थानं आणि कच्चे दुवे चांगले माहिती होते. त्याची तब्येत ढासळलेली असली तरी मानसिक दृष्ट्या तो चांगलाच तरतरीत होता.

मेनूमधून नजर वर काढत वॉर्डनं विचारलं, 'तुझ्याकडे काय विशेष सध्या?'

वॉर्डचा आवाज गंभीर-स्वच्छ होता, ऐकत रहावा असा. बुकॅननला तासन्तास ऐकत रहावंसं वाटायचं त्याचं बोलणं. तशा त्यांच्या बैठकी रंगलेल्या होत्याही आधी बऱ्याचदा.

'काय-नेहमीचंच. तुझं काय?' बुकॅननचा प्रतिप्रश्न.

'सकाळी जरा चांगलं काहीतरी कानावर पडलं, मनोरंजक. सेनेटचं गुप्तचर खातं सीआयए.'

'असं?'

'थॉर्नहिल नामक सद्गृहस्थाचं नाव तू कधी ऐकलंयस? रॉबर्ट थॉर्नहिल.'

बुकॅनन निश्चल राहिला. 'मला तर हा माणूस काही फारसा माहिती नाही. मला त्याच्याबद्दल सगळं सांग.'

''सीआयए'मधलं जुनं खोंड आहे. भयंकर चलाख, धूर्त आणि एक नंबरचा खोटारडा. मीसुद्धा त्याच्यावर विश्वास ठेवत नाही.'

'पण तुला त्याच्यावर विश्वास ठेवायलाच पाहिजे असं काही नाही.'

'कसंही असलं तरी त्याला मानायलाच पाहिजे. त्यानं कसून काम केलंय, 'सीआयए'चे बरेच डायरेक्टर्स पचवलेयत. खरोखरंच त्यानं अलौकिक देशसेवा केलीय. 'सीआयए'मध्ये तर थॉर्नहिल म्हणजे एक दंतकथाच आहे. त्यामुळे त्याला पूर्ण स्वातंत्र्य आहे. अर्थात त्याच्या कामाबाबत असं धोरण असणं धोक्याचं आहे.'

'खरंच? अगदी सच्चा देशभक्त दिसतोय.'

'मला त्याचीच काळजी वाटत्येय. जे स्वतःला सच्चे देशभक्त समजतात ते फार कडवे असण्याची शक्यता असते'... आणि माझ्या मते असे कडवे म्हणजे वेडगळपणाच्या अलीकडचीच पायरी असते. इतिहासानं आपल्यापुढे अशी बरीच उदाहरणं ठेवली आहेत.' वॉर्ड हसला. 'आज तो नेहमीचंच पाल्हाळ घेऊन आला. तो इतका तृप्त दिसला की मी ठरवलं, त्याला थोडा चिमटा घेतला पाहिजे.'

बुकॅनन एकदम कुतूहल जागं झाल्यासारखा दिसला. त्यानं विचारलं, 'हे तू कसं करणार?'

'मी त्याला मृत्यूपथकाबद्दल विचारलं.' वॉर्ड बोलायचा थांबला आणि त्यानं क्षणभर आजूबाजूला पाहिलं. 'ह्या बाबतीत पूर्वी 'सीआयए'बरोबर आम्हाला थोडी झटापट करावी लागली होती. 'सीआयए'चे लोक बंडखोर पथकं तयार करतात आणि कुत्र्यांसारखे सोडतात अंगावर.'

'ह्यावर तो काय बोलला?'

वॉर्ड मोठ्यानं हसला. 'काहीतरी उडवाउडवीची उत्तरं दिली. म्हणाला, नवी 'सीआयए' म्हणजे माहितीचं संकलन आणि विश्लेषण करणारी एक संस्था आहे. मी जेव्हा त्याला विचारलं, जुनी 'सीआयए' मग काय गडबड करत होती हे तुला मान्य आहे का, तेव्हा मला वाटलं, आता तरी हा मान्य करेल पण छे! त्याचं सगळं तसंच, पूर्वीसारखंच.'

'मग आता तुला टोचणी लागेल असं तो काय करायला निघालाय?'

वॉर्डनं स्मित केलं. 'माझ्याकडून काही गुप्त बातम्या काढून घ्यायचा त्यांचा प्रयत्न आहे.'

'अर्थातच.'

वॉर्डनं आजूबाजूला पाहिलं आणि पुढे झुकून शांतपणे म्हणाला. 'काहीतरी माहिती लपवत होता, दुसरं काय? ह्या लोकांना आणखी पैसा हवाय आणि कशासाठी विचारलं तर असं वाटावं, आम्ही काहीतरी भयंकर गुन्हा केलाय. मी ही बाब थॉर्नहिलच्या लक्षात आणून दिली.'

'त्यावर त्याची काय प्रतिक्रिया होती? घाबरला का शांत होता?'

'तुला का बरं त्याच्याबद्दल कुतूहल?' वॉर्डनं विचारलं.

'तूच विषय काढलास. तुझ्या कामात मला रस वाटला तर त्यात तुला खटकण्यासारखं काही नाही.'

'हं,' वॉर्ड म्हणाला, 'गुप्तचर सूत्रं सुरक्षित ठेवण्यासाठी त्या अहवालांची छाटणी करावी लागेल. प्रश्न नाजूक आहे आणि 'सीआयए'ला हा प्रश्न फार जपून हाताळावा लागेल. आता त्या माणसाचा हिशेब मला चुकता करावा लागेल. ह्या माणसाचा उद्धटपणा मला सहन होत नाही आणि माझी तर खात्री पटलीय, रॉबर्ट थॉर्नहिल कारण नसतानासुद्धा खोटं बोलेल.' वॉर्ड पुढे म्हणाला, 'आता मला त्याच्याकडे लक्ष द्यावं लागेल. त्याच्या बोलण्यात तथ्य वाटलं, म्हणाला, दडून बसलेल्या हुकूमशहांना साध्या उपग्रहांवरून येणाऱ्या फोटोंनी आणि वेगवान मॉडेम्समुळे उडवता येईल हा एक भ्रम आहे. आम्हाला जुन्या पद्धतीची जमिनीवरची उपकरणं लागतील.'

'आम्हाला यंत्रणेत, आतल्या गोटात राहणाऱ्या माणसांची गरज आहे. आपल्याला जिंकण्याचा तेवढाच मार्ग आहे. तेवढं मला चांगलं समजतं.'

'थॉर्नहिल तुला चांगलं ओळखून दिसतोय.'

'त्याबाबतीत तो चांगलाच आहे. आजच्या संभाषणाच्या झटापटीत त्यानं बाजी मारलीय हे कबूल करावं लागेल. म्हणजे हा माणूस काहीही न बोलता आपण फार काहीतरी उदात्त सांगितल्याचं दाखवू शकतो. शेवटी मीही सांगितलं, तुझ्याबरोबर काम करायला मला आवडेल.' वॉर्डनं पाण्याचा घुटका घेतला. 'येस, आज त्यानं बाजी मारली. पण माझीही वेळ येईल.'

एव्हाना वेटर त्यांनी सांगितलेलं मद्य घेऊन आला आणि त्यांनी त्याला ऑर्डर दिली.

'मग तुझी अर्धांगी कशी आहे? आमच्यासारख्या गरीब-बिचाऱ्या असहाय्य राजकारण्यांच्या फिरक्या घेण्यासाठी फेथचं काम रात्रंदिवस चालू आहे ना?'

'खरं तर मला वाटतं, ती शहराबाहेर आहे. वैयक्तिक कारणांसाठी.'

'विशेष गंभीर काही नाही ना?'

बुकॅननं खांदे उडवले. 'चालू आहे.'

मनात मात्र त्याला पुन्हा प्रश्न पडला. फेथ कुठे असेल?

'आपण सगळे टिकाव धरून आहोत. कोणास ठाऊक, माझा हा जर्जर देह किती दिवस टिकेल?'

ह्यावर बुकॅननं आपला पेला उंचावत म्हटलं, 'मी डॅनी बुकॅनन तुला सांगतोय, तुला शंभर वर्षांचं आयुष्य लाभेल.'

'नको रे बाबा.' वॉर्डनं त्याच्याकडे जरा उत्सुकतेनं पाहिलं. 'आपण आपली गावं सोडल्याला चाळीस वर्षं उलटली, हे खरंच वाटत नाही. तू आमच्या गॅरेजवरच्या अपार्टमेंटमध्ये वाढलास ह्याचा मला काही वेळा हेवा वाटतो.'

बुकॅननचं स्मित. 'गंमत आहे, तू एवढ्या पैशाच्या वातावरणात त्या हवेलीत वाढलास ह्याची मला असूया वाटते... माझं कुटुंब तुमच्या कुटुंबावर अवलंबून... आता आपल्या दोघांपैकी कोणाला चढली म्हणायचं?'

'आजपर्यंतच्या माझ्या मित्रांमध्ये तू सगळ्यात चांगला मित्र आहेस.'

'माझ्याही भावना तशाच आहेत, सेनेटर.' बुकॅननं परतफेड केली.

'मला त्यातही विशेष वाटतं म्हणजे तू मला तुझ्या वैयक्तिक फायद्यासाठी काहीच विचारलं नाही. तुला चांगलं माहिताय, मी एक-दोन कमिट्यांवर आहे, तुझं काम होऊ शकेल.'

'अनौचित्य दाखवणं मला आवडत नाही.'

'ह्या शहरात तू असा एकटाच असशील.' वॉर्ड खिदळत म्हणाला.

'मी एवढंच म्हणेन की मला त्यापेक्षाही आपली मैत्री महत्त्वाची वाटते.'

वॉर्डनं आपला ग्लास खाली ठेवला. 'मला कल्पना आहे. गेल्या काही वर्षात तुझी ध्येयं खूपच उदात्त झाली आहेत. फारच थोड्या जणांना चिंता असते असं जग तू वाचवायला निघालायस. मला माहिती असलेला अशा पद्धतीनं काम करणारा तू एकमेव माणूस आहेस.'

बुकॅननं मान हलवली म्हणाला, 'मी एक आयरिश पोरगा होतो, कष्ट करत वर आलो आणि पैसा मिळवला आणि एकदम माझी मोलाची वर्षं ह्या कमनशिबी लोकांच्या मदतीसाठी घालवायला लागलो? बाबा रे, मी हे नि:स्वार्थ बुद्धीपोटी करण्यापेक्षा भीतीपोटी करतोय.'

वॉर्डनं त्याच्याकडे कुतूहलानं पहात विचारलं, 'ते कसं काय?'

बुकॅनन ताठ बसता झाला. हात एकमेकात गुंफले आणि त्यानं घसा खाकरला. आजवर त्यानं हे कधी सांगितलं नव्हतं. अगदी फेथलासुद्धा. ह्यानंतर पुन्हा वेळ मिळणारही नाही बहुतेक. बुकॅननला वाटलं. त्यात थोडा वेडसरपणा वाटेल पण निदान रस्टी वॉर्ड हे सगळं गुप्त ठेवेल.

'रस्टी, मला सतत एक स्वप्न पडतं. माझ्या स्वप्नातली अमेरिका सतत श्रीमंत होत जात्येय, लठ्ठ आणि पुष्ट... इथं एक ॲथलेट साधा एक गोळा फेकण्यासाठी लाखो डॉलर्स घेतो, एखादा चित्रपट अभिनेता फालतू चित्रपटात काम करण्यासाठी लाखो डॉलर्स घेतो, एक मॉडेल अंडरवेअरवर हिंडण्यासाठी अशीच लाखो डॉलर्स घेते. इथं एकोणीस वर्षांचा एक पोरसवदा इंटरनेटचा उपयोग करून घेऊन शेअर विकतो आणि कोट्यावधी डॉलर्सची गंगाजळी जमा

करतो' बुकॅनन थांबला आणि क्षणभर त्यानं आपली दृष्टी दुसरीकडे वळवली. 'आणि आपले हितसंबंध साधण्यासाठी राजकारण्यांशी संधान ठेवणारा-लॉबिइस्ट स्वतःचं विमान ठेवू शकतो.' त्यानं नजर पुन्हा वॉर्डकडे वळवली. 'आपण जगाची संपत्ती जमा करत राहतो. त्यात जो मध्ये येतो, त्याला उडवतो... शेकडो प्रकारांनी आणि संदेश काय... तर अमेरिका सुंदर आहे. एक महासत्ता.'

'मग हळूहळू बाकीच्या जगाला जाग येते आणि आपण काय आहोत ते त्यांना कळतं : एक भ्रष्ट सत्ता. मग ते आपल्याकडे धाव घ्यायला लागतात. बोटी, विमानं, मिळेल त्या मार्गानं. आधी हजारोंच्या संख्येनं, मग लाखांनी आणि नंतर तर अब्जावधींनी, ते आपल्याला नगण्य ठरवतात. तू, मी, चित्रपटतारे, तारका, सुपरमॉडेल्स, हॉलिवुड आणि वॉशिंग्टन. सत्यवत् आभास निर्माण करणारं खरं जग.'

वॉर्डनं डोळे विस्फारून त्याच्याकडे पहात विचारलं, 'हे स्वप्न का दुःस्वप्न?'

बुकॅननं त्याच्याकडे एक कडक दृष्टीक्षेप टाकला. 'तू सांग मला.'

'तुमच्या देशावर प्रेम तरी करा किंवा सोडा तरी. डॅनी, ह्या घोषणेत बरंच तथ्य आहे. आपण काही एवढे वाईट नाही आहोत. मग तू जे इतर देशांना निधी मिळवून देण्याचं काम करतोस, ते करतोस तरी कशासाठी?'

'बहुतेक जगातल्या शोकांतिका जगातल्या सुखांतिकांपेक्षा जास्त असतात म्हणून आणि ते काही बरोबर नाही.' बुकॅनन हे सांगत असताना त्याच्या डोळ्यांच्या कडा ओलसर झालेल्या.

❖

२५

'नॉर्थ कॅरोलिना'ला जाताना ली आणि फेथ दोन ठिकाणी थांबले होते. एकदा 'क्रॅवर बॅरल'मध्ये लंचसाठी आणि नंतर दक्षिण व्हर्जिनियामध्ये एका लांबलचक दुकानांच्या कॉम्प्लेक्समध्ये. लीनं हायवेच्या बाजूला एका आठवडाभर चालणाऱ्या 'गन शो'ची जाहिरात पाहिलेली होती. ह्या दुकानांच्या पार्किंग लॉटमध्ये वाहनांची गर्दी होती, वेगवेगळ्या प्रकारची वाहनं, इथं जमलेल्या माणसांचे कपडेही वेगवेगळ्या प्रकारचे, वैविध्यपूर्ण. कुठल्याही अमेरिकन माणसाचं त्याच्या बंदुकीवर प्रेम असतं, हे उघड आहे.

ली मोटरसायकलवरून उतरला तसं फेथनं विचारलं, 'आपण इथं कशासाठी थांबलोय?'

'व्हर्जिनियाच्या कायद्याप्रमाणे प्रत्येक परवानाधारक शस्त्रविक्रेत्याला आपल्या ग्राहकांची पार्श्वभूमी लगेच तपासणं बंधनकारक असतं.' लीनं खुलासा केला. 'गिऱ्हाईकाला एक फॉर्म भरावा लागतो, परवाना दाखवावा लागतो आणि ओळख पटवून देणारे दोन फॉर्म भरावे लागतात. पण हा कायदा गनशोंना लागू पडत नाही. शेवटी पैशाशी मतलब. शेवटी मला पिस्तूल हवंच.'

'तुला खरंच पिस्तुलाची गरज आहे का?' फेथनं विचारलं.

त्यानं तिच्याकडे ती कोणीतरी फारच नवखी असल्यासारखी नजर टाकली. 'आपल्या पाठीमागे लागलेल्या प्रत्येकाकडे पिस्तूल आहेच.'

लीच्या ह्या विध्वंसक तर्कशास्त्राला आव्हान देणं शक्य नसल्यानं फेथ आणखी काही बोलली नाही. तिनं त्याला पैसे दिले आणि तो आत गेल्यावर ती बाईकवर चढून बसली.

आत गेल्यावर लीनं 'स्मिथ अँड वेसन' ऑटोमॅटीक पिस्तूल विकत घेतलं. ते पिस्तूल नावापुरतंच ॲटोमॅटीक होतं. ह्या पिस्तुलाचा चाप प्रत्येकवेळी ओढायला लागायचा. ॲटोमॅटीक एवढ्याच अर्थानं की चाप ओढला की प्रत्येक वेळी

पिस्तुलात नव्या फैरी आपोआप भरल्या जायच्या. त्यानं त्या पिस्तुलाच्या गोळ्यांची एक पेटी, एक पिस्तूल साफसूफ ठेवायच्या उपकरणांची पेटी घेतली आणि तो पुन्हा पार्किंग लॉटकडे परतला.

तो ते पिस्तूल आणि दारूगोळा मोटरसायकलच्या बॉक्समध्ये ठेवत असताना फेथ त्याच्याकडे बारकाईनं पहात राहिली.

'आता सुरक्षित वाटतंय जास्त?'

'आत्ता ह्या क्षणी मी अतिमहत्त्वाच्या 'हूव्हर बिल्डींग'मध्ये बसलो तरी शेकडो 'एफबीआय' एजंट माझ्यावर नजर ठेवत असल्यावर मलाही सुरक्षित वाटणार नाही. का कोणास ठाऊक.'

पुन्हा प्रवास सुरू झाल्यावर रात्रीपर्यंत त्यांनी नॉर्थ कॅरोलिना गाठलं. तिथं गेल्यावर फेथनं लीला 'पाईन आयलंड' भागामधल्या तिच्या घरी जायच्या खाणाखुणा सांगितल्या.

त्या घराच्या समोर उभं ठाकल्यावर ली त्या घराच्या भव्य आकृतीकडे भारावून पहात राहिला, मग आपलं हेल्मेट काढून तिच्याकडे पहात म्हणाला, 'मला वाटलं, तुझं घर तू लहान आहे म्हणालीस.'

'खरं तर तूच तसं म्हणाला होतास. मी आरामशीर घर आहे माझं म्हणाले होते.'

ती होंडावरून उतरली आणि तिनं आपलं अंग ताणून धरलं. शरीराचा भाग व भाग विशेषत: नितंब, फारच ताठरले होते.

'निदान सहा हजार स्क्वे. फूटचं तरी असणार.' ली त्या तीन मजली घराकडे पहात राहिला. घराला असलेल्या दोन चिमण्या आणि दुसऱ्या तिसऱ्या मजल्यावरचे व्हरांडे ह्यामुळे हे घर एखाद्या शेतावरच्या घरासारखं वाटत होतं. शिवाय, स्वयंचलित जलसिंचन उपकरणं, घराचा बाह्य भाग प्रकाशमान करणारी प्रकाशयोजना. घराच्या मागच्या बाजूला समुद्राची फेसाळती गाज ऐकू येत होती. हे घर एका बंद, शांत गल्लीच्या एका टोकाला होतं. अशीच, पिवळ्या, निळ्या, हिरव्या, करड्या रंगात रंगवलेली घरं दोन्ही बाजूंना पसरलेली होती. हवा उबदार आणि किंचित दमट असलेली, बाकीची बहुतांशी घरं अंधारात गुडूप झालेली.

फेथ म्हणाली, 'मी हे घर फूटभरानंही वाढवण्याची तसदी घेतली नाही. एप्रिल ते सप्टेंबर मी ते भाड्यानं देते. त्यातून कर्जाची रक्कम सुटते आणि तीसएक हजार डॉलर्स मिळतात- हे आपलं तुला ऐकण्यात रस असेल तर म्हणून ऐकवत्येय.' एवढं बोलून हेल्मेट काढून घेत आणि घामेजलेल्या केसांमधून हात फिरवत फेथ म्हणाली, 'मला आता शॉवरची तीव्र, निकड आहे आणि खाण्याचीही. किचन भरलेलं असेलच, गाडी लावून ये.'

फेथ दाराचं कुलूप काढून आत गेली. तेवढ्या वेळात ली गाडी लावून बॅगा आत घेऊन आला. घराचा अंतर्भाग दर्शनी भागापेक्षाही सुंदर होता. ह्या घराला सुरक्षा यंत्रणा आहे हे पाहून लीला कृतकृत्य वाटलं. घर सुंदर सजवलेलं होतं- मोठं किचन, इटालियन टाईल्स, गालिचे. शिवाय सहा बेडरुम्स, सात बाथरुम्स, बाहेर छोटासा डुंबण्यासाठी असलेला टँक, तीन फायरप्लेस आणि अत्यंत आरामशीर फर्निचर.

ली किचनची मोठी दारं उघडून बाहेर आला आणि त्यानं खालच्या मोकळ्या जागेत नजर टाकली. तिथं प्रकाशानं उजळलेला एक छोटा तलाव होता. त्याच्यापाठोपाठ फेथ तिथं आली. ती म्हणाली, 'मी सकाळी इथं माणसं पाठवायला सांगितलं होतं, ते लोक ह्या तलावाची काळजी घेतात. डिसेंबरमध्ये इथं येते, इथं फार छान शांत वाटतं.'

'इतर घरांमध्ये कोणी असल्यासारखं वाटत नाही.'

'ह्या भागातल्या काही वसाहती वर्षातले नऊ-दहा महिने गजबजलेल्या असतात. मात्र ह्या दिवसात इथं वादळ होण्याची शक्यता असते आणि हा भाग चांगलाच महागडा आहे. सीझन नसतानासुद्धा घरांना घसघशीत भाडी येतात. सर्वसाधारण कुटुंब अशी इथं रहात नाहीत. बहुतेकवेळा ह्या दिवसात घरमालक मंडळी इथं येतात. पण आत्ता मुलांचे शाळांचे दिवस असल्यानं आठवडाभरात ते शक्य नसतं. म्हणून इथली घरं रिकामी आहेत.'

'मला रिकामंच आवडतं.'

'तुला डुंबायचं असेल तर तलावातलं पाणी गरम आहे.'

'मी माझे पोहण्याचे कपडे आणलेले नाहीत.'

'तसंच पोहत नाहीस?' तिच्या चेहऱ्यावर स्मितरेषा. त्याचे डोळे खूप अंधारामुळे तिला दिसत नव्हते, त्यामुळे तिला बरं वाटलं. नाहीतर त्याच्या निरागस निळ्या डोळ्यांना तिची नजर भिडती तर तिनं त्याला पाण्यात ढकलून पाठोपाठ सूर मारला असता आणि सगळंच फसलं असतं.

'इथं गावात पोहण्याचे कपडे मिळतील अशी बरीच दुकानं आहेत. मी इथं कपडे ठेवते, त्यामुळे माझं ठीक चालतं. उद्या तुझ्यासाठी आपण थोडी खरेदी करू.'

'मला वाटतं, मी जे बरोबर आणलंय ते पुरेसं आहे.'

'तुला काही इथंच मुक्काम ठोकायचा नाहीये, नाही का?'

'आपण तेवढे इथं तळ देऊन राहू शकू असं मला तरी वाटत नाही.'

फेथ बाहेर समुद्राच्या दिशेनं बघत म्हणाली, 'कोणास ठाऊक. समुद्रकिनाऱ्यासारखी झोपायला दुसरी चांगली जागा आहे असं मला वाटत

नाही. समुद्राची गाज हळूहळू गुंगी आणते. मला कधीच झोप लागत नाही. खूप काळज्या असतात.'

'गंमत आहे, मला तर छान झोप लागते.'

दोघेही आत गेले. लीनं आपली बॅग उचलली आणि तिच्यापाठोपाठ वर गेला. मग त्यानं शॉवर घेतला. आरशात पाहिलं तर हेअरकट तेवढा वाईट दिसत नव्हता. उलट ह्या नव्या हेअरकटमुळे वयातली काही वर्षं वजाच झाली होती. खोलीतून बाहेर पडून तो खाली जायला लागला तशी पॅसेजमध्ये मध्येच थबकला.

फेथची बेडरुम पॅसेजच्या दुसऱ्या टोकाला होती. अजूनही तिच्या शॉवरचा आवाज ऐकू येत होता. लांबवरचा प्रवास केल्यानंतर बहुधा ती मन:पूर्वक गरम पाण्याच्या स्नानाचा आनंद घेत होती. तसा तिनं प्रवास व्यवस्थित केला होता फारशा तक्रारी न करता. पॅसेजमधून जात असताना त्याच्या डोक्यात हेच विचारचक्र चाललेलं होतं. कारण नुकतंच त्याला जाणवलं होतं, फेथ शॉवर ठेवून दुसरीकडे मागच्या दारानं निसटण्याचीही शक्यता होती. तिनं एक भाड्याची गाडी घेतलेली होती. आणि ती रस्त्याच्या एका टोकाला लावून ठेवलेली होती. कुठल्याही क्षणी ती जाण्याची शक्यता होती. त्याचा जीव धोक्यात टाकून. ती तिच्या वडिलांसारखीच होती? परिस्थिती बिकट झाली की रात्री पलायन करायचं?

त्यानं दारावर टकटक केली. 'फेथ?' त्यानं विचारलं. आतून कोणतंही उत्तर नव्हतं म्हणून त्यानं आणखी जोरात टकटक केली. 'फेथ! फेथ?' अजूनही पाण्याचा आवाज येत होताच. 'फेथ!' आता तो ओरडलाच. लीनं आता दाराची मूठ फिरवून पाहिली. ते कुलूपबंद होतं. त्यानं पुन्हा दारावर मूठ आपटली आणि तिला हाक मारली.

ली आता घाईघाईनं जिन्यावरून जाणार तेवढ्यात त्याला पावलं ऐकू आली आणि दार धाडकन उघडलं. फेथ दारात उभी राहिलेली, तिचे केस भिजलेले, चेहऱ्यावर पसरलेले, पायांवरून पाणी निथळत असलेलं, एका टॉवेलनं शरीर पुढच्या बाजूनं जेमतेम झाकलेलं...

'काय?' तिनं विचारलं, 'काय गडबड आहे?'

ली बघत राहिला, डौलदार खांदे, आता पूर्णपणे अनावृत्त झालेली ऑड्रे हेपबर्नसारखी मान, भरलेले ताठर दंड... मांड्यांची वरची बाजू.

'हा काय प्रकार आहे ली?' तिनं मोठ्यानं विचारलं.

तो पटकन उत्तरला. 'अं, मी जरा विचार करत होतो, जेवणाचं काय?' त्याच्या चेहऱ्यावर मंद स्मित.

तिच्या पायांशी गालिच्यावर पाण्याचं तळं साठलेलं, तिनं त्याच्याकडे अविश्वासाच्या नजरेनं पाहिलं. आता तिनं जवळजवळ ओला झालेला टॉवेल आपल्या अंगाभोवती गुंडाळला तेव्हा तिचे लहानसर, उन्नत स्तन टॉवेलच्या पार्श्वभूमीवरून डोकावले.

'छान!' उपरोधिकपणे म्हणत तिनं त्याच्या तोंडासमोरच दार आपटलं.

'फारच छान!' ली शांतपणे दाराकडे पहात म्हणाला.

तो खाली गेला आणि फ्रिजमधल्या वस्तू त्यानं निरखून घेतल्या. मेनू ठरवून तो स्वयंपाकाच्या तयारीला लागला.

सगळी तयारी करून तो दोन ग्लासमध्ये वाईन ओतत असतानाच फेथ जिना उतरून खाली आली. पांढऱ्या टीशर्टवर तिनं बटणं मोकळी ठेवलेला निळा डेनिमचा शर्ट घातलेला होता, शिवाय सैलसर स्लॅक्स आणि लाल सँडल्स. तिनं मेकअप केलेला नव्हता. हातात चंदेरी कडं आणि कानात डूल.

किचनमधल्या हालचाली बघून फेथ आश्चर्यचकित झाली. म्हणाली, 'पिस्तूल हाताळणारा माणूस 'एफबीआय'ला हुलकावणीही देऊ शकतो आणि स्वयंपाकही करू शकतो. तू मला आश्चर्याचे धक्के देतोस.'

त्यानं तिला वाईनचा ग्लास दिला. 'छान जेवण, शांत संध्याकाळ आणि मग आपण गंभीरपणे मुद्द्याला हात घालू.'

त्यानं आपला ग्लास तिच्या ग्लासवर किणकिणवला तेव्हा थंडपणे त्याच्याकडे पहात ती म्हणाली, 'तू स्वच्छताही चांगली ठेवतोस.'

'माझ्यातला आणखी एक गुण' असं म्हणत तो आपण तयार केलेल्या माशाकडे वळला आणि ती खिडकीतून बाहेर पहात राहिली.

दोघांनीही शांतपणे जेवण घेतलं. आता एकदा मुक्कामाच्या जागी पोहोचल्यावर दोघांमध्ये अवघडलेपणा आलेला. गंमत म्हणजे इथं पोचणं फारच सहजपणे घडून आलेलं होतं.

फेथनं स्वतःच किचन स्वच्छ करण्याचा हट्ट धरला तेव्हा लीनं टीव्ही चालू केला.

'आपल्यावर काही बातम्या आल्या?' फेथनं विचारलं.

'मला तरी दिसल्या नाहीत. पण एक एफबीआय एजंट मृतावस्थेत सापडल्याच्या बातम्या असणारच. उद्या मी पेपर घेईन.'

फेथनं किचनची स्वच्छता संपवली, वाईनचा दुसरा ग्लास ओतला आणि ती त्याच्यापाशी आली.

'ओके, आता आपली पोटं भरलेली आहेत, वाईनचाही जरा परिणाम जाणवतोय तेव्हा आता आपल्याला जरा बोलता येईल.'

ली म्हणाला, 'फेथ, मला तुझी सगळी कहाणी ऐकायचीय. अगदी थेट पद्धतीनं.'

'म्हणजे तू एका मुलीला छान खाऊपिऊ घालतोस, वाईन देतोस, जसं काही आता तिला काहीही विचारलं तरी चालेल,' लाजल्यासारखं स्मित करत तिनं विचारलं.

त्याच्या कपाळावर आठ्या. 'फेथ, मी गंभीरपणे बोलतोय.'

तिचं स्मित तिच्या लटक्या आविर्भावाबरोबरच मावळलं. 'बीचवर फिरायला जाऊ या.'

लीला खरं तर विरोध दर्शवायचा होता, पण तो थांबला. 'ओके, तुझ्या घरी आलो आहोत. इथले नियम पाळायलाच हवेत.' असं म्हणून तो जिन्यावरून वर जाऊ लागला.

'तू कुठे चाललायस?'

'आलोच.'

ली परतला तेव्हा त्याच्या अंगावर जॅकेट होतं.

'इथं जॅकेटची गरज नाही. हवा चांगली गरम आहे.'

त्यानं त्याची जॅकेटची पुढची बाजू उघडी केली, त्यातून स्मिथ अँड वेसन पिस्तूल डोकावलं. 'कोणी वाळूत खेकडा आडवा आला तर असावं.'

'पिस्तुलामुळे मला भयंकर भीती वाटते.'

'नीट वापरली तर पिस्तुलांमुळे मृत्यू टाळताही येतो. बहुधा अचानक येऊ घातलेला हिंसक मृत्यू.'

'आपला कोणी पाठलाग करणं शक्य नाही. आपण इथं आहोत हे कोणालाच माहिती नाहीये.'

त्याच्या उत्तरानं तिच्या अंगावर काटा आला होता.

ली म्हणाला, 'तुझं खरं ठरो अशी मी ईश्वरचरणी प्रार्थना करतो.'

२६

गाडीमधून जात असताना रेनॉल्डस् ॲडॅम्सच्या घराला भेट दिल्यानंतर जे जे घडलं, त्याचा विचार करत होती. रेनॉल्डस्ला वाटलं होतं, आता आपल्याला सगळी माहिती मिळालीय पण अँजी कार्टरनं 'एफबीआय'बद्दल जे सांगितलं होतं, ते ऐकल्यावर ती थक्क झाली. त्यामुळेच तिनं आणि कॉनीनं वेगानं पावलं टाकली. त्यांनी आपल्या वरिष्ठांना कळवल्यावर ॲडॅम्सच्या घरी एफबीआयनं धाड घेतलेली नव्हती ह्याची खात्री करून घेतली. तोतया एफबीआय एजंटची बातमी कळल्यावर स्वत: एफबीआयच्या डायरेक्टरानंच ह्या प्रकरणाची चौकशी करण्याचे आदेश दिले होते.

ॲडॅम्सच्या अपार्टमेंटवरही काही तसं सापडलेलं नव्हतं. आन्सरिंग मशीनमध्ये टेप नव्हती. त्यामुळे रेनॉल्डस् खरी सावध झाली. 'एफबीआय'च्या तोतयांनी ती टेप नेली असेल तर त्यात तसंच काहीतरी असणार होतं. बाकी फेथ लॉकहार्टच्या बोटांचे ठसे सापडले होते. आता ॲडॅम्सची पार्श्वभूमी तपासण्याचं काम चाललेलं होतं. त्यात कुटुंब होतं, त्यांच्याकडून काहीतरी कळण्याची शक्यता होती.

त्यात तिला पॉल फिशरही भेटला होता. खास 'एफबीआय'च्या डायरेक्टरच्या आदेशावरून.

'आता आणखी चुका करू नका,' तो म्हणाला होता.

'मी चुका केल्या आहेत, ह्याची मला कल्पना नव्हती, पॉल?'—रेनॉल्डस्.

'एक एजंट मृत्युमुखी पडलाय. फेथ लॉकहार्ट तुझ्याकडे चालत येते आणि तू तिला निसटू देतेस, ह्या सगळ्याला काय म्हणायचं?'

'आपली खबर फुटल्यामुळे केनचं मरण ओढवलं.' रेनॉल्डस्चं प्रत्युत्तर. 'त्यात माझा काय दोष आहे कळत नाही.'

'ब्रुक, तुला खरंच तसं वाटत असेल तर तू आत्ताच काम बदलून द्यायची मागणी करायला सुरुवात केलेली बरी, आणि खबर कुठे फुटत असेल तर

तुझ्यासह सगळ्या सहकाऱ्यांच्या डोक्यावर टांगती तलवार आहे असं समज.'

पॉल फिशर गेल्यावर रेनॉल्डस्नं आपला एक बूट बंद दारावर फेकून मारला होता. आणि आपला आत्यंतिक तिटकारा त्याला कळलाय का नाही, ह्याची खात्री करून घेण्यासाठी दुसराही. पॉल फिशर आता तिच्या मनातून उतरला होता.

नंतर ती भेटली होती मृत्युमुखी पडलेल्या केन न्यूमनच्या बायकोला— ॲनी न्यूमनला.

'मी केनचं खाजगी ऑफिस जरा धुंडाळत होते. का कुणास ठाऊक, असंच...' ॲनी न्यूमननं सुरुवात केली होती.

'मला त्याचे हे फोटो आल्बम सापडले. ते तिथं होते हे मला माहितीही नव्हतं. इतर वस्तूंबरोबर एका पेटीत ते होते. हे वाईट दिसेल ह्याची मला कल्पना आहे पण केनचं काय झालं ते त्यामुळे जरा उलगडतं...' तिचे अश्रू त्या आल्बम्वर ओघळत असलेले. 'म्हणूनच मी तुला बोलवलं ते योग्यच केलं असं मला वाटतं.'

'हे सगळं तुला किती कठीण जातंय, ह्याची मला कल्पना आहे.' रेनॉल्डस्चं लक्ष आल्बम्कडे, तिला संभाषण लांबवायचं नव्हतं. 'तुला काय सापडलंय ते मी बघू?'

ॲनी न्यूमन एका छोट्या सोफ्यावर बसली. तिनं आल्बम् उघडला आणि प्लॅस्टीकमध्ये ठेवलेले फोटो तिनं बाहेर काढले. त्यातल्या एका आठ बाय दहाच्या फोटोत रायफली हातात घेतलेली, शिकारीच्या पोशाखातली माणसं होती. त्यातच केन न्यूमन होता. ॲनी न्यूमननं तो फोटो बाहेर काढला, त्यासोबत एक कागद आणि आल्बम्च्या पानात एक छोटी किल्ली होती. तिनं ते दोन्ही रेनॉल्डस्कडे दिलं आणि ती ते फोटो बघत असताना ॲनी न्यूमन बघत राहिली.

तो कागद म्हणजे एका स्थानिक बँकेतल्या सेफ डिपॉझिट बॉक्सचं अकाउंट स्टेटमेंट होतं. ती किल्ली बहुधा त्या बॉक्सची होती.

रेनॉल्डस्नं तिच्याकडे पाहिलं. 'तुला हे माहिती नव्हतं?'

ॲनी न्यूमननं नकारार्थी मान हलवली. 'आमची सेफ डिपॉझिट बॉक्स आहे. पण त्या बँकेत नाही. अर्थात हे तेवढ्यावरच संपत नाही.'

रेनॉल्डस्नं परत बँक स्टेटमेंटकडे पाहिलं आणि नकळत ती हलली. त्या बॉक्सधारकाचं नाव केन न्यूमन नव्हतं. पत्ताही वेगळाच होतं. 'फ्रँक अँड्र्यूज कोण आहे?'

ॲनी न्यूमन रडू कोसळत असल्यासारखी दिसली. 'मला खरंच कल्पना नाही.'

रेनॉल्डस्नं एक खोल श्वास घेतला. ती सोफ्यावर ॲनीच्या शेजारी बसली आणि तिचा हात तिनं हातात घेतला.

'तुला इथं आसपास फ्रँक ॲड्र्यूजशी मिळतीजुळती एखादी खूण दिसली का?'

ॲनीच्या अश्रूधारा पाहून रेनॉल्डस्चं मन हेलावलं.

'म्हणजे केनचा फोटो असलेलं असं काही.'

'हो.' रेनॉल्डस् हळुवारपणे म्हणाली.

ॲनी न्यूमननं आपल्या खिशात हात घातला आणि एक ड्रायव्हिंग लायसन्स बाहेर काढलं, हे लायसन्स 'व्हर्जिनिया'पुरतं होतं. त्यावर नाव होतं फ्रँक ॲड्र्यूजचं. त्या लायसन्सवरच्या फोटोत केन न्यूमन होता.

ॲनी पुढे म्हणाली, 'मी स्वत:च सेफ डिपॉझिट बॉक्स सुरू करणार होते पण नंतर माझ्या लक्षात आलं, मला परवानगी मिळाली नसती. ते अकाउंट माझ्या नावावर नाहीये. आणि ते माझ्या नवऱ्याच्या नावावर आहे, हे मी खुलासेवार सांगू शकले नसते तर एका खोट्या नावानं. मला हे कधीच सापडलं नसतं केनचं हे असं झालं म्हणून. आयुष्य मोठं चमत्कारिक असतं.'

रेनॉल्डस् समजावणीच्या सुरात म्हणाली, 'ॲनी, मला हे सगळं तपासून पहावं लागेल. ह्या सगळ्या गोष्टी मी बरोबर घेऊन जात्येय, कुठेही ह्याचा उल्लेख करू नकोस. मित्रमैत्रिणींमध्ये, कुटुंबात... किंवा 'एफबीआय'चं कोणी आलं तरी... मी आणखी शोध घेत नाही तोपर्यंत.'

ॲनी न्यूमननं भेदरलेल्या चेहऱ्यानं तिच्याकडे पाहिलं. 'केन कशात गुंतलेला होता असं तुला वाटतं, ब्रुक?'

'मला अजून कल्पना नाही. आत्ताच निष्कर्ष काढायला नको. तो सेफ-डिपॉझिट बॉक्स रिकामाही असेल. केननं फार पूर्वी केव्हातरी तो भाड्यानं दिला असेल आणि नंतर विसरून गेला असेल.'

'आणि खोटं ओळखपत्र?'

रेनॉल्डस्नं तिच्या शुष्क ओठांवरून जीभ फिरवली. 'केन काही काळ गुप्तपणे कामं करायचा. हे ओळखपत्र म्हणजे त्या दिवसांची निशाणी असेल.' रेनॉल्डस् हे खरं सांगत नव्हती आणि तिला वाटलं ॲनी न्यूमनच्याही हे लक्षात आलं असावं. त्या लायसन्सवर अलीकडची तारीख होती. दुसरं म्हणजे 'एफबीआय'साठी गुप्त काम करणारे आपल्या गोष्टी घरी नेत नसत. आता ह्याचा कशाशी संबंध आहे, हे तिचं काम होतं.

ॲनीच्या घरातून बाहेर पडताना रेनॉल्डस् पॅसेजमधल्या उघडझाप करणाऱ्या

'फायर डिटेक्टर'मधून पुढे सरकली. घरात अशी आणखीही तीन उपकरणं होती, केन न्यूमनच्या ऑफिसातलं धरून. ही उपकरणं त्यांचं काम करत असली तरी त्यात अत्याधुनिक टेहेळणी कॅमेरेही दडवलेले होते. दोन्ही बाजूंच्या भिंतीवरही बाहेरच्या बाजूनं अशी सुधारणा केलेली होती. न्यूमननं कधी नव्हे ती तीन दिवसांची सुट्टी घेतलेली होती तेव्हा दोन आठवड्यांपूर्वी हे 'बदल' करून घेतलेले होते. अशा प्रकारची उपकरणं वापरण्याची पद्धत एकतर 'एफबीआय'ची होती नाहीतर 'सीआयए'ची.

रॉबर्ट थॉर्नहिल भक्ष्याच्या शोधात सुटलेला होता, त्याचं लक्ष आता वळणार होतं ब्रुक रेनॉल्डस्कडे.

गाडीत बसताना तिला कळून चुकलं होतं, आपण आपल्या कारकिर्दीच्या मोक्याच्या वळणावर आहोत.

२७

समुद्रकिनाऱ्यावरून जोरदार वारा वहात होता आणि तपमानही चांगलंच घसरलं होतं. फेथनं आपल्या ओव्हरशर्टची बटणं लावली. नंतर थंडी असूनही तिनं सँडल्स हातात घेतले.

'मला वाळूचा स्पर्श आवडतो.' तिनं लीकडे खुलासा केला. ओहोटी असल्यानं त्यांना भटकायला भला मोठा किनारा मोकळा होता. आकाशात विखुरलेले ढग... चंद्र जवळजवळ पूर्ण आणि आभाळात तारकांची लुकलुक... दूरवर समुद्रात एखाद्या जहाजाचा उजेड जाणवत होता. वाऱ्याचा आवाज सोडला तर बाकी सगळं शांत होतं. ना गाड्या ना उजळलेले टीव्ही, ना विमानं-ना कुणी माणसं.

'इथं खरंच छान वाटतंय,' शेवटी ली म्हणाला... त्याची नजर आपल्या घरात गमतीजमती करत चाललेल्या खेकड्याकडे. वाळूत तिथंच एक पीव्हीसी पाईप रूतवलेला होता. लीला माहिती होतं, किनाऱ्यावरून मासेमारी करत असले की कोळी ह्या पाईपमध्ये त्यांचे खांब अडकवतात.

'मी कायमचं इथं रहायला यायचा विचार केलाय,' फेथ म्हणाली. मध्येच ती ली पासून लांब जाऊन पाण्यात शिरली, पावलं बुडतील एवढं पाणी होतं, लीनंही आपले बूट काढले, पँट वर घेतली आणि तोही पाण्यात शिरला.

'मला वाटलं होतं, त्यापेक्षा गार आहे, इथं पोहता येणार नाही.' ली

'गार पाण्यात पोहल्यावर किती उत्साह वाटतो, तुला कल्पना नसेल.'

'खरं आहे.'

'तुला बऱ्याचदा विचारलं गेलं असेल पण तू प्रायव्हेट डिटेक्टीव्ह कसा झालास?'

खांदे उडवत त्यानं समुद्राकडे नजर टाकली आणि म्हणाला, 'म्हटलं तर त्यात ओढलाच गेलो. माझे वडील इंजिनियर होते आणि मी त्यांच्यासारखाच

यंत्रांची वगैरे आवड असलेला होतो. पण त्यांच्यासारखा अभ्यासात मी फार पुढे नव्हतो. तुझ्यासारखाच बंडखोरही होतो. पण मी कॉलेजात गेलो नाही, नेव्हीत गेलो.'

'मला जरा नेव्हीच्या गोष्टी सांग. मला झोप छान लागेल.'

लीच्या चेहऱ्यावर स्मित. 'मला सिनेमातल्या लोकांसारखं काही करता येत नाही बरं का— म्हणजे थेट सरळ गोळी झाडणं, कचऱ्यातून काहीतरी शस्त्रं तयार करून दाखवणं किंवा एखाद्याच्या कपाळावर अंगठा दाबून त्याला अपंग करणं.'

'काही हरकत नाही. त्याबद्दल क्षमस्व.'

'तसं खास काही नाही. नेव्हीत मी दळणवळण तंत्रज्ञान शिकून घेतलं. पुढे लग्न केलं, एक मुलगी झाली. मी नेव्हीची सर्व्हिस सोडल्यावर एका टेलिफोन कंपनीत दुरूस्तीचं काम करायला लागलो. मग घटस्फोट... मुलगी दुरावणं... नोकरीही सोडली आणि एका खाजगी सुरक्षा संस्थेनं इलेक्ट्रॉनिक टेहळणी यंत्रणेचा अनुभव असलेल्या व्यक्तीसाठी दिलेली जाहिरात पाहून मी तिथं अर्ज केला. मला तांत्रिक पार्श्वभूमी असल्यानं मला हवं ते तिथं शिकून घेता येईल असं वाटलं. मग ते काम माझ्यात भिनलंच. पुढे मी स्वतःच डिटेक्टीव्ह झालो, मला चांगले ग्राहकही भेटले. जाताजाता चुका घडल्या हातून पण शेवटी पक्के पाय रोवले. आज आता माझं असं एक विश्व आहे.'

'घटस्फोट होऊन किती दिवस झाले?'

'बराच काळ उलटलाय. का?' त्यानं तिच्याकडे पाहिलं.

'काही नाही, सहज. त्यानंतर कधी पुन्हा लग्नाचा विचार?'

'नाही, पुन्हा तशा चुका करणं नको वाटतं.' त्यानं हात खिशात घातले. 'प्रामाणिकपणे सांगायचं तर प्रश्न दोन्ही बाजूंनी उद्भवले. माझ्याबरोबर रहाणं तेवढं सोपं नाही.' त्याच्या चेहऱ्यावर स्मित. 'मला वाटतं. परमेश्वर दोन प्रकारची माणसं तयार करतो. एक प्रकार म्हणजे जे लग्न करून मुलं वाढवतात ते आणि दुसरा प्रकार म्हणजे जे एकटे राहतात आणि गंमतीखातर सेक्स एंजॉय करतात. मी दुसऱ्या गटात मोडतो. अर्थात मी अलीकडे एवढी 'गंमत' करत नाही.'

फेथनं खाली पाहिलं. 'माझ्यासाठी थोडी राखून ठेव.'

'काळजी करू नकोस, अजून बरंच काही शिल्लक आहे.'

त्यानं तिच्या कोपराला स्पर्श केला. 'आपण आता बोलू या. आपल्यापाशी वेळ थोडा आहे.'

फेथ त्याला घेऊन पुन्हा किनाऱ्यावर आली आणि कोरड्या वाळूत मांडी घालून बसली. ली तिच्याशेजारी बसला.

'मी कुठून सुरुवात केलेली तुला आवडेल?'

'सुरुवातीपासूनच सुरुवात केली तर?'

'म्हणजे मला म्हणायचंय की आधी घडलं ते सगळं सांगू का आधी तुला हवी असलेली रहस्यं उघड करू?'

तो जरा गोंधळलेला. 'रहस्य? मला सगळंच नवीन आहे.'

तिची नजर त्याच्याकडे, 'डॅनी बुकॅनन. तुला त्याच्याबद्दल काय माहिती आहे?'

'मी तुला सांगितलं तेच. तो तुझा पार्टनर आहे.'

'त्यानंच तुलाही काम दिलं.'

क्षणभर काय बोलावं लीला सुचेना. 'मी तुला सांगितलंय, मला कोणी काम दिलं हे मला माहिती नव्हतं.'

'बरोबर, तू मला तेच सांगितलंस.'

'त्यानंच मला काम दिलं, हे तुला कसं माहिती?'

'मी तुझ्या ऑफिसमध्ये होते तेव्हा डॅनी बुकॅननकडून आलेला एक मेसेज मी ऐकला. मी कुठे आहे. तुला काय सापडलंय हे जाणून घेण्यासाठी तो बराच उत्सुक दिसला. त्यानं त्याचा फोन नंबरही देऊन ठेवला. मी कधीही त्याला एवढं चिंताग्रस्त बघितलेलं नव्हतं. अर्थात ती व्यक्ती जिवंत असती तरी माझी अवस्था तशीच झाली असती.'

'फोनवर तोच होता, ह्याची खात्री आहे तुला?'

'पंधरा वर्षं त्याच्याबरोबर काम केल्यानंतर मी त्याचा आवाज चांगला ओळखते. म्हणजे तुला त्यानं काम दिलंय हे माहिती नव्हतं.'

'नाही, मला माहिती नव्हतं.'

'विश्वास बसत नाही.'

'मान्य आहे पण ते सत्य आहे.' त्यानं वाळू उचलली आणि बोटांमधून ओघळू दिली. 'म्हणजे म्हणून तू एअरपोर्टवर माझ्या हातावर तुरी दिलीस तर? तुझा माझ्यावर विश्वास नाही.'

तिनं जीभ शुष्क ओठांवरून फिरवली. वाऱ्यानं लीचं जॅकेट उडालं तसं त्यानं आत खोचलेलं पिस्तूल तिला दिसलं. 'माझा तुझ्यावर विश्वास आहे, ली. नाहीतर अजूनही तसं अनोळखी असलेल्या एखाद्या सशस्त्र माणसाबरोबर रात्रीच्या वेळी मी इथं समुद्रकिनाऱ्यावर बसले नसते.'

लीनं खांदे खाली घेतले. 'फेथ मला तुझ्यावर लक्ष ठेवायचं काम दिलेलं होतं, एवढंच.'

'तू आधी तुझा अशील किंवा त्याचे हेतू योग्य असल्याचे तपासून बघत नाहीस?'

ली काहीतरी बोलू गेला आणि मग थांबला. ह्या प्रश्नात तथ्य होतं. खरी

गोष्ट अशी होती की अलीकडे बिझनेस मंद होता आणि हे काम आणि पैसे अगदी वेळेवर आले होते. त्याला दिलेल्या फाईलमध्ये फेथचा फोटो होता. आणि नंतर ती त्याला भेटलीही होती. त्याची बहुसंख्य लक्ष्यं फेथ लॉकहार्टसारखी सुस्वरूप नसत. सुंदर आणि मोकळी.

'सर्वसाधारणपणे मी अशीलाला भेटतो. काम घेण्याआधी माहिती घेतो पण तुझ्या बाबतीत कोणी मला काम दिलंय, हे मला माहिती नव्हतं.'

'पण माझ्यापर्यंत पोचण्यासाठी तुझा उपयोग करून घेतला जाण्याचीही शक्यता होती.'

'तू अगदी लपूनच बसली होतीस. असं काही नव्हतं. म्हणजे मी म्हटलं तसं तुझं काही प्रेमप्रकरण चालू असेल असं मला वाटलं. मी त्या ओसाड घरात गेलो तेव्हा तसं काही नसल्याचं माझ्या लक्षात आलं. त्या रात्रीच्या नंतरच्या घटनांमुळे तर माझी खात्रीच पटली. मला माहिती आहे ते एवढंच.'

फेथची दृष्टी समुद्राला क्षितीज भिडते तिथं खिळलेली. रोज घडणारा हा दृष्टीभ्रम होता आणि काही कारणामुळे तो सुखावणाराही होता. तिला आशेचा दिलासा देणारा.

'घरी जाऊ या, चल.' ती म्हणाली.

२८

ते प्रशस्त फॅमिली रुममध्ये बसले होते. फेथनं एक रिमोट कंट्रोल उचलला, एक बटन दाबलं आणि फायर प्लेसमध्ये ज्वाळा उजळल्या. तिनं वाईनचा आणखी एक ग्लास घेतला, लीलाही देऊ केला पण त्यानं नकार दिला. ते एका गुबगुबीत कोचावर बसले.

वाईनचा एक घुटका घेऊन तिनं खिडकीबाहेर पाहिलं. तिची दृष्टी शून्यात. 'वॉशिंग्टन म्हणजे माणसाच्या इतिहासातलं सगळ्यात श्रीमंत, सर्वात भव्य असं शिखर. जगभरात प्रत्येकाला आपला ह्या शिखराशी संबंध यावा, काहीतरी लाभ व्हावा असं वाटत असतं. हा संबंध जुळून येईल अशा गोष्टी घडवणारे काही लोक असतात. आधी त्यांची कृपा व्हावी लागते.'

'म्हणजे तू आणि बुकॅनन करायचात ते काम!'

'माझे श्वास आणि घास, दोन्ही त्यात गुंतलेले होते. काही वेळा तर मी दिवसाच्या एकूण वेळापेक्षाही जास्त काम केलंय, आंतरराष्ट्रीय प्रमाणवेळातल्या फरकामुळे. आम्ही जे लॉबिइंग केले- आमचे निधी मिळवण्यासाठी जे राजकारण केलं, त्यात लागणारी चिकाटी, संयम, ताणतणाव असे शेकडो तपशील तुला सांगणं मला शक्यसुद्धा नाही.' तिनं वाईनचा ग्लास खाली ठेवला आणि त्याच्याकडे निरखून पाहिलं. 'डॅनी बुकॅनन माझा गुरू होता. तो बहुधा कधीच हरला नाही. विशेष आहे नाही?'

'कुठल्याच बाब तीत कधीच पराभूत न होणं, हे नक्कीच विशेष आहे.'- ली.

'तुझ्या क्षेत्रात तू तुझ्या अशीलाला अमुक एक गोष्ट घडेलच अशी हमी कधी देऊ शकतोस?'

लीचं स्मित. 'मला जर भविष्य दिसत असतं तर मी लॉटरीतच उतरलो असतो.'

'डॅनी बुकॅनन अशी भविष्याबद्दल हमी देऊ शकायचा.'

लीचं स्मित मावळलं. 'कसं?'

'ज्याच्या हातात एखाद्या राज्याचे द्वारपाल असतात, तोच भविष्यावर नियंत्रण ठेवू शकतो.'

लीनं हळूच समजुतीनं मान हलवली. 'ह्याचा अर्थ सरकारदरबारी तो लोकांची मूठ दाबत होता.'

'आजपर्यंत कोणाला जमलं नसेल इतक्या बारकाईनं.'

'सेनेटर, त्याची पगारी माणसं? तसलं काही?'

'खरं सांगायचं म्हणजे ते फुकटात कामं करायचे.'

'काय...'

'सत्ता असेपर्यंत. सत्तेची सद्दी संपली की डॅनी त्यांच्यापुढे नजराणाच मांडायचा. आपण उघडलेल्या कंपन्यांमध्ये काहीही काम नसलेली पदं, शेअरचा पैसा आणि अन्य मार्गांनी मिळतोय असं दाखवलेला पैसा. त्यामुळे हे लोक काहीही न करता दिवसभर गोल्फ खेळत कालक्रमणा करू शकतात.'

'त्यातले कितीजण 'निवृत्त' झाले आहेत?'

'अजूनतरी कोणी नाही. पण निवृत्त झाल्यानंतरची त्यांची सगळी तजवीज झालेली असते. गेल्या दहा वर्षातच हे सगळं करतोय.'

'पण वॉशिंग्टनमध्ये तर तो दहा वर्षांहून जास्त काळ आहे.'

'म्हणजे मला म्हणायचंय काय की गेली दहा वर्षंच तो लोकांना लाच देतोय. त्याआधी तो खूपच यशस्वीपणे लॉबीइंग करायचा- राजकारण करून आपल्या कामाचे पैसे पदरात पाडून घ्यायचा. गेल्या दहा वर्षात मात्र त्याला जरा कमी पैसा मिळालाय.'

'ह्या माणसाकडे खूपच पैसा असला पाहिजे.'

'डॅनीनं खूपच पैसा खर्च केलाय. पैसे देऊ शकतील अशा क्लायंटसचं आम्ही पुन्हा प्रतिनिधित्व करायला लागलो, आम्ही जे करत होतो, ते करता यावं म्हणून, आणि जोपर्यंत त्याचे लोक सांगितल्याप्रमाणे करतायत तेवढा जास्त पैसा त्यांना नंतर मिळेल. शिवाय सत्तेतून बाहेर पडेपर्यंत त्यांना पैसा मिळत नसल्यामुळे पकडले जाण्याची शक्यताही कमीच.'

'बुकॅननच्या शब्दावर त्यांचा चांगलाच विश्वास असणार.'

'ह्या राजकारणी लाभार्थींना काय मिळणार आहे, त्याचे पुरावे त्याला द्यावे लागत असणार ह्याची मला खात्री आहे. पण तसा बुकॅनन आदरणीय वगैरेही आहे.'

'सगळीच लबाड माणसं असतात तशी, नाही का? त्याच्या निवृत्ती योजनांचा लाभ मिळणाऱ्यांपैकी काहींची नावं?'

तिनं त्याच्याकडे साशंकपणे पहात विचारलं, 'का?'

'काही नाही, गंमत म्हणून विचारतोय.'

फेथनं दोन नावं सांगितली, त्यावर लीनं विचारलं, 'माझी चूक होत असेल तर दुरूस्त कर. पण हे दोघे म्हणजे सध्याचे अमेरिकेचे व्हाईस प्रेसिडेंट आणि सभागृहाचे स्पीकर तर नाहीत?'

'डॅनी मधल्या फळीवर काम करत नाही. त्यानं सुरुवात व्हाईस प्रेसिडेंटपासूनच केली, तो साधा नेता होता तेव्हापासून. मात्र डॅनीला जेव्हा ह्या माणसानं फोन उचलावा आणि कोणाला तरी शह द्यावा असं वाटतं, तेव्हा तो करतो.'

'बापरे फेथ! एवढी सत्ता वापरावीशी का वाटली तुम्हाला? लष्करी रहस्यं वगैरे बाबतीत तर तुमची कामं चालत नाहीत?'

'खरं तर त्यापेक्षाही अमूल्य असं काहीतरी.' तिनं वाईनचा ग्लास उचलला. 'आम्ही जगातल्या गरीबातल्या गरीबांचं प्रतिनिधित्व करतो. म्हणजे आफ्रिकन देश... मानवतावादी मदतीच्या संदर्भात, अन्न, औषधं, कपडे, शेतीची उपकरणं, बी-बियाणं. लॅटिन अमेरिकेतही रोग प्रतिबंधक-इतर वैद्यकीय सामग्री जाते. शिवाय कायदेशीर संतती प्रतिबंधक साधनं, निर्जंतुक सुया आणि आरोग्यविषयक माहिती ... सगळं गरीब देशांमध्ये'

लीनं तिच्याकडे साशंकपणे पहात विचारलं, 'म्हणजे तिसऱ्या जगातल्या देशांना मदत करण्यासाठी तुम्ही सरकारी उच्चपदस्थांना लाच देत होतात?'

तिनं तिचा वाईनचा ग्लास खाली ठेवला आणि थेट त्याच्याकडे पाहिलं. 'खरं तर अधिकृत परिभाषा बदललीय, श्रीमंत देशांनी आपल्या गरीब शेजाऱ्यांसाठी राजकीयदृष्ट्या फार अचूक परिभाषा विकसित केलीय. त्या संदर्भात 'सीआयए' एक मार्गदर्शिकाही प्रसिद्ध करते. तिसऱ्या जगाला आता 'कमी विकसित देश' म्हणतात. असे एकशेबहात्तर देश आहेत. त्यापेक्षाही खालचा गट म्हणजे 'जेमतेम विकास झालेले देश' म्हणतात. म्हणजे अगदी गाळ. असे बेचाळीस देश आहेत. तुला आश्चर्य वाटेल पण ह्या ग्रहावरचे जवळजवळ निम्मे लोक दारिद्र्यात जगतात.'

'म्हणजे समर्थन होऊ शकतं तेवढ्यानं?' लीनं विचारलं. 'लाच आणि फसवणुकीचं समर्थन तेवढ्यानं करता येईल.'

'तुला ते पटेल का नाही, ह्याच्याशी खरं तर मला कर्तव्य नाही. तुला वस्तुस्थिती हवी होती. मी ती तुझ्यापुढे मांडत्येय.'

'अमेरिका परकीय मदत बरीच करते.' तिनं त्याच्याकडे रागावून पाहिलं, त्यानं तिला असं तोपर्यंत कधी पाहिलं नव्हतं. 'वस्तुस्थितीच्या बाबतीत तू बोलशील तर तुला माघारच घ्यावी लागेल.' ती धारदारपणे म्हणाली.

‘पुन्हा तेच?’

‘गेली दहा वर्षं मी ह्या बाबतीत संशोधन करत्येय. आपण परदेशात मानवतावादी दृष्टीकोनातून जेवढी मदत करतो त्यापेक्षाही जास्त इथं शेतकऱ्यांनी पिकं घेऊ नयेत म्हणून पैसा खर्च होतो. आपल्या बजेटमध्ये परकीय मदतीसाठी एक टक्का तरतूद असते, त्यातही जास्त मदत इजिप्त आणि इस्त्रायलमध्ये जाते. एखाद्या दशकात तिसऱ्या जगातल्या उपाशी मुलांना खाऊ घालण्यात आपण जेवढा पैसा करतो त्याच्या शतपटीनं जास्त पैसा आपण मेकअप, फास्ट फूड किंवा व्हिडिओवर खर्च करतो.’

‘फेथ, तू भोळी आहेस. तू आणि बुकॅनन बहुधा फक्त कुठल्यातरी हुकूमशहाचे खिसे भरताय.’

‘नाही! ते फारच ढोबळ कारण आहे आणि मला त्याचा कंटाळा आलाय. आम्ही जो पैसा मिळवतो तो थेट कायदेशीर अशा मानवतावादी संघटनांकडे जातो, थेट सरकारकडे कधीच नाही. मी स्वत: लहान मुलं पायाशी उपाशी असताना मर्सिडिझ फिरवणारे आणि अर्मिनी सूट घालणारे आफ्रिकन देशांमधले बरेच आरोग्यमंत्री पाहिले आहेत.’

‘आपल्या देशात उपासमार होत असलेली मुलं नाहीत?’

‘त्यांना खूप मदत मिळते आणि ते योग्यच आहे. मला एवढंच सांगायचंय की डॅनी आणि माझ्यापुढे ध्येय होतं आणि ते म्हणजे परदेशातले गरीब. ली, लक्षावधी माणसं मरतायत. निष्काळजीपणामुळे जगभर मुलांचे हाल होतायत. रोज, प्रत्येक तासाला, प्रत्येक मिनिटाला.’

‘आणि तुम्ही हे चांगुलपणापोटी केलंत, ह्यावर मी विश्वास ठेवू?’

‘पहिली पाच वर्षं मी डॅनीबरोबर काम केलं, ते नोकरीचा भाग म्हणून. मी खूप पैसा मिळवला. खूप. मला पैसा आवडतो आणि पैशानं जे विकत घेता येतं, ते मला प्रिय आहे.’

‘मग नंतर काय घडलं? तुला परमेश्वराचा साक्षात्कार झाला?’

‘नाही, परमेश्वरानं मला शोधलं.’ ली गोंधळल्यासारखा दिसला, फेथनं पुढे चालूच ठेवलं. ‘डॅनीनं परदेशातल्या गरीबांना निधी मिळवून देण्यासाठी लॉबिइंग सुरू केलेलं होतं. त्याचा कुठेच जम बसत नव्हता. कोणालाच पर्वा नसते, तो मला सांगत राहिला. आमच्या फर्मचे इतर पार्टनर डॅनीच्या धर्मादाय कार्याला कंटाळले होते. त्यांना ‘आयबीएम’ सारख्या कंपन्यांचं काम करायचं होतं, सुदानमधल्या भुकेल्यांची फिकीर नव्हती. एक दिवस डॅनी माझ्याकडे आला, म्हणाला— मला माझी स्वत:ची फर्म सुरू करायचीय, तू माझ्याबरोबर काम करायला लाग.’

ली जरा शांत झाल्यासारखा वाटला. 'इतपत मी समजू शकतो. तो लाच देत होता किंवा देण्याची योजना आखत होता, हे तुला माहिती नव्हतं.'

'अर्थातच मला माहिती होतं. त्यानं मला सगळं सांगितलं. डोळे उघडे ठेवून काम करण्याविषयी बजावलं. तो आहे हा असा आहे— कोणी लबाड नाहीये.'

'फेथ, तू काय सांगत्येयस तुला कळतंय? आपण कायदे मोडणार आहोत हे माहिती असूनही तू ह्यात सहभागी झालीस?'

तिची आता त्याच्याकडे धारदार नजर. 'तू तुझी ती मोटरसायकल घेऊन माझ्या आयुष्यातून जात का नाहीस निघून?'

'ठीक आहे,' ली शांतपणे म्हणाला, 'तू एवढ्या उदात्त पातळीवरून काम करत होतीस तर मग तू 'एफबीआय'ची साक्षीदार कशी झालीस?'

फेथनं आपला चेहरा दोन्ही हातांनी झाकून घेतला, तिला जणू मोठ्यानं रडू कोसळत असल्यासारखं. शेवटी फेथनं त्याच्याकडे पाहिलं तेव्हा ती एवढी दु:खार्त दिसली की लीचा राग मावळला.

'काही काळ डॅनी फार विचित्र पद्धतीनं वागत होता. मला संशय आला की कोणी त्याच्या पाळतीवर आहे का काय. मला भीती वाटली. मला तुरुंगात जायचं नव्हतं. काय झालं म्हणून मी विचारायची पण तो मला काही सांगायचा नाही. तो एकाकी राहू लागला, अधिकाधिक भयग्रस्त... शेवटी त्यानं मलाही फर्म सोडायला सांगितलं. खूप काळानंतर पहिल्यांदाच मला एकटं-एकटं वाटू लागलं. पुन्हा वडील गेल्यानंतर वाटलं तसं वाटू लागलं.'

'म्हणून तू 'एफबीआय'कडे गेलीस, सूत जमवण्यासाठी, बुकॅननसाठी?'

'नाही!' ती उदगारली. 'कधीच नाही.'

'मग काय तर?'-ली.

'सहा एक महिन्यांपूर्वी 'एफबीआय' एक मोठं सार्वजनिक भ्रष्टाचाराचं प्रकरण उघडकीला आणणार असल्याच्या बातम्या होत्या. हे प्रकरण संरक्षण खात्याच्या एका कॉन्ट्रॅक्टरशी संबंधित होतं. ह्या कॉन्ट्रॅक्टरकडे काम करणारी दोन माणसं 'एफबीआय'कडे गेली आणि त्यांनी गौप्यस्फोट केला. आधी हे दोघे त्या कटाचे साक्षीदार होते पण नंतर त्यांना गौप्यस्फोट केल्याबद्दल अभय मिळालं. मला हा प्रकार चांगला वाटला. वाटलं, आपलंही काम फत्ते होईल. डॅनी बुकॅनन मला विश्वासात घेत नव्हता म्हणून मीच पावलं उचलायचं ठरवलं. त्या लेखात मुख्य एजंट म्हणून ब्रुक रेनॉल्डस्चं नाव होतं. मी तिला फोन केला.'

'मला 'एफबीआय'कडून काय अपेक्षा ठेवायची हे माहिती नव्हतं पण एक गोष्ट पक्की ठाऊक होती आणि ती म्हणजे सगळं एकदम सांगून टाकायचं नाही-

नावं किंवा काहीही पक्की खात्री होईपर्यंत. माझी बाजू वरचढ होती. 'एफबीआय'ला तारखा, वेळ, नावं, मिटींग, सगळे तपशील डोक्यात असलेला एक जिवंत साक्षीदार हवा होता.'

'आणि बुकॅननला ह्याची काही माहिती नव्हती?'

'बहुधा नाही, त्यानं मला मारण्यासाठी कोणी तरी भाडोत्री मारेकरी सोडला ह्यावरून तरी तसं दिसतं.'

'आपल्याला अजून त्यानं तसं काही केल्याचं माहिती नाहीये.'

'दुसरं कोण असणार, ली?'

लीला विमानतळावर दिसलेली माणसं आठवली. ह्या माणसाच्या हातातलं शस्त्र फार अत्याधुनिक होतं. लीनं अशा शस्त्राचं प्रात्यक्षिक एका सेमिनारमध्ये बघितलं होतं. हे शस्त्र बंदुकीसारखं होतं. मेटल डिटेक्टरमधून सहजपणे नेता यावं म्हणून ते पूर्णपणे प्लॅस्टीकचं केलेलं होतं. चाप ओढला की ह्यातून विषारी द्रव्य भरलेली सुई शरीरात घुसायची, ह्या विषारी द्रव्यावर कसलाही उतारा नव्हता. गर्दीमध्ये एखाद्यावर ह्या शस्त्राचा प्रयोग झाला तर लक्ष्य मृत्युमुखी पडण्याआधीच मारेकरी निसटून जाऊ शकत.

'पुढे सांग.' तो म्हणाला.

'मी डॅनीला सादर करण्याचा प्रस्ताव 'एफबीआय'पुढे मांडला.'

'त्यांची प्रतिक्रिया काय होती?'

'डॅनीची परिस्थिती अडचणीची असेल हे त्यांनी स्पष्ट केलं.'

'मला तुझं तर्कशास्त्र लक्षात येत नाहीये. तू आणि बुकॅनन जर साक्षीदार होणार होतात तर मग 'एफबीआय'चे लोक कोणावर खटला भरणार होते- परदेशांवर?'

'नाही. त्यांच्या प्रतिनिधींना आम्ही काय करतोय, ते माहिती नव्हतं. मी म्हणाले तसं हा पैसा थेट सरकारी यंत्रणेकडे जात नव्हता. 'केअर' किंवा 'युनिसेफ' सारख्या आंतरराष्ट्रीय सामाजिक संघटना लाचलुचपतीचं नावही काढणार नाहीत. डॅनी हा तसा एक अनधिकृत आणि बिनपगारी लॉबिइस्ट होता. तो अशा पंधरा संघटनांचं काम करायचा.'

'तर मग नेमकं तुम्ही कोणाविरुद्ध आवाज उठवणार होतात?' लीनं विचारलं.

'आम्ही ज्यांना पैसे दिले, त्या राजकारण्यांविरुद्ध.' ती सहजपणे म्हणाली. 'त्यांनी हे काम पैशासाठी केलं फक्त. त्यांना मुलांच्या प्रश्नांशी काही देणंघेणं नव्हतं. रोज मी त्यांचे अधाशी चेहरे बघायचे. त्यांना बक्षिस हवं असायचं. त्यांचा हक्क असल्यासारखं.'

'तुला असं वाटत नाही का की ह्या राजकारण्यांवर अन्याय होतोय?'

‘तू हा भोळसटपणा थांबवलास तर बरं होईल. ह्या देशात राजकारणी कसे निवडून येतात असं तुला वाटतं? मोठ्या उद्योगसमूहांच्या बळावर. राजकारणी सत्तेवर आले की त्यांना ह्या उद्योगसमूहांची कामं करावी लागतात.’

‘म्हणजे तुला असं म्हणायचंय की ह्या देशातले सगळे राजकारणी भ्रष्ट असतात. तरीसुद्धा त्यामुळे तुम्ही जे केलंत, त्याचं समर्थन होत नाही. आणि परकीय मदतीचं काय? ही बातमी फुटली तर ह्या मदतीवर परिणाम होणार नाही?’

‘उलट त्यामुळे भ्रष्टाचाराला वाचा फुटून काहीतरी ठोस परिणाम दिसून येईल.’ फेथ उत्तरली.

‘हे सगळं फारच अतिरंजित वाटतंय.’ —ली.

‘मला जे वाटलं ते असं आहे. नंतर तर्क लढवणं सोपं असतं, ली.’

ली ह्या सगळ्यावर विचार करण्यात गढलेला. ‘ओके, ओके. बुकॅनन तुला मारायचा प्रयत्न करेल असं खरंच वाटतं तुला?’

‘आम्ही भागीदार होतो, मित्र होतो. खरं तर त्यापेक्षाही जास्त. बऱ्याच दृष्टीनं तो मला वडिलांसारखा होता. मला... मला सांगता येणार नाही. कदाचित मी ‘एफबीआय’कडे गेले हे त्याला कळलं असावं.’

‘पण ह्या सगळ्यामागे बुकॅनन आहे, हे धरून चालण्यात एक मोठी गफलत आहे असं मला वाटतं.’

तिनं त्याच्याकडे कुतूहलानं पाहिलं. ‘मी बुकॅननला पुन्हा कळवलं नव्हतं, आठवतंय? त्यामुळे दुसरं कोणी त्याच्यासाठी काम करत असल्याशिवाय तू ‘एफबीआय’शी संधान बांधून आहेस, हे त्याला कळणं शक्य नाही. शिवाय, एखादा भाडोत्री मारेकरी जुळवायला वेळ लागतो.’

‘पण आधीच एखादा मारेकरी त्याच्या संपर्कात असेल आणि त्यानं तुला जाळ्यात ओढण्याचा प्रयत्न केला.’

फेथचं बोलणं संपण्याआधीच ली नकारार्थी मान हलवू लागला होता. ‘त्या रात्री मी तिथं असेन ह्याची त्याला कल्पना नसेल. उलट त्याच्या दृष्टीनं तू मारली गेली असतीस तर अडचणीचंच झालं असतं. फेथ, विचार कर, बुकॅनन तुला मारायचा घाट घालत असता तर त्यानं मला दिमतीला घेतलं नसतं.’

ती खुर्चीत कोसळलीच. ‘तू बोलतोयस त्यात तथ्य आहे, आता सगळं तर्कशुद्ध वाटतंय.’ ह्या सगळ्याचा अर्थ उलगडून तिच्या डोळ्यात भीती साकळली. ‘म्हणजे तुला म्हणायचंय...’

‘म्हणजे मला म्हणायचंय की तुझ्या जिवावर दुसरं कोणीतरी उठलय.’

‘कोण? कोण?’ ती जवळजवळ ओरडलीच.

'मला... ते माहिती नाही, सांगता नाही येणार आत्ता.' ली म्हणाला.

'उद्या, उद्यापासून एक आठवड्यानं मी जिवंत असेन असं वाटतं तुला?'

'ती शाश्वती कोणालाच नसते. आपण 'एफबीआय'कडे केव्हाही जाऊ शकतो आणि आता बहुधा जायलाही हवं.'

'मला ते शक्य नाही. एवढ्यात तू मला जे सांगितलंस त्यानंतर तर नाहीच.'

तो उभा राहिला, त्याची पकड तिच्या खांद्यावर. 'तू हे काय बोलतीयस?'

ती त्याच्यापासून बाजूला झाली. 'एफबीआय' मला डॅनीला गुंतवू देणार नाहीत. एकतर तो तरी तुरुंगात जाईल किंवा मी तरी. मला मारण्याच्या प्रयत्नामागे तो आहे हे माझ्या मनात आलं तेव्हाच मी त्याच्याकडे जाऊन शंकानिरसन करून घ्यायला हवं होतं. पण आता ते करणं मला शक्य नाही. मी त्याच्याबरोबर तुरुंगात जाऊ इच्छित नाही.'

'तुझ्यावर हल्ला झाला नसता तर तू काय करणार होतीस?'

'मी 'एफबीआय'ला निर्वाणीचं सांगणार होते– माझं सहकार्य हवं असेल तर डॅनीला अभय मिळालं पाहिजे.'

'आणि त्यांनी ही मागणी फेटाळून लावली समजा... '

'तर डॅनी आणि मी कधीच गेलो असतो. कसंही बघितलं तरी.' तिनं त्याच्याकडे थेट पाहिलं. 'मी परत जात नाहीये, खूप कारणं आहेत. मला मरायचं नाहीये.'

'आणि ह्या सगळ्यात नेमका मी कुठे येतो?'

'ही काही वाईट जागा नाहीये... ' फेथ क्षीणपणे म्हणाली.

'विचित्रच दिसत्येयस. आपण इथं असे कायमचे राहू शकणार नाही.'

'मग पळून जायची दुसरी जागा बघू.'

'आणि माझ्या घराचं काय? माझ्या आयुष्याचं? माझंही एक कुटुंब आहे. ह्या सगळ्याला काय मी रामराम ठोकू का?'

'ज्या कोणाला मला मारायचंय, तो तुलाही सगळं माहिती आहे असं समजून तुझ्यामागेही लागेल. तूही धोक्यात असशील.'

'तो माझा निर्णय आहे, तुझा नाही.' ली म्हणाला.

'सॉरी, ली. ह्या सगळ्यात दुसरं कोणी ओढलं जाईल असं मला वाटलं नव्हतं. तुझ्यासारखं कोणी तर नाहीच नाही.'

'ह्या सगळ्याला दुसरा मार्ग असणार.'

ती जिन्याच्या दिशेनं जाऊ लागली. 'मी फार, फार थकलेय. आणि आता बोलण्यासारखं काय राहिलंय?'

'छे: हे एवढं सहजसोपं नाहीये.'

फेथ जिन्यातच थांबली आणि त्याच्याकडे बघत म्हणाली, 'सकाळी सगळी परिस्थिती ठीक होईल असं वाटतं का तुला?'

'नाही.' ली मोकळेपणानं म्हणाला.

'म्हणूनच आता आपल्याला बोलण्यासारखं काही नाहीये. गुड् नाईट.'

'तू मला ह्या सगळ्यात ओढलंस, एअरपोर्टवर तो गोंधळ घातलास आणि आता मीही अडकलोय. धन्यवाद, बाईसाहेब.'

'मी हे सगळं काही ठरवलेलं नव्हतं. तुझा समज चुकीचा आहे.'

'माझं माझ्या आयुष्यवर प्रेम आहे, फेथ.' ली.

'सॉरी' म्हणून फेथ वर झपाझप गेली.

२१

लीनं फ्रिजमधून 'रेड डॉग' बीअरच्या सहा बाटल्यांचा एक पॅक काढला आणि तो बाहेर पडला. तो होंडापाशी थांबला. एकदा त्याला वाटलं– बसावं होंडावर आणि पैसा, पेट्रोल किंवा आपलं शहाणपण संपेपर्यंत जात रहावं. मग दुसरी एक शक्यता त्याच्या डोक्यात तरळली. एकट्यानंच 'एफबीआय'कडे जायचं. फेथला त्यांच्या ताब्यात द्यायचं, ह्या सगळ्या प्रकाराबद्दल आपण अनभिज्ञ असल्याचं सांगून टाकायचं आणि तसा तो अनभिज्ञ होताही. त्याच्या हातून कुठलंच गैरकृत्य घडलेलं नव्हतं. तो तसं फेथचं काही देणं लागत नव्हता. खरं तर तिच्यामुळेच ही पीडा, भीती आणि मरणाच्या दारातले अनुभव उद्भवले होते. तिला 'एफबीआय' कडे सोपवणं हा निर्णय घेणं फारच सोपं होतं.

तो मागच्या दारातून बाहेर पडला. लीला वाळूत बसून समुद्र निरखत बिअर पीत बसून रहायचं होतं. मन शांत होईपर्यंत किंवा दोघांनाही सुरक्षित राहता येईल अशी एखादी चमकदार योजना सुचेपर्यंत किंवा निदान त्याला एकट्याला. काही कारणामुळे क्षणभर घराकडे नजर टाकण्यासाठी त्यानं मागे पाहिलं. फेथच्या बेडरुममध्ये दिवा लागलेला होता.

फेथ दिसली तशी ली ताठरला. तिनं खिडक्यांचे पडदे बंद केले नाहीत. खोलीतून ती एक मिनिटभर बाथरूममध्ये दिसेनाशी झाली आणि पुन्हा अवतरली. तिनं कपडे उतरवायला सुरुवात केली तसं लीनं आपण तिच्याकडे बघत असल्याचं कोणी पहात नाही ह्याची खात्री करून घेण्यासाठी आजूबाजूला पाहिलं. पोलिस वगैरे भानगड झाली असती तर एकूण नेत्रदीपक दिवसाचा फारच रोमहर्षक शेवट झाला असता! इतर घरं अंधारलेली होती, लीला हा दर्शनसोहळा साजरा करण्यात काहीच अडचण येण्याची शक्यता दिसत नव्हती. आधी तिनं शर्ट काढला आणि मग पँट... सगळे कपडे ती उतरवत राहिली... तिची नितळ अंगकांती दिसू लागली. तिनं अनावृत्त झाल्यावर पायजमा किंवा टीशर्टही

चढवला नाही. मघाशी टॉवेलमधून जे सूचित झालं होतं ते आता सगळंच समोर आलं होतं. त्याला वाटलं, की आपण इथं बाहेर आहोत, हे तिला माहिती होतं आणि त्याच्यासाठी ती हा दर्शनसोहळा सादर करत होती? त्याचं आयुष्य उद्ध्वस्त केल्याची भरपाई म्हणून? तेवढ्यात बेडरुमचा दिवा बंद झाला आणि लीनं एक बीअरची बाटली सरसावली. तो किनाऱ्याकडे निघाला. खेळ संपला होता.

वाळूपाशी पोचेपर्यंत त्याची पहिली बीअर संपलेली होती. भरती सुरू होत होती, घोट्यापर्यंत पाणी येण्यासाठी त्याला फार दूर जावं लागलं नाही. आणखी एक बीअर संपवून तो गुडघ्यापर्यंत पाण्यात गेला. पाणी गारठून टाकणारं होतं पण तो आणखी आत गेला, अगदी कमरेपर्यंत आणि मग थांबला. त्याला कारण होतं- भिजलेल्या पिस्तुलाचा काही उपयोग झाला नसता.

वाळूत परतल्यावर त्यानं बीअर खाली ठेवली, आपली भिजलेली पँट काढली आणि जोरात पळत सुटला, मैलभर, अगदी वेगानं. मग तिथंच वाळूत पडून राहिला. दमट हवेतून ऑक्सिजन ओढून घेतल्यासारखा श्वास घेत. त्याचं आधीचं तापलेलं शरीर थंड होत गेलं. त्याच्या मनात विचार येऊ लागले. आईचे-वडिलांचे, मुलांचे... मुलगी रेनी लहान असताना घोड्यावरून पडली होती, तेव्हा तिनं त्याला मारलेल्या हाका, तरीही तो गेला नाही तेव्हा तिचं हळूहळू थांबलेलं रडणं.

थरथरत्या पायांवर तो उभा राहिला. झोकांडत पुन्हा त्याच्या बीअरपाशी आला. वाळूत थोडा वेळ बसून राहिला, मग समुद्रगर्जना ऐकत आणखी दोन बीअरचे कॅन्स. त्यानं अंधारात डोळे किलकिले करून पाहिलं. आणखी बीअर आणि क्षितिजावर त्याच्या आयुष्याचा अंत:काळ जवळ आल्यासारखा त्याला दिसला. हे कधी घडणार ह्याचं मला नेहमीच नवल होतं. आता सगळं उलगडल्यासारखं. एक्केचाळीस वर्षं, तीन महिने आणि चौदा दिवस. 'वरून' त्याचं तिकीट निघालं होतं. त्यानं आभाळाकडे बघत हात हलवला, परमेश्वराचे आभार मानल्यासारखे.

उठून तो घरापाशी आला पण आत गेला नाही. त्याऐवजी घराच्या बाजूनं असलेल्या मोकळ्या जागेत गेला. पिस्तूल टेबलावर ठेवलं, कपडे उतरवले आणि तलावात सूर मारला. त्याच्यातला गारठा लगेचच पळाला. तळ गाठून तो पुन्हा पृष्ठभागावर आला. मग मधून मधून बीअर पीत तो पोहत राहिला.

नंतर पाण्याबाहेर आल्यावर त्याच्या मनात विचार- आपल्या उद्ध्वस्त आयुष्याचे आणि जिच्यामुळे हे उद्भवलं होतं, त्या फेथचे. त्यानं अंधारलेल्या खिडकीकडे पाहिलं. ती झोपली होती? कसं शक्य होतं? एवढं सगळं घडल्यानंतर पुन्हा बीअर... आणखी बीअर...

त्यानं बाजूचं दार उघडलं. त्याला तिच्या बेडरुमचं दार लाथ मारून उघडायचं होतं पण ते उघडच होतं. त्यानं दार उघडलं, आतल्या अंधारापाशी जमवून घेतल्यासारखं त्यानं आत पाहिलं. ती बेडवर... एक मोठं मुटकुळं... त्याच्या धुंद मनाला ते दृश्य फारच मजेशीर वाटलं. तीन टांगांमध्येच त्यानं बेड गाठला.

फेथनं त्याच्याकडे पाहिलं, 'ली' ती म्हणाली. तिचं बोलणं प्रश्नार्थक नव्हतं. ते एक साधं विधान होतं, त्याचा अर्थ त्याला अनाकलनीय.

आपण नग्न असल्याचं तिला दिसतंय, हे त्याला जाणवलं... तो पूर्ण उत्तेजित झालेलाही... खसूकन त्यानं तिचं पांघरुण ओढून काढलं.

'ली?' ती पुन्हा म्हणाली, आता प्रश्न.

तिच्या नग्न देहाचे नाजूक वळसे आणि मुलायमता आता त्याच्या नजरेत... त्याचे ठोके वाढलेले, रक्त उसळलेलं, पाशवी शक्ती अंगात संचारल्यासारखं... धसमुसळेपणानं तो तिच्या पायांमध्ये शिरला, मग शरीराला भिडला. स्तनांवर भार टाकत... तिनं प्रतिकाराची कसलीही हालचाल केली नाही, तिचं शरीर जणू अचेतन. तो तिच्या मानेचं चुंबन घेऊ गेला आणि मग थांबला... त्यात कसलाही हळुवारपणा नव्हता. त्यानं तिची मनगटं जोरात दाबली.

ती तशीच पडून राहिलेली. काही न बोलता, त्याला थांबायला न सांगता... त्यामुळे तो रागावलेला... तिच्या चेहऱ्यावर त्याचे जड श्वास, जणू त्याला तिला जाणीव करून द्यायची होती, तो बीअरमुळे उत्तेजित झाला होता. तिच्यामुळे नाही. तो फक्त एक मद्यधुंद आणि ती एक मादी...

तो जे करत होता त्या आवाजातून तिच्या बोलण्याचा आवाज, 'तुझं ढोपर माझ्या छातीवरून काढलंस तर बरं होईल.'

त्याचा आडमुठेपणा तसाच... ढोपर तसंच तिच्या मृदु छातीत उतरलेलं...

'तुला अशा पद्धतीनं काही करायची काही गरज नाहीये.'

'काय डोक्यात आहे तुझ्या?' त्याचा बरळलेला आवाज. ह्याआधी तो एवढी दारू नेव्हीत असतानाच एकदा प्यायलेला होता. डोकं ठणकत असलेलं...

'मी वर होते. आपण काय करतोय हे तुला कळत नाहीये. तुला खूप चढलीय,' ती एकदम उद्दाम सुरात, कानउघाडणी केल्यासारखं म्हणाली.

'माझ्यावर? बॉस? बेडवरसुद्धा?' तो तिचे स्तन आणि नितंब... आडदांडपणे हाताळू लागला मात्र पुढची पायरी त्यानं गाठली नाही. दारुच्या नशेतसुद्धा हे करणं त्याला पटत नव्हतं. मग तो थांबला, त्याचा चेहरा तिच्या चेहऱ्याभोवती...

'मला वाटलं, तुला आवडेल आणखी असं करायला,' ती म्हणाली.

'छे!' तो गरजला. 'म्हणजे तू मला हे करू देणार आहेस?'

'मग काय पोलिसला बोलवू?'

अचानक त्याच्या डोळ्यातून एक अश्रू ओघळला... त्याच्यासारखाच बेघर होऊन 'तू मला संपवूनच का टाकत नाहीस, फेथ?'

'कारण त्यात तुझा दोष नाहीये.'

तिचा त्याच्या चेहऱ्याला स्पर्श, हळुवारपणे आभाळातून अलगद तरंगत येणाऱ्या पिसासारखा... तिनं त्याच्या गालावरचा अश्रू पुसला. ती जरा रुक्ष आवाजात म्हणाली, 'कारण मी तुझा जीव संकटात टाकलाय.'

त्यानं समजूतीनं मान हलवली. 'म्हणजे मी तुझ्याबरोबर पळत राहिलो तर रोज रात्री मला हे मिळेल? खुराक?'

'तुला हवंच असेल तर.'

शेवटी त्यानं डोळे उघडले आणि तिच्या नजरेतल्या बधिर करून टाकेल अशा दुःखछटेकडे पाहिलं... तिच्या ताठरलेल्या चेहऱ्यात आणि मानेत वेदना, त्याच्याकडून तिनं मूकपणे स्वीकारलेल्या... तिच्याही गालांवर असहाय्य अश्रू...

तो तिच्यापासून बाजूला झाला, भेलकांडत बाथरुममध्ये गेला. टॉयलेटपर्यंत तो जेमतेम पोचला आणि पोटातून आतपासून त्याला उचमळून आलं.

तो भानावर आला तेव्हा त्याच्या कपाळावर गार पाण्याची पट्टी. त्याच्यामागे फेथ, त्याला थोपटत राहिलेली. त्याला अजूनही मळमळत असलेलं, थंडी वाजत होती, दातही हुडहुडत राहिलेले... तो हळूहळू बसता झाला. मग तिनं त्याला कमरेला धरून उभं केलं. त्याचे कपडेही तिनं चढवलेले...

तिनं त्याला बेडपाशी आणून झोपवलं आणि पांघरूण घातलं.

'मी दुसऱ्या खोलीत झोपते,' ती हळुवारपणे म्हणाली.

तो काहीच बोलला नाही, डोळे बंद...

ती खोलीतून बाहेर पडण्याआधी तो म्हणाला, 'फेथ, सॉरी, मला फार वाईट वाटतंय ह्या सगळ्याचं.' त्यानं आवंढा गिळला, जीभही खूप जडावलेली.

दार बंद करण्याआधी ती म्हणाली, 'ली, तुला खरं वाटणार नाही पण मला तुझ्यापेक्षा हे जास्त दुखावणारं वाटलं.'

३०

ब्रूक रेनॉल्डस्‌नं शांतपणे बँकेत सभोवार नजर टाकली. बँक नुकतीच उघडलेली होती आणि अजून कोणी ग्राहकही आले नव्हते.

ह्या ब्रँचच्या असिस्टंट मॅनेजरनं तिला विचारलं, 'मी आपल्याला काही मदत करू शकतो का?'

रेनॉल्डस्‌चं 'एफबीआय'चं कार्ड पाहिल्यावर त्याचे डोळे विस्फारले आणि तो ताठ बसला. पोरसवदा दिसणाऱ्या त्या असि. मॅनेजरनं विचारलं, 'काही मामला आहे का?'

'मला तुमची मदत हवीय, मि. सोबेल.' रेनॉल्डस्‌ म्हणाली. तिनं ते नाव त्याच्या टेबलावरच्या पट्टीवर पाहिलं होतं. ती पुढे म्हणाली, 'तुमच्या ब्रँचमधल्या सेफ डिपॉझिट बॉक्सची एक किल्ली माझ्याकडे आहे. एका प्रकरणाच्या चौकशीत ती मिळालीय. मला ती बॉक्स उघडून बघायचीय.'

तिनं त्याला एक स्टेटमेंट दाखवलं. तिला माहिती होतं, बँकवाल्यांना कागद खूप आवडतात. त्याची नजर त्या स्टेटमेंटवर.

'फ्रँक अँड्र्यूज हे नाव तुम्हाला माहिती आहे?' तिनं विचारलं.

'नाही, ह्या ब्रँचमध्ये येऊन मला आठवडाच झालाय.'

'मि. अँड्र्यूज ह्या बॉक्ससाठी इथं किती वेळ आले होते, सांगता येईल?'

'जरूर. कॉम्प्युटरवर सगळी माहिती असतेच.' असं म्हणून त्यानं कॉम्प्युटरवर अकाऊंट नंबर दिला. सगळी माहिती पडद्यावर येईपर्यंत थांबलेलं असतानाच त्यानं विचारलं, 'तुम्हाला कॉफी चालेल, एजंट रेनॉल्डस्‌.'

'नाही. हा बॉक्स केवढा मोठा असतो?'

'मोठा असतो चांगला.' मग पुढे झुकत त्यानं विचारलं, 'अंमली पदार्थांसंबंधीचं प्रकरण दिसतंय.'

'सॉरी, मि. सोबेल, सध्या चौकशी चालू असलेलं हे प्रकरण आहे. मी तसं

काही सांगू शकणार नाही.'

तो पुन्हा मागे होत म्हणाला, 'अगदी बरोबर. आपण सगळे नियमांनी बांधलेले असतो, नाही?'

'खरंय, कॉम्प्युटरवर आलंय काही?'

सोबेलनं कॉम्प्युटरकडे बघत सांगितलं, 'इथं फ्रँक अँड्र्यूज बऱ्याचदा आलाय. तुम्हाला हवा असेल तर प्रिंट आऊट देतो मी.'

'त्यानं बरचं काम होईल.'

मिनिटभरानं ते सेफ डिपॉझिट बॉक्सकडे जात असताना सोबेल नर्व्हस दिसू लागला, म्हणाला, 'मला वाटतं, एकदा वर विचारलेलं बरं. म्हणजे अधिकाऱ्यांच्या कडून तसा काही प्रश्न येणार नाही म्हणा पण सेफ डिपॉझिट बॉक्सच्या बाबतीत ते फार कडक आहेत.'

'ते मला समजतंय पण मला वाटलं, असि. ब्रँच मॅनेजरला तेवढे अधिकार असतील. मी त्यातून बाहेर काही काढणार नाहीये फक्त बघणार आहे आणि जे सापडेल त्यानुसार मला बॉक्स ताब्यातही घ्यावी लागेल. ब्यूरोच्या बाबतीत ही पहिलीच वेळ नाहीये. मी सगळी जबाबदारी घेईन. काळजी करू नकोस.'

ह्या आश्वासनामुळे सोबेलला सुटल्यासारखं वाटलं आणि ते बॉक्सपाशी गेले. रेनॉल्डस्कडून त्यानं किल्ली आणि आपली 'मास्टर' घेतली आणि ती बॉक्स बाहेर काढली.

'आमच्या इथं एक स्वतंत्र खोली आहे, तिथं तुम्हाला बघता येईल,' असं म्हणून तो तिला एका खोलीपाशी घेऊन गेला आणि बाहेर थांबला.

रेनॉल्डस्नं दार लावून घेतलं, तिनं खोल श्वास घेतला. तिच्या तळव्यांना घाम सुटलेला. ह्या बॉक्समध्ये अनेकांना हादरवून सोडण्याची शक्यता दडलेली. तिनं जे पाहिलं त्यामुळे तिचा श्वास रोखलेला.

आत नीट बंडलं करून ठेवलेल्या जाड रबरबँडमधल्या जुन्या नोटा होत्या. तिनं पटकन् मोजले. हजाराची दहा, तिनं पुन्हा बॉक्स बंद केला.

रेनॉल्डस्नं पुन्हा बूथचं दार उघडलं. तेव्हा सोबेल बाहेर उभा होता. त्यानं ती बॉक्स पुन्हा जागच्या जागी ठेवली.

नंतर तिनं ह्या बॉक्सचं रजिस्टर पाहिलं. हस्ताक्षर केन न्यूमनचंच होतं, तिला ते चांगलं ओळखीचं होतं. एका एफबीआय एजंटचा खून झालेला आणि त्याच्या सेफ डिपॉझिट बॉक्समध्ये एवढा पैसा...

'काही सापडलं?' सोबेलनं विचारलं.

'मला ही बॉक्स ताब्यात घ्यावी लागेल. बॉक्सच्या संदर्भात कोणी इथं आलं तर लगेच मला ह्या नंबरवर कळवा.'

'काहीतरी गंभीर दिसतंय, बरोबर ना?' सोबेलला ह्या ब्रँचचं काम केल्याचा पश्चाताप होत असल्यासारखं दिसत होतं.

'तुमच्या मदतीबद्दल धन्यवाद, मि. सोबेल. मी पुन्हा संपर्क साधेन.'

रेनॉल्डस् पुन्हा गाडीकडे परतली आणि वेगानं ॲनी न्यूमनच्या घराकडे निघाली. गाडीतूनच फोन करून तिनं ती घरी असल्याची खात्री करून घेतली. आणखी तीनच दिवसात केन न्यूमनचा दफनविधी होणार होता. कर्तव्य निभावत असताना मृत्यूला सामोरं जाणाऱ्या 'एफबीआय' एजंटला अखेरचा निरोप यथोचित सन्मानानं दिला जायचा.

❖

३१

अंधारू लागलं तसं ली डिनरच्या तयारीचा विचार करू लागला. फेथला आता तो काहीतरी खायला लावणार होता. तो जिन्याकडे वळणार तेवढ्यात तिच्या खोलीचं दार उघडलं आणि ती बाहेर आली.

...पांढरा कॉटनचा पोशाख, गुडघ्यापर्यंत आणि तंग, त्यावर मंद निळा स्वेटर... पाय अनावृत्त आणि उंची सँडल्स... छानशी केशभूषा, चेहरा उठावदार दिसेल असा मेकअप् आणि मंद लाल लिपस्टीक. तिच्या हातात एक छोटी पर्स होती. स्वेटरमुळे मनगटावरचे जखमांचे ओरखडे आता झाकलेले.

'बाहेर निघालीयस?' लीनं विचारलं.

'डिनर. भुकेनं मरायची वेळ आलीय.'

'मी काही तरी तयार करायचं म्हणतच होतो.'

'मी तर बाहेरच जेवायचं म्हणत्येय. मला इथं घरात कोंडल्यासारखं झालंय.'

'मग तू चाललीयस् कुठे?'

'खरं तर. मी म्हणत होते आपण दोघेही जाऊ.'

लीनं आपल्या एकूण अवताराकडे बघत म्हटलं, 'तुझ्यापुढे मी अगदीच गबाळा दिसतोय.'

'काही नाही, छान दिसतोयस तू,' त्याच्या कमरेला खोचलेल्या पिस्तुलाकडे पहात ती म्हणाली, 'हे पिस्तूल मात्र मागे ठेवलेलंच बरं.'

तिच्या ड्रेसकडे पहात तो म्हणाला, 'फेथ, ह्या कपड्यांमध्ये होंडावर तुला कसं बसता येईल ह्याबद्दल मला शंका आहे.'

'क्लब इथून अर्ध्या मैलावर आहे. इथं एक पब्लिक रेस्टॉरंट आहे. म्हटलं, चालतही जाता येईल; संध्याकाळचं छान वातावरण आहे.'

लीनं शेवटी मानेनंच संमती दिली, बऱ्याच कारणांमुळे बाहेर फिरायला जाणं संयुक्तिक वाटल्यामुळे, 'मस्त कल्पना आहे. आलोच एका सेकंदात'

म्हणून ली जिन्यावरून धावतच वर गेला आणि त्यानं आपलं पिस्तूल काढून ड्रॉवरमध्ये ठेवलं. मग तोंडावर थोडं पाणी मारलं. केस जरासे भिजवले, जॅकेट उचललं आणि पुढच्या दारापाशी उभ्या असलेल्या फेथला सामील झाला. ती तिथं धोकादर्शक यंत्र चालू करून ठेवत होती.

त्याचवेळी जवळच्याच विमानतळावरच्या धावपट्टीवर एक छोटं विमान उतरताना पाहून त्यानं मान हलवली.

'हा प्रकार आज सकाळी मी पाहिला तेव्हा मी चांगलाच हादरलो होतो.'

'मीसुद्धा घाबरलेच असते. पण मी पहिल्यांदा इथं आले ते ह्या विमानात बसूनच. आता आलीय ती संध्याकाळची फ्लाईट. फारच अंधारायला लागलंय आता.'

ते रेस्टॉरंटमध्ये पोचले. इथं उठावदार अशी सागरी सजावट होती. प्रवेशद्वारापाशी जहाजाचं मोठं चाक, भिंतीवर डायव्हींग हेल्मेटस्, छतापासून सोडलेलं मासेमारीचं जाळं, मोठं मत्स्यालय- त्यात वनस्पती, किल्ले आणि मासे... इथले सेवक तरुण, उत्साही आणि नाविक पोशाखातले होते...

ली आणि फेथ दोघांनी त्यांच्या ड्रिंक्सची ऑडर दिली.

लीनं तिच्याकडे एक दृष्टीक्षेप टाकला. 'तुला ओळखणारं कोणी दिसतंय इथं?'

'नाही. मी जेव्हा जेव्हा इथं आले तेव्हा बाहेर कधीच पडले नाही. कोणीतरी ओळखीचं भेटेल हीच भीती असायची मनात.'

'चिंता करायचं काहीच कारण नाही. तू आता फेथ लॉकहार्ट दिसत नाहीयेस... आणि आज तू भलतीच सुंदर दिसत्येयस... खरंच छान दिसत्येयस. म्हणजे इतर वेळी तू सुंदर दिसत नाहीस असं नाही पण मला म्हणायचंय...' मग जरा गोंधळून ली गप्प बसला, मेनूवरून नजर फिरवत.

फेथही जरा अवघडलेली पण तरीसुद्धा ओठांवर स्मित ठेवत ती म्हणाली, 'थँक यू.'

मग पुढचे दोन तास खाणं, हलक्या-फुलक्या गप्पाटप्पा मारून दोघेही परतले आणि समुद्रकिनाऱ्यावर आले.

ली तिच्याकडे बघत म्हणाला, 'बाहेर जायची तुझी कल्पना छानच होती, मजा आली.'

'तुला वाटलं तर तुला फार छान वागता येतं.'

क्षणभर तो त्रासला पण नंतर ती थट्टा करतीय, हे त्याच्या लक्षात आलं.

ती खाली वाळूत पाय खुपसून बसली. तो उभाच, समुद्राकडे बघत...

'मग आता काय करायचं ली?'

आता तिच्याशेजारी बसत तो म्हणाला, 'आपल्याला इथं राहता आलं तर छानच पण ते जमेलसं वाटत नाही.'

'मग कुठे? घराबाहेर मी नवखी असते.'

'मी त्याबद्दलच विचार करतोय. सॅन दिएगोमध्ये माझे काही चांगले मित्र आहेत. माझ्यासारखेच खाजगी डिटेक्टीव्ह, त्यांच्या सगळ्यांशी ओळखी असतात. मी विचारलं तर मला खात्री आहे ते आपल्याला सरहद्द ओलांडून मेक्सिकोत जायला मदत करतील.'

ह्या कल्पनेबद्दल फेथ तितकी उत्साही दिसली नाही. 'मेक्सिको? आणि तिथून?'

लीनं खांदे उडवले. 'मला माहिती नाही. एखादेवेळी तिथं खोटी कागदपत्रं मिळवून आपल्याला दक्षिण अमेरिकेत जाता येईल.'

'दक्षिण अमेरिका? म्हणजे तू कोकेनच्या शेतात आणि मी एखाद्या वेश्यागृहात काम करायचं?'

'हे बघ, मी तिथं जाऊन आलोय. तिथं काही एवढंच चालत नाही. आपल्यापाशी बरेच पर्याय असतील.'

'दोघं पलायन करू पहात असलेले गुन्हेगार आणि कोणास ठाऊक, मागे कोण लागलंय ते.' फेथनं खाली वाळूकडे नजर टाकली आणि शंकाकुलपणे मान हलवली.

'तुझ्याकडे ह्यापेक्षा काही जास्त कल्पना असेल तर माझी ऐकायची तयारी आहे.' ली म्हणाला.

'माझ्यापाशी पैसा आहे. त्यापैकी बराचसा पैसा स्वित्झर्लंडमधल्या अकाउंटमध्ये आहे.'

त्यानं अविश्वासानं पाहिलं, 'खरंच तिथं अशा गोष्टी असतात?'

'तर! तू कदाचित ऐकली असशील अशी जागतिक कारस्थानं... संपूर्ण ग्रहावर राज्य करणाऱ्या गुप्त संघटना... खरंच असतात अशा गोष्टी.' तिनं स्मित करत त्याच्या दिशेनं वाळू उडवली.

'पण 'एफबीआय'नं तुझ्या घराची किंवा ऑफिसची झडती घेतली आणि त्यांना काही नोंदी सापडल्या तर? त्यांना स्वित्झर्लंडमधला अकाउंट नंबर कळला तर ते पैसे शोधूनही काढतील.'

'संपूर्ण गुप्ततेची हमी हाच तर स्विस अकाउंटमागचा मुख्य हेतू असतो. हे बँकवाले जो विचारेल त्याला माहिती देत सुटले तर सगळा हेतूच निष्फळ ठरेल.'

''एफबीआय'काही इतकी साधी संघटना नाही.'

'त्यात काळजी करण्यासारखं काहीच नाही, मी काही नोंदी ठेवलेल्या नाहीत. आवश्यक ती माहिती माझ्यापाशी आहे.'

ली अजूनही साशंकच... 'म्हणजे पैसे काढण्यासाठी तुला स्वित्झर्लंडला जावं लागतं? कारण ते तसं अशक्य आहे.'

'मी तिथे खातं उघडायला गेले. बँक त्यांच्या एका कर्मचाऱ्याकडे आपला अकाउंट सोपवते. खात्री करून घेण्यासाठी मी मागे किरकोळ रकमा काढलेल्या आहेत, माझ्या निव्वळ फोनवर व्यवहार चालतात.'

'पण तू फेथ लॉकहार्टच्या नावावर पैसे ठेवू शकत नाहीस.'

'नाही पण एसएलसी कॉर्पोरेशनच्या नावावर माझं इथं एक बँक अकाऊंट आहे.'

'आणि ऑफिसर म्हणून तू सही करतेस?'

'हो, सुझान ब्लेक ह्या नावानं.'

ली म्हणाला, 'प्रश्न असा आहे की 'एफबीआय'ला ते नाव माहिती आहे. आठवतंय, विमानतळावर काय घडलं ते?'

'ह्या देशात सुझान ब्लेक किती आहेत माहिताय?'

लीनं खांदे उडवले. 'ते खरंय.'

'म्हणजे मला म्हणायचंय काय की आपल्याकडे नीट राहता येईल एवढे पैसे असतील. ते फार दिवस पुरणार नाहीत. पण काहीतरी आहेत.'

'काहीतरी असणं केव्हाही चांगलं.'

क्षणभर ते स्तब्ध. फेथ मधूनच अस्वस्थपणे एकदा त्याच्याकडे, एकदा समुद्राकडे पहात राहिलेली.

त्यानं तिच्याकडे पाहिलं, ती आपल्याकडे बारकाईनं पाहत्येय हे त्याला जाणवलेलं, 'काय बघत्येयस एवढं? माझ्या चेहऱ्यावर काही लागलंय?'

'ली, एकदा पैसा आला की तू निम्मे पैसे घेऊन गेलास तरी चालेल. तुला माझ्याबरोबर यायलाच पाहिजे असं काही नाही.'

'फेथ, ह्यावर आपण आधीच बोललोय.'

'नाही, आपण बोललेलो नाहीये. मी तुला माझ्याबरोबर यायला जवळजवळ भागच पाडलं. मला कल्पना आहे, तुला माझ्याशिवाय जाणं अवघड जाईल पण कुठेतरी जाण्याएवढा पैसा तरी तुझ्याकडे असेल. हे बघ, मी 'एफबीआय'कडेही पुन्हा जाऊ शकते. तुझा ह्यात काही सहभाग नव्हता, हे मी सांगेन... की तू नकळत मदत करत होतास मला. आणि मी तुला चुकवून आले. मग तुला घरी जाता येईल.'

'त्याबद्दल धन्यवाद फेथ पण एका वेळी एक पाऊल टाकलेलं बरं? तुझ्या सुरक्षिततेची खात्री पटल्याशिवाय मी जाऊ शकत नाही.'

तिनं त्याच्या हाताभोवती हात गुंफला आणि म्हणाली, 'ली, माझ्यासाठी तू जे केलंयस त्याबद्दल मी आभारसुद्धा मानू शकणार नाही.'

त्याची नजर वाळूवर... फेथची दृष्टी पाण्यावर खिळलेली...

'कसला विचार करत्येयस?' त्यानं विचारलं.

ती उभी राहिली आणि म्हणाली, 'मला आज नाचावंसं वाटतंय!'

त्यानं आश्चर्यानं तिच्याकडे पाहिलं. 'नाच? तू घेतलीयस तरी किती?'

'आपल्यापाशी किती रात्री आहेत ली? दोन? तीन? मग आयुष्यभर पलायनच करायचंय. चल, पावलं टाकू या.' तिनं आपला स्वेटर काढून वाळूत भिरकावला.

'खरंच तू फार विचित्र आहेस', असं म्हणाला तरी लीनं तिचे हात हातात घेतले... मग वेळेचं भान हरवून त्यांचा पदन्यास- कधी वाळूत- कधी पाण्यात... शरीर शरीराशी एकरूप झालेलं...

मग अचानक तिनं त्याला छातीत लटकी धडक दिली. त्यासरशी ली वाळूत पाठीवर आदळला. ती वळून खिदळत पळत सुटलेली. तो तिच्याकडे थक्क होऊन पहात राहिलेला... मग हसत हसत त्यानंही तिला गाठलं आणि घराकडे जाणाऱ्या पायऱ्यांवरच तिला उचलून खांद्यावर घेतलं, ती लटकेच हात-पाय हलवत असलेली. घराचं धोकादर्शक यंत्र लावून ठेवल्याचं ते विसरूनच गेलेले... ते आठवलं तसं फेथनं पुढच्या दारापाशी धावत जाऊन ते यंत्र पूर्ववत केलं.

'बापरे, थोडक्यात वाचलो. पोलिसांना आपण आमंत्रणच दिलं जसं.'

'आता इथं कोणीही यायला नकोय.'

तिनं त्याचा हात हातात घेतला आणि त्याला ती बेडरुममध्ये घेऊन गेली...

३२

रेनॉल्डस् तिच्या टेबलापाशी बसलेली असतानाच फोन आला. रेनॉल्डस्च्या घटस्फोटाच्या प्रकरणात रेनॉल्डस्चं वकीलपत्र घेतलेला जॉईस बेनेट हा वकील फोनवर होता.

'ब्रूक, एक समस्या आहे. तुझ्या नवऱ्याच्या वकिलाचा आत्ताच फोन आला होता, तुझ्या गुप्त मालमत्तेबद्दल.'

ब्रूकच्या चेहऱ्यावर अविश्वास. 'तू गंमत तर करत नाहीस? सांग त्याला, माझ्याकडे पैसा जास्त झालाय.'

'हा विनोद नाहीये. त्यानं काही अकाउंट स्टेटमेंट मला फॅक्स केली, त्याला ही स्टेटमेंट नुकतीच हाताशी लागली. मुलांच्या नावावर.'

'जॉईस, अरे, ती मुलांच्या कॉलेजची अकाउंटस् आहेत. माझ्या नवऱ्याला-स्टीव्हला हे माहिती होतं, म्हणून ती माझ्या जमेत दाखवली नाहीत मी. शिवाय, त्यात पैसे काही जास्त नाहीत, काहीशे डॉलर्स असतील.'

'नाही रेनॉल्डस्, माझ्याकडे आलेल्या अकाउंटमध्ये प्रत्येकी पन्नास हजार डॉलर्स आहेत.'

रेनॉल्डस्चं तोंड कोरडं पडलं. 'अशक्य. काहीतरी चूक असणार.'

'शिवाय ते पैसे तुला काढता येतील. ह्या सगळ्याबद्दल तू माझ्याशी बोलायला हवं होतंस, ब्रूक.'

'जॉईस, त्यात सांगण्यासारखं काही नाही. हा पैसा कुठून आला ह्याची मला कल्पना नाही. स्टेटमेंटमध्ये, पैसे कुठून आल्याचं दाखवलंय?'

'सारख्याच अशा बऱ्याच रकमा वायरनं जमा झालेल्या आहेत. त्या कुठून आल्या, हे कळत नाही. तुझ्या नवऱ्याचा वकील हे प्रकरण कोर्टात न्यायची धमकी देतोय. त्यानं 'एफबीआय'लाही सांगितलंय म्हणे.'

रेनॉल्डस्ची फोनवरची पकड घट्ट. ती ताठ बसली. 'ब्यूरो?'

'खरंच हे पैसे कुठून आले ते तुला माहिती नाही? तुझ्या आईवडिलांकडून?'

'त्यांच्याकडे तेवढा पैसा नाहीये. आपल्याला हे पैसे कुठून आले, ह्याचा शोध घेता येईल?'

'ब्रुक, हे तुझं खातं आहे. तूच काहीतरी केलेलं बरं, मला वाटतं. मला कळवत रहा.'

रेनॉल्डस्नं फोन ठेवला आणि टेबलावरच्या कागदांकडे शून्यमनस्कपणे पाहिलं. ह्या ताज्या घडामोडींनी तिचं मन पुन्हा हेलकावे खाऊ लागलं होतं. म्हणूनच काही मिनिटांनी फोन वाजल्यावर तिनं तो उचललाच नाही. तो कोणाचा असणार, हे तिला माहिती होतं.

पॉल फिशर तिच्याशी नेहमीपेक्षा जास्तच थंडपणे बोलला. 'हूव्हर बिल्डींग'-मध्ये तिला ताबडतोब यायला सांगितलं होतं.

ती हूव्हर बिल्डींगमध्ये पोचल्यावर तिचा अंदाज खरा ठरला, तिथं दोघेजण होते- पॉल फिशर आणि 'एफबीआय'मधला त्यांचा उच्चपदस्थ फ्रेड मॅसी. तो टेबलाच्या अग्रभागी, हातातल्या पेनशी चाळा चाललेला आणि नजर तिच्यावर रोखलेली... तिथं आणखी दोघंही होते– एक 'ब्यूरो'चा वकील आणि एक वरिष्ठ गुप्तचर अधिकारी.

'बस, एजंट रेनॉल्डस्' मॅसी करडेपणानं म्हणाला. रेनॉल्डस् बसली.

'आम्हाला तुझ्याशी काही गोष्टींवर चर्चा करायचीय,' त्यानं ब्यूरोच्या वकिलाकडे नजर टाकली. 'अर्थात तुला हवा असेल तर तुझा सल्लागार घेऊ शकतेस.'

आश्चर्य वाटल्याचा अभिनय करण्याचा तिनं प्रयत्न केला पण तिच्या वकिलाचा-जॉईस बेनेटचा फोन आलेला असल्यामुळे रेनॉल्डस्चा हा प्रयत्न अयशस्वीच ठरला.

'मला सल्लागार का लागावा?'

मॅसीनं फिशरकडे पाहिल्यावर फिशर रेनॉल्डस्ला म्हणाला, 'तुझ्या घटस्फोटाच्या बाबतीत तुझ्या नवऱ्याच्या वकिलाचा फोन आम्हाला आला.'

'अच्छा. मलाही आताच माझ्या वकिलाचा फोन आला, मी तुम्हाला खात्रीपूर्वक सांगते. त्या अकौंटमध्ये पैसे कसे आले ह्याबाबत मी कोणाही इतकीच अनभिज्ञ आहे.'

'खरंच?' मॅसीनं तिच्याकडे साशंकतेनं पाहिलं, 'म्हणजे तुला म्हणायचंय, चुकीनं कोणीतरी हजारो डॉलर्स तुझ्या खात्यावर मुलांच्या नावावर जमा केले?'

'ह्याबाबत काय विचार करावा असा प्रश्न मला पडलाय. पण मी ते शोधून काढेन.'

'ज्यावेळी हे घडलंय, त्यामुळे आम्ही फार अस्वस्थ आहोत, हे तुझ्या लक्षात येईल.' मॅसी म्हणाला.

'माझ्या एवढे अस्वस्थ नक्कीच नाही. माझा लौकिक इथं पणाला लागलाय.'

'खरं तर आम्हाला 'एफबीआय'च्या चौकशीची काळजी आहे.' फिशरनं फटकळपणे सांगितलं.

रेनॉल्डस्‌नं त्याच्याकडे थंडपणे पाहिलं. आणि मॅसीकडे पहात ती म्हणाली, 'काय चाललंय, हेच मला समजत नाही. खुशाल तपास करा, माझ्याकडे लपवण्यासारखं काहीच नाहीये.'

मॅसीनं आपल्या पुढल्या फाईलकडे पहात रेनॉल्डस्‌ला विचारलं, 'तुला ह्याची खात्री देता येईल?'

रेनॉल्डस्‌ची त्या फाईलकडे नजर.

'कशाची खात्री?' तिचा प्रश्न.

'की तुझ्याकडे लपवण्यासारखं काहीच नाही?'

'हा प्रश्न मला फार सलणारा वाटतोय, सर.'

'केन न्यूमनबद्दल कुठल्या गोष्टीनं मी अस्वस्थ झालोय माहिताय? त्याचा खून झाला त्या रात्री तो तुझ्याऐवजी कामावर गेलेला होता. तुझ्या सूचनेवरून. तू जर आदेश दिला नसतास तर तो जिवंत राहिला असता.'

रेनॉल्डस्‌चा चेहरा संतापानं लाल झाला आणि ती उभी राहू लागली. 'म्हणजे केनच्या खुनात हात असल्याचा आरोप तुम्ही माझ्यावर करताय काय?'

'मी फक्त योगायोगाबद्दल बोलतोय. तो योगायोग असेल तर त्यामुळे मी अस्वस्थ आहे.'

'तो एक योगायोगच होता. त्याला मारण्यासाठी कोणी तिथं येऊन बसलंय ह्याची मला कल्पना नव्हती. तुम्हाला आठवत असेल, मीही जवळजवळ त्याच वेळी तिथं पोचले होते.'

'जवळजवळ त्यावेळी. सोयिस्करपणे आभास निर्माण केल्यासारखं. तो योगायोग का अचूक वेळ गाठणं म्हणायचं त्याला?' मॅसीची नजर तिला दाहक वाटली.

'मी दुसऱ्या एका प्रकरणाचं काम करत होते आणि अपेक्षेपेक्षा माझं ते काम लवकर संपलं. हॉवर्ड कॉन्स्टॅन्टिनोपलही ह्या मुद्द्याला पुष्टी देईल.'

'हो, आम्ही त्याच्याशीही बोलणार आहोतच. तो तुझा मित्र आहे नाही का?'

'आम्ही सहकारी आहोत.'

'मला खात्री आहे, तुला अडचणीत आणणारं तो काही सांगणार नाही.'

'मलाही खात्री आहे, तुम्ही विचारलंत तर तो सत्यच सांगेल. कोणीतरी हा सगळा बनाव रचतंय.'

'नेमकं कोण असेल?'

'ज्यानं केनला मारलं आणि ज्यानं फेथ लॉकहार्टला मारण्याचा प्रयत्न केला... मी फार जवळ जात्येय, अशी भीती त्या व्यक्तीला वाटत असावी.'

'म्हणजे डॅनी बुकॅनन तुला गुंतवू पाहतोय असं तुला म्हणायचंय?'

रेनॉल्डस्‌नं ब्यूरोच्या वकिलाकडे पहात विचारलं, 'हे सगळं अधिकृतपणे नोंदवलं जातंय!'

'ह्या अलीकडच्या आरोपांमुळे तुझ्यावर सोपवलेली चौकशी मागे पडलीय. ॲनी न्यूमनशीही आम्ही बोललोय. त्या आघाडीवरची तुझी कार्यपद्धती आम्हाला संशयास्पद वाटते.' मॅसी मागे टेकून बसला आणि त्यानं डोक्यावर मागे हात घेतले. 'हे सगळं किती वाईट दिसतंय हे तू लक्षात घेतलं पाहिजेस. तू जर माझ्या जागी असतीस तर तू काय निष्कर्ष काढले असतेस?'

'तुम्हाला कसे संशय येत असतील, ह्याची मला कल्पना आहे, पण मला फक्त एक संधी मिळाली तर...'

मॅसीनं त्याची फाईल बंद केली आणि उभा रहात म्हणाला, 'एजंट रेनॉल्डस्, तुला ताबडतोब निलंबित करण्यात येत आहे.'

रेनॉल्डस् थक्क. 'निलंबित? माझ्यावर अधिकृतपणे आरोपसुद्धा ठेवलेला नाही काही. माझ्या हातून काही चूक घडलीय ह्याचा तुमच्याकडे काही ठोस पुरावाही नाही. आणि तुम्ही मला निलंबित करताय?'

'ह्यापेक्षा वाईट काही घडलं नाही, ह्याबद्दल तू कृतज्ञ रहायला हवंस,' फिशर म्हणाला.

रेनॉल्डस्‌चा चेहरा पांढराफटक. ती खुर्चीत कोसळलीच.

आता मॅसी दारापाशी.

'ओळखपत्र आणि पिस्तूल.' रेनॉल्डस्‌च्या वाटेत फिशर उभा.

रेनॉल्डस्‌नं ते सगळं फिशरच्या हवाली केलं आणि म्हणाली, 'पॉल, एवढा हुरळून जाऊ नकोस. मी दोषमुक्त झाले म्हणजे तूच मूर्खात निघशील.'

रेनॉल्डस् तिथून आणि नंतर बिल्डींगमधून बाहेर पडली. सगळ्यांच्या नजरा तिच्याकडे लागल्याची जाणीव तिला टोचत असलेली.

❖

३३

पॉल फिशरनं पुढे झुकून कॉनीला कुजबजत्या स्वरात सांगितलं, 'कॉनी, रेनॉल्डस् ह्यात गुंतलेली आहे असं मानायला आमच्यापाशी बरीच कारणं आहेत. तू सगळं सांगूनही.'

कॉनी अस्वस्थ. त्यानं रागानं फिशरकडे पाहिलं. फिशर आणि मॅसीला त्यानं त्याची बाजू ऐकवली तशी त्या दोघांनीही रेनॉल्डस्‌बाबतची त्यांची बाजू त्यांना ऐकवली होती. त्यात कुठेच समान दुवे नव्हते.

'हा सगळा बकवास आहे, पॉल.' कॉनी म्हणाला.

फिशर ताठ बसला आणि त्यानं मॅसीकडे पहात विचारलं, 'वस्तुस्थिती तुझ्यासमोर आहे. तू शांत बसून तिची बाजू घेऊ शकतोस कसा?'

'ह्याचं कारण ती निर्दोष आहे.' कॉनी.

'पुराव्यादाखल तुझ्यापाशी काही गोष्टी आहेत कॉनी?' मॅसीचा पुढचा प्रश्न.

'मी वस्तुस्थितीच तुमच्यासमोर मांडतोय फ्रेड. त्या रात्री केन न्यूमननं जाऊ नये असंच ब्रुकला वाटत होतं. तिला स्वतःलाच जायचं होतं.'

'म्हणजे तिनं तुला तसं सांगितलं.'

'हे पहा, गेल्या पंचवीस वर्षांच्या अनुभवावरूनच ब्रुक रेनॉल्डस् निर्दोष आहे, असं मी ठामपणे सांगू शकतो.'

'केन न्यूमनच्या पैशाची तिनं कोणाला न सांगता चौकशी केली.'

'तिनं तिचा अधिकार वापरला. ही काही पहिलीच वेळ नाहीये अशी. तिला केनचा नावलौकिक त्याच्या मृतदेहाबरोबरच दफन करायचा नव्हता. सगळी खात्री होईपर्यंत.'

'आणि तिच्या मुलांच्या खात्यात पैसे आले ते!'

'तो सगळा बचाव होता.'

'कोणाचा?'

'तेच तर आपल्याला शोधून काढायचंय.'

फिशरनं काहीच पटणारं नसल्यासारखी मान हलवली. 'आम्ही तिच्या पाळतीवर राहणार आहोत. सतत, जोपर्यंत थांगपत्ता लागत नाही तोपर्यंत.'

कॉनीचे हात फिशरच्या गळ्याचा थांग घेण्यासाठी शिवशिवत होते पण अर्थातच त्यानं स्वत:ला आवरलं. 'पॉल, तुम्ही खरं म्हणजे केनच्या हत्येचे दुवे शोधायला पाहिजेत. फेथ लॉकहार्टला शोधून काढायला पाहिजे.'

'कॉनी, ती हालचाल आम्ही करूच.'

फ्रेड मॅसीकडे पहात कॉनी म्हणाला, 'रेनॉल्डस्‌वर पाळत ठेवायची असेल तर मी तयार आहे.'

'तू! शक्यच नाही,' फिशरचा विरोध.

'माझं ऐकून घे, फ्रेड. मला मान्य आहे, ब्रुकची बाजू सध्या धोक्यात आलीय. पण तिच्यापेक्षा कोणी चांगला एजंट ब्यूरोत नाही, हेही सत्य आहे. कोणीतरी दुष्टबुद्धीनं फोन केला म्हणून मला एका चांगल्या एजंटची कारकिर्द वाया जाऊ द्यायची नाहीये. मी स्वत: हे अनुभवलंय.'

ह्या शेवटच्या वाक्यानं मॅसी फारच अस्वस्थ झाल्यासारखा दिसला. कॉनीच्या नजरेपुढे तो खुर्चीत आक्रसल्यासारखा दिसत असलेला.

'फ्रेड, कोणीतरी तटस्थ...' फिशर पुढे काही बोलणार एवढ्यात कॉनी म्हणाला, 'मी तटस्थ राहीन. माझ्या चौकशीत मी हरलो तर मी ब्रुकला आधी जाऊन सांगेन आणि तिची रवानगी आत होईल. पण मला खात्री आहे, ती तिचं स्थान परत मिळवेल, पुनरागमन करेल. कोणी सांगावं, आणखी दहा वर्षांत ती तुझ्यासारखी एक उच्चपदस्थ अधिकारीही होईल, मॅसी.'

'ठीक आहे, कॉनी, तू तिच्या पाळतीवर रहा आणि नियमितपणे मला रिपोर्ट देत रहा. तू जे नजरेनं टिपशील ते सगळं. ना कमी ना जास्त. मला तुझ्याकडून अपेक्षा आहेत.'

कॉनी टेबलापासून उठला आणि फिशरकडे त्यानं एक विजयी नजर टाकली. 'माझ्यावर विश्वास टाकल्याबद्दल धन्यवाद. मी तुमचा अपेक्षाभंग होऊ देणार नाही.'

फिशर कॉनीच्या पाठोपाठ बाहेरच्या कॉरिडॉरमध्ये आला आणि म्हणाला, 'कॉनी, तू काय जाळं फेकलंस माहिती नाही पण एक लक्षात ठेव. तुझी कारकिर्द ह्याआधीच एकदा धोक्यात आलीय. आता पुन्हा तशी वेळ येऊ देणं परवडणार नाही. तू मॅसीला जे सांगशील, ते मलाही कळवत रहा, मलाही सगळी माहिती लागेल.'

ह्यावर कॉनीनं फिशर त्याच्यापेक्षा उंच असूनही त्याला जवळजवळ भिंतीतच रेटलं.

'हे बघ, पॉल,' कॉनीनं त्याचा शर्ट चिमटीत पकडून सांगितलं, 'तांत्रिकदृष्ट्या

तू मला वरिष्ठ आहेस, हे मी समजू शकतो. पण म्हणून वस्तुस्थितीच्याबाबत गोंधळ करून घेऊ नकोस.'

'कॉनी, तू मोठा धोका पत्करतोयस.'

'मला धोक्याशी खेळायला आवडतं, पॉल, म्हणून तर मी ब्यूरोत आलो आणि म्हणूनच मी पिस्तूल बाळगतो. मी ह्या पिस्तुलानं एखाद्याला मारलंयसुद्धा. तुझ्याकडे काय आहे सांगण्यासारखं?'

'तुझ्या बोलण्यात फटकळपणा आहे. तू तुझ्या कारकिर्दीशीच खेळतोयस एवढंच सांगतो.' फिशरला आपण भिंतीला टेकून असल्याचं जाणवलं. त्याचा चेहरा संतापानं लालबुंद. कारण कॉनीनं त्याला जवळजवळ रेटून धरलेलं.

'असं? तर मग तुझ्यासाठी मुद्द्याचं बोलतो. ब्रुकला कोणी तरी गुंतवतंय. आता प्रश्न असा आहे की ती व्यक्ती कोण असेल? कोणाला तरी तिला अपयशी ठरवायचंय, खाली आणायचंय. 'ब्यूरो'मधलंच कोणीतरी फुटलंय. आणि मला विचारशील पॉल तर तू नेमकं तेच करण्याचा खटाटोप करतोयस.'

'मी? मी खबऱ्या असल्याचा तू माझ्यावर आरोप करतोयस?'

'मी कोणावरही कसलाही आरोप करत नाहीये. मी तुला एवढंच निक्षून सांगतोय की ती फुटीर व्यक्ती सापडेपर्यंत डायरेक्टरपासून सगळेच माझ्या दृष्टीनं संशयित आहेत.' कॉनी फिशरपासून बाजूला झाला, 'असो, मी आता काही व्हिलन पकडायला निघालोय.'

फिशरची नजर त्याच्या पाठीवर... त्याची मान नकारार्थी हळूहळू हलत असलेली... त्याच्या डोळ्यातली छटा भीतीच्या सावलीला जवळची...

३४

ली फेथच्या आधी उठला. त्यानं शॉवर घेतला, कपडे बदलले आणि बेडशेजारी उभा राहिला. ती झोपलेली. क्षणभर तो बाकी सगळं विसरून गेला... मनात फक्त दोघांनी घालवलेली मनस्वी रात्र... आता आपलं आयुष्य बदलल्याची त्याला जाणीव झालेली आणि ती जाणीव थोडी हादरवून टाकणारीही...

तो सावकाश खाली गेला. अजून अंग दुखत होतं, नुसतं रात्री नाचण्यामुळेच नाही. तो किचनमध्ये गेला आणि त्यानं कॉफी करून घेतली.

कॉफी घेऊन तो किचनच्या बाहेर आला. सकाळ वर आलेली... उन्हं पसरलेली पण दूरवर काळे ढग जमा होत असलेले त्यानं पाहिलं. त्यातूनच पुढे एक छोटं विमान आणखी प्रवासी घेऊन येताना दिसलं. फेथनं त्याला सांगितलं होतं, उन्हाळ्यात हे विमान आठदहा ट्रीपासुद्धा करतं. सध्या फक्त सकाळी, दुपारी आणि संध्याकाळी ह्या विमानाच्या फेऱ्या असतात.

कॉफी घेताना थोड्याच दिवसांच्या कालावधीत फेथबरोबर जुळलेल्या भावबंधावर तो विचार करत राहिला. चमत्कारिक गोष्टी घडून आलेल्या होत्या. तो विचार करत होता, आपण फेथच्या प्रेमात पडलोय का? आता त्याला एक मिनिटही तिच्यापासून दूर जावंसं वाटत नव्हतं, तिचं संरक्षण करायचं होतं.

दुसरीकडे ती सरकारी अधिकारी संबंधित असलेल्या लाचलुचपतीच्या कारस्थानात गुंतलेली होती. 'एफबीआय' तिच्या मागावर होतं, खूपच गुंतागुंत झालेली होती. अजून कुठे दिशा दृष्टीपथात नव्हती.

त्याच्या मनात लग्नाचे विचार डोकावले तसं प्रयत्नपूर्वक तो फेथचा विचार करू लागला. फेथचं काय? ह्याआधी कधी ती अशी एखाद दुसऱ्या रात्रीच्या भावबंधात कुठे गुंतलेली असेलही पण एकूण तिच्या सहवासात राहिल्यावर ली तसा निष्कर्ष काढण्याच्या विरुद्धच होता. कदाचित तिचा संरक्षक ह्या आपल्या भूमिकेमुळे तिला आपल्याबद्दल विशेष आकर्षण वाटत असावं.

मग त्याचं मन नजिकच्या भविष्यकाळावर केंद्रित झालं. होंडावरून सॅन दिएगो गाठणं चांगलं ठरेल? मेक्सिको आणि तिथून दक्षिण अमेरिका? आपल्या कुटुंबियांची आठवण झाल्यावर त्याला अपराधी वाटलं. त्यांना काय वाटेल? पळून जाणं म्हणजे गुन्हा कबूल करण्यासारखंच... त्यातून पकडलं जाणं म्हणजे संपलंच. कोण विश्वास ठेवणार?

तो एकदम खुर्चीत बसता झाला आणि वेगळ्याच व्यूहरचनेचा विचार करू लागला. काही क्षणांपूर्वी पलायन हाच सगळ्यात शहाणपणाचा पर्याय वाटत होता. फेथला पुन्हा मागे वळून बुकॅननला तुरुंगात पाठवायचं नव्हतं. लीलाही त्यात स्वारस्य नव्हतं. विशेषत: बुकॅनन लाच का देत होता ते ऐकल्यावर.

ली आत गेला आणि कॉफी टेबलवरून त्यानं आपला सेल फोन उचलला. कोचावर बसून सिलींग फॅनच्या फिरत्या पात्यांकडे बघत त्याला जे करावंसं वाटत होतं, त्याच्यावर तो साधक-बाधक विचार करत राहिला. मग त्यानं मागच्या खिशातल्या पाकिटातून एक कागद बाहेर काढला. त्यावर एक नंबर लिहिलेला होता. हा नंबर बुकॅननचा होता हे त्याला कळून चुकलं होतं. त्यानंच लीला तो फोनवरून दिलेला होता. त्याचा शोध लीला घेता आलेला नव्हता.

मग एका शंकेनं त्याला घेरलं. फेथच्या जिवावर बुकॅनन उठलेला नाही हा आपला विचार चुकीचा ठरला तर? तरीसुद्धा बुकॅनननं त्याला पाचारण केलं होतं. तांत्रिकदृष्ट्या तो त्याचंच काम करत हाता. त्याला बातमी देण्याची वेळ आलेली होती. क्षणभर त्यानं प्रार्थना केली, फोन उचलला आणि त्या कागदावरचा नंबर लावला.

हा नंबर एका पेजरशी जोडलेला होता. त्यामुळे नंबर लागताच बुकॅननला कळणार होतं. पेजर बंद झाला तेव्हा बुकॅनन एका मिटींगला जाण्यासाठी घरी ब्रीफकेस लावत होता. हा पेजर कधी वाजेल अशी आशा बुकॅनननं सोडून दिलेली होती. पण तो वाजला तेव्हा मात्र आपल्याला हृदयविकाराचा झटका येईल असं वाटलं.

आता बुकॅननपुढे एक द्वंद्व ठाकलं. थॉर्नहिलला कळू न देता पेजरवरचा मेसेज तपासून पुन्हा त्या नंबरवर फोन कसा करायचा हे ठरवावं लागणार होतं. मग त्याच्या मनात एक योजना तरळली. त्यानं त्याच्या ड्रायव्हरला बोलावलं. हा ड्रायव्हर अर्थात थॉर्नहिलचाच माणूस होता. ते जिथं मिटींग ठरली होती त्या लॉ फर्ममध्ये गेले.

'मला एकदोन तास लागतील. माझं झालं की मी फोन करेन.' त्यानं ड्रायव्हरला सांगितलं.

बुकॅनन इमारतीत गेला. ह्याआधी तो इथं आलेला असल्यामुळे त्याला ह्या

इमारतीची रचना चांगली माहितीची होती. त्यानं तडक मागचं दार गाठलं आणि तिथल्या बूथवरून फोन लावला. ह्या सगळ्या धडपडीमागचं कारण स्पष्ट होतं. थॉर्नहिलनं ह्या फोनचा माग काढला असता तर बुकॅनन काही करू शकत नव्हता.

फोन लागताच लीनं विचारलं, 'मि. बुकॅनन?'

'फेथ ठीक आहे ना?'

लीनं सुटकेचा सुस्कारा टाकला. बुकॅननचा पहिला प्रश्न हा असणार असंच त्याला वाटत होतं. हा प्रश्न बरंच काही सांगून गेला पण तरी त्याला काळजी घेऊन रहावं लागणार होतं. 'मी फक्त तूच बोलतोयस ह्याची खात्री करून घेण्यासाठी विचारतोय. तू मला बरीच माहिती पाठवलीस, ती तू कशी पाठवलीस आणि त्यात काय होतं? आणि मला लवकर उत्तरं दे.'

'खाजगी कुरिअर. त्या पाकिटात फेथचा फोटो, तिची आणि माझ्या फर्मची पार्श्वभूमी देणारी पाच पानं, फोन नंबर, एकूण सारांशानं माझे उद्योग आणि तुमच्याकडून असलेल्या अपेक्षा. शिवाय, वीस आणि पन्नासच्या नोटांमध्ये रोख पाच हजार डॉलर्स. तीन दिवसांपूर्वी मी तुझ्या ऑफिसवर फोन करून तुझ्या मशीनवर एक मेसेजही ठेवला होता. आता फक्त फेथ सुखरूप आहे ना एवढंच सांग.'

'ती छान आहे, आता. पण आपल्यापुढे काही प्रश्न आहेत.'

'होय, जरूर आहेत. पण पहिलं म्हणजे तू ॲडॅम्सच आहेस हे मी कसं समजायचं.'

लीनं पटकन सांगितलं, 'येलो पेजेसमध्ये माझी मोठी जाहिरात आहे एक. मला तीन भाऊ आहेत. सगळ्यात धाकटा द. अलेक्झांड्रियामध्ये मोटरसायकलच्या एका दुकानात काम करतो. हवं असेल तर तिथं फोन करून खात्री करून घे आणि मला पुन्हा कळव.'

'त्याची काही गरज नाही. माझी खात्री पटलीय. नेमकं काय झालं? तुम्ही पलायन का केलंत?'

'तुला कोणी मारायचा प्रयत्न केला असता तर तूही तेच केलं असतंस.'

'मला सगळं सांग, काहीही वगळायचं कारण नाही.'

'हे पहा तू कोण आहेस ते मला माहिताय पण मला तुझ्यावर विश्वास टाकावा का नाही त्याबद्दल शंका वाटते. तू त्याबाबत काय करणार?'

'फेथ 'एफबीआय'कडे का गेली, ते मला आधी सांग. तेवढं मला माहिताय. नंतर तुझं काम कोणाविरुद्ध चाललंय, ते मी सांगेन. मी तिच्याविरुद्ध नाही. ह्या सगळ्याच्या मागे कोण आहे, हे मी सांगितलं तर त्याऐवजी मी असतो तर बरं

झालं असतं असं तुला वाटलं असतं.'

ली क्षणभर साशंक. फेथ उठल्याचं त्याला जाणवलं. बहुधा ती शॉवर घ्यायला निघालेली. शेवटी त्यानं बोलायला सुरुवात केली. 'ती घाबरून गेली होती. ती म्हणाली, 'तू फार विचित्र वागत होतास. तिनं तुझ्याशी बोलायचा प्रयत्न केला होता पण तू तिला उडवून लावलंस, फर्म सोडायला सांगितलंस. त्यामुळे ती आणखी घाबरली. तिला वाटलं, कोणीतरी तुझ्यामागे लागलंय. तू ज्यांना लाच देत होतास त्यांच्याविरूद्ध म्हणून ती 'एफबीआय'कडे गेली.'

'त्याचा कधीच उपयोग झाला नसता.'

'तिला मला सगळं सांगायला आवडतं, त्यावरून सहजपणे तर्क करता येतो.'

'म्हणजे तिनं तुला सगळं सांगितलंय?'

'बरंचसं. तिला वाटलं, तिला मारण्याचा जो प्रयत्न झाला. त्यामागे तू होतास. पण तिची ती शंका मी दूर केली.'

'फेथ गायब होईपर्यंत ती 'एफबीआय'कडे गेलीय याची मला कल्पना नव्हती.'

'तिच्यामागे फक्त 'एफबीआय' नाहीये. इतर लोकही आहेत. विमानतळावर ते लोक होते. त्यांच्याकडे जी शस्त्रं होती ती फक्त मी एका दहशतवादविरोधी परिसंवादात पाहिली आहेत.'

'कोणी आयोजित केला होता तो परिसंवाद?' बुकॅननचा प्रश्न.

ह्या प्रश्नानं ली बुचकळ्यात. 'बहुधा 'सीआयए' मला वाटतं.'

बुकॅनन म्हणाला, 'तर मग तुम्ही शत्रूशी सामना केलायत आणि अजून जिवंत आहात. हे छानच झालं.'

'काय बोलतोयस तू?' लीचं रक्त एकदम उसळलेलं.

'तसंच म्हणायला हवं. फेथ ही अशी काम करणारी एकटीच बाई नाहीये. निदान तिचा सहभाग स्वेच्छेचा होता. माझा तसा नव्हता.'

'छे:!'

'होय, तू आहेस कुठे?'

'का?'

'कारण तुला गाठण्याची मला नितांत आवश्यकता आहे.'

'आणि आमच्यावर मारेकरी पथक सोडल्याशिवाय ते कसं शक्य आहे. मला वाटतं, तुझ्यावरही पाळत असणार.'

'विश्वास बसणार नाही एवढी.'

'ठीक आहे, म्हणजे तू आमच्या जवळपास येणार नाहीस.' ली म्हणाला.

'मि. ॲडॅम्स, आपल्यापाशी एकच मार्ग आहे आणि तो म्हणजे एकत्र काम करणं. लांब राहून तसं काही करता येणार नाही. मला तुझ्याकडे यावं लागेल. कारण तू माझ्याकडे येणं शहाणपणाचं होणार नाही असं मला वाटतं.'

'माझी खात्री पटत नाहीये.'

'मी माझ्यामागचा ससेमिरा चुकवला नाही तर येऊ शकणार नाही.'

'ससेमिरा चुकवणार? तुला काय जादूविद्या अवगत आहे का?' लीनं विचारलं.

'मी कोणी हेर नाही की जादूगार. मी एक साधा पैसा उभा करून देणारा लॉबिइस्ट आहे पण माझ्यापाशी एक जमेची बाजू आहे– कोणाहीपेक्षा हे शहर मला जास्त चांगलं माहिताय आणि माझे वरपासून खालपर्यंत सर्व स्तरांवर बरेच मित्र आहेत. आणि तूर्त, तेही माझ्या दृष्टीनं तितकेच महत्त्वाचे आहेत. बाकी विचार करता मी एकटाच तुझ्याकडे येईन. मग कदाचित आपण ह्यातून बाहेर पडू. आता मला फेथशी बोलायचंय.' बुकॅनन.

'ते काही तितकंसं बरोबर होणार नाही, मि. बुकॅनन.'

'हो, तेच बरोबर आहे.' ह्या वाक्यावर लीनं मागे वळून पाहिलं तर फेथ टीशर्ट चढवून पायऱ्यांवर उभी. 'ली, हीच वेळ आहे. खरं तर उशीरच झालाय.'

एक खोल श्वास घेऊन लीनं फोन तिच्याकडे दिला.

'हॅलो, डॅनी,' फेथ.

'फेथ, हे जे सगळं घडलंय त्याबद्दल सॉरी.' बुकॅननच्या आवाजात कंप.

'खरं तर मीच क्षमा मागायला हवी. 'एफबीआय'कडे जाऊन मीच हे दुःस्वप्न ओढवून घेतलं.'

'पण आपल्याला आता ते संपवायला हवं. कदाचित आपल्याला एकत्र येऊन ते करता येईल. ॲडॅम्स कसा आहे? जमेल त्याला? आपल्याला पाठबळ लागणार आहे.'

फेथनं लीकडे नजर टाकली. तो चिंतामग्न होत्साता तिच्याकडे पहात असलेला. 'काहीच प्रश्न नाही. उलट हुकमाचं पानच आहे तो म्हणजे.'

'तू कुठे आहेस ते मला सांग. शक्य तेवढ्या लौकर मी येईन.'

तिनं सगळं सांगितलं. तिला आणि लीला जे माहिती होतं ते सगळं सांगितलं. फोन ठेवल्यावर तिनं लीकडे पाहिलं.

त्यानं खांदे उडवले. 'मला वाटलं, आपल्या हातात एवढीच गोष्ट होती. अन्यथा आयुष्यभर पळत राहायचं.'

ती त्याच्या मांडीवर बसली. तिनं पाय वर घेतले आणि डोकं त्याच्या छातीवर विसावलं. 'तू अगदी योग्यच केलंस. जे कोणी ह्यात गुंतले आहेत,

त्यांना डॅनी चांगला महाठक वाटेल.' तरीसुद्धा लीच्या आशा आता झाकोळल्या होत्या. सीआयए, भाडोत्री मारेकरी, वेगवेगळ्या (कॉम्प्युटरपासून विषारी गोळ्यांपर्यंत) आयुधांमध्ये तज्ज्ञ असलेल्या लोकांचं मोहोळ, अशा सगळ्या वक्रीग्रहांचा ससेमिरा आता त्याच्यामागे होता. त्याला वाटलं, फेथला होंडावर सोडून आपण धूम ठोकली तरच खरी हुषारी दिसेल.

'मी जरा शॉवर घेत्येय,' फेथ म्हणाली.

'डॅनी म्हणाला, 'मी लवकरात लवकर येतोय.'

'ठीक आहे,' ली म्हणाला. त्याची नजर शून्यात.

फेथ जिना चढून वर गेल्यावर लीनं फोन उचलला आणि फोनकडे नजर जाताच तो गोठलाच. आजपर्यंत आयुष्यात कधी ली ॲडॅम्स एवढा थक्क झाला नव्हता. गेल्या काही दिवसांमधल्या आश्चर्यकारक घटनांनी आता कळस गाठला होता. सेल फोनच्या छोट्या पट्टीवर उमटलेला मेसेज नेमका स्पष्ट होता. लीच्या काळजाचा ठोका चुकला.

'रेनी ॲडॅम्स हवी असेल तर फेथ लॉकहार्टला ताब्यात दे.' पाठोपाठ एक फोन नंबरही दिलेला होता. ली ॲडॅम्सच्या मुलीच्या सुटकेच्या बदल्यात फेथ लॉकहार्टची मागणी करण्यात आली होती.

❖

३५

रेनॉल्डस् तिच्या लिव्हींगरुममध्ये बसलेली. हातातल्या चहाच्या कपशी चाळा चाललेला आणि नजर मंद विझत चाललेल्या फायर प्लेसवर खिळलेली. ह्याआधी दिवसा ह्यावेळी ती घरी होती ती फक्त प्रसूतीसाठी घेतलेल्या रजेच्या काळात. तिचा मुलगा डेव्हीड तिला अशा अवेळी घरी बघून चकित झाला होता. घरात काम करणारी रोझमेरीही बघत राहिलेली. आता तीन वर्षांचा डेव्हीड पहुडलेला आणि रोझमेरी कपड्यांना इस्त्री करत होती. त्यांच्या दृष्टीनं इतर दिवसांसारखाच दिवस.

आता पाऊस खूप जोरानं पडू लागला होता. वातावरण तिच्या मलूल मन:स्थिती सारखंच. निलंबित. आपली नेहमीचं पिस्तूल आणि ओळखपत्र काढून घेतल्यामुळे तिला नग्न झाल्यासारखं वाटत होतं. 'ब्यूरो'मधल्या आजवरच्या आयुष्यात एखादा शिंतोडाही उडालेला नव्हता आणि आता ती कारकिर्द ढासळण्याच्या बेतात होती. तिला वाटलं, असं झालं तर आपण काम करणार आहोत? कुठे जायचं? नोकरी गेल्यावर घटस्फोट प्रकरणात नवरा मुलांचा ताबा घेण्याचा प्रयत्न करेल का?

तिनं कप खाली ठेवला, पायातले सँडल्स उडवून लावले आणि ती कोचावर कोसळली. डोळ्यात झरझर अश्रू भरून आले. ती ते आवरण्याच्या प्रयत्नात... बेल वाजली तशी चेहरा पुसत दार उघडायला गेली. दारातल्या पीपहोलमधून तिनं पाहिलं तर हॉवर्ड कॉन्स्टॅन्टिनोपल दारात उभा होता.

कॉनीनं नुकताच फायरप्लेस प्रज्वलित केला होता आणि त्यावर तो आपल्या हातांनी उब घेत होता. गोंधळलेल्या रेनॉल्डसनं लगेच डोळे टिपले. तिला ठाऊक होतं, तिचे लाल डोळे आणि कोमेजलेले गाल त्याच्या नजरेतून सुटणं शक्य नव्हतं पण काही न बोलण्याची चतुराई त्यानं दाखवली होती.

'ते तुझ्याशी काही बोलले?' तिनं विचारलं.

कॉनी वळला आणि होकारार्थी मान हलवत खुर्चीत बसला. 'मीही सस्पेंड व्हायच्या बेतात होतो. मी फिशरला लावणारच होतो.'

'माझ्यासाठी तुझं आयुष्य उगाच धोक्यात घालू नकोस.' रेनॉल्डस् म्हणाली.

'मी जर पॉलला मारलं असतं तर ते माझ्यासाठी, तुझ्यासाठी नाही. मला सगळ्यात लागून राहिलं ते हे, की तू ह्यात गुंतलेली आहेस असं खरोखरच त्यांना वाटतंय. मी त्यांना खरं ते सांगितलं. त्या रात्री मध्येच काहीतरी काम निघालं, आम्ही दुसऱ्या केसवर काम करत होतो. मी म्हटलं, 'रेनॉल्डस्ला लॉकहार्टबरोबर जायचंय, दोघींचं चांगलं सूत जमलंय. शिवाय, केनचं लॉकहार्टबरोबर जाणं बरोबर होईल का नाही, ह्याचीही तिला शंका होती.'

'आणि?'

'आणि काय, ते ऐकायला तयार नव्हते. त्यांनी आधीच ठरवून टाकलंय.'

'केवळ त्या पैशामुळे? त्यांनी तुला त्याबद्दल काही सांगितलं का?'

कॉनीनं होकारार्थी मान हलवली आणि तो एकदम पुढे झुकला. त्याच्या आकारमानाच्या मानानं तो बराच चपळ होता. 'आता मेलेल्याला अधिक मारू नये म्हणतात. पण कोणालाही न सांगता तू न्यूमनचे अकौंटस् तपासायला गेलीसच कशाला? डिटेक्टिव्ह लोक नेहमी जोडीनं जातात ते बऱ्याच कारणांसाठी, केवळ एकमेकांची पाठ राखण्यासाठी नव्हे. आता ॲनी न्यूमनशिवाय तुझी बाजू घेणारं दुसरं कोणी नाही. आणि 'एफबीआय'च्या दृष्टीनं तिच्या म्हणण्याला काही किंमत नाही.'

रेनॉल्डस्नं असहाय्यता दर्शवल्यासारखं हात हवेत नेले. 'असं काही घडेल हे माझ्या स्वप्नातही नव्हतं. केन आणि त्याच्या कुटुंबियांसाठी माझी सगळं ठाकठीक करण्याची धडपड चाललेली होती.'

'हं, जर त्याला पैसा मिळत असेल तर मग बहुधा केनचा एवढा विचार करण्याचं काहीच कारण नाही.'

'तो वाईट होता, हे आपल्याला अजून माहिती नाहीये.'

'खोट्या नावानं सेफ-डिपॉझिट बॉक्समध्ये पैसे? हो, ते तर सगळेच करतात, नाही का?'

'कॉनी, केनच्या पैशाची मी चौकशी करत होते, हे त्यांना कसं कळलं? ॲनी 'ब्यूरो'ला हे कळवेल असं मला वाटत नाही. तिनं माझ्याकडे मदत मागितली.'

'मी मॅसीला विचारलं पण तो तोंड उघडत नाही. बहुधा मलाही शत्रू समजतो. मी इकडेतिकडे चौकशी केली पण मला वाटतं, फोनवरून त्यांना

खबर मिळाली. अर्थातच अज्ञात कोणीतरी. मॅसी म्हणाला, 'हा सगळा बनाव असल्याचं तू ओरडत होतीस. आणि त्यात तथ्य आहे असं मला वाटतं.'

कॉनीचं दर्शन सुखद होतं. आजही तिच्याशी त्याची मैत्री एकनिष्ठ आहे, ह्याची जाणीव तिला खूप अर्थपूर्ण वाटायची. तिला त्याच्यासाठीही खूप काहीतरी करायची इच्छा होती. ती कॉनीला म्हणाली, 'हे बघ, माझ्याबरोबर तुला बघितलं तर तुझी कारकीर्द धोक्यात येईल. फिशरनं माझ्यावर पाळतसुद्धा ठेवली असेल.'

'खरं तर, मीच तुझ्यावर पाळत ठेवतोय. पण आपल्याला आता वेगळंच काम करायचंय. तुझा कोट घे आणि लॉकहार्टचा शोध घ्यायला लाग.'

'लॉकहार्ट?'

'एकदा ती भेटली की सगळ्या गाठी सुटायला लागतील आणि त्या सुटायला लागल्या की तुझ्यावरचा ठपकाही दूर होईल. तिचं व्हिडीओवर जे रेकॉर्डिंग झालंय, त्याचीही मी लॅबमध्ये तपासणी करायला सांगितलंय. अजून कोणीही पुरावे शोधत लॉकहार्टच्या घरी गेलेलं नाहीये, हे माहिताय तुला?'

रेनॉल्डस्च्या चेहऱ्यावर दुःखछटा. 'ह्या सगळ्या प्रकरणात आपण फक्त दुसऱ्या बाजूला राहिलो. केन मारला गेला. लॉकहार्ट निसटली. एअरपोर्टवर तो विचका झाला. एअरपोर्टवर ते आपण 'एफबीआय'चे आहोत म्हणून सांगणारे लोक. चौकशीची नेमकी पावलं टाकायची आपल्याला संधीच मिळाली नाही.'

'म्हणून अजून हे सगळे पुरावे तापलेले आहेत तेवढ्यातच आपण माग काढलेला बरा. उदा. ह्या भागात ॲडॅम्सचं कुटुंब राहतं, नाव-पत्त्यांची एक यादीही मला मिळालीय. तो जर पळून गेला असेल तर ह्यापैकी कोणाची तरी मदत त्यानं घेतली असेल.'

'कॉनी, ह्या सगळ्यामुळे तू फार अडचणीत येऊ शकशील.'

त्यानं खांदे उडवले. 'ही काही पहिली वेळ नाही. शिवाय, आता आम्हाला कोणी सुपरवायझर नाही. तुला कळलं का नाही माहिती नाही पण मूर्खपणा केल्याबद्दल तिला डच्चू मिळाला.'

दोघांच्याही चेहऱ्यावर स्मित.

कॉनी पुढे म्हणाला, 'म्हणून आता दुसऱ्या क्रमांकाचा अधिकारी म्हणून माझ्याकडे सोपवलेलं खळबळतं प्रकरण शोधून काढण्याचा मला अधिकार आहे. मला मिळालेला आदेश म्हणजे फेथ लॉकहार्टला शोधून काढायचं, हे काम मी तुझ्या बरोबर करतोय, हे त्यांना माहिती नाहीये.'

'मी रात्रभर बाहेर आहे, हे रोझमेरीला सांगायला हवं.'

'सांग तर मग,' त्यानं घड्याळात पाहिलं. 'आमचा सिडने बहुतेक शाळेतच असेल. तुझा मुलगा काय करतोय?'

'झोपलाय.'

'तर मग त्याच्या कानात सांग, मम्मी जरा मारामारी करायला जात्येय.'

रेनॉल्डस् परतल्यावर तिनं आपला कोट काढला आणि ती आपल्या स्टडीकडे निघालेली थांबली.

'काय झालं?' कॉनीनं विचारलं.

ती काहीसं गोंधळल्यासारखं म्हणाली, 'मी माझं पिस्तूल घ्यायला निघाले होते. सवयी काय अशातशा जातात?'

'चिंता करायचं कारण नाही. ते सगळं तुला लौकरच मिळेल. फक्त त्यावेळी मला बरोबर घेऊन चल. मला त्यांची थोबाडं पहायची आहेत.'

३६

बुकॅननं मग इतर व्यवस्थेवर विचार करता करता आणखी काही फोन केले. मग तो त्याचं काम होतं त्या लॉ फर्ममध्ये गेला आणि एका महत्त्वाच्या बाबीवर थोडा वेळ दिला, खरं तर अचानक ह्या कामाबद्दल त्याला काही वाटेनासं झालं होतं. नंतर थॉर्नहिलच्या माणसानं म्हणजेच त्या ड्रायव्हरनं त्याला घरी आणलं तेव्हाही सगळा वेळ बुकॅनन रॉबर्ट थॉर्नहिलविरुद्ध तो जी योजना आखत होता, त्यावर विचार करत होता. ह्या विचारप्रक्रियेवर तर थॉर्नहिलची काही सत्ता असणार नव्हती! ही एक बाब बुकॅननला सुखावणारी होती. हळूहळू बुकॅननचा आत्मविश्वास परत यायला लागला होता. थॉर्नहिलला धक्का देता येईल अशी शक्यता आता दिसत होती.

बुकॅननं घराचं पुढचं दार उघडलं आणि तो आत गेला. एका खुर्चीत ब्रीफकेस ठेवून त्याची अंधारलेली लायब्ररी त्यानं ओलांडली. ज्या चित्रामुळे त्याला नेहमी प्रेरणा मिळायची, ते तिथलं चित्र पाहण्यासाठी त्यानं तिथला दिवा लावला मात्र बुकॅनन त्या चित्राच्या रिकाम्या फ्रेमकडे पहात राहिला. चित्र तिथं नव्हतं, नुसतीच फ्रेम. त्यानं त्या फ्रेममधून हात घातला तर नुसतीच भिंत. बुकॅननला कोणीतरी लुबाडलं होतं. सगळीकडे घरात सुरक्षा व्यवस्था असूनही.

पोलिसांना फोन करायला तो फोनच्या दिशेनं धावला तर तेवढ्यात फोनच वाजू लागला. त्यानं फोन उचलला.

'तुमची कार दोनएक मिनिटात येईल. ऑफिसला जाताय ना?' फोनवरून प्रश्न.

आधी बुकॅननला त्या प्रश्नाचा उलगडा झाला नाही.

'ऑफिसला?' पुन्हा प्रश्न.

'हो' शेवटी बुकॅननच्या तोंडातून शब्द बाहेर पडले.

फोन खाली ठेवून पुन्हा तो पेंटींग ठेवलं होतं तिकडे बघू लागला. आधी

फेथ गेली होती, आता हे पेंटींग. सगळी थॉर्नहिलची करणी होती.

कपडे चढवून झाल्यावर निघतनिघता तो बेडरुममध्ये टीव्ही, स्टिरिओ, व्हिसीआर प्लेअर अशी जी उपकरणं होती, तिथं आला. ही सुरक्षेची आणखी एक व्यवस्था. ही सगळी उपकरणं एकत्र ठेवणारी यंत्रणा चोरणं घरफोड्यांना शक्य नसायचं. ह्या यंत्रणेतल्या स्क्रूमुळे ती सुटी करायला फार वेळ लागायचा.

बुकॅननं व्हिसीआरच्या खाचेत हात घालून पासपोर्ट, क्रेडीट कार्ड, ओळखपत्र बाहेर काढली. हे सगळं बनावट नावानं होतं. शंभर डॉलर्सच्या नोटांचं एक बऱ्यापैकी बंडल काढून कोटाच्या आतल्या खिशात ठेवलं. खाली येऊन बाहेर पाहिलं तर कार थांबलेली. थोडा वेळ जाऊ देऊन तो गाडीत बसला, गाडी निघाली.

'हॅलो, बॉब.' बुकॅनन थॉर्नहिलला शक्य तेवढ्या शांतपणे म्हणाला.

थॉर्नहिलची नजर ब्रीफकेसकडे.

'मी! ऑफिसमध्ये जातोय. मी ब्रीफकेस बरोबर ठेवणार अशीच 'एफबीआय'ची अपेक्षा असणार.'

थॉर्नहिल मान हलवत म्हणाला, 'तू सुद्धा आमच्यासारखं काम करू शकशील हां डॅनी.'

'पेंटींग कुठे आहे?'

'सुरक्षित ठिकाणी. सध्याच्या परिस्थितीत जे तुझ्या नशिबी नाही अशा ठिकाणी.'

'त्याचा नेमका अर्थ काय?'

'त्याचा नेमका अर्थ ली ॲडॅम्स, खाजगी गुप्तहेर. फेथ लॉकहार्टवर पाळत ठेवण्यासाठी तू नेमलेला माणूस.'

एक मिनिटभर बुकॅननं आश्चर्याचा धक्का बसल्याचा अभिनय केला. बुकॅननमध्ये सुप्त अभिनयगुण होतेच. 'मी ली ॲडॅम्सला नेमलं तेव्हा फेथ 'एफबीआय'कडे गेलीय, हे मला माहिती नव्हतं. मला फक्त काळजी होती ती त्याच्या सुरक्षिततेची.'

'का बरं?'

'तुला उत्तर माहिती आहे.'

थॉर्नहिल दुखावल्यासारखा वाटला. 'फेथ लॉकहार्टला दुखवण्याचं मला काय कारण? मला ती माहितीसुद्धा नाही.'

'एखादी व्यक्ती संपवण्यासाठी ती तुला माहिती असावी लागते?'

थॉर्नहिलचा स्वर आता थट्टेखोर.

'डॅनी, तू काही ते बरोबर केलं नाहीस. ते पेंटींग तुला बहुतेक परत मिळेल.

तूर्त त्याच्याशिवाय जगण्याची सवय कर.'

'तू माझ्या घरात शिरकाव मिळवलास कसा? माझ्याकडे सुरक्षा यंत्रणा आहे.'

थॉर्नहिल खो खो हसू येत असल्यासारखा... 'घरातली सुरक्षा यंत्रणा? हा! हा! डॅनी तू माझी करमणूक करतोस... खरंच. तुझी वंचितांना वाचवण्यासाठी धडपड चाललेली असते. तुझ्या लक्षात कसं येत नाही? जग ह्या आसाभोवतीच तर फिरत असते. गरीब आणि श्रीमंत. सत्ताधारी आणि सत्ताविहिन. जगाच्या अंतापर्यंत हे चालूच राहणार आणि तुम्ही काहीही केलंत तरी हे बदलणार नाही. जसं माणसं एकमेकांचा द्वेष करतच राहणार, एकमेकांचा विश्वासघात करतच राहणार, माणसांमध्ये दुष्टबुद्धी नसती तर मला काही कामच राहिलं नसतं.'

'तुला वेड्या गुन्हेगारांचा मानसोपचारतज्ज्ञच म्हणायला हवंस तू. तुझ्यात आणि तुझ्या रुग्णांमध्ये बरंच साम्य असेल.'

थॉर्नहिलचं स्मित. 'म्हणून तर मी तुझ्यामागे लागलो. तू ज्या व्यक्तीला मदत करायचा प्रयत्न केलास तिनंच तुझा विश्वासघात केला. मी जेव्हा एखाद्यावर लक्ष केंद्रित करतो तेव्हा गुप्त रहस्यंही लपून रहात नाहीत.'

'फारच छान. आता मला सांग, फेथ कुठे आहे.'

'मला वाटत होतं, तूच मला सांगशील.'

'तुला तिच्याशी काय करायचंय?' बुकॅननं विचारलं.

'तिनं माझ्याबरोबर काम करावं असं मला वाटतं.'

बुकॅननं आता काळजीपूर्वक बोलायचं ठरवलं. आपण आता मोठ्या धोक्यात आहोत हे त्यानं ओळखलेलं. 'फेथला दिलेलं नाही असं तू तिला काय देऊ शकतोस?'

'माझ्या कामात एकाला दोघं असलेले बरे असं मला वाटतं.'

'तुझ्या गणितात तू मारलेला एफबीआय एजंट पण समाविष्ट आहे वाटतं, बॉब?'

थॉर्नहिलनं त्याचा पाईप बाहेर काढला.

'डॅनी, ह्या कोड्यातला तुझा भाग आहे, त्यावर तू लक्ष केंद्रीत करावंस, असा सल्ला मी तुला देईन.'

'मी सगळेच भाग माझे मानतो. मी वर्तमानपत्रं वाचतो. फेथ 'एफबीआय'कडे गेल्याचं तू मला सांगितलंस. एक एफबीआय एजंट एका अज्ञात प्रकरणावर काम करताना मारला गेलाय. त्याचवेळी फेथ दिसेनाशी होते. तुझं बरोबर आहे, काय चाललंय ते शोधण्यासाठी मी ली ॲडम्सला पाचारण केलं. त्यांच्याकडून मला काही कळलेलं नाहीये. तू त्यालाही मारण्याची व्यवस्था केलीयस का?'

'मी एक जनतेचा सेवक आहे. मी माणसं मारत नाही.'

'तरीसुद्धा 'एफबीआय'नं फेथला गाठलंच आणि तुला ते होऊ द्यायचं नव्हतं कारण त्यांना सत्य कळलं तर तुझी योजना धुळीला मिळेल. मी निर्बुद्ध असतो तर ह्या क्षेत्रात एवढा काळ टिकलोच नसतो. आणि तू मलाही सोडणार नव्हतासच.'

थॉर्नहिलनं त्याचा पाईप बाजूला ठेवला. 'अस्तित्व टिकवणं... मजेशीर संकल्पना आहे. तरीसुद्धा तू माझ्याकडे आलास आणि वर हे बिनबुडाचे आरोप...'

बुकॅनन पुढे झुकला, त्याचा चेहरा बरोबर थॉर्नहिलच्या समोर, 'अस्तित्व टिकवण्याबाबतच्या गोष्टी तुझ्यापेक्षा मी विसरून गेलोय. माझं काम करत असताना माझ्याभोवती पिस्तुलं बाळगणाऱ्यांचं सैन्य नसतं. कुठेतरी सुरक्षित बसून मी बुद्धिबळात हलवतात तशी पटावरची मोहरी हलवत नाही. ज्याक्षणी तू माझ्या आयुष्यात आलास त्याक्षणी माझं काही बरंवाईट झालं तर तू धुळीला मिळशील अशा योजना माझ्याकडे आहेत. तुला कधीतरी तुझ्याएवढा नाही तरी निम्म्यानं तरी धडाडीचा माणूस भेटेल अशी शक्यता तुला जाणवली नाही कधी? का तुझं सगळं यश तुझ्या डोक्यात गेलंय?'

थॉर्नहिल फक्त त्याच्याकडे बघत राहिलेला, बुकॅनन पुढे म्हणाला, 'आता मी एकप्रकारे तुझा भागीदारच आहे असं समजतो. हा विचारसुद्धा निंद्य वाटला तरी. म्हणून तू एफबीआय एजंटला मारलंस का नाही ह्याची माहिती मला हवीय, कारण ह्या सगळ्या दु:स्वप्नातून बाहेर पडण्यासाठी काय करायला हवं, ते नेमकं मला जाणून घ्यायचंय आणि तू फेथ आणि ॲडम्सला मारलंस का, हेही मला जाणून घ्यायचंय. तू जर मला हे सांगितलं नाहीस तर कारमधून बाहेर पडता क्षणीच मी 'एफबीआय'कडे जाईन. आणि 'एफबीआय'चे लोक मागे असतानाही मला मारण्याचा प्रयत्न करण्याएवढा तू स्वत:ला सर्वशक्तिमान समजत असशील तर ठीक आहे. मी मेलो तर तू तुझाही सर्वनाश ओढवून घेशील.'

बुकॅनन मागे झुकला. त्याच्या चेहऱ्यावर स्मित. तो म्हणाला, 'तुला बेडूक आणि विंचवाची गोष्ट माहिती आहे. विंचवाला प्रवाह ओलांडायचा असतो. तो बेडकाला म्हणतो, तू मला पलीकडे घेऊन गेलास तर मी तुला दंश करणार नाही. बेडकालाही माहिती असतं, विंचवानं दंश केला तर त्यालाच जलसमाधी मिळेल म्हणून तो तयार होतो. प्रवाहाच्या मध्येच सगळं तर्कशास्त्र माहिती असूनही विंचू बेडकाला दंश करतो. मरता मरता बेडूक व्याकुळपणे विचारतो, 'कारे बाबा, असा दंश केलास? आता तूही मरशील.' विंचू फक्त एवढंच म्हणतो, 'हा माझा स्वभाव आहे.' बुकॅनननं हात हलवण्याचा अभिनय केला.

पुढे मैलभर दोघेही एकमेकांकडे पहात राहिले, मग मध्येच थॉर्नहिलनं शांततेचा भंग केला.

'लॉकहार्टला संपवून टाकणं आवश्यक आहे. 'एफबीआय' एजंट तिच्याबरोबर होता. म्हणून त्यालाही मरावं लागलं.'

'पण फेथ तुझ्या तावडीतून निसटली.'

'तुझ्या डिटेक्टीव्हच्या मदतीनं. तू हा गोंधळ घातला नसतास तर हा प्रश्न उद्‌भवला नसता.'

'तू कोणाला मारण्याची योजना आखत असशील हे माझ्या कधी डोक्यातही आलं नाही. म्हणजे ती कुठे आहे हे तुला माहिती नाही.'

'फक्त वेळेचा प्रश्न आहे.'

'म्हणजे?'

'म्हणजे मी तुझ्याशी बोलणं थांबवतोय.'

पुढची पंधरा मिनिटं पूर्ण शांततेत गेली. गाडी बुकॅननच्या ऑफिसच्या इमारतीपाशी आली. तिथं एक मोठी कार थॉर्नहिलची वाट बघत होती. इंजिन घरघरत होतं. बाहेर पडण्याआधी थॉर्नहिलनं बुकॅननचा दंड पकडला.

'तुला जर काही झालं तर मला संपवण्याची ताकद तुझ्यात आहे असं म्हणतोस. आता माझी बाजू ऐक. तुझी सहकारी आणि तिचा नवा मित्र ह्यांनी मिळून मी उभा केलेला डोलारा खाली आणला तर तू खलास होशील ताबडतोब.' मग हात बाजूला घेत म्हणाला, 'एकूण आपण एकमेकांना ओळखून आहोत.' थॉर्नहिल तिरस्कारानं म्हणाला.

मिनिटभरातच गाडी गॅरेजमधून बाहेर पडल्यावर थॉर्नहिलनं फोनवर सांगितलं, 'बुकॅननला एक सेकंदही दृष्टीआड करायचं नाही.'

❖

३७

'ही शेवटची जागा,' गाडीतून मोटरसायकलच्या दुकानापाशी आल्यावर कॉनी म्हणाला.

कॉनी आणि रेनॉल्डस् बाहेर पडले. रेनॉल्डस्‌नं आजूबाजूला पहात विचारलं, 'ली ॲडॉम्सचा धाकटा भाऊ?'

कॉनीनं हातातली यादी तपासत होकारार्थी मान हलवली. 'स्कॉट ॲडॅम्स, हे दुकान तो सांभाळतो.'

'बघू या, इतरांपेक्षा ह्याच्याकडून जास्त काही माहिती मिळते का.'

ह्या भागातल्या लीच्या सगळ्या नातेवाईकांना ते भेटून आले होते. गेल्या आठवड्यापासून कोणीच त्याला पाहिलं नव्हतं किंवा त्याच्याबद्दल काही ऐकलंही नव्हतं. निदान ते तसं म्हणत तरी होते. आता स्कॉट ॲडॅम्स हीच शेवटची शक्यता होती. मात्र ते आत गेले तेव्हा त्यांना कळलं, मित्राच्या लग्नासाठी बाहेर गेलाय आणि दोन-एक दिवस तरी येणार नाही.

कॉनीनं काऊंटरमागे बसलेल्या तरुणाला त्याचं कार्ड दिलं. 'तो आत आला की त्याला मला फोन करायला सांग.'

तो तरुण म्हणजे रिक. ह्याच सेल्समननं फेथबरोबर लगट करण्याचा प्रयत्न केला होता.

कॉनी आणि रेनॉल्डस्‌नं त्याच्याकडे आश्चर्यानं पाहिलं. 'तुला ली ॲडॅम्स माहिताय?'

'माझी ओळख आहे असं काही म्हणता येणार नाही. माझं नाव किंवा माझ्याबद्दल त्याला काहीच माहिती नाही. पण तो काही वेळा इथं आलेला आहे म्हणजे अगदी दोनच दिवसांपूर्वी.'

कॉनी आणि रेनॉल्डस्‌नं त्याची विश्वासार्हता अजमावल्यासारखं रिककडे नखशिखांत पाहिलं.

‘तो एकटाच होता?’ रेनॉल्डसूनं विचारलं.

‘नाही. त्याच्याबरोबर एक पोरगी होती.’

रेनॉल्डस्नं फेथ लॉकहार्टचा फोटो बाहेर काढला आणि तो त्याला दिला.

‘पातळ तोकडे केस– लांब नाहीत किंवा काळेभोर-पिंगटही नाहीत.’

त्या फोटोकडे बघून रिकनं होकारार्थी मान हलवली. ‘हो, तीच आहे. आणि लीचे केसही वेगळे होते. आखूड-पिंगट. दाढीमिशाही. अशा गोष्टी मी फार छान टिपतो.’

रेनॉल्डस् आणि कॉनीनं परस्परांकडे पाहिलं, ते आपली उत्तेजित अवस्था लपवण्याच्या प्रयत्नात...

‘कुठे गेले असतील काही कल्पना?’ कॉनीनं विचारलं.

‘काय की. पण ते इथं का आले होते, ते मला चांगलं माहिताय.’

‘खरंच? का बरं?’

‘त्यांना मोटरसायकलची गरज आहे. एक मोटरसायकल घेऊन गेले... गोल्डन विंग’...

‘गोल्डन विंग?’ रेनॉल्डसूचा पुनरूच्चार.

‘हो.’ रिकनं काऊंटरवरच्या रंगीत माहिती पुस्तिकांमधून एक बाहेर काढली आणि रेनॉल्डसूला दिसेल अशी दाखवली. ‘ही इथं दाखवलीय अशी. होंडा गोल्ड विंग एसई. लांबच्या अंतराला ही मोटरसायकल फार चांगली. माझ्यावर विश्वास ठेवा.’

‘कलर, लायसन्स प्लेट नंबर माहिताय?’

‘प्लेटचं बघता येईल. रंग माहिती पुस्तिकेत दाखवलाय तसाच आहे.’

‘तू म्हणालास, ते कुठे असतील ते सांगता येईल म्हणून.’ रेनॉल्डसूनं संभाषण आणखी पुढे नेलं.

‘लीशी तुमचं काय काम आहे?’

‘आम्हाला त्याच्याशी आणि त्याच्याबरोबर जी आहे, दोघांशीही बोलायचंय.’ ती सौहार्दपूर्ण स्वरात म्हणाली.

‘त्यांनी काही गडबड केलीय?’

‘त्यांच्याशी बोलल्याशिवाय काही कळणार नाही,’ कॉनीनं उत्तर दिलं. तो थोडासा पुढे झाला. ‘हे ‘एफबीआय’ च्या चौकशीचं काम आहे. तू त्यांचा मित्र वगैरे आहेस का?’

ह्यावर रिक जरा मवाळ झाला. ‘नाही, ती मुलगी भयंकर आहे. फारच शहाणी, ली आत असताना मी सेल्स विभागात गेलो तर तिला मदत करायचा प्रयत्न केला. चांगलीच तयारीची दिसली, माझ्या अंगावर धावून आली. लीसुद्धा काही कमी नाही. बाहेर आल्यावर तो माझ्यावर आवाज करायला लागला. मी त्याला वाजवणार होतो.’

कॉनीनं हडकुळ्या रिककडे पाहिल्यावर 'एफबीआय'च्या कॅमेऱ्यानं टिपलेल्या टेपवर पाहिलेल्या आडदांड ली अॅडॅम्सची मूर्ती त्याच्या डोळ्यासमोर आली.

रेनॉल्डस् रिककडे बारकाईनं पहात म्हणाली, 'तू जर ते कुठे गेले ह्याची माहिती दिलीस तर 'ब्यूरो'चं मोठं काम होईल.' रेनॉल्डस् म्हणाली, ती अधीर होत असलेली. 'आणि मोटरसायकलचा प्लेट नंबर. लगेच मिळालं तर फार बरं होईल. आम्हाला जरा घाई आहे.'

'जरूर. लीनं नॉर्थ कॅरोलिनाचा नकाशाही घेतला.'

'मला एखादा मिळेल हा नकाशा?' रेनॉल्डस्नं विचारलं तशी रिकनं एक नकाशा बाहेर काढून दिला. 'किती द्यायचे?' तिनं विचारलं.

त्याचं स्मित. 'हे आमच्याकडून एक चांगला नागरिक म्हणून. मी 'एफबीआय'मध्ये यायचा विचार करतोय.'

'अवश्य, चांगली माणसं आम्हाला लागतीलच.' कॉनी नजर चुकवत, निर्विकार मुद्रेनं म्हणाला.

रिक त्यांना प्लेट नंबर देऊन म्हणाला, 'काय होईल ते मला सांगा.'

'पहिल्यांदा तुलाच सांगतो,' कॉनी मागे वळून म्हणाला.

कॉनी आणि रेनॉल्डस् दोघेही गाडीत बसले.

रेनॉल्डस् म्हणाली, 'अॅडॅम्सनं लॉकहार्टला काही सक्तीनं अडकवून ठेवलेलं नाही.'

'दोघांची जोडी जमलेली दिसत्येय. निदान आत्ता तरी.'

'नॉर्थ कॅरोलिना,' रेनॉल्डस् स्वत:शीच बोलल्यासारखं बोलली.

'मोठं राज्य आहे.' कॉनी.

रेनॉल्डस् त्याच्याकडे ओढल्या चेहऱ्यानं पहात म्हणाली, 'हं, आपण बघू या आता काही हाताला लागतं का. एअरपोर्टवर लॉकहार्टनं नॉरफोक इंटरनॅशनलच्या फ्लाईटची दोनं तिकिटं घेतली होती.'

'मग नॉर्थ कॅरोलिनाचा नकाशा कशाला?'

'त्यांना विमानानं जाणं शक्य नव्हतं. आपण त्यांची नॉरफोकमध्ये वाट पहात राहिलो असतो. निदान अॅडॅम्सला ते माहिती होतं. आपण एअरलाईन्सला इशारा देऊन ठेवला होता, ह्याची जाणीव त्याला होती. एअरपोर्टवर आपल्याला लॉकहार्ट म्हणून तर दिसली.'

कॉनीनं रेनॉल्डस्च्या नकाराला पुस्ती जोडली, 'दुसऱ्या फ्लाईटसाठी खरं नाव सांगितल्यामुळे लॉकहार्ट अडचणीत आली. पण तिच्याकडे करण्यासारखं तेवढंच होतं... अर्थात तिच्याकडे तिसरं खोटं ओळखपत्र नसतं तर...'

'म्हणून विमान टाळणं भाग पडलं. क्रेडीट कार्ड, भाड्याची कारही वापरणं

त्यांना शक्य नव्हतं. ॲडॅम्सला वाटतं, बस आणि रेल्वेवरही आपलं लक्ष आहे. म्हणून त्यांनी मोटरसायकल आणि नकाशा घेतला, नॉर्थ कॅरोलिनाचा. पण ते नॉर्थ कॅरोलिनाला जात असते तर त्यांनी तिथं थेट फ्लाईट का घेतली नाही? रॅले आणि शार्लोटीला जायला कितीतरी फ्लाईटस् आहेत. नॉरफोकमधूनच का जावं?'

'हे खरं आहे की शार्लोटी, रॅलेला जायचं नसेल तर नॉरफोकहून जावं लागतं.' कॉनीनं आणखी एक तर्क मांडला.

'पण तरीसुद्धा ह्या दोन महत्त्वाच्या एअरपोर्टपैकी एकाचा उपयोग का करू नये?'

'तर मग शार्लोटी किंवा रॅलेपेक्षा दुसरं ठिकाण कुठलं असेल?'

रेनॉल्डस्नं क्षणभर विचार केला. 'रॅले साधारणपणे राज्याच्या मध्यभागी आहे. शार्लोटी पश्चिमेला आहे.'

'पूर्वेला' कॉनी एकदम चुटकी वाजवत म्हणाला, 'पूर्वेला! समुद्रकिनाऱ्यावर!'

रेनॉल्डस्नंही संमतीदर्शक मान हलवली. 'शक्यता आहे. तिथं समुद्रकिनाऱ्यालगतची बरीच घरं आहेत, लपण्यासारखी.'

कॉनीच्या चेहऱ्यावरची आशा एकदम मंदावली. 'हजारो घरं?'

'ठीक आहे, पहिली गोष्ट करता येईल ती म्हणजे ब्यूरोच्या एअरलाईन संपर्क विभागाला फोन करायचा आणि ह्या भागात कुठल्या फ्लाईटस् जातात, ते शोधून काढायचं.'

कॉनीनं गाडीतूनच फोन लावला. थोड्याच वेळात उत्तर मिळालं. कॉनीच्या चेहऱ्यावरची आशा पुन्हा पालवली. 'तुझा विश्वास बसणार नाही पण, 'नॉरफोक इंटरनॅशनल'हून तिकडे 'आऊटर बँक्स'ला जाणारी एकच फ्लाईट आहे.'

रेनॉल्डस्च्या चेहऱ्यावर लांबरुंद स्मित, 'शेवटी एकदा काहीतरी नशीब उजळलं. आणखी सांग.'

'टारहील एअरवेज'च्या कॅरोलिनामध्ये पाच फ्लाईटस् जातात-'किल डेव्हील, हिल्स, मॅटिओ, ओक्रॅकोक, हॅटेरास आणि ड्यूकजवळ पाईन आयलंड' म्हणून जागा आहे तिथं. नियमित फ्लाईटस् नाहीत पण आधी फोन केला तर काम होतं.'

रेनॉल्डस्नं नकाशा पसरून त्यावरून नजर फिरवली. 'ठीक आहे, हॅटेरास आणि ओक्रॅकोक... फारच दक्षिणेला आहेत.' तिनं नकाशावर बोट ठेवलं. 'किल डेव्हील हिल्स' इथं आहे. मॅटिनो त्याच्या दक्षिणेला आणि 'ड्यूक' इथं आहे, उत्तरेला.'

ती जिथं बोट दाखवत होती, तिकडे बघत कॉनी म्हणाला, 'मी सुट्टीत तिथं गेलोय.'

'मग तुला काय वाटतं? उत्तर का दक्षिण?'

'ते 'नॉर्थ कॅरोलिना'ला लॉकहार्टनं आग्रह धरल्यामुळेच गेले असणार.' रेनॉल्डस्‌नं त्याच्याकडे उत्सुकतेनं पाहिलं.

'कारण ॲडॅम्सनं नकाशा घेतला,' कॉनीनं खुलासा केला. 'त्याला तो भाग माहिती असता तर त्यानं नकाशा घेतला नसता.'

'वा शेरलॉक होम्स्, आणखी काही!'

'लॉकहार्टकडे चांगला पैसा आहे. 'मॅक्लिन' भागातलं तिचं घर बघितलं तरी कळतं. मी तिच्या जागी असतो तर खोट्या नावानं मी तिथं एक घर घेतलं असतं.'

'पण आपल्यापुढचा प्रश्न कायम आहे-उत्तर का दक्षिण?'

ते थोडावेळ विचार करत बसल्यावर रेनॉल्डस्‌नं कपाळावर हात मारला. 'काय मूर्खपणा आहे. कॉनी, फ्लाईटसाठी 'टारहील'ला फोन करायचा असेल तर आपलं उत्तर तिथंच दडलेलं आहे.'

कॉनीनं 'टारहिल'ला फोन लावून तारीख-साधारण वेळ आणि सुझान ब्लेक हे नाव असे तपशील कळवले.

कॉनीनं फोन खाली ठेवून सांगितलं, 'आपल्या 'सुझान ब्लेकनं'दोन दिवसांपूर्वीच दोघांचं रिझर्व्हेशन केलंय, दुपारी दोनच्या सुमारास. 'टारहिल'वाले क्रेडीट कार्ड घेतात पण ब्लेकनं आधी त्यांच्या फ्लाईटस्‌चा उपयोग केलेला असल्यानं ह्यावेळी तिच्या शब्दावरच विश्वास ठेवून काम झालं.'

'आणि ते गेले कुठे?'

''पाईन आयलंड'ला?'

रेनॉल्डस्‌च्या चेहऱ्यावर स्मित. 'कॉनी, आता सूत्रं बरीच हातात आली आहेत.'

कॉनीनं गाडीचा गीअर टाकला. 'वाईट गोष्ट एकच आहे, 'ब्यूरो'च्या विमानानं जायचं म्हटलं तर पहाटे एकच्या सुमारास आपण पोचू.'

'मला तर येता येणार नाही.' रेनॉल्डस् म्हणाली.

'ब्यूरो नियम क्र. एक— बरोबर 'ब्यूरो'ची जबाबदार व्यक्ती असेल तर तुम्हाला कुठेही जाता येईल.'

रेनॉल्डस् अस्वस्थ. 'आपल्या दिमतीला कुमक मागवायची?'

कॉनीनं तिच्याकडे मिस्कीलपणे पाहिलं, 'मला वाटतं मॅसी आणि फिशरला कळवून त्यांना क्रेडीट घेऊ द्यावं.'

रेनॉल्डस्‌च्या चेहऱ्यावर स्मित उजळलं. 'एका मिनिटात मी घरी फोन करते, मग आपण निघू.'

❖

३८

लीला– आपल्या मुलीशी– रेनीशी संपर्क साधायला बरेच तास ताप सहन करायला लागला पण शेवटी त्यानं तिला शोधून काढलं. तिच्या आईनं तिचा कॉलेजचा फोन नंबर द्यायला ठाम नकार दिला होता पण लीनं प्रयत्न सोडले नाहीत. पण लीनं साम-दाम-दंड असे सगळे प्रकार अवलंबले तेव्हा त्याला फोन नंबर मिळाला. त्यानं रेनीला दीर्घकाळ फोन केलेला नव्हता आणि आता केला तो अशा कारणासाठी.

रेनीच्या खोलीतल्या मैत्रिणीनं शपथेवर सांगितलं– रेनी फुटबॉल टीममधल्या दोघांबरोबर लेक्चरला म्हणून बाहेर पडलेली होती, त्यातल्याच एकाबरोबर तिचं डेटींग चाललेलं होतं. नंतर लीला नंबर मिळाला तो, 'अल्बरमार्ल काऊंटी शेरीफ'च्या ऑफिसचा. तिथल्या डेप्युटी शेरीफला त्यानं सांगितलं– माझ्या मुलीला– रेनी ॲडॅम्सला कोणीतरी धमक्या दिलेल्या आहेत. कोणाला तरी तिच्यावर लक्ष ठेवायला सांगा.

त्या बाईनं जे प्रश्न विचारले, त्यांची उत्तरं ली देऊ शकला नाही, अगदी तो आहे तरी कोण असं तिनं विचारलं तरी. मग त्यानं फोन खाली ठेवला आणि स्पेल फोनच्या पट्टीवर आलेला तो मेसेज पुन्हा वाचला– 'फेथच्या बदल्यात रेनी.' मग तो स्वत:शीच पुटपुटला– 'काय?'

तो मागे वळला तर तिथं फेथ पायऱ्यांवर उभी, डोळे विस्फारलेले, तोंड वासलेलं...

'ली, हे काय आहे?'

क्षणभर लीला काही सुचेनासं झालेलं. त्यानं फक्त फोन तिच्यासमोर धरला, त्याचा चेहरा पिळवटलेला.

तो मेसेज बघून ती म्हणाली, 'आपल्याला पोलिसांना बोलवायला हवं.'

'ती ठीक आहे, मी आत्ताच तिच्या खोलीतल्या मैत्रिणीशी बोललो आणि मी

पोलिसांशीही बोललोय, कोणीतरी आपल्याला गोंधळून टाकायला बघतंय.'

'तुला काय माहिती?'

'तुझं बरोबर आहे, मला माहिती नाहीये' तो दु:खी कष्टी चेहऱ्यानं म्हणाला.

'तू नंबर मिळवून पहाणार आहेस तो?'

'त्यांना बहुधा मी तेच करायला हवंय.'

'म्हणजे नंबर असा शोधता येतो? सेल्युलर कॉल शोधता येतो?'

'होय, योग्य ती साधनसामग्री असली तर ते जमतं. फोन बाळगणाऱ्यांना फोन करणाऱ्याचं ठिकाण शोधून काढता यायलाच हवं. छे, तिकडे माझ्या मुलीचा जीव धोक्यात आहे आणि मी ह्या वैज्ञानिक गप्पा मारत बसलोय.'

'तू फोन केला पाहिजेस ली.'

'आणि बोलणार काय? ते तिच्या बदल्यात तुझा सौदा करतायत.'

तिनं त्याच्या खांद्यावर एक हात ठेवला, त्याच्या मानेवरून हात फिरवला आणि त्याच्या अंगावर रेलली. 'तू त्यांना फोन कर. मग काय करायचं, ते आपण बघू. तुझ्या मुलीला काही होणार नाही.'

त्यानं तिच्याकडे पाहिलं. 'तशी खात्री देता येत नाही.'

'मी तुला खात्री देते, तिला काही इजा होणार नाही ह्याची मी काळजी घेईन.'

'अगदी त्यांच्या ताब्यात जाण्यासकट.'

'वेळ आली तर तेसुद्धा. माझ्यामुळे एका निरपराध व्यक्तीला मी त्रास होऊ देणार नाही.'

ली कोचावर बसला, 'तणावाखालीसुद्धा मला इतकं चांगलं वागावं लागतंय आणि मला नीट विचारही करता येत नाहीये.'

'त्यांना फोन लाव,' फेथ ठामपणे म्हणाली.

लीनं एक दीर्घ श्वास घेतला आणि नंबर दाबला. फेथ त्याच्या शेजारी कान लावून बसून राहिलेली... दोघेही थांबलेले, मग फोन एकदा वाजला आणि मग आवाज.

'मि. ॲडॅम्स?' लीनं आवाज ओळखला नाही, तो तांत्रिक स्वरूपाचाही वाटत होता, म्हणजे आवाज बदललाय असा वाटायला लावणारा.

'ली ॲडॅम्स बोलतोय.'

'तुझ्या अपार्टमेंटवर तुझा सेल फोन नंबर ठेवलास ते बरं झालं. त्यामुळे तुझ्याशी संपर्क साधणं फारच सोपं झालं.' पलीकडून आवाज.

'मी आत्ताच माझ्या मुलीला फोन केला. ती व्यवस्थित आहे. आणि पोलिसांनाही दिमतीला घेतलंय. तेव्हा तुमची ही छोटीशी योजना...'

'मि. ॲडॅम्स, तुमच्या मुलीला पळवून नेण्याची गरज नाही.'

'मग मी तुझ्याशी का बोलतोय, तेच समजत नाहीये.'

'तिला मारण्यासाठी पळवून नेण्याची गरज नाहीये. तुझ्या मुलीला आम्ही आज, उद्या, पुढच्या महिन्यात, पुढच्या वर्षीसुद्धा मारू शकतो. कुठेही, अगदी झोपेतसुद्धा. तिचा बेड पहिल्या मजल्यावर खिडकीपाशीच आहे. ती लायब्ररीत बऱ्याचदा उशिरापर्यंत बसते. फारच सोपं खरं म्हणजे!'

'×××!××××!' ली शिव्या हासडत सुटला, त्याला फोनचे दोन तुकडे करायचे आहेत असंच कोणालाही वाटलं असतं.

फेथनं त्याला शांत करण्यासाठी त्याचा खांदा दाबला.

तरी पलीकडचा आवाज चीड येईल इतका शांत, 'तुझा हा अभिनय तुझ्या मुलीला वाचवू शकणार नाही. मि. ॲडॅम्स, फेथ लॉकहार्ट कुठे आहे? आमची फक्त तेवढीच मागणी आहे. तिला सोडून दे आणि तुझे सगळे प्रश्न सुटतील.'

'आणि मी काय शांतपणे ऐकून घेऊ?'

'तुझ्यापुढे दुसरा मार्ग नाहीये.'

'फेथ, लॉकहार्ट माझ्याकडे आहे, ते तुला कसं कळलं?'

'तुला तुझी मुलगी मरू द्यायचीय?'

'पण लॉकहार्ट निसटली.'

'छान, पुढच्या आठवड्यात तुला रेनीचं दफन करता येईल.'

फेथनं लीच्या दंडाला धक्का देऊन फोनकडे बोट केलं. 'ठीक आहे, ठीक आहे, माझ्याकडे फेथ असेल तर तुझं म्हणणं काय आहे?'

'एकदा भेट.'

'ती आपणहून येणार नाही.'

'तू तिला कसं आणतोस ह्याची मला पर्वा नाही. ती तुझी जबाबदारी आहे. आम्ही वाट बघू.'

'आणि तू मला सहज सोडशील?'

'तिला सोड आणि निघून जा. बाकी आम्ही बघू. तुझ्याशी आम्हाला काहीच घेणं नाही.'

'कुठे?'

लीला वॉशिंग्टन डी.सी.च्या बाहेरचा एक पत्ता देण्यात आला. मेरीलँडच्या बाजूला त्याला ही जागा माहिती होती: अगदी अज्ञात.

'मला तिथपर्यंत गाडीनं यावं लागेल. शिवाय, पोलिस सगळीकडे आहेत. मला काही दिवस लागतील.'

'उद्या रात्री. बरोबर बारा वाजता.'

‘छे; फारच थोडा वेळ आहे.’

‘तर मग आत्ताच निघ.’

‘हे बघ, माझ्या मुलीचं काही बरं-वाईट केलंत तर मी तुम्हाला शोधून काढेन. एकेक हाड पिंजून काढेन.’

‘मि. ॲडॅम्स, आम्हाला तुमच्या धमकीत काहीच दम वाटत नाही.’ मग फोन बंद झाला.

लीनं फोन खाली ठेवला. काही मिनिटं तो आणि फेथ काही न बोलता बसून राहिले. ‘मग, आता काय करायचं?’ लीच्या तोंडून शेवटी शब्द बाहेर पडले.

‘डॅनी म्हणाला, शक्य तितक्या लवकर येतो.’

‘वा! मला उद्या रात्रीपर्यंत फक्त वेळ आहे.’

‘डॅनी इथं वेळेत आला नाही तर, आपण तिथं जाऊ. पण त्याआधी आपण जरा कुमक मागवू.’

‘म्हणजे कशा प्रकारची, एफबीआय?’ फेथनं ह्यावर मान हलवली. ली पुढे म्हणाला, ‘फेथ, ‘एफबीआय’ला हे सगळं, एका दिवसात जाऊ दे, एका वर्षातही समजावून सांगता येणार नाही.’

‘ली, आपल्यापुढे तेवढाच पर्याय आहे. डॅनी इथं वेळेत आला आणि त्याच्याकडे एखादी चांगली योजना असेल तर फारच छान. नाहीतर मी एजंट रेनॉल्डसूला बोलवेन. ती आपल्याला मदत करेल.’ तिनं त्याचा दंड पकडला. ‘तुझ्या मुलीला काही होणार नाही. प्रॉमिस.’

❖

३१

'कॅपिटॉल हिल'मध्ये त्या दिवशी संध्याकाळी बुकॅननच्या काही मिटींग ठरलेल्या होत्या. कोणालाच रस नसलेल्या, म्हणजे समुद्राच्या लाटांवर चेंडू फेकावं तसं. एकतर चेंडू पुन्हा तोंडावर तरी आदळेल किंवा समुद्रात हरवेल तरी. आज शेवट आलेला होता जसा सगळ्याचा.

बुकॅननच्या कारमधून तो 'कॅपिटॉल'पाशी उतरला. पुढच्या पायऱ्या चढून तो इमारतीच्या सेनेटच्या बाजूला गेला. तिथून राखीव असल्यासारख्या दुसऱ्या मजल्यावर आणि मग मुक्त प्रवेश असलेल्या तिसऱ्या मजल्यावर.

बुकॅननला माहिती होतं, आता आपल्यामागे जास्त लोक आहेत. तिथं काळ्या सूटमधले बरेच लोक असले तरी ह्या हॉलमधून वावरणारे बाहेरचे लोक लक्षात घ्यायला तो मागेच सरावला होता. त्याच्या अंदाजानं तिथं सीआयए आणि 'एफबीआय'चे लोक होते.

गाडीत झालेल्या संभाषणानंतर थॉर्नहिलनं आणखी कुमक नेमली असण्याची शक्यता होतीच. बुकॅननच्या चेहऱ्यावर स्मित. आता तो 'सीआयए'च्या लोकांना 'बेडूक' संबोधणार होता. थॉर्नहिलनंच सांगितलेल्या गोष्टीतला बेडूक. हेरांना टोपण नावं आवडतात. थॉर्नहिलला हे नाव अगदी योग्य आहे, असं त्याला वाटलं. बुकॅनन एवढीच आशा बाळगून होता की विंचू अस्सल ठरावा आणि बेडकाची पाठ फार निसरडी नसावी.

तिसऱ्या मजल्यावर डावीकडे वळल्यावर दार लागायचं. तिथं एक मध्यमवयीन माणूस सुटात उभा होता. इथलं ऑफिस कोणाचं आहे, ते दर्शवणारी पाटी इथं नव्हती. पलीकडेच सिनेट उपचार प्रमुख फ्रँकलीन ग्रॅहॅमचं ऑफिस होतं. कायद्याची अंमलबजावणी, प्रशासकीय सहाय्य आणि संकेतांचं पालन ह्या गोष्टी ह्या ऑफिसच्या अखत्यारीत होत्या. ग्रॅहॅम बुकॅननचा जवळचा मित्र होता.

'डॅनी, तुला भेटल्यावर बरं वाटलं,' सुटातला माणूस म्हणाला.

'हॅलो फिल, तुझी पाठ कशी आहे?'

'डॉक्टर म्हणतात, शस्त्रक्रिया करावी लागेल.'

'माझं ऐक, त्यांना कात्री चालवू देऊ नकोस. पाठ दुखायला लागली तर छान स्कॉच पी, मोठ्यानं गाणं म्हण आणि तुझ्या बायकोबरोबर रहा.'

'नाच-गाणी आणि प्रेम... छान आहे सल्ला,' फिल म्हणाला.

'एक आयरिश माणूस दुसरा काय सल्ला देणार?'

फिल हसला. 'तू फार छान माणूस आहेस, डॅनी बुकॅनन.'

'मी इथं का आलोय, ते माहिताय तुला?'

फिलनं मानेनंच होकार दिला. 'मि. ग्रॅहॅमनं मला सांगितलं. सरळ आत जा.'

त्यानं दार उघडलं आणि बुकॅनन आत गेला. मग फिल दार लावून राखण केल्यासारखा उभा राहिला. चार माणसांचं इकडे लक्ष आहे हे त्याच्या लक्षात आलं नव्हतं.

त्या नजर ठेवणाऱ्या एजंटना वाटलं, बुकॅनन बाहेर यायची वाट बघू आणि मग पुन्हा एकदा नजर ठेवू. शेवटी ते तिसऱ्या मजल्यावर होते. बुकॅनन उडून थोडाच जाणार होता.

खोलीत गेल्यावर बुकॅननं भिंतीवरच्या हुकवरून एक रेनकोट ओढूनच घेतला. सुदैवानं बाहेर अधूनमधून सरी पडत होत्या. दुसऱ्या हुकवर एक पिवळी हॅटही होती. तीही त्यानं डोक्यावर चढवली. मग त्यानं ब्रीफकेसमधून गॉगल आणि कामाचे ग्लोव्हज् बाहेर काढले. निदान लांबून तरी रेनकोट आणि ब्रीफकेसमध्ये तो लॉबीइस्ट वाटण्याऐवजी एखादा कामगार वाटला असता.

खोलीच्या दुसऱ्या टोकाला असलेल्या दारापाशी जाऊन बुकॅननं दाराला लावलेली साखळी काढली आणि दार उघडलं. तिथून जिना चढून जाऊन आणखी एक दार उघडलं. तिथं एक वर जाणारा जिना होता. वर गेल्यावर पुन्हा एक दार उघडलं तर बुकॅनन 'कॅपिटॉल हिल' इमारतीच्या छतावर गेला.

बुकॅननं इमारतीपुढच्या मैदानात नजर टाकली. लोक इतस्तत: धावपळ करत होते, आपल्याला मदत करू शकतील अशा लोकांना भेटण्यासाठी. अहंकार, मतभेद, संकटांमागून संकटं, सौदे, सगळं असूनही लोकशाहीचं हे छान तेलपाणी केलेलं यंत्र सतत कार्यरत होतं. बुकॅननला ते दृश्य म्हणजे मुंग्यांचं मोठं वारुळच वाटलं. मुंग्या अस्तित्व टिकवण्यासाठी धडपडत असतात, तशीच कदाचित ही माणसंही.

एका क्षणी आलेल्या वेड्या लहरीत बुकॅननला उडी मारावीशी वाटली. थॉर्नहिलची जिरवण्याची खुमखुमी जास्त नसती तर उडी मारलीही असती.

अर्थात तो डरपोकपणाचा मार्ग ठरला असता. बुकॅननमध्ये बरेच पैलू होते पण डरपोकपणा मात्र निश्चितच नव्हता.

'कॅपिटॉल'च्या छपराच्या बाजूनंच एक अरुंद मार्ग होता, तिथून बुकॅननच्या प्रवासाचा दुसरा टप्पा सुरू होणार होता. अगदी बरोबर सांगायचं तर सुटकेचा दुसरा टप्पा. तिथून बुकॅनन पलीकडच्या बाजूला गेला. तिथला जिना उतरून तो छताखालच्या मोकळ्या जागेत आला. तिथं त्यानं हॅट आणि ग्लोव्हज् काढले. गॉगल तसाच ठेवला. आता त्यानं ब्रीफकेसमधून एक अरुंद कड असलेली हॅट काढली आणि ती चढवली. रेनकोटची कॉलर चढवून तो छताखालच्या मोकळ्या जागेत आला.

आणखी एक मिनिटभरातच मागच्या दारातून तो बिल्डींगच्या बाहेर पडला. हा मार्ग काही थोड्या जाणकारांनाच माहिती होता. तिथं एक गाडी त्याच्यासाठी थांबलेली होती. पुढच्या अर्ध्या तासात तो नॅशनल एअरपोर्टवर पोचला. एक खाजगी विमान इथं त्याच्यासाठी थांबलेलं. बुकॅनन वर चढताच काही मिनिटात विमान निघालं. नंतर लगेचच बुकॅननं खिडकीच्या विमानातून खालचं शहर नजरेआड झालेलं पाहिलं.

'सुटलो!' बुकॅनन दबत्या स्वरात म्हणाला.

४०

दिवस सत्कारणी लावून थॉर्नहिल घरी परतत होता. आता ॲडॅम्स टप्प्यात आल्यामुळे लौकरच फेथ लॉकहार्टही हाती लागणार होती. ॲडॅम्स एखादेवेळी हातावर तुरी देण्याची शक्यता होती पण थॉर्नहिलला तसं वाटत होतं. ॲडॅम्सच्या आवाजात खरी भीती होती. कुटुंबं असली की किती बरं असतं! शेवटी दिवस सत्कारणी लागला होता. पण फोनच्या खणखणाटानं लौकरच थॉर्नहिलचा विचार प्रवाह बदलणार होता.

फोनवर थॉर्नहिल म्हणाला, 'यस?' फोन खाली ठेवेपर्यंत तो गरजतच होता. कसं कोणास ठाऊक पण डॅनी बुकॅनन 'कॅपिटॉल हिल'च्या वरच्या मजल्यावरून अदृश्य झाल्याचं त्याला सांगितलं गेलं तेव्हा थॉर्नहिलच्या मुद्रेवरचा आत्मविश्वास मावळला.

'त्याला शोधून काढा.' थॉर्नहिल ओरडला. आता त्याच्यापुढे प्रश्न होते, ह्या माणसाची ही चाल काय असेल? सुटका करून घ्यायची योजना त्यानं थोडी आधीच आखली होती का काय? का आणखी काही कारण होतं? लॉकहार्टशी त्यानं संपर्क साधला होता का काय? तसं असेल तर ते फारच त्रासदायक होणार होतं. थॉर्नहिलला गाडीत बुकॅननशी झालेलं संभाषण आठवलं. बुकॅनन तसा नेहमीसारखाच शांतपणे बोलत होता.

प्रक्षुब्ध झाल्यामुळे थॉर्नहिल आपल्या मांडीवरच्या ब्रीफकेसवर बोटं आपटत होता. ब्रीफकेसकडे बघता बघता अचानक त्याचं तोंड वासलं. ब्रीफकेस! त्यानं बुकॅननला एक दिलेली होती. त्यात एक रेकॉर्डर बसवलेला होता... गाडीत त्यांच्यात झालेलं संभाषण, 'एफबीआय' एजंट आपण मारल्याची थॉर्नहिलनं दिलेली कबुली, बुकॅननन‌ं शिताफीनं त्याच्याकडून काढून घेऊन ते संभाषण टेप केलं होतं. तेसुद्धा 'सीआयए'च्याच उपकरणाच्या मदतीनं.

थॉर्नहिलनं फोन पकडला, त्याची बोटं एवढी थरथरत होती की दोनदा

त्यानं चुकीचे नंबर फिरवले. त्यानं फोनवरून सांगितलं, 'त्याच्याबरोबरच्या ब्रीफकेसमध्ये टेप आहे. ती शोधून काढा. आणि त्यालाही काहीही करून शोधून काढा.'

फोन खाली आदळून तो सीटवर जोरानं मागे झाला. शेकडो-हजारो जटील कारस्थानांचा सूत्रधार, व्यूहरचनाकार ह्या घटनांनी एकदम अवाक झाला होता. त्याला संपवून टाकू शकतील अशा पुराव्यांनी त्याला हूल दिलेली होती. पण तरीसुद्धा बुकॅननलाही जावं लागणारच होतं.

विंचू! बेडूक! आता सगळ्याची संगती लागत होती. बुकॅनन थॉर्नहिलला बरोबर घेऊन जलसमाधी घेणार होता. ह्या विचारासरशी थॉर्नहिलनं आपला टाय सैल केला. सीटवर तो ताठ बसता झाला आणि शरीरभर पसरू पाहणारी भीती थोपवून धरली.

नंतर थॉर्नहिलला वाटलं, बुकॅनन त्या टेपचा उपयोग केवळ एक सुरक्षिततेचं राखीव पान म्हणून करेल. शांतपणे अदृश्य होणं शक्य असताना उर्वरित आयुष्य तुरुंगात कशाला दवडेल तो? बुकॅनन ती टेप वर अधिकाऱ्यांपुढे सादर करेलसं वाटत नव्हतं. त्यात थॉर्नहिलइतकंच त्याचंही नुकसान होतं आणि तो एवढा खुनशी होण्याची शक्यता नव्हती. थॉर्नहिलच्या मनात अचानक एक विचार आला. बहुधा आपण ते पेंटींग बुकॅननच्या घरातून हलवलं, त्यामुळे तर त्यानं असं काही केलं नाही? त्यानं लगेच बुकॅननच्या आन्सरिंग मशीनवर मेसेज दिला की तुझी अमूल्य वस्तू परत केलेली आहे. लगेच त्यानं तशी व्यवस्थाही केली.

थॉर्नहिल पुन्हा ताठ बसला आणि खिडकीबाहेर बघितलं तसा त्याचा आत्मविश्वास हळूहळू जागेवर येत गेला. त्याच्या हातात अजूनही एक हुकमी एक्का होता. थॉर्नहिलनं आणखी एक फोन केला आणि त्याला एक आशादायक बातमी कळली. त्याचा चेहरा उजळला. नैराश्याचे विचार मागे गेले. आता सगळं ठीक होणार होतं. त्याच्या चेहऱ्यावर स्मित. पराभवाच्या दाढेतून खेचून आणलेला विजय...

❖

४१

'फेथ, खाली वाक,' रस्त्याच्या बाजूला असलेल्या खिडकीजवळ ली गेला तसं तो फेथला म्हणाला. त्यानं आपलं पिस्तूल बाहेर काढलेलं होतं आणि बाहेर गाडीतून एक माणूस उतरताना पाहिलं. 'तो बुकॅनन आहे?' त्यानं विचारलं.

फेथनं काळजीपूर्वक खिडकीच्या वरून पाहिलं आणि तिच्यावरचा ताण एकदम कमी झाला.

'हो'

'ठीक आहे, पुढचं दार उघड. मी तुझ्यामागे राहतो.'

'मी तुला म्हटलं ना, तो डॅनी आहे म्हणून.'

'छान, तर मग डॅनीला घेऊन ये. मला कुठलाही धोका पत्करायचा नाहीये.'

ह्यावर भुवया चढवत फेथ पुढच्या दारापाशी गेली आणि तिनं दार उघडलं. बुकॅनन पटकन आत गेला आणि तिनं दार कुलूपबंद करून टाकलं. दीर्घकाळ दोघांनी एकमेकांना जवळ घेतलेलं... ली पायऱ्यांवरून हे बघत होता. त्याच्या पट्ट्यात पिस्तूल खोचलेलं. बुकॅनन आणि फेथ थरथरत असलेले, त्यांच्या चेहऱ्यावरून अश्रू ओघळत असलेले... लीच्या मनात किंचितशी असूया... पण ती लगेचच मावळली कारण ते दोघं आता वडील आणि मुलीसारखेच वाटत असलेले... बुकॅननचा वात्सल्यभाव... फेथचं प्रेम... आयुष्यांत अलग केलेले दोन जीव पुन्हा एकत्र आले होते.

'तू ली ॲडॅम्स असणार,' बुकॅनन हात पुढे करत म्हणाला, 'तू हे काम घेतलंस त्या दिवसाबद्दल तुला पश्चाताप होत असणार.'

ली खाली आला, त्यानं नकारार्थी मान हलवली. 'नाही. हे काम तसंच सीधसाधं आहे. कुठलाही मूर्ख माणूस हे काम करणार नाही हे लक्षात घेतलं तर मी त्याच कामात लक्ष घालायचं म्हणतोय.'

'फेथचं संरक्षण करायला तू होतास, ह्याबद्दल मी अक्षरश: परमेश्वराचे आभार मानतो.'

'खरं तर, फेथला वाचवण्यात मी आता चांगलाच तरबेज झालोय,' ली आणि फेथच्या चेहऱ्यावर स्मित, लीनं मागे बुकॅननकडे पाहिलं. 'मात्र वस्तुस्थिती अशी आहे की आमच्यापुढे आणखी गुंतागुंत आहे. फार महत्त्वाची,' ली पुढे म्हणाला. 'किचनमध्ये जाऊ या.'

किचन टेबलापाशी बसलेले असताना लीनं बुकॅननला आपल्या मुलीबद्दल सांगितलं.

बुकॅनन संतापलेला दिसला, 'xxxxx'

लीनं त्याच्याकडे बारकाईनं पाहिलं. 'ह्या 'xxxxxxx' चं नाव आहे? पुढच्या संदर्भासाठी मला माहिती करून घेतलं तर बरं पडेल.'

बुकॅननन नकारार्थी मान हलवली. 'माझ्यावर विश्वास ठेव, तुला ह्यात पडायचं काही कारण नाही.'

'डॅनी ह्या सगळ्याच्या मागे कोण आहे? मला वाटतं, एवढं जाणून घ्यायचा मला हक्क आहे.' फेथचा त्याच्या दंडाला स्पर्श.

बुकॅननन लीकडे पाहिलं.

'सॉरी, आता हा प्रश्न फेथच विचारत्येय.'

बुकॅनन म्हणाला, 'ते सगळे फार शक्तिशाली लोक आहेत आणि ते आपल्या देशासाठी काम करतात. तुम्हाला आणखी धोक्यात न टाकता मी एवढंच सांगू शकतो.'

फेथ आश्चर्यानं ताठरली. 'आपलंच सरकार आपल्याला मारायचं प्रयत्न करतंय?'

'मी ज्या माणसाला हाताळतोय तो जरा त्याच्या पद्धतीनं काम करू बघतोय पण त्याच्या हाताशी बऱ्याच गोष्टी आहेत, बऱ्याच.'

'म्हणजे लीची मुलगी खरंच धोक्यात आहे?'

'होय. त्याचे हेतू सगळेच तो बोलून दाखवत नाही. कमी बोलतो.'

'पण बुकॅनन तू इथं का आलास, बुकॅनन?' लीला जाणून घ्यायचं होतं. 'तू त्या माणसाला हूल दिलीस. मला वाटतं, निदान आमच्यासाठी तुला आणखी सत्राशेसाठ ठिकाणी जाता आलं असतं. इथं कशाला आलास?'

'माझ्यामुळेच तुम्ही दोघं अडचणीत आलात. आता मला तुम्हाला दोघांना बाहेर काढायचंय.'

'ठीक आहे, तुझ्या ज्या काही योजना असतील त्यात माझ्या मुलीचा जीव वाचवण्याचाही विचार कर अन्यथा मला ह्यात गृहीत धरू नकोस. मला शक्य झालं तर पुढची वीस वर्षं मी तिच्यासाठी देईन.'

फेथ म्हणाली, 'मला वाटतं, मी ज्या 'एफबीआय' एजंटबरोबर काम करत होते, तिला फोन करावा... ब्रुक रेनॉल्डस्. काय चाललंय, ते तिला सांगता येईल. ती लीच्या मुलीला संरक्षक कस्टडीत ठेवू शकेल.'

'सबंध आयुष्यभर?' बुकॅननं नकारार्थी मान हलवली. 'नाही, त्याचा उपयोग होणार नाही.'

'आणि ते आपण नेमकं कसं करायचं?' लीनं विचारलं.

बुकॅननं ब्रीफकेस उघडली आणि एक छोटी कॅसेट चोर कप्प्यातून बाहेर काढली. 'ह्या कॅसेटच्या मदतीनं मी ज्याच्याबद्दल बोलतोय त्याचं संभाषण मी रेकॉर्ड केलंय. ह्या टेपवर त्यानं कबूल केलंय की आपण 'एफबीआय' एजंटला मारलंय, इतर काही दुष्कृत्यांबरोबरच.'

प्रथमच लीच्या चेहऱ्यावर आशा उजळली. 'तू हे गंभीरपणे बोलतोयस?'

'माझ्यावर विश्वास ठेव, ह्या माणसाच्या बाबत मी कधीच विनोद करू शकत नाही.'

'म्हणजे हे जनावर लांब ठेवण्यासाठी आपण ह्या टेपचा उपयोग करायचा. त्यानं आपल्यावर हल्ला केला तर आपण त्याला संपवायचं. त्याला हे माहिताय.'

बुकॅननं होकारार्थी मान हलवली. 'अगदी बरोबर.'

'आणि त्याच्याशी संपर्क कसा साधायचा ह्याची तुला कल्पना आहे?' लीनं विचारलं.

बुकॅननं सांगितलं, 'मला खात्री आहे, मी काय केलंय, ते त्यानं ओळखलंय आणि आता माझा हेतू तो काढून घेऊ बघतोय.'

लीनं बजावलं, 'माझा हेतू असा आहे की आत्ता ह्याक्षणी तू ह्या माणसाला फोन कर आणि सांग, माझ्या मुलीपासून लांब रहा. मी रक्त सांडायलाही तयार आहे आणि माझा त्याच्यावर विश्वास नसल्यानं काळजी म्हणून उच्च दर्जाचं संरक्षण तिच्या खोलीबाहेर असायला हवं. वेळच पडली तर मीही तिकडे जाईन. त्यांना रेनी हवी असेल तर माझ्याशी गाठ आहे.'

'हा विचार तेवढा चांगला आहे असं मला वाटत नाही.' बुकॅनन म्हणाला.

'मी तुझी परवानगी विचारल्याचं मला आठवत नाही,' लीचं प्रत्युत्तर.

'ली, प्लीज, डॅनी आपल्याला मदत करायचाच प्रयत्न करतोय.' फेथची मध्यस्थी.

'सुरुवातीपासून हा माणूस माझ्याशी सरळ असता तर ही भीषण वेळ माझ्यावर आलीच नसती. म्हणूनच मी जर त्याच्या बाबतीत कडक पावलं उचलली तर उगाच मला बोलू नकोस.' लीचा अजून संताप.

'तुला असं वाटत असेल तर त्याबद्दल मी तुला दोष देत नाही. पण तू मला

इथं मदतीसाठी बोलवलंस आणि म्हणूनच मला शक्य ती मदत मी करेन. आणि अर्थात तुझ्या मुलीलाही.'

बुकॅनननं मोकळेपणानं हे एकदा जाहीर केल्यामुळे लीचा ताठरपणा कमी होऊन तो सैलावला.

'ठीक आहे, तू इथं आलास त्याबद्दल धन्यवाद. पण ह्या मारेकऱ्यांचा ससेमिरा चुकवून दाखवलास त्याबद्दल मी आणखी धन्यवाद देईन. त्यानंतर आपल्याला इथून एकदम बाहेर पडायला हवं. ह्या माथेफिरूशी मी आधीच एकदा सेल फोनवरून बोललोय. मला अशी शंका आहे की आज ना उद्या तो आपली ही जागाही शोधून काढेल. तू फोन केल्यावर त्यांना डोक्याला आणखी खुराक मिळेल.'

'आलं लक्षात. माझ्या दिमतीला एक विमान आहे, इथून जवळच असलेल्या एका खाजगी विमानतळावर.'

'आतल्या गोटातल्या मित्रांची मदत?'

'मित्राची मदत झालीय. ह्या राज्याचा सिनेटर, रसेल वॉर्ड.' फेथच्या चेहऱ्यावर स्मित.

'तुझा पाठलाग झालेला नाही ह्याबद्दल खात्री आहे तुझी?' लीची पुढच्या दाराकडे नजर.

'माझा कोणी पाठलाग केलेला असणं शक्य नाही. ह्याची मला खात्री आहे.'

'हा माथेफिरू तू समजतोस तेवढा चांगला असेल तर मला कशाचीच खात्री वाटणार नाही,' लीनं आपला सेल फोन त्याच्यापुढे धरला. 'आता प्लीज फोन लाव.'

❖

४२

बुकॅननचा फोन आला तेव्हा थॉर्नहिल त्याच्या अभ्यासिकेत होता. त्याची संपर्क यंत्रणा अशा स्वरूपाची होती की बुकॅननने 'एफबीआय'च्या मुख्य कार्यालयातून फोन केला तरी तो थॉर्नहिलला शोधता आला नसता. शिवाय, तिथं अशी यंत्रणा होती की त्यामुळे आवाज ओळखणं अवघड होतं. दुसरीकडे थॉर्नहिलची माणसं बुकॅननचा ठावठिकाणा शोधण्याच्या प्रयत्नात होती परंतु अजून त्यांना यश लाभलेलं नव्हतं. संपर्क तंत्रज्ञानात कितीही प्रगती झालेली असली तरी 'सीआयए'ला मर्यादा होत्या. हवेतून मोठ्या प्रमाणात इलेक्ट्रॉनिक सिग्नल्स जात असल्यामुळे एका वायरलेस कॉलचा मागोवा घेणं जवळजवळ अवघड होतं.

'मी का फोन करतोय, तुला कल्पना आहे?' बुकॅननने विचारलं.

'टेप. फारच वैयक्तिक स्वरूपाची.'

'स्वत:ला सर्वज्ञ समजणाऱ्या व्यक्तीबरोबर दोन हात करणं तसं चांगलं असतं.'

'तुला फार त्रास होत नसेल तर तू थोडाफार पुरावा सादर केलास तर बरं होईल.' थॉर्नहिल शांतपणे म्हणाला.

बुकॅननने दोघांच्या संभाषणाच्या टेपमधला थोडा भाग थॉर्नहिलला ऐकवला.

'थँक यू, डॅनी. आता तुझ्या अटी सांग?'

'एक म्हणजे ली ॲडॅम्सच्या मुलीच्या आसपासही फिरकू नकोस. कधीच.'

'तू आता ॲडॅम्स आणि लॉकहार्टबरोबर आहेस का?'

'दुसरं म्हणजे आम्ही तिथेही आता मुक्तपणे संचार करणार आहोत. दुरान्वयानंही काही संशयास्पद घडलं तर टेप थेट 'एफबीआय'कडे जाईल.'

'आपल्या गेल्या भेटीत मला संपवण्याची भाषा तू केली होतीसच.'

'ती मी थाप मारली होती.'

'ॲडॅम्स आणि लॉकहार्टला माझ्याबद्दल माहिती आहे?'

'नाही.'

'मी तुझ्यावर विश्वास कसा ठेवू?'

'तुझ्याबद्दल त्यांना सांगणं म्हणजे त्यांना आणखी संकटात ढकलण्यासारखं आहे. त्यांना त्यांचा जीव प्रिय आहे. सध्याच्या काळात ते एक प्रचलित ध्येय आहे. अर्थात माझ्या शब्दावर विश्वास ठेव एवढंच मी सांगू शकतो.'

'तू माझ्याशी खोटं बोलल्याचं आताच मला सांगितलंस तरी?'

'बरोबर. तुझं काय मत आहे?'

'आणि माझी तुझ्याबरोबरची दीर्घकालीन योजना?'

'आत्ता ह्या क्षणी मला काहीच कर्तव्य नाही.'

'तू पलायन का केलंस?' थॉर्नहिलनं विचारलं.

'तू माझ्या जागी आहेस अशी कल्पना करून बघ. तू काय केलं असतंस?' बुकॅननचा प्रश्न.

'मी कधीच तुझ्या जागी आलो नसतो.' थॉर्नहिल म्हणाला.

'तोच तर आमच्यात आणि तुझ्यात फरक आहे आणि तो आहे, ह्याबद्दल मी परमेश्वराचे आभार मानतो. मग ठरलं तर मी म्हटलं तसं?' बुकॅननं विचारलं.

'माझ्यापुढे काही पर्यायही नाहीये. नाही का?'

बुकॅनन म्हणाला, 'तरीही एक खात्री बाळग. आमच्यापैकी कोणालाही काही झालं तरी तुझा खेळ संपेल. पण तू जर सरळपणे अटी पाळल्यास तर तुझं उद्दिष्ट साध्य होईल. प्रत्येकाला आनंद साजरा करायला आवडतो.'

'डॅनी, तुझ्याबरोबर दोन हात करताना बरं वाटलं.'

थॉर्नहिलनं फोन बंद केला आणि काही क्षण प्रक्षुब्ध मन:स्थितीत बसून राहिला.

❖

४३

रेनॉल्डस् आणि कॉनी एक वाजता डक्, नॉर्थ कॅरोलिनाला पोचले, मध्ये फक्त पेट्रोल आणि खाण्यासाठी एकदाच थांबून. थोड्याच वेळात ते पाईन आयलंडला पोचले. अंधारलेले रस्ते, एकूण व्यवहार ठप्प, तरीसुद्धा सुदैवानं रात्रभर उघडा राहणारा एक पेट्रोलपंप त्यांना सापडला. रेनॉल्डसूनं दोन कॉफीचे कप आणि थोडं खायला आणलं, तेवढ्या वेळात विमानतळ कुठे आहे हे कॉनीनं तिथल्या क्लार्कला विचारून घेतलं. मग ते तिथंच खात-पीत बसले विचारमग्न.

कॉनी कॉफीतली साखर ढवळत म्हणाला, ''मी वर्ल्ड फूड ऑर्गनायझेशन'मध्ये विचारलं, घटनांनी मजेशीर वळण घेतलंय. बुकॅनन दिसेनासा झालाय.'

'पण हे घडलं कसं?' रेनॉल्डस्चा प्रश्न.

'कोणालाच माहिती नाही. म्हणून तर एवढ्या लोकांना हळहळ वाटत्येय.'

'निदान त्याचा ठपका तरी ते आपल्यावर ठेवणार नाहीत.'

'त्याची एवढी खात्री बाळगू नकोस. वॉशिंग्टनमध्ये ठपका ठेवणं ही एक छान कला आहे आणि 'एफबीआय'ही त्याला अपवाद नाही.

रेनॉल्डस्च्या मनात अचानक एक विचार तरळून गेला. 'कॉनी, बुकॅनन लॉकहार्टची गाठ घ्यायचा प्रयत्न करत असेल असं वाटतं तुला? त्यामुळेच तो दिसेनासा झाला असेल.'

'दोघांनाही एकाचवेळी आपल्याला डांबता आलं तर तुझी डायरेक्टर म्हणून नेमणूक होऊ शकेल.'

रेनॉल्डस्च्या चेहऱ्यावर स्मित. 'माझ्या मनातला संशय बाजूला ठेवायला मी तयार आहे. पण बुकॅनन इथं ह्या बाजूला असण्याची शक्यता आहे. केव्हापासून तो नजरेतून निसटलाय?'

'संध्याकाळी म्हणजे दुपार कलता कलता.'

'मग तो इथं आला असेलही, विमान पकडलं असेल तर तास उलटले असतील.'

ह्यावर विचार करता करता कॉनी कॉफीचे घुटके घेत राहिला. 'पण, बुकॅनन आणि लॉकहार्ट एकत्र का यावेत?'

'एक विसरू नकोस, बुकॅननं ॲडॅम्सला दिमतीला घेतल्याचा आपला तर्क बरोबर असेल तर मग ॲडॅम्सनं बुकॅननला बोलवून घेतलं असण्याची शक्यता आहे.'

ह्यावर रेनॉल्डस्‌नं आपला विचार मांडला. 'ह्या सगळ्या प्रकरणात ॲडॅम्स निरपराध असेल तर. पण बुकॅनन लॉकहार्टला उडवून द्यायचा प्रयत्न करत होता असं जर ॲडॅम्सला वाटत असेल तर तो नक्कीच बुकॅननला बोलवणार नाही. शेवटी आपण त्याला शोधून तर काढलंय. तो लॉकहार्टचा रक्षणकर्ता वगैरे असावा असा माझा अंदाज आहे.'

'मला वाटतं, तुझा हा तर्क बरोबर आहे. पण कदाचित ॲडॅम्सला असं काहीतरी आढळलं की बुकॅनन लॉकहार्टच्या मागे नाही ह्याची खात्री त्याला पटली. तसं असेल तर बुकॅननबरोबर हातमिळवणी करून नेमकं काय चाललंय आणि लॉकहार्टला मारण्याचा प्रयत्न कोण करतंय हे शोधण्याचा प्रयत्न करेल.'

'ह्या प्रकरणामागे दुसरंच कोणी असेल? बुकॅनन ज्यांच्यासाठी काम करत होता असं एखादं परकीय सरकार?' कॉनी म्हणाला.

'मलाही आश्चर्य वाटतंय,' रेनॉल्डस् बोलू लागली... कॉनीची नजर तिच्यावर खिळलेली... 'ह्या प्रकरणाच्या बाबतीत अशी काहीतरी गोष्ट आहे की तिचा अजून विचार झालेला नाही,' ती म्हणाली, 'तोतया एफबीआय एजंट ह्या प्रकरणात आहेत. असं कोणीतरी आहे ज्याला आपली प्रत्येक चाल माहिती आहे.'

'केन न्यूमन?'

'शक्यता आहे. पण तरीही संगती लागत नाही. केनला पैसे बराच काळ मिळतायत. एवढा काळ तो कोणासाठी तरी काम करत होता? का आणखी कोणी आहे?'

'आणि जो कोणी तुला अडकवण्याचा प्रयत्न करत असेल, त्यालाही विसरू नकोस.'

'अगदी बरोबर. पण म्हणून एखादी परकीय सत्ता कोणाच्या वतीनं हे करू शकेल असं मला वाटत नाही आणि दुसरं, त्यापेक्षा कोणी जास्त डोकेबाज आत्तातरी डोळ्यासमोर येत नाहीये.'

'ब्रुक. परकीय देश आपल्याविरूद्ध रोज औद्योगिक क्षेत्रातली कारस्थानं

करतात. अगदी आपली सख्खी दोस्त राष्ट्रंसुद्धा, आपलं तंत्रज्ञान हिरावून घेतात कारण स्वत: ते घडवण्याइतकी बुद्धिमत्ता त्यांच्याकडे नसते. आणि आपल्या सीमा इतक्या खुल्या असतात की आत शिरकाव करायला विशेष काहीच करावं लागत नाही. तुला ह्या सगळ्याची कल्पना आहे.'

पेट्रोल पंपावरच्या भगभगीत दिव्यापलीकडे पसरलेल्या अंधाराकडे रेनॉल्डस्ची नजर खिळलेली. तिनं एक दीर्घ नि:श्वास टाकला. 'मला वाटतं, तू म्हणतोस ते बरोबर आहे. आता ह्या सगळ्या प्रकरणामागे कोण आहे, त्याचे तर्क करत बसण्यापेक्षा आधी लॉकहार्ट आणि कंपनीच शोधून काढू आणि त्यांनाच विचारू.'

'ह्या योजनेशी मी पूर्ण सहमत आहे,' असं म्हणून कॉनीनं गाडीचा गीअर टाकला आणि अंधारातच ते वेगाने निघाले.

विमानतळाचा एकदा ठावठिकाणा लागल्यानंतर रेनॉल्डस् आणि कॉनीनं अंधारलेले रस्ते 'होंडा गोल्ड विंग' मोटरसायकलच्या शोधात पालथे घालायला सुरुवात केली. जवळजवळ सगळीच समुद्रकिनाऱ्यालगतची घरं आता रिकामी वाटत होती. त्यामुळे त्यांची शोध कामगिरी म्हटलं तर सोपीही होती आणि म्हटलं तर अवघडही.

शेवटी कॉनीला एका घराच्या गॅरेजमध्ये ती 'होंडा' दिसली. रेनॉल्डस्नं कारच्या बाहेर येऊन एकदा ती होंडा ली ॲडॅम्सनं नेलेल्या होंडाच्या वर्णनाशी जुळत्येय का नाही, ह्याची खात्री करून घेतली. मग ते त्या रस्त्याच्या दुसऱ्या टोकाला गेले. त्यांनी गाडीचे दिवे लावले आणि पुन्हा चर्चा सुरू झाली.

'म्हटलं तर गोष्ट तशी साधी आहे, तू घराच्या मागच्या बाजूला जा आणि मी पुढे होतो,' रेनॉल्डस् त्या अंधारात गुडूप झालेल्या घराकडे निरखून पहात म्हणाली. फक्त पन्नास फुटांच्या अंतरावर ह्या सगळ्या प्रकरणातल्या दोन किंवा तीन व्यक्ती असाव्यात, ह्या विचारानंही तिच्या अंगावर रोमांच उभे राहिले होते.

कॉनीनं नकारार्थी मान हलवली, 'मला ही कल्पना तेवढी पसंत नाही, होंडा तिथं आहे, ह्याचाच अर्थ ॲडॅम्सही तिथं आहे.'

'आपल्याकडे त्याचं पिस्तूल आहे.'

'त्याच्यासारखा माणूस आधी दुसरं पिस्तूल पैदा करेल. आणि आपण आत जाऊन त्याला आश्चर्याचा धक्का दिला तरी ह्या ठिकाणाची त्याला माहिती जास्त आहे. एखाद्या वेळी आपल्यापैकी कोणाला उडवायचा. आणि तुझ्याकडे पिस्तूलही नाहीये. म्हणून दोघांनीही सुटं-सुटं जाण्यात अर्थ नाही.'

'पण तूच तर म्हणालास, ॲडॅम्स काही वाईट माणूस नाहीये.'

'वाटणं आणि पूर्ण खात्री असणं ह्या दोन वेगळ्या गोष्टी आहेत. म्हणूनच मी कोणाचा जीव धोक्यात घालणार नाही. शिवाय, माणूस चांगला असला किंवा वाईट, ऐन मध्यरात्री असा घरात प्रवेश करणं धोक्याचंच. चुका होऊ शकतात. तुला, तुझ्या मुलांकडे मला सुखरूप पाठवायचंय.'

'मग कसं करायचं? दिवस उजाडेपर्यंत वाट पाहून कुमक मागवायची?'

'इथली कुमक घ्यायची म्हणजे टीव्हीचा डोळा सतत रोखलेला राहणार. वरच्या ऑफिसात त्यामुळे आपली बदनामीच होईल.'

'ठीक आहे, मग होंडावरून ते बाहेर पडेपर्यंत वाट पाहू.'

'बाकी विचार करता मला असं वाटतंय की ह्या जागेवर लक्ष ठेवावं आणि काय होतं ते पहावं. ते जर बाहेर आले तर आपण हालचाल करू. आपलं नशीब चांगलं असेल तर लॉकहार्ट ॲडॅम्सशिवाय बाहेर येईल आणि आपण तिला ताब्यात घेऊ. नंतरचं काम सोपं जाईल.'

'आणि ते जर बाहेर आले नाहीत. एकटे किंवा दुकटे, तर?'

'तर मग आपण पुढाकार घेऊ.'

'कॉनी, त्यांना पुन्हा निसटू द्यायचं नाहीये मला.'

'एक गोष्ट तर नक्की की ते काही पोहून हॉलंडला जात नाहीत. ॲडॅम्स होंडाशिवाय काही करू शकत नाही. आणि ती होंडा तर आता आपल्या नजरेतून सुटणं शक्य नाही.'

मग ते दोघं तिथंच थांबून वाट बघत राहिले.

४४

पिस्तूल पोटावर ठेवून लीनं खाली कोचावर काही तास अस्वस्थसे काढले होते. जरा काही मिनिटं गेली की कोणीतरी घरात घुसल्यासारखं वाटायचं आणि प्रत्येक वेळी तो त्याच्या थकलेल्या मनाचाच खेळ असायचा. झोप न लागल्यानं शेवटी त्यानं शार्लोटस्व्हिलला जायच्या तयारीला लागायचं ठरवलं होतं. त्यानं पटकन शॉवर घेतला आणि कपडे बदलले. बॅग भरत असतानाच त्याच्या दारावर मंद टकटक झाली.

दारात फेथ... अंगभर पांढऱ्या वस्त्रात... तिचे सुजलेले गाल आणि थकलेले डोळे... तिलाही रात्री झोप लागलेली नव्हती.

'बुकॅनन कुठे आहे?' त्यानं विचारलं.

'झोपलाय, मला वाटतं. मी काही पाहिलं नाही.'

'मला सांग सगळं.' त्यानं सगळं सामान भरून बॅग बंद केली.

'खरंच मी तुझ्याबरोबर येऊ नको?' तिनं विचारलं.

त्यानं नकारार्थी मान हलवली. 'आपल्यामागे लागलेला माणूस आणि त्याची माणसं ह्यांच्यापासून तू कटाक्षानं लांब रहावंस असं मला वाटतं. काल रात्री मी रेनीशी बोललो. किती दिवसांनी मी तिच्याशी बोललो! तिला सांगायलाच हवं ना की तुझ्या बापानं घातलेल्या गोंधळामुळे काही माथेफिरुंचं तिच्यावर लक्ष असेल.'

'तिची काय प्रतिक्रिया होती?'

ह्यावर लीचा चेहरा उजळला, तो म्हणाला, 'खरं तर मी तिच्याशी बोलल्यामुळे तिला खूप आनंद झाला. मी तिला काही सगळंच सांगितलं नाही, तिला घाबरवायचं नव्हतं ना पण आता ती मला भेटायला उत्सुक दिसली.'

'मला, हे ऐकून खरंच खूप आनंद झालाय ली.'

'निदान तिथल्या पोलिसांनी माझा फोन मनावर घेतला. रेनी म्हणाली,

'आता ती रहाते तिथे गस्त चालू आहे.' मग तिचा हात हातात घेऊन ली म्हणाला, 'तुला सोडून जाणं मला बरोबर वाटत नाहीये.'

'तुझ्या मुलीचा प्रश्न आहे. आपलं सगळं ठीक होईल. तू डॅनीचं बोलणं ऐकलंयसच. आता त्याचं पारडं जड आहे.'

ली साशंक. 'आता एक मुख्य गोष्ट म्हणजे कुठलाही धोका पत्करायचा नाही. तुला आणि बुकॅननला विमानाकडे घेऊन जायला गाडी आठ वाजता येईल. तू वॉशिंग्टनला परत जा.'

'आणि त्यानंतर काय?'

'उपनगरी भागातल्या एखाद्या हॉटेलमध्ये रहा, खोट्या नावानं आणि नंतर मला सेल फोनवर फोन कर. रेनीचं काम झालं की मी परत येईन. मी बुकॅननशी बोललोय. त्याची संमती आहे.'

'नंतर?' पुन्हा फेथचा प्रश्न.

'एकावेळी एक पाऊल टाकायचं. मी तुला सांगितलंय, ह्या सगळ्यात कशाचीही शाश्वती नाही.'

'खरं तर मी आपल्या दोघांबद्दल बोलतोय.'

लीचा खांद्यावरच्या बॅगच्या पट्ट्याशी चाळा.

'कळलं मला.'

'काय कळलं?' लीनं विचारलं.

'एका रात्रीचा पाहुणा!'

'तुझ्या मनात असे विचार येतात तरी कसे? एव्हाना मी कसा आहे, हे तुला कळू नये?'

'खरं तर कळलं मला पण बहुतेक मी विसरले. तुझी गोष्ट वेगळीच आहे- रात्रीचं सगळं मजेपुरतं, बरोबर?'

'आपलं हे काय चाललंय? आधीच फार निवांत आहे सगळं! त्याबद्दल आपण नंतर बोलू. मी पुन्हा कधीच येणार नाही असं तर काही नाहीये.'

फेथ बेडवर बसली.

'तूच म्हणालास, कशाची शाश्वती नाही.'

त्याचा हात तिच्या खांद्यावर. 'मी परत येतोय, फेथ. मी तुझ्याबरोबर एवढं लांब काही आता तुला सोडण्यासाठी आलेलो नाही.'

'ओके,' ती एवढंच म्हणाली. उभं राहून तिनं पटकन त्याला आलिंगन दिलं.

'प्लीज, काळजी घे, ली.'

फेथ त्याला मागच्या दारापर्यंत सोडायला आली. ती आत जायला वळली

तशी लीची नजर तिच्यावर...नखशिखांत ... क्षणभरच त्याला वाटून गेलं, हे हिचं शेवटचं दर्शन तर नाही ना!

लीनं होंडावर चढून पटकन सुरू केली.

ली घोंघावत रस्त्यावर आला तशी ब्रुक रेनॉल्डस् धावत गाडीकडे आली आणि तिनं दार उघडलं. धापा टाकत तिनं आत पाहिलं.

'ज्याक्षणी मी घरावर नजर टाकण्यासाठी गाडीतून बाहेर पडले त्याचक्षणी मला जाणवलं, असं काहीतरी घडेल. तो मागच्या दारातून बाहेर पडला असणार. गाडी बाहेर काढताना त्यानं दिवासुद्धा लावला नाही. त्यामुळे तो मला दिसला नाही. मग आता काय करायचं? घराकडे लक्ष द्यायचं का मोटरसायकलकडे?'

कॉनीनं रस्त्याकडे नजर टाकली. 'ॲडॅम्स आधीच नजरेआड झालाय. आणि ती मोटरसायकल भयंकर वेगवान आहे.'

'मला वाटतं, आपल्यापुढे घर आणि लॉकहार्ट एवढाच पर्याय आहे.'

कॉनी एकाएकी चिंताग्रस्त. 'ती घरात आहे, असा आपण अंदाज करतोय. प्रत्यक्षात ती घरात होती का नाही, हे आपल्याला माहिती नाही.'

'छे: मला वाटलंच, तू असं म्हणणार. ती असायलाच हवी. आपण जर ॲडॅम्सला जाऊ दिलं आणि लॉकहार्ट घरात नसेल तर मी इंग्लंडला पोहत जाईन. आणि तुला माझ्याबरोबर यावंच लागेल. कॉनी, आपल्याला आत जावंच लागेल.'

कॉनी गाडीतून उतरला. पिस्तूल बाहेर काढलं आणि त्यानं अस्वस्थपणे आजूबाजूला पाहिलं. 'छे: आपल्याला काही हे पसंत नाही. हे आपल्याला लावलेलं जाळंसुद्धा असेल. आपण थेट ह्या जाळ्यातच पाऊल टाकायचो. आणि आपल्या पाठीशी संरक्षण देणारंही कोणी नाही.'

'आपल्यापुढे काही पर्याय आहे का?' रेनॉल्डसूचा प्रश्न.

'ठीक आहे. पण कृपा करून माझ्या मागून ये.'

मग ते घराच्या दिशेनं निघाले.

❖

४५

काळा पोशाख आणि टेनिसचे बूट घातलेली ती तीन माणसं वाळूत खाली झुकून जलदगतीनं किनाऱ्यालगत चाललेली होती. पहाट झरझर उजळत चाललेली असली तरी समुद्राच्या पार्श्वभूमीवर काळ्या कपड्यांमुळे ही माणसं तशी दिसत नव्हती. किनाऱ्यावर धडकणाऱ्या फेसाळ लाटांमुळे त्यांच्या हालचालींचे आवाज झाकले जात होते.

जेमतेम तासाभरापूर्वीच ते ह्या भागात पोचले होते. आणि नुकतीच त्यांना एक अस्वस्थ करणारी बातमी समजली होती. ती बातमी म्हणजे ली ॲडॅम्सनं घर सोडलं होतं. लॉकहार्ट त्याच्याबरोबर नव्हती. ती अजून घरातच असणार. निदान ती असेल अशी आशा त्यांना होती. बुकॅननही तिथं असण्याची शक्यता आहे असं त्यांना समजलं होते. ॲडॅम्सऐवजी आता ते ह्या दोघांना ताब्यात घेणार होते. त्याच्याकडे नंतर बघितलं तरी चालण्यासारखं होते. खरं तर तो सापडल्याशिवाय त्यांचं काम संपणारच नव्हतं.

प्रत्येकाकडे एकेक ॲटोमॅटीक पिस्तूल होतं आणि एकाच घावात कोथळा बाहेर काढेल असं सुऱ्याचं पातं. असे घाव सफाईनं घालण्याच्या कामात प्रत्येकजण कुशल होता. त्यांना देण्यात आलेले आदेश स्पष्ट होते. घरातली प्रत्येक व्यक्ती मरायलाच हवी होती. अचूकपणे पार पडली तर ही मोहीम अगदी सफाईदार होण्यासारखी होती. सकाळ कलता कलता वॉशिंग्टनमध्ये परतताही आलं असतं.

ही माणसं स्वत:च्या कौशल्याबद्दल अभिमान बाळगणारी, व्यावसायिक वृत्तीची आणि दीर्घकाळ रॉबर्ट थॉर्नहिलला वाहिलेली होती. गेल्या वीस वर्षांत ह्या माणसांनी काही धोक्याचे थरारक प्रसंग निभावून नेलेले होते. त्या कामी त्यांना बुद्धिचातुर्य, कौशल्य, शक्ती आणि स्फूर्ती हे त्यांचे गुण हात द्यायचे. त्यांनी खूप जीव वाचवले होते, जगातले काही भाग सुरक्षित ठेवले होते, अमेरिका हीच ह्या जगातली एकमेव बलाढ्य शक्ती राहील म्हणजेच अनेकांच्या

दृष्टीने चांगलंसं, अधिक न्याय्य असं जग. रॉबर्ट थॉर्नहिलप्रमाणेच हे लोकही सेवाभावी वृत्तीनं 'सीआयए'मध्ये आलेले होते. त्यांच्या दृष्टीनं त्याहून उदात्त ध्येयं नव्हती.

ली आणि फेथनं लीच्या अपार्टमेंटवर ज्यांना झुकांडी दिलेली होती, त्यात हे तिघंही होते. ह्या घटनेनं त्यांना फारच गोंधळून टाकलेलं होतं. परिपूर्णता गाठण्याच्या त्यांच्या ख्यातीला कलंक लागलेला होता. त्यांना हा कलंक धुवून काढायचा होता आणि त्यांना ही संधी दवडायची नव्हती.

मग तिघांपैकी एकजण लक्ष ठेवण्यासाठी जिन्याची जी सगळ्यांत वरची बाजू होती तिथं थांबला आणि बाकीचे दोघं घाईघाईनं घराच्या मागच्या बाजूला गेले. पुढची सगळी योजना अगदी साधी, थेट, आणि तपशीलवार होती. घरावर चपळाईनं हल्ला, तळमजल्यावर सुरुवात आणि मग वरच्या मजल्याच्या दिशेनं धाव. कोणी मध्ये आलं तर प्रश्न नाही. ओळख विचारणं नाही उत्तर एकच– पिस्तूल. सगळं कसं खात्रीपूर्वक– अगदी जेवणाच्या वेळेपर्यंत वॉशिंग्टनला जायचं हे सुद्धा ठरलेलं.

४६

लीनं होंडाचा वेग मंदावला आणि मग अचानक तो रस्त्याच्या मध्येच थांबला. त्याचे पाय हलकेच रस्त्यावर... त्यानं मागे पाहिलं– रस्ते, लांबच लांब, काळे आणि रिकामे. लौकरच उजाडणार होतं. आकाशाच्या कडा हळूहळू मंदावत होत्या.

मग त्याला थांबायला काय हरकत होती? फेथ आणि बुकॅननला विमानतळावर घेऊन जायला कार येईपर्यंत त्याला थांबता आलं असतं. त्यामुळे शार्लोटस्व्हिलला जायला फार तर दोन तास उशीर झाला असता आणि त्यामुळे उलट मन:शांती वाढलीच असती. त्याला वाटलं, आपण एवढे घाईनं का पळ काढतोय? रेनी सुरक्षित होती. फेथचं काय?

त्याचा ग्लोव्हमधला हात होंडाच्या थ्रॉटलवर. त्यामुळे फेथशी बोलता तर येणार होतंच पण आपल्याला तिच्याबद्दल किती वाटतं, हेही सांगता आलं असतं.

त्यानं होंडा वळवली आणि तो मागे फिरला. रस्त्यावर पोचल्यावर त्यानं मोटरसायकलचा वेग मंदावला. एक कार रस्त्याच्या दुसऱ्या टोकाला उभी होती. भलीमोठी कार... सरकारी वाहन असल्याची ग्वाही देणारी. ती कार रस्त्याच्या दुसऱ्या टोकाला होती हे खरं पण त्याला आश्चर्य वाटलं, आपल्या नजरेतून ती निसटली कशी? बापरे, वय होतंय का काय?

त्यानं मोटरसायकल थेट कारच्या दिशेनं हाकली, ती 'एफबीआय'ची कार आहे ह्याचा विचार करूनच पटकन झुकांडी देऊन पुढे जाणं शक्य होतं. अर्थात तो जवळ गेला तसा ती गाडी रिकामी असल्याचं उघड झालं. एकदम थरकाप होऊन त्यानं होंडा वळवली, फेथच्या घरापासून दोन घरं अंतरावर त्यानं गाडी नेली आणि गाडीवरून खाली उडीच टाकली. हेल्मेट खाली टाकून लीनं पिस्तूल बाहेर काढलं आणि तो वेगानं घराच्या मागच्या बाजूला आला. त्याचं हृदय धडधडत असलेलं...

तिथून बाजूला खाली गवतात झुकून त्यानं फेथच्या घराच्या मागच्या बाजूला नजर टाकली. तिथं त्याला जे दिसलं त्यानं त्याचं काळिज गोठलं. संपूर्णपणे काळा पोशाख असलेल्या दोन व्यक्ती फेथच्या घराच्या अंगणाच्या भिंतीवरून आत जात होत्या. लीला वाटलं, ती एफबीआयची माणसं आहेत का काय? ती दोन माणसं भिंतीवरून दिसेनाशी झाली होती. काही सेकंदातच ते आत पोचणार होते. त्याला प्रश्न पडला, फेथनं आपल्याला सोडल्यावर धोक्याची यंत्रणा तिनं चालू केली होती का? बहुधा नसावी.

लीनं वर उडी मारून घराच्या दिशेनं धाव घेतली. पुढे जात असताना फटफटत्या उजेडात डावीकडून कोणीतरी त्याच्या दिशेनं येताना त्याला जाणवलं. बहुधा त्या जाणीवेनंच त्याचा जीव वाचला.

त्या सुरीचा हल्ला चुकवण्यासाठी त्यानं लोळण घेतली... ती सुरी त्याच्या मानेऐवजी दंडात घुसली. तो रक्तबंबाळ झाला पण बाईक सूटच्या दणकटपणामुळे त्या हल्ल्याची तीव्रता बरीच कमी झाली. त्याच्यावर हल्ला चढवणार म्हणून थबकला नाही तर त्यानं थेट त्याच्या अंगावर उडी घेतली.

तरीसुद्धा लीनं वेळेचं भान चांगलं ठेवलं. त्यानं आपल्या चांगल्या हातानं त्या माणसाला आपल्या अंगावर उचलून धरलं आणि बाजूच्या गवतात भिरकावलं. हेसुद्धा अंगात सुरी खुपसण्याइतकंच क्लेशकारक होतं. लीचा हात पिस्तुलाकडे गेला पण ते त्या माणसाबरोबरच्या टकरीत खाली पडलं होतं. त्या माणसाला गोळ्या घालण्याची लीला कसलीही दिक्कत वाटत नव्हती. आता ह्याक्षणी तो स्थानिक पोलिसांची मदत घेणार होता.

आता त्याच्यावर हल्ला चढवणाऱ्यानं सावरून, वेगानं गवताबाहेर उसळून लीनं पुन्हा पिस्तूल हातात घेण्यापूर्वीच त्याच्याशी टक्कर घेतली. दोघंही आता पायऱ्यांच्या टोकांशी. पुन्हा एक सुरी त्याच्या दिशेनं येताना लीच्या नजरेनं टिपलं पण सुरी अंगाला भिडण्यापूर्वी लीनं त्या माणसाचं मनगट पकडलं. हे करताना लीला त्या माणसाची पीळदार ताकद जाणवली. पण लीही काही कमी नव्हता. त्याचा इतक्या वर्षांचा व्यायाम इथं कामी आला.

तो माणूसही चांगला अनुभवी लढवय्या होता कारण त्याच्या मोकळ्या हातानं त्यानंही दोन-तीन ठोसे लगावले. पहिल्या ठोशानंतर त्यानं आपलं पोट ताठर केलं. त्यामुळे त्याला ते ठोसे जाणवले नाहीत. ह्या प्रकाराचीही त्यानं गेली कित्येक वर्षं साधना केलेली होती.

लीनं आता त्या माणसाच्या पोटाच्या वरच्या बाजूला एक जोरदार ठोसा लगावला. त्यामुळे तो माणूस हेलपाटल्यासारखा वाटला पण त्याची सुरीवरची पकड कायम राहिली. नंतर लीनं त्या माणसाच्या किडनीवर तीन जबरी ठोसे

लगावले... त्यातला एक ठोसा त्या माणसाला चांगलाच दुखावून गेला तरीसुद्धा तो शुद्धीवर राहील इतपतच जोर त्यात होता. त्या माणसाच्या हातून सुरी खाली पडली आणि पायऱ्यांवरून घसरत गेली.

आता दोघंही उभे... अचानक त्या माणसानं लीच्या पायावर आपल्या लाथेनं प्रहार केला. लीला आपल्या पायातलं बळ गेल्यासारखं वाटलं... दोघेही धापा टाकत असलेले. ली कळवळून खाली झुकला पण त्या माणसाचा हात पिस्तुलाकडे जातोय हे बघून पुन्हा ताठ झाला. मरण काही क्षणांच्या अंतरावर..... त्यामुळे ह्या आधीच्या कमी धोक्याच्या परिस्थितीतही दाखवली नव्हती एवढी चपळाई त्याच्यात जागी झाली. त्यानं त्या माणसाच्या खालच्या बाजूला लाथेचा प्रहार केला आणि ते दोघेही पायऱ्यांवरून आदळत फेकल्यासारखे गडगडत खाली पाण्यात गेले... त्यांच्या तोंडात खारं पाणी... कारण भरतीचं पाणी पायऱ्यांपर्यंत आलेलं...

खाली जाताना पिस्तूल पडताना लीनं पाहिलं होतं... म्हणून तो उसळून घोट्याएवढ्या पाण्यात उभा राहिला. तो माणूसही उठला पण मंदगतीनं. असं असलं तरी ली आता चांगलाच सावधगिरीच्या पवित्र्यात... त्या माणसाला कराटेचं ज्ञान अवगत होतं, लीला पायऱ्यांवर बसलेल्या लाथेच्या प्रहारात ते जाणवलं होते. त्या माणसानं घेतलेल्या बचावाच्या पवित्र्यावरूनही ते जाणवत होतं... तो एखाद्या चेंडूसारखा गोल गोळा झालेला, मारायला कुठेही जागा न ठेवल्यासारखं... लीची विचारशक्ती आता एकूण जाणीवेपेक्षाही जलद चाललेली... लीच्या लक्षात आलं– आपण उंचीत चार इंचानं आणि वजनात पन्नास पौंडानं त्या माणसापेक्षा जास्त आहोत पण त्या माणसाचा प्रहार आपल्या मस्तकावर झाला की संपलंच... मग तो– बुकॅनन, फेथ– सगळ्यांचाच खेळ खलास... पण पुढच्या क्षणी आपण जर त्या माणसाला संपवलं नाही तर फेथ आणि बुकॅनन मात्र नक्कीच मृत्युमुखी पडतील.

आता त्या माणसानं लीच्या अंगावर बाजूनं लाथेचा प्रहार केला तरी पाण्यातून पाय वर घेऊन हा प्रहार करायचा असल्यामुळे लीला जो वेळ हवा होता, तो मिळाला. लीला त्याच्याजवळ जाणं आवश्यक होतं. त्याला शक्य ते आपल्या पकडीत पकडायचं होतं आणि त्याच्यासमोर असणाऱ्या प्रति चक नॉरिसला त्याची मार्शल आर्टची जादू दाखवण्याएवढा वाव ठेवायचा होता. ली बॉक्सर होता, जवळच्या झुंजीत तरबेज असलेला. तिथं पाय काही इजा करू शकत नाहीत. अशा झुंजीत ली केवळ भयंकर होता. ली पुढे झाला आणि त्यानं बरगड्यांचा खुळखुळा होणारा तो प्रहार झेलला आणि आपल्या दुखावलेल्या हातानं तो अंगालगतच दाबून ठेवला एका बाजूला... पाठोपाठ मोकळ्या हातानं

त्यानं त्या माणसाच्या गुडघ्यावर प्रचंड तडाखा लगावला– नस तुटेल एवढ्या ताकदीचा, गुडघे वळू शकणार नाहीत अशा कोनात जाईलसा. त्या माणसानं एक प्रचंड किंकाळी फोडली. त्यापाठोपाठ लीनं त्या माणसाच्या तोंडावर एक समोरून तडाखा लावला, त्याला जाणवलं, ह्या तडाख्यानं त्या माणसाचं नाक जागेवरून सरकलं. शेवटी एका झटक्यात एखाद्या नृत्य दिग्दर्शकानं करावी तशी हालचाल करून त्या माणसाला लोळवलं.

मेंदूत गोळी घातल्यासारखा तो माणूस लोळागोळा होऊन खाली पडला. ताबडतोब लीनं त्याला पालथा केला आणि त्याचं डोकं पाण्याखाली दाबून धरलं. त्या माणसाला पाण्यात बुडवायला त्याच्यापाशी वेळ नव्हता त्यामुळे आपली सगळी शक्ती पणाला लावून त्यानं आपलं ढोपर त्या माणसाच्या मानेवर खेचलं. ह्याचा जो आवाज झाला तो झालाच. अगदी त्यांच्यावर लाटा उसळत असतानाही.

त्या माणसाचं शरीर निर्जीव... ली उठून उभा राहिला. लीच्या बॉक्सिंग रिंगमध्ये आणि बाहेरही बऱ्याच झुंजी झालेल्या होत्या पण आजपर्यंत त्यानं कधी कोणाला ठार मारलेलं नव्हतं. ह्या माणसाच्या जागी आपण नाही आहोत, ह्याबद्दल त्यानं परमेश्वराचं आभार मानले.

अचानक पोटापासून कससंच वाटायला लागल्यामुळे आणि जखमी हातात ठणका जाणवायला लागल्यामुळे लीनं फेथच्या घराकडे जाणाऱ्या पायऱ्यांवरून नजर वर टाकली. आता आणखी फक्त दोन जनावरं हाताळायची होती की मग दिवसाचं काम संपणार होतं! ते 'एफबीआय'चे लोक नव्हते हे उघड होतं.

हे लोक भलतेच होते. 'सीआयए'चे– माणसं मारणारी यंत्रंच जणू, तो वेगानं पायऱ्यांवरून जाऊ लागला, आपलं पिस्तूल ताब्यात घेतलं आणि शक्य तितक्या वेगानं घराच्या दिशेनं जाऊ लागला– धापा टाकताना त्याच्या मनात एकच आशा होती - फार उशीर झालेला नसला म्हणजे मिळवली!

४७

फेथनं कपडे बदलले होते. जीन आणि शर्ट चढवून ती आता बेडवर बसलेली होती... तिची नजर आपल्या पावलांवर– मोटर-सायकलचा घरघराट एखाद्या पोकळीत विरल्यासारखा नाहीसा झालेला. तिनं खोलीत अवतीभवती पाहिलं तर तिला वाटलं जणू ली ॲडॅम्स इथं नव्हताच कधी... तो एखादा भास होता. आधी तिनं त्याचा पिच्छा सुटावा म्हणून बरीच धडपड केलेली आणि आता तो गेल्यानंतर जसं त्याच्या जाण्यानं निर्माण झालेल्या पोकळीत ती पूर्णपणे हरवून गेलेली होती...

घरातल्या नि:शब्द शांततेत आधी तिनं आवाज ऐकला तेव्हा तिला वाटलं, बुकॅननची काहीतरी हालचाल असेल. मग तिला वाटलं एखादेवेळी लीही परतत असेल. तो आवाज मागच्या दारातून आल्यासारखा वाटला. ती बेडवरून उठली तेव्हा अचानक तिच्या लक्षात आलं की नसणार कारण मोटरसायकल आत येतानाचा आवाज तिच्या कानी पडला नव्हता. हा विचार मनात तरळल्यावर तिचं हृदय अनावरपणे थडथडू लागलं.

तिला वाटलं, आपण दार लावलं होतं का? तिला आठवेना. आपण धोक्याचा इशारा देणारी यंत्रणा चालू केल्याचं तिला आठवत होतं. डॅनी तर धडपडला नसेल?

ती सावकाश दाराकडे गेली आणि तिनं डोळे किलकिले करून बाहेर पाहिलं, तिचे कान एखादा आवाज टिपण्यासाठी आतुर. तिला माहिती होतं— तो काही भास नव्हता. मात्र कोणीतरी घरात नक्कीच होतं. तिनं पॅसेजमध्ये नजर टाकली. लीच्या बेडरूममध्ये आणखी एक धोक्याचा इशारा देणारी यंत्रणा बसवलेली होती. तिला प्रश्न पडला. तिथपर्यंत जाऊन ती यंत्रणा चालू करता येईल. शेवटी गुडघ्यावर रांगत ती त्या दिशेनं जाऊ लागली.

कॉनी आणि रेनॉल्डस् बाजूच्या दारानं आत जाऊन खालच्या मजल्यावरच्या

पॅसेजमधून निघाले होते. कॉनीचं पिस्तूल रोखलेलं. रेनॉल्डस् त्याच्या मागे– आपल्या पिस्तुलाशिवाय तिला फारच उघड्यावर पडल्यासारखं वाटत होतं. खालच्या मजल्यावरचं जे जे दार त्यांनी उघडलं, ती ती खोली रिकामी होती.

'ते वर असणार,' रेनॉल्डस् कॉनीच्या कानात कुजबुजली.

'कोणीतरी तिथं असणार,' तोही मागे वळत कुजबुजत, त्याच्या आवाजात अशुभाचं सावट तसं.

घरातूनच कुठूनतरी आवाज आला तेव्हा दोघेही थिजल्यासारखे झाले. कॉनीनं बोटानंच वरच्या मजल्याकडे खूण केली, रेनॉल्डस्नही मानेनं त्याला संमती दिली. जिन्यावरून ते वर निघाले. सुदैवानं जिन्यावर गालिचा टाकलेला असल्यानं पावलांचा आवाज शोषला गेला. ते पहिल्या टप्प्यापाशी आले आणि नीट ऐकत थांबले. शांतता. पुन्हा ते पुढे निघाले. एका भिंतीलगत त्यांनी पाहिलं, त्यांची डोकी एकाच पद्धतीनं त्या दिशेनं.

त्यांच्या बरोबर वर, वरच्या मजल्यावरच्या पॅसेजमध्ये फेथ पोटावर पडलेली. तिनं एका बाजूवरून पाहिलं आणि तिला किंचित सुटल्यासारखं वाटलं... तिथं एजंट रेनॉल्डस् होती. खालच्या बाजूनं जिन्यावरून दोन माणसं वर येताना दिसली तेव्हा पुन्हा तिची भीती उफाळून आली.

'सांभाळून', फेथ ओरडली.

कॉनी आणि रेनॉल्डस्नं आधी तिच्याकडे वळून बघितलं आणि मग ती ज्या दिशेनं इशारा करत होती, तिकडे नजर टाकली. कॉनीचं पिस्तूल त्या दोघांवर रोखलेलं... त्यांचीही पिस्तुलं ह्या दोघांवर रोखलेली...

पण त्या दोघांनी पिस्तुलं टाकली नाहीत, ते पुढे येत राहिले.

त्या दोन माणसांपैकी एकजण फेथकडे बघत म्हणाला, 'लॉकहार्ट, ह्या इथं खाली ये.'

'फेथ, तिथंच थांब,' रेनॉल्डस् ओरडली. तिची नजर फेथवर खिळलेली... 'तुझ्या खोलीत जा आणि दार बंद कर.'

'फेथ?' एकदम बुकॅनन पॅसेजमध्ये, त्याचे पांढरे केस विस्कटलेले, डोळ्यांची उघडझाप होत राहिलेली...

'बुकॅनन, तूसुद्धा, इथे खाली, लगेच,' त्याच माणसानं फर्मावलं.

'नाही,' रेनॉल्डस् पुढे होत म्हणाली, 'नीट ऐकून घ्या, आमची पथकं आता कुठल्याही क्षणी इथं येतील. तुम्हाला तुमची पिस्तुलं खाली ठेवायची नसतील आणि मरण ओढवून घ्यायचं नसेल तर इथून पळत सुटा.'

तो माणूस तिच्याकडे बघून हसत म्हणाला, 'एजंट रेनॉल्डस्, इथं कुठलंही पथक येत नाहीये.'

रेनॉल्डस्ला आपलं आश्चर्य लपवणं अवघड झालं. त्या माणसाच्या बोलण्यानं तिचं आश्चर्य आणखीनच वाढलं.

'एजंट कॉन्स्टॅन्टिनोपल', तो माणूस कॉनीकडे बघत म्हणाला, 'तू आता गेलास तरी चालेल. आता परिस्थिती नियंत्रणात आहे पण तू जी मदत केलीस त्याला दाद द्यावीशी वाटते.'

रेनॉल्डस्नं सावकाश कॉनीकडे पाहिलं, तिचे डोळे आश्चर्यानं विस्फारलेले.

कॉनीच्या नजरेत माघारीची छटा.

'कॉनी?' रेनॉल्डस्चा श्वास रोखलेला, 'कॉनी, हे शक्य नाही. मला खरंच सांग, ह्यात तुझा हात नाही.'

कॉनीनं पिस्तुलावरची पकड घट्ट केली आणि त्यानं खांदे उडवले. हळूहळू त्याच्यातला ताठरपणा सैलावत गेला. 'तुला ह्या सगळ्यातून वाचवणं आणि तुझ्या भोवतीचं संशयाचं वातावरण दूर करणं,' त्यानं त्या दोघांकडे पाहिलं, त्यापैकी एकानं संमतीदर्शक मान हलवली.

'तू ह्या लोकांचा खबऱ्या आहेस?' रेनॉल्डस्नं विचारलं, 'केन ह्यात नव्हता?'

'केन खबऱ्या नव्हता.'

'पण मग सेफ-डिपॉझिट बॉक्समधल्या पैशाचं काय?'

'ते त्याच्या पत्ते पिसण्यातून आलेले होते. सगळा रोखीचा मामला. मी सुद्धा काही वेळा त्याच्याबरोबर गेलो होतो. मला माहिती होतं. शिवाय तो टॅक्सही बुडवत होता. त्यात एवढं काय? उलट त्याची ताकद त्यामुळे वाढलीच. अर्थात त्यापैकी बराचसा पैसा त्याच्या मुलांच्या कॉलेजसाठीच खर्च व्हायचा.'

'म्हणजे तो खबऱ्या होता असं सुचवल्यासारखं तू बोलतोयस.'

'तो मीच होतो असं तुला वाटू नये म्हणून. ते चांगलं झालं नसतं.'

त्या दोन माणसांपैकी एकजण वर गेला आणि एका बेडरुममध्ये दिसेनासा झाला. एका मिनिटातच तो बुकॅननची ब्रीफकेस घेऊन बाहेर आला, सोबत फेथ आणि बुकॅननही. त्या माणसानं ब्रीफकेस उघडून त्यातून कॅसेट बाहेर काढली, टेपवर काय आहे, त्याची खात्री करून घेण्यासाठी त्यानं ती लावून पाहिली. मग त्यानं ती कॅसेट तोडली, त्यातून टेप बाहेर काढली. तिचं भेंडोळं गॅस फायरप्लेसमध्ये टाकलं आणि स्विच दाबला. लगेचच ती टेप विरघळत जावी तशी झाली... सगळे शांतपणे बघत राहिलेले...

रेनॉल्डस्ला टेप दिसेनाशी होताना वाटलं, आपल्या आयुष्याचे शेवटचे काही क्षण आपल्याला दाखवले जातायत... शेवटची काही मिनिटं.

रेनॉल्डस्‌नं त्या दोघांकडे आणि मग कॉनीकडे पाहिलं, 'थोडक्यात त्यांनी आपला इथपर्यंत पाठलाग केला? मला तर कोणी दिसलं नाही?

कॉनीनं मान हलवली, 'माझ्या गाडीत ट्रान्समीटर होता. ते ऐकत होते. आपल्याला त्यांनी घर शोधू दिलं आणि नंतर पाठलाग केला.

'का कॉनी? का द्रोह केलास असा?''

कॉनीचा सूर विचारमग्न, 'मी 'एफबीआय'मध्ये पंचवीस वर्षं घालवली. मला काय मिळालं? त्यातली बारा वर्षं तुझ्यासाठी आणि तू माझी बॉस आहेस.' मान नकारार्थी हलवत त्यानं खाली पाहिलं, त्याची नजर पुन्हा तिच्याकडे गेली तेव्हा त्यात क्षमायाचना, 'एक लक्षात घे, ब्रुक, तुझ्याबद्दल माझ्या मनात काही आकस नाहीये. काहीही नाही. तू अतिशय कर्तबगार एजंट आहेस. मला ह्या सगळ्याची अशी अखेर होऊ द्यायची नव्हती. खरी योजना अशी होती की आपण बाहेर रहायचं आणि ह्या दोघांनी त्यांचं काम करायचं. सगळं आलबेल झाल्याचा इशारा मिळाला की मी आत जायचं आणि मृतदेह शोधायचे. तुझ्यावरचा संशय दूर आणि सगळं कसं सुरळित पार पाडायचं. पण ॲडॅम्सच्या जाण्यामुळे आमची योजना फसली,' कॉनीनं मग तटस्थपणे ज्यानं त्याला आत आल्यावर हाक मारली होती त्याच्याकडे पाहिलं. 'हा माणूस जर काही बोलला नसता तर मी तुला माझ्याबरोबर इथून घेऊन जाण्याचा मार्ग शोधला असता.'

त्या माणसानं खांदे उडवले, 'सॉरी, तुझ्या दृष्टीनं ते इतकं महत्त्वाचं असेल असं वाटलं नव्हतं. पण निघालेलं बरं. आता बाहेर उजाडायला लागलंय. आम्हाला अर्धा तास लागेल. मग पोलिसांना बोलवा, तुला वाटेल ती कथा रचून सांग.'

रेनॉल्डस्‌ची नजर कॉनीवर, 'कॉनी, मी सांगते कशी कथा रचायची ते. आपल्याला घर सापडलं. मी पुढच्या दारानं गेले आणि तू मागून आलास. मी बाहेर येत नाही. तुला पिस्तुलाचे आवाज ऐकू येतात, तू आत जातोस. आम्ही सगळे मेलेले.' रेनॉल्डस्‌ला मुलांची आठवण झाली, आता ती पुन्हा दिसणार नाहीत ह्या विचारानं तिचा आवाज कापला. 'तुला इथून कोणीतरी जाताना दिसतं तेव्हा तू त्याच्यावर पिस्तूल रिकामं करतोस. पण तुझा नेम चुकतो. तू त्याच्यावर पिस्तूल रिकामं करतोस पण तो निसटतो. तू त्याचा पाठलाग करतोस, जवळजवळ मारला जातोस पण कसातरी वाचतोस. तू पोलिसांना बोलवतोस, आपल्या 'एफबीआय'च्या मुख्य कार्यालयाला कळवतोस. ते इथं माणसं पाठवतात. तुला माझ्याबरोबर इथं आल्याबद्दल बोलणी खावी लागतात पण तू फक्त तुझ्या बॉसचा विचार करत असतोस, म्हणजे माझा– निष्ठा, तुला कोण दोष देणार? ते ह्या घटनेची चौकशी करतात पण त्यांना समाधानकारक उत्तर कधीच मिळत

नाही. मीच फुटलेली असावी असं त्यांना वाटतं. ही माझीच कल्पना होती असं सांग तू त्यांना... एक फाईल बंद... कशी वाटतीय कथा एजंट कॉन्स्टॅन्टिनोपल?' शेवटचं वाक्य तिनं जरा त्वेषानंच उच्चारलं.

थॉर्नहिलच्या माणसांपैकी एक जण कॉनीकडे बघून हसत म्हणाला, 'हा प्रकार मला बरा वाटतोय.'

कॉनीची नजर रेनॉल्डस्. 'सॉरी, ब्रुक, खरंच.'

रेनॉल्डस्चे डोळे उघडलेले, आवाजात कंप, 'ॲनी न्यूमनलाही हे सांग. माझ्या मुलांनाही सांग.'

नजर झुकलेली असतानाच कॉनी त्यांच्या जवळून पुढे जाऊन जिन्यावरून खाली जाऊ लागला.

'आपण एकेकाकडे बघू.' थॉर्नहिलचा एक माणूस म्हणाला. त्याची नजर बुकॅननकडे. 'आधी तू.'

'ही विशेष विनंती तुझ्या बॉसची आहे असं मी गृहीत धरून चालतो.' बुकॅनन म्हणाला.

'कोण आहे तो? मला त्याचं नाव कळलं पाहिजे,' रेनॉल्डस्ची मागणी.

'आता त्यानं काय फरक पडणार आहे?' दुसरा म्हणाला, 'तिथं काय तू साक्ष...'

असं तो बोलत असतानाच त्याच्या मेंदूत पाठीमागून गोळी शिरली.

दुसऱ्या माणसानं वळून पिस्तूल सरसावण्याचा प्रयत्न केला पण त्याला उशीर झाला होता. एका गोळीनं समोरून त्याचा वेध घेतला. तोही आपल्या जोडीदाराच्या शेजारी कोसळला.

कॉनी जिना चढून आला, त्याच्या पिस्तुलाच्या नळीतून धूर अजूनही येत असलेला. तो त्या मृतदेहांकडे पहात म्हणाला, 'हे सगळं केन न्यूमनसाठी गाढवांनो,' तो रेनॉल्डस्कडे पहात म्हणाला, 'ते केनला मारणार होते, ह्याची मला कल्पना नव्हती, ब्रुक, बायबलशपथ. पण एकदा ते घडल्यानंतर माझ्या हातात काही राहिलं नाही.'

'आणि मला धावायला लावलंस? मी सस्पेंड होताना पहात राहिलास? माझी सगळी कारकीर्द, व्यवसाय धुळीला मिळाला.' रेनॉल्डस्चे प्रश्न.

'मी काही करू शकत नव्हतो. मी म्हटलं तसं तुला ह्या प्रकरणातून वाचवायचं, पुन्हा 'एफबीआय'मध्ये आणायचं हा माझा हेतू होता. तू मुख्य व्यक्तिरेखा ठरली असतीस. केनवर ठपका ठेवायचा. तो मेलाच होता, काय फरक पडला असता?'

'त्याच्या कुटुंबाच्या दृष्टीनं फरक पडला असता, कॉनी?'

कॉनीच्या चेहऱ्यावर संतापाची छटा, 'हे बघ, मला तुला किंवा कोणालाही स्पष्टीकरण द्यायची गरज वाटत नाही. मला काही मी जे केलं त्याचा अभिमान वाटत नाही पण माझी काही कारणं होती. तू माझ्याशी सहमत असायची गरज नाही आणि मी तशी तुझ्याकडून अपेक्षाही ठेवत नाही पण नुस्ती उभं राहून तुला माहिती नसलेल्या गोष्टींबद्दल भाषण ठोकू नकोस.'

रेनॉल्डस् डोळे मिचकावत मागे झाली, तिची नजर पिस्तुलावर.

'ठीक आहे, कॉनी, तू आमचे प्राण एवढ्यातच वाचवलेस. ती तुझ्या जमेची बाजू आहे.'

'तुला असं वाटतं, नाही का?'

तिनं आपला सेल फोन बाहेर काढला. 'मी मॅसी आणि आपलं पथक बोलवून घेत्येय.'

'फोन ठेवून दे, ब्रुक.'

'कॉनी...'

'फोन खाली ठेव, आत्ता!'

रेनॉल्डस्नं फोन खाली ठेवला, 'कॉनी, सगळं संपलंय आता.'

'ब्रुक, अजून संपलेलं नाहीये. इतिहासातली भुतं पुन्हा मानगुटीवर बसतात, मग सगळं संपतं.'

'म्हणून तू ह्यात गुंतला होतास? कोणीतरी तुला ब्लॅकमेल करत होतं?'

हळूच त्यानं वर पाहिलं. 'त्यानं काय फरक पडतो?'

'माझ्या दृष्टीनं महत्त्व आहे!' रेनॉल्डस् म्हणाली.

कॉनीचा एक दीर्घ उसासा. 'माझ्या बायकोला कॅन्सर झाला तेव्हा तिला लागणारी खास ट्रीटमेंट आमच्या विम्यामध्ये भागणार नव्हती. डॉक्टरांना वाटलं, ट्रीटमेंटमुळे तिचं आयुष्य आणखी काही महिन्यांनी वाढेल. मी घर गहाण टाकलं. मी बँकेतलं सगळं खातं संपवून मोकळं केलं. तरीसुद्धा ते पुरेसं नव्हतं, मी काय करणार होतो? तिला तसंच मरू द्यायचं?' कॉनीनं रागानं नकारार्थी मान हलवली. 'मग 'एफ बी आय'च्या 'पुरावा कक्षा'तल्या काही वस्तू गहाळ होतात. कोणाला तरी नंतर कळतं... आणि अचानक माझी बदली... नवा बॉस.' तो थांबला आणि मग क्षणभर खाली पहात म्हणाला, 'आणि सगळ्यात वाईट गोष्ट म्हणजे बायको– जून– गेलीच.'

कॉनीचं ताठर स्मित. 'ब्रुक, मला कोणीच मदत करू शकत नाही. मी सैतानाशी करार केल्यासारखं झालंय.'

'कॉनी, त्यांना जाऊ दे. सगळं संपलंय.'

त्यानं नकारार्थी मान हलवली, 'मी इथं एका कामासाठी आलो आणि तुला

चांगलंच माहिताय, मी जे सुरू करतो ते संपवतो.'

'मग आता? तू ह्यातून कसा बाहेर पडणार?' तिची नजर त्या दोन मृतदेहांकडे 'आणि आता तू आणखी तीन माणसांना मारणार आहेस? हा वेडेपणा आहे, प्लीज.'

'हे प्रकरण असंच सोडून देऊन राहिलेलं आयुष्य तुरुंगात घालवण्याएवढं नक्कीच नाही. किंवा फाशीसारखीच असलेली विद्युत खुर्ची.' त्यानं खांदे उडवले. 'मी आणखी कशाचा विचार करेन.'

'प्लीज, कॉनी असं करू नकोस. तू असं करूच शकत नाहीस, मी ओळखते तुला.'

कॉनीनं आपल्या पिस्तुलाकडे पाहिलं आणि त्यानं गुडघे टेकले. त्यानं खाली पडलेल्या दोघांपकी एकाचं पिस्तुल उचललं. 'मला हे करावंच लागेल, सॉरी, ब्रुक.'

सगळ्यांनी एका खटक्याचा आवाज ऐकला, कॉनी आणि रेनॉल्डस्नं ओळखलं, हा सेमीऑटोमॅटीक पिस्तुलाचा आवाज आहे.

ली ओरडला, 'पिस्तूल टाक! ताबडतोब नाहीतर तुझ्या मेंदूत गोळ्यांची बरसात करेन.'

कॉनी थिजला, त्यानं पिस्तूल खाली टाकलं.

ली जिना चढून वर आला आणि त्यानं आपल्या पिस्तुलाची नळी कॉनीच्या डोक्याला लावली. 'खरं म्हणजे तुला मारायचा मला मोह होतोय पण आणखी दोन जनावरं मारायचे माझे श्रम तू वाचवलेस.' लीनं रेनॉल्डस्कडे पाहिलं. 'एजंट रेनॉल्डस्, तू पिस्तूल उचलून ह्या माणसावर जरा रोखून धरशील तर बरं!'

रेनॉल्डस्नं त्याप्रमाणे केलं, ती आगभरल्या डोळ्यांनी कॉनीकडे पहात असलेली, 'खाली बस, कॉनी, ताबडतोब!' तिनं फर्मावलं.

ली पुढे गेला आणि त्यानं फेथला बाहुपाशात घेतलं.

'ली' ती त्याच्या बाहुपाशात शिरत एवढंच म्हणाली.

'मी परत यायचं ठरवलं ते बरं झालं.'

'हे काय चाललंय मला कळेल का?' रेनॉल्डस्नं विचारलं.

बुकॅननं एक पाऊल पुढे टाकलं, 'मी सांगू शकतो पण त्याचा काही उपयोग होणार नाही. माझ्याकडे जो पुरावा होता, तो टेपवर होता. मी त्या टेपच्या कॉप्या करायचं म्हणत होतो पण वॉशिंग्टनहून निघण्याआधी मला संधीच मिळाली नाही.'

रेनॉल्डस्नं खाली कॉनीकडे नजर टाकली. 'काय चाललंय ते तुला माहिताय,

हे उघड आहे. तू जर आमच्याशी सहकार्य केलंस तर तुझी शिक्षा वाचेल.'

'त्यापेक्षा मी मृत्युदंडाची शिक्षा पत्करेन,' कॉनी म्हणाला.

'कोण आहे? प्रत्येकाला जिवाची भीती वाटावी एवढं कोण ह्या सगळ्यामागे आहे?'

बुकॅनन म्हणाला, 'एजंट रेनॉल्डस्, मला खात्री आहे, एक विशिष्ट व्यक्ती ह्या सगळ्याचं फलित ऐकण्याची वाट बघत्येय. त्याला ते जर लगेच कळलं नाही तर तो आणखी माणसं इथं पाठवेल. मला वाटतं, असं काही घडणं आपण रोखलेलं बरं.'

रेनॉल्डस् त्याच्याकडे पहात म्हणाली, 'मी तुझ्यावर का विश्वास टाकावा? मला वाटतं, आपण पोलिसांनाच बोलवलेलं बरं.'

फेथ म्हणाली, 'एजंट न्यूमन मारला गेला त्याच रात्री मी त्याला सांगितलं होतं की डॅनी बुकॅननंनं पुढे येऊन सगळं सांगावं असं मला वाटतं. न्यूमन मला म्हणाला, तसं कधीच घडणार नाही.'

'त्यानं तुला योग्यच सांगितलं.'

'पण मला वाटतं, तुला जर सगळी वस्तुस्थिती कळली तर तू असा विचार करणार नाहीस. आम्ही जे केलं ते चुकीचं होतं पण दुसरा मार्गही नव्हता.'

'ठीक आहे, तेवढ्यावरूनसुद्धा सगळं स्पष्ट होतं.' रेनॉल्डस् उत्तरली.

'ते नंतर बघता येईल,' बुकॅनन घाईघाईनं म्हणाला, 'आत्ता ह्या क्षणी ह्या माणसांच्या बोलवत्या धन्याकडे आपल्याला बघावं लागेल.' त्यातल्या दोन मृतदेहांकडे नजर टाकली.

'तुझ्या हिशेबात आणखी एकाची मोजदाद कर,' ली म्हणाला. 'आत्ता तो बाहेर समुद्रात जरा डुंबतोय.'

रेनॉल्डस्ला आपली दमछाक झाल्यासारखं वाटलं, 'माझ्याशिवाय सगळ्यांना सगळं माहिताय असं दिसतंय.' ती बुकॅननकडे रागानं पहात म्हणाली, 'ठीक आहे, मी ऐकतेय, तुझी काय सूचना आहे?'

बुकॅनन बोलायला सुरुवात करणार तेवढ्यात त्यांना एका विमानाचा घरघराट ऐकू आला. त्यांचे डोळे खिडकीकडे... पहाट वर आलेली.

'हे फक्त प्रवासी विमान आहे. दिवस उजाडलाय. पहिली फ्लाईट आलीय. रस्त्याच्या पलीकडेच धावपट्टी आहे.' फेथनं खुलासा केला.

'ते मला माहिताय,' रेनॉल्डस्.

बुकॅनन कॉनीकडे मानेनं इशारा करत म्हणाला, 'मला वाटतं, तुझ्या मित्राचा उपयोग करून घेऊन आपण ह्या सगळ्याच्या मागे असलेल्या व्यक्तीशी संपर्क साधावा.'

'आणि त्याला काय सांगायचं?'

'हेच की त्याची मोहीम यशस्वी झालीय, फक्त त्यातल्या चकमकीत त्याची माणसं ठार झालीयत. त्याच्या ते लक्षात येईल, नुकसान तर होतंच. पण फेथ आणि मी मेलोय आणि टेप नष्ट झाल्याचं सांगितलं तर त्याला सुरक्षित वाटेल.'

'आणि माझं काय?'

बुकॅननचा त्याच्याकडे दृष्टीक्षेप, 'आम्ही तुला आमचं हुकूमाचं पान करू.'

'आणि मी ते नेमकं का करावं?' रेनॉल्डसूला जाणून घ्यायचं होतं. 'तुला, फेथला आणि कॉनीला ताब्यात देऊन मला माझी नोकरी मिळत असेल, महत्त्व मिळवणं शक्य असेल तर मी ते का करावं?'

'कारण तू जर तसं केलंस तर ह्या सगळ्या घटनाचक्रामागची खरी व्यक्ती सुटेल. पुन्हा असं काहीतरी करायला तो मोकळा राहील.'

रेनॉल्डस् गोंधळलेली आणि अस्वस्थ दिसू लागली.

बुकॅननं तिच्याकडे निरखून पहात म्हटलं, 'अर्थात निर्णय तुझ्यावर अवलंबून आहे.'

रेनॉल्डस्ची नजर सगळ्यांवरून फिरत लीवर स्थिरावली. त्याच्या दंडावरील रक्त, जखमा, ओरखडे तिच्या नजरेनं टिपले.

'तू आमचे सगळ्यांचे प्राण वाचवलेस. ह्या खोलीत तूच सगळ्यात निरपराध व्यक्ती आहेस बहुधा. तुला काय वाटतं?'

लीची नजर आधी फेथवर, मग बुकॅननवर आणि मग रेनॉल्डस्कडे. 'मला हे का करावंसं वाटलं, ते सांगता येईलसं वाटत नाही पण मला विचारशील तर तू हे लोक म्हणतायत तसंच कर.'

सुस्कारा सोडून रेनॉल्डस्नं कॉनीकडे पाहिलं, 'ह्या राक्षसाशी संपर्क साधण्याचा मार्ग आहे का काही तुझ्याकडे?' कॉनी काही बोलला नाही. 'कॉनी, ह्या कामात तू आम्हाला साथ दे, त्यात तुझंच भलं आहे. मला कल्पना आहे. तू नुकताच आम्हाला सगळ्यांना ठार मारायला निघाला होतास आणि तुझं काय होतं ह्याचंही मला काहीच घेणं नाही.' ती थांबली आणि तिनं क्षणभर खाली पाहिलं. 'तरीसुद्धा कॉनी, तुला शेवटची संधी आहे. काय म्हणणं आहे तुझं?'

कॉनीच्या जाडजूड पंज्याची अस्वस्थ उघडझाप. त्यानं बुकॅननकडे पाहिलं, 'तुला नेमकं मला काय सांगायचंय?'

बुकॅननं नेमकं काय ते सांगितलं. कॉनी खाली कोचावर बसला आणि त्यानं फोन उचलून फिरवला. फोनवरून बोलताना क्षणभर तो गोंधळलेला... मग काही मिनिटं उलटल्यावर कॉनीनं फोन खाली ठेवला आणि सगळ्यांकडे बघत म्हणाला, 'ओके, झालं काम.'

'त्याला तुझं म्हणणं पटलं का?' लीनं विचारलं.

'हो, पण ह्या माणसांची काही खात्री देता येत नाही.' बुकॅननं मत व्यक्त केलं.

'हं, तूर्त आपल्याला इथं काही कामं आहेत, काही गोष्टींकडे लक्ष द्यावं लागणार आहे,' रेनॉल्डस् म्हणाली. 'उदा. हे मृतदेह, मला ते कळवावं लागणार आहे. आणि तुला तुरुंगात डांबायचंय.'

कॉनीनं तिच्याकडे जळजळीत कटाक्ष टाकला. 'माझ्या निष्ठेचं केवढं हे फळ,' त्यानं आपलं मन मोकळं केलं.

तिनंही त्याच्याकडे तितकंच तिखटपणे पाहिलं. 'तुझे पर्याय तूच निवडलेस, तू आमच्यासाठी जे केलंस त्याचा आम्हाला उपयोग होईल. कॉनी, तुला बराच काळ तुरुंगात रहावं लागणार आहे. पण तू निदान जिवंत तरी राहशील. केनच्या पुढे होता त्यापेक्षा हा पर्याय चांगला आहे.'

मग बुकॅननकडे पहात त्यानं विचारलं, 'आता काय?'

'मी असे सुचवेन की आपण इथून ताबडतोब निघालेलं बरं. एकदा आपण ह्या भागातून बाहेर पडलो की तुला पोलिसांना बोलवता येईल. आपण वॉशिंग्टनला परतलो की फेथ आणि मी 'एफबीआय'शी संपर्क साधू, आम्हाला जे माहिताय, ते सांगू. आपण सगळं कसं पूर्णपणे गुप्त ठेवलं पाहिजे. ह्या घटनाचक्रामागे असलेल्या माणसाला, आम्ही 'एफबीआय'बरोबर काम करतोय हे कळलं तर आपल्याला, आवश्यक पुरावे कधीच मिळणार नाहीत.'

'ह्या माणसानं केनला मारलं होतं?'

'होय.'

'त्याचं परकीय शक्तींशी संधान आहे का?'

'खरं तर तुम्हा दोघांचाही मालक एकच आहे.'

रेनॉल्डस्नं थक्क होऊन विचारलं, 'म्हणजे खुद्द अमेरिकन सरकार?' तिनं पुढं हळुवारपणे विचारलं.

बुकॅननं संमतीदर्शक मान हलवली. 'तू जर माझ्यावर विश्वास ठेवलास तर मी त्याला तुझ्याकडे आणण्यासाठी शर्थीचे प्रयत्न करेन. मलाही त्याचा हिशेब चुकता करायचा आहेच.'

'आणि त्या बदल्यात तुझी काय अपेक्षा आहे?'

'माझ्यासाठी. काहीही नाही. मी जर तुरुंगात गेलो तर तशीही माझी तयारी आहे. पण फेथ मुक्त रहायला हवी. ती जर खात्री तू देऊ शकत नसशील तर तू आत्ताही पोलिसांना बोलवू शकतेस.'

फेथनं त्याचा दंड पकडला. 'डॅनी, तू बळी जायचं नाहीस?'

'का नाही? हे माझंच कृत्य होतं.'

'पण तुझी कारणं...'

'कारणं म्हणजे बचाव नव्हे. मी कायदा मोडला तेव्हा मी माझ्या नशिबाशी खेळतोय हे मला माहिती होतं.'

'मलाही माहिती होतं.'

बुकॅनन पुन्हा रेनॉल्डस्‌कडे वळला.

'ठरलं तर मग? फेथ तुरूंगात जात नाहीये.'

'खरोखरच तुला काही देण्याच्या परिस्थितीत मी नाही.' तिनं क्षणभर ह्या मुद्यावर विचार केला. 'पण एक आश्वासन मी देऊ शकते, तू जर माझ्याशी मोकळेपणानं सत्य तेच बोलत असशील तर फेथच्या सुटकेसाठी माझ्या अखत्यारीत आहे तेवढं शक्य ते मी करेन.'

कॉनी उभा राहिला... अचानक त्याचा चेहरा निस्तेज... त्याचे पाय थरथरत असलेले, एक हात छातीवर दाबून धरलेला...

तिनं त्याच्याकडे संशयानं पाहिलं. 'काय भानगड आहे? तू ठीक आहेस ना?'

'तुला खरं सांगायचं तर मला आणखी बरं वाटतंय' असं बरळत असतानाच त्याचं डोकं एका बाजूला कळलं, डावी बाजू अचानक सैल...

'मी बघतो त्याच्याकडे,' ली म्हणाला.

ते दोघेजण जिन्याकडे निघालेले असताना कॉनीचा तोल गेल्यासारखं वाटलं... छातीच्या मध्यभागी त्यानं हात दाबून धरलेला, चेहरा, वेदनेनं पिळवटलेला... 'बाप रे... ओह!' तो कण्हत एका गुडघ्यावर बसला, तोंडातून लाळ गळत असलेली... घशातून आवाज...

'कॉनी!' रेनॉल्डस्‌नं त्याच्याकडे धाव घेतली.

'त्याला हार्ट ॲटॅक येतोय,' फेथ ओरडली.

'कॉनी!' रेनॉल्डस्‌ची पुन्हा कॉनीकडे बघत साद... तो झपाट्यानं खाली लोळण घेत असलेला, त्याचं शरीर अनावरपणे वेडंवाकडे होत असलेलं.

नंतर त्यानं हालचाल केली ती फार वेगवान होती... पन्नाशीतल्या माणसाच्या मानानं तर जास्तच...

कॉनीचा हात त्याच्या घोट्याकडे... तिथं एक सुबक पिस्तूल दडवलेलं... मग पिस्तूल बाहेर आणि कोणीही काही हालचाल करायच्या आत ते रोखलेलं... कॉनीसमोर लक्ष्यं बरीच होती पण त्यानं नेम डॅनी बुकॅननवर धरला आणि पिस्तूल झाडलं.

कॉनीएवढ्या वेगानं चपळाई दाखवली ती फक्त फेथनं...

बुकॅननशेजारी उभी असताना दुसऱ्या कोणाआधी तिनं पिस्तूल बाहेर येताना पाहिलं होतं, तेही आपल्या मित्रावर रोखलेलं. ती एवढ्या वेगानं कशी हलली ते एक गूढ होतं.

ती गोळी फेथच्या छातीत शिरली, तिनं एकदा श्वास रोखला आणि ती बुकॅनच्या पायाशी कोसळली.

'फेथ!' ली ओरडला. कॉनीला हाताळण्याऐवजी त्यानं तिच्याकडे धाव घेतली.

रेनॉल्डस्चं पिस्तूल कॉनीवर रोखलेलं. त्यानं वळून, पिस्तूल तिच्यावर रोखलेलं... 'एफबीआय'ची एजंट मृत्युमुखी' तिच्या डोळ्यासमोरून ठळक मथळा तरळून गेला. सगळंच बधिर करून टाकणारं.

तिची आणि कॉनीची नजर एकमेकात गुंतलेली... तो त्याचं पिस्तूल वर आणत असलेला, तो आता ट्रीगर ओढणार, तिच्या मनात कसलीही शंका नव्हती. तशी त्याची ठार मारण्याची वृत्तीही. तिला वाटलं, आपली तशी वृत्ती आहे? आपल्या ट्रीगरवर त्याचं बोट घट्ट... पाण्याखाली वेग मंद व्हावा तसं सगळं जग तेवढे क्षणभर मंदावलेलं... गुरुत्वाकर्षण स्थगित व्हावं तसं... तिचा पार्टनर, 'एफबीआय'चा एजंट... हाच गद्दार... मग अचानक तिला आपल्या मुलांचं स्मरण... आपल्या जिवाची आठवण... हाच क्षण नाहीतर पुन्हा कधीच नाही.

मग रेनॉल्डस्नं ट्रीगर खेचला. मग पुन्हा एकदा... पिस्तुलाचा झटका फारच कमी, पण नेम अचूक, बंदुकीच्या गोळ्या कॉनीच्या शरीरात शिरत असताना त्याचं शरीर थरथरलं, त्याचं मन बहुतेक मृत्यू आल्याची जाणीव नसल्यासारखं अजूनही काहीतरी संदेश पाठवत असल्यासारखं...

रेनॉल्डस्ला वाटलं, कॉनी खाली कोसळताना आपल्याकडे शोधक नजरेनं पाहतोय, पिस्तूल त्याच्या हातातून गळून पडत असलेलं... ती त्याची प्रतिमा तिच्या मनावर कोरलेली... एजंट हॉवर्ड कॉन्स्टॅन्टिनोपल खाली फरशीवर कोसळला, त्यानं पुन्हा हालचाल केली नाही तेव्हाच रेनॉल्डस्नं श्वास घेतला.

'फेथ, फेथ! बापरे फेथ!' ली तिचा शर्ट फाडत असलेला, छातीवरची तिची भयंकर रक्तबंबाळ जखम अनावृत्त करत... ती बेशुद्ध... तिचा श्वास अस्पष्ट...

बुकॅननं भयचकित होऊन खाली पाहिलं.

रेनॉल्डस् ली शेजारी गुडघ्यांवर, 'किती गंभीर आहे?' तिनं विचारलं.

लीनं वेदनेनं पिळवटलेल्या चेहऱ्यानं तिच्याकडे वर पाहिलं... नि:शब्द...

लीची नजर फेथकडे, तिची त्वचा आधीच पांढुरकी होत चाललेली. तिच्या हाकेला कुंठित श्वासागणिक तिच्यातली जीवनउर्जा मालवत चाललेली त्याला जाणवत होतं...

'आपल्याला तिला घेऊन ताबडतोब हॉस्पिटल गाठायला हवं', रेनॉल्डस् म्हणाली. इथं जवळ कुठे हॉस्पिटल आहे, ह्याची तिला कल्पना नव्हती. फेथला खरं तर धक्क्यातून सावरणाऱ्या उपचार केंद्राची गरज होती. त्यात गाडी घेऊन इथल्या हॉस्पिटलची शोधाशोध करणं म्हणजे फेथच्या मृत्यूला आमंत्रण देण्यासारखंच होतं. त्याचवेळी बाहेर इंजिनाचा घरघराट ऐकू आल्यानं रेनॉल्डस्नं खिडकीबाहेर पाहिलं. काही सेकंदातच एका योजनेनं तिच्या मनात आकार घेतला.

ती धावत कॉनीच्या मृतदेहाकडे गेली आणि तिथून त्याची 'एफबीआय'ची ओळखपत्रं घेतली. क्षणभर तिनं आपल्या ह्या एकेकाळच्या सहकाऱ्याकडे नजर टाकली, तिला वाईट वाटण्याचं काही कारण नव्हतं. तरी तिला प्रश्न पडला, आपल्याला पश्चाताप का वाटतोय? पण कॉनी तर मरणाच्या राज्यात गेला होता. फेथ अजून जीवनमरणाच्या सीमारेषेवर होती. रेनॉल्डस् घाईघाईनं फेथ पडली होती, तिकडे गेली. 'ली, आपण विमान पकडतोय. चल लौकर.'

सगळेजण घाईघाईनं बाहेर पडले, रेनॉल्डस् पुढे. विमान उड्डाण करण्याच्या तयारीत, घरघराट वाढलेला... रेनॉल्डस् धावत सुटली लीनं दाखवलेल्या दिशेनं... मिनिटभरातच ती धावपट्टीवर आली. आता विमान वळून धाव घेऊन उड्डाण घ्यायच्या बेतात... रेनॉल्डस् धावत धावत थेट विमानपाशी... तिच्या हातातलं पिस्तूल आणि बॅज दाखवत ती ओरडली 'एफबीआय'. विमान वेगानं तिच्याकडे धावत येत असलेलं. बुकॅनन आणि ली फेथला घेऊन धावपट्टीवर.

वैमानिकाची रेनॉल्डस्कडे नजर गेल्यावर त्यानं विमान थांबवलं, इंजिनाची घरघर थांबली.

रेनॉल्डस् विमानापाशी गेल्यावर तिनं बॅज उंच धरला आणि पायलटनं खिडकी बाजूला सरकवली.

'एफबीआय,' तारस्वरात म्हणाली. 'माझ्याबरोबर एक गंभीर जखमी झालेली बाई आहे. मला तुझ्या विमानाची गरज आहे. तू आम्हाला जवळच्या हॉस्पिटलमध्ये घेऊन जा. ताबडतोब.'

पायलटनं तो बॅज आणि पिस्तूल बघून बधिर असल्यासारखी होकारदर्शक मान हलवली. 'ओके' –त्याची संमती.

सगळेजण विमानात चढले, लीनं फेथला छातीशी धरलं. मिनिटभरातच विमानानं उड्डाण केलं आणि भराभर उजळत जाणाऱ्या आकाशाला भिडलं.

❖

४८

पायलटनं विमान मँटिओला घेतलं. ते काही मिनिटांच्या अंतरावरच होतं. विमानातून त्यानं आधी संदेश पाठवल्यामुळे तिथं एक ॲम्ब्युलन्स आधीच उभी होती. रेनॉल्डस् आणि लीनं विमानातल्या प्रथमोपचाराच्या सामानातल्या बँडेजच्या सहाय्यानं फेथचा रक्तस्राव थांबवण्याचा प्रयत्न केला. लीनं तिला विमानातल्याच उपकरणाच्या सहाय्यानं ऑक्सिजनही दिला पण कशाचाच परिणाम दिसत नव्हता. अजूनही ती शुद्धीवर आलेली नव्हती, आता तिची नाडीही जेमतेमच लागत होती. लीनं तिला आपल्या शरीराची उब देण्याचा प्रयत्न करून पाहिला पण तिचं शरीर गार पडत चाललं होतं.

ली ॲम्ब्युलन्समधून फेथबरोबर 'बीच मेडिकल सेंटर'पाशी आला. रेनॉल्डस् आणि बुकॅनन तिथं कारमधून गेले. हॉस्पिटलच्या वाटेवर असतानाच रेनॉल्डस्नं 'एफबीआय'चा डायरेक्टर फ्रेड मॅसीला वॉशिंग्टनमध्ये फोन केला. तिनं त्याला फक्त 'एफबीआय'च्या विमानानं लगेच निघायला सांगितलं– फक्त त्यानं एकट्यानं. 'फक्त एकट्यानंच' रेनॉल्डस्नं बजावून सांगितलं होतं, आणखी कोणी येऊन चालणार नव्हतं. मॅसीनं काहीही न बोलता ही अट स्वीकारली होती. बहुधा तिच्या आवाजामुळे किंवा त्या मोजक्याच शब्दांमधल्या थरकापून सोडणाऱ्या आशयामुळे.

फेथला ताबडतोब 'इमर्जन्सी रुम'मध्ये नेण्यात आलं. तिथं डॉक्टरांनी तिचा जीव वाचवण्यासाठी जवळजवळ दोन तास शर्थीचे प्रयत्न केले. दारातून ली हे सगळं बघत असलेला. भीतीनं त्याच्या जाणिवा बधिर झालेल्या. तिचे ठोके नियमित झाले तेव्हाच तो तिथून हलला.

लीच्या येरझाऱ्या, हात खिशात आणि संपूर्ण मौन... त्याला शक्य त्या सगळ्या प्रार्थना त्यानं म्हटल्या होत्या, काहीतर त्यानं नव्या प्रार्थनाही जुळवल्या होत्या. त्याला फेथसाठी काहीही करता येत नव्हतं आणि हीच जाणीव त्याला छळत होती. त्याला वाटलं, आपण हे घडू दिलं कसं? त्या कॉन्स्टॅन्टिनोपलनं

गोळी झाडली कशी? आणि फेथ तरी मध्ये पडली कशी? तिच्याजागी बुकॅनन असता तरी काय बिघडलं असतं?

ली दोन्ही हातानं तोंड झाकून घेऊन भिंतीलगत घसरला...

एका खोलीत रेनॉल्डस् बुकॅननबरोबर थांबलेली.... फेथला गोळी लागल्यापासून तो एक शब्दही बोललेला नव्हता. तिथं बसून तो भिंतीकडे एकटक बघत बसला होता. बुकॅननकडे बघितल्यावर कोणाला जाणवलं नसतं पण त्याच्या अंतर्यामी आता संताप साठत चाललेला होता. त्याला प्रेम वाटत असलेल्या सगळ्या गोष्टींचा विध्वंस केल्याबद्दल रॉबर्ट थॉर्नहिलबद्दल प्रचंड द्वेष त्याच्या मनात उफाळून आलेला होता.

'एफबीआय' डायरेक्टर फ्रेड मॅसी पोचेपर्यंत फेथला 'आयसीयू'मध्ये नेण्यात आलेलं होतं. डॉक्टरांनी सांगितलं– सध्या तिला झोपेचं औषध दिलेलं आहे. ती पिस्तुलाची गोळी प्राणघातक स्वरूपाची होती आणि त्या गोळीमुळे अवयवांना गंभीर स्वरूपाची इजा झालेली होती. आत रक्तस्रावही बराच झालेला होता. फेथ तब्येतीनं भक्कम असल्यामुळे ह्या आघाताला तोंड देऊ शकली होती. डॉक्टरांनी सांगितलं— फेथ वाचण्याची शक्यता आहे, आणखी तपशील नंतर कळतील.

डॉक्टर गेल्यानंतर रेनॉल्डस्नं लीच्या खांद्यावर हात ठेवला आणि कॉफीचा कप त्याच्यापुढे केला.

'ली, फेथ एवढ्यात जर सावरली तर मला खात्री आहे ती ह्यातून सुखरूप बाहेर पडेल.'

'काय सांगता येतंय' तो स्वत:शीच पुटपुटला, त्याला रेनॉल्डस्कडे बघणं अशक्य झालेलं.

रेनॉल्डस्नं मग बुकॅनन आणि लीची फ्रेड मॅसीशी ओळख करून दिली.

रेनॉल्डस् म्हणाली, 'मला वाटतं, बुकॅननंनं आता त्याची कहाणी सांगायला सुरुवात केलेली बरी.'

'त्याची तशी तयारी आहे?' मॅसीनं साशंकपणे विचारलं.

ह्यावर बुकॅनन पटकन् म्हणाला, 'त्यापेक्षाही जास्त. पण त्याआधी मला एक गोष्ट सांग. तुला जास्त महत्त्वाचं काय वाटतं, मी केलं ते, का तुझ्या एजंटला ज्यानं मारलं, त्याला पकडणं?'

मॅसी पुढे झुकला. 'तुझ्याबरोबर कुठलाही करार करण्याच्या तयारीनं मी आलेलो नाही.'

बुकॅननची कोपरं टेबलावर. 'मी तुला माझी कहाणी सांगितली तर तू तशी

तयारी करशील. पण एकाच अटीवर मी सांगेन. ह्या माणसाला मी हाताळेन, माझ्या पद्धतीनं.'

'एजंट रेनॉल्डस्‌नं मला सांगितलं, हा माणूस सरकारसाठी काम करणारा आहे.'

'बरोबर.'

'ही फारच विश्वास न बसावी अशी गोष्ट आहे. तुझ्याकडे पुरावा आहे?'

मॅसीनं रेनॉल्डस्‌कडे पाहिलं. 'घरात पडलेले मृतदेह. हे लोक कोण आहेत ते अजून कळलं का नाही?'

तिनं नकारार्थी मान हलवली. 'मी आत्ताच जरा चाचपून पाहिलं. पोलिस आणि वॉशिंग्टनहून एजंटस् आलेले आहेत. पण ती माहिती एवढ्यात मिळेल असं वाटत नाही. पण सगळं नियंत्रणात आहे. तिथल्या अधिकाऱ्यांना अजून काही सांगितलेलं नाही. सगळ्या माहितीवर आम्ही नियंत्रण ठेवून आहोत. ते मृतदेह किंवा फेथ सुखरूप आहे, हॉस्पिटलमध्ये आहे, ह्या बातम्या कुठेही येणार नाहीत.'

मॅसीनं पसंतीदर्शक मान हलवली. 'हे काम छान झालं.' मग एकदम आठवल्यासारखं त्यानं ब्रीफकेस उघडली. दोन वस्तू बाहेर काढल्या आणि रेनॉल्डसूला दिल्या.

मॅसीनं तिचं पिस्तूल आणि ओळखपत्र तिच्यासमोर ठेवलं.

'ब्रुक, हे जे काही घडलं, त्याबद्दल मला वाईट वाटतं.' मॅसी म्हणाला, 'मी तुझ्यावर विश्वास ठेवायला हवा होता पण तो काही ठेवला नाही. कदाचित प्रत्यक्ष आघाडीवरच्या कामापासून फार काळ मी लांब आहे, त्यामुळे असेल. सगळे कागदी घोडे नाचवायचे आणि आपल्या आतल्या आवाजाकडे दुर्लक्ष, दुसरं काय?'

रेनॉल्डस्‌नं पिस्तूल कमरेपाशी लटकावलं आणि ओळखपत्रं खिशात ठेवलं. तिला पुन्हा एकदा परिपूर्ण वाटलं. 'तुझ्या जागी मी असते तर हेच केलं असतं. पण फ्रेड, तो आता भूतकाळ झाला, आपण पुढचा विचार करू या. आपल्यापाशी जास्त वेळ नाहीये.'

'मि. मॅसी, त्या माणसांना तुम्ही कधीही ओळखू शकणार नाही किंवा ओळखू शकलात तरी ज्याच्याबद्दल मी बोलतोय त्याच्याशी त्यांचा संबंध नसेल.' बुकॅनन म्हणाला.

'तू एवढं खात्रीनं कसं काय सांगू शकतोस?'

'माझ्यावर विश्वास ठेवा हा माणूस कसं काम करतो, ते मला माहिताय.'

'तो कोण आहे हे तू मला सांगून का टाकत नाहीस, बाकीचं मी बघेन.'

'नाही,' बुकॅनन ठामपणे म्हणाला.

'नाही म्हणजे? आम्ही 'एफबीआय'वाले आहोत, आमचा हा व्यवसायच आहे. तुझ्या काही अटी...'

'तू माझं ऐकशील तर बरं.' हे सांगताना बुकॅननचा आवाज चढलेला नव्हता. पण त्याच्या भेदक नजरेमुळे मॅसी गप्प राहिला. 'त्याला आत टाकायची एक संधी आपल्यासमोर आहे, एकच! 'एफबीआय'मध्ये त्याचे आधीच हात पोचलेले आहेत. कॉन्स्टॅन्टिनोपल हाच एकमेव खबऱ्या असेल असं नाही. आणखीही असे कोणी असू शकतील.'

'मला त्याबद्दल मात्र शंका...' मॅसी काही बोलणार तेवढ्यात बुकॅननं आवाज, चढवला. 'तशी खात्री तू देऊ शकतोस?

अस्वस्थपणे मॅसी ताठ बसला... त्याची नजर रेनॉल्डस्वर.... तिनं खांदे उडवले.

'कॉनीला जे फोडू शकतात, ते कोणालाही फोडू शकतात.' ती म्हणाली.

ह्यावर मॅसी दुखावल्यासारखा वाटला, त्याची मान नकारार्थी हलत असलेली...

'कॉनी... अजून माझा विश्वास बसत नाही.'

बुकॅननची टेबलावर अस्वस्थ टकटक... 'जर का तुझ्या माणसांमध्ये त्याचा हेर असेल आणि तरीही ह्या घटनाचक्राच्या सूत्रधाराला तू एकट्यानंच पकडण्याचा प्रयत्न केलास तर तुला पूर्णपणे अपयश येईल आणि तू संधी गमावून बसशील.'

ह्यावर विचार करत मॅसीनं आपल्या गुळगुळीत हनुवटीवरून हात फिरवला. त्यानं बुकॅननला विचारलं, 'तू त्या माणसाला अडकवू शकशील असं खरंच वाटतं तुला?

'त्यासाठी माझी मरायचीही तयारी आहे.' एवढं बोलून तो लीकडे वळून म्हणाला, 'आणि ली मला तुझ्या मदतीची गरज आहे.'

लीला आश्चर्य वाटलेलं दिसलं. 'मी? एखाद्याला माझी मदत कशी होऊ शकते?'

'फेथबरोबर तुझ्याबद्दल मी काल रात्री बोललो. तुझ्यातल्या विशेष गुणांबद्दल तिनं मला सांगितलं. ती म्हणाली, अडचणीच्या परिस्थितीत विश्वास टाकावा असा तू माणूस आहेस.'

ह्यावर लीनं सांगितलं, 'मला वाटतं, तिचं मत चुकीचं आहे. नाहीतर ती गोळी तिनं आपल्या छातीवर कशाला झेलली असती.'

बुकॅननं लीच्या दंडावर हात ठेवला, 'मलाही त्याबद्दल अपराधी वाटतं आणि त्यामुळे मला काही करणं अवघड आहे. पण आता मी ते बदलू शकत नाही. ती उगाच आपला जीव धोक्यात घालणार नाही, एवढी खात्री करून

घेण्याचा मी प्रयत्न करेन. तुलाही खूपच धोका आहे. आपण ह्या घटनाचक्रामागच्या सूत्रधाराला पकडलं तरी त्याच्या पाठीशीही बरेच लोक आहेत. कोणी ना कोणीतरी नेहमीच मागावर असणार.'

बुकॅनन त्याच्या खुर्चीत विसावला आणि त्यानं लीकडे निरखून पाहिलं. मॅसी आणि रेनॉल्डसूचीही नजर त्याच्याकडे. लीचं पीळदार शरीर आणि त्याच्या नजरेतला गूढ हळूवारपणा म्हणजे मोठा विरोधाभास होता.

ली ॲडॅम्सनं एक दीर्घ श्वास घेतला. खरं तर त्याच्या मनात होतं, फेथच्या उशाशी थांबावं आणि ती शुद्धीवर येऊन पुन्हा 'मी ठीक आहे' म्हणेपर्यंत हलूही नये. पण लीला माहिती होतं, आयुष्यात जे हवंसं वाटतं, ते नेहमी मिळतंच असं नाही. म्हणून बुकॅननकडे पहात तो म्हणाला, 'मग मला वाटतं, तुम्हाला उपयोगी पडण्यासारखा आहे मी माणूस.'

❖

४९

ती मोठी काळी गाडी रॉबर्ट थॉर्नहिलच्या घरासमोर उभी राहिली. रॉबर्ट थॉर्नहिल आणि त्याची बायको दोघेही संध्याकाळच्या कार्यक्रमासाठी विशेष पोशाख परिधान करून घराबाहेर पडले. थॉर्नहिलनं घराला कुलूप लावलं. दोघेही गाडीत बसल्यावर गाडी सुरू झाली. 'व्हाईट हाऊस'मध्ये एका सरकारी भोजनसमारंभाला ते निघाले होते.

ती गाडी थॉर्नहिल रहात होते, त्या भागातल्या टेलिफोन-लाईन्सच्या चौथऱ्याजवळून पुढे गेली. ही एक मोठी धातूची पेटी होती, मंद हिरव्या रंगाची. ह्या जुन्या वस्तीसाठी असलेल्या टेलिफोन लाईन्सचं आधुनिकीकरण झालं तेव्हा ही पेटी बसवण्यात आलेली होती. ह्या सौंदर्यपूर्ण परिसराबद्दल अभिमान बाळगणाऱ्या वसाहतीच्या दृष्टीनं साहजिकच ती एक खटकणारी बाब होती. म्हणूनच इथल्या रहिवाशांनी बराच खर्च करून ह्या चौथऱ्याभोवती मोठी झुडपं लावलेली होती. ह्या झुडपांमुळे रस्त्यापासून ही पेटी पूर्णपणे झाकलेली होती. त्यामुळे टेलिफोनची माणसं आली तर त्या पेटीकडे त्यांना मागच्या बाजूनं जायला लागायचं, ह्या बाजूला खूप झाडी होती. ही झुडपं डोळ्यांना सुखावणारी होती तशीच त्यात लपून बसलेल्या ली ॲडॅम्सलाही, झुडपाजवळून गाडी गेलेली बघितल्यावर त्यानं ती पेटी उघडून हळुवारपणे त्यातल्या इलेक्ट्रॉनिक जाळ्यातून आपल्याला हव्या असलेल्या गोष्टीचा शोध घ्यायला सुरुवात केली होती.

लीनं आपल्याजवळच्या विशेष उपकरणाच्या सहाय्यानं थॉर्नहिलच्या घराकडे जाणारी टेलिफोन लाईन शोधून काढली. इथं संपर्कयंत्रणेच्या तंत्रातली त्याची पार्श्वभूमी कामी आली. थॉर्नहिलच्या घराला चांगली सुरक्षा यंत्रणा होती. त्यातला एक नाजूक दुवा म्हणजे टेलिफोन लाईन.

लीनं ह्या यंत्रणेतले टप्पे मनातल्या मनात जुळवून पाहिले, ते असे : एखादा घुसखोर एखाद्या घरात शिरला तर धोक्याचा इशारा देणारा भोंगा

वाजायचा आणि कॉम्प्युटरवरून घुसखोरी झाल्याचा इशारा मुख्य यंत्रणेला मिळायचा. तिथला सुरक्षा कर्मचारी लगेच घरात फोन करून सगळं आलबेल आहे ना, ह्याची खात्री करून घ्यायचा. जर घरमालकानं उत्तर दिलं तर त्याला स्पेशल कोड द्यायला लागायचा, नाहीतर पोलिस पाठवले जायचे. कोणीच फोनला उत्तर दिलं नाही तर आपोआपच पोलिस पाठवले जायचे.

थोडक्यात सांगायचं तर ह्या घराच्या सुरक्षा यंत्रणेत कॉम्प्युटरद्वारे होणारा फोन मुख्य यंत्रणेपर्यंत कधीच पोचणार नाही, कॉम्प्युटरला तसा फक्त भास होईल ह्याची खात्री ली करून घेत होता. त्यासाठी त्यानं एक उपकरण वापरलं आणि स्विच ओढला.

लीनं आपली हत्यारं गोळा केली आणि झाडाझुडपातून तो थॉर्नहिलच्या घराच्या मागच्या बाजूला गेला. रस्त्यावरून दिसणार नाही अशी एक खिडकी त्यानं पक्की केली. थॉर्नहिलच्या घराचा नकाशा आणि धोक्याच्या यंत्रणेच्या आराखड्याची एक प्रत त्याच्याकडे होती. फ्रेड मॅसीनं तो त्याला दिलेला होता. ह्या खिडकीतून गेल्यामुळे कुठल्याही हालचालीचा वेध घेऊ शकणाऱ्या यंत्रणेसमोरून न जाता लीला वरच्या मजल्यावरच्या धोक्याच्या यंत्रणेपर्यंत जाता येणार होतं.

एका उपकरणाच्या सहाय्यानं लीनं त्या खिडकीची चौकट मोकळी केली आणि ती वर सरकवली. धोक्याचा इशारा देणारी यंत्रणा वाजली नाही. ते बघून तो पटकन खिडकीतून आत गेला. मग त्यानं खिडकी बंद करून घेतली. खिशातून एक छोटा फ्लॅशलाईट काढून तो जिना शोधून वर निघाला. त्याच्या लक्षात आलं, थॉर्नहिल फारच आलिशान थाटात रहात होते. दुर्मिळ फर्निचर, भिंतीवरची पेंटींग्ज आणि पाय रुततील असा महागडा गालिचा, ह्यावरूनही घरातलं वैभव लक्षात येत होतं.

इथली धोक्याचा इशारा देणारी ध्वनीयंत्रणाही मुख्य बेडरुममध्ये होती. लीनं ही यंत्रणाही निर्जीव केली. आता ली हिंडायला मोकळा होता. आता ली खालच्या मजल्यावर गेला आणि हालचालींचा वेध घेणाऱ्या यंत्रणेसमोर जणू थॉर्नहिलसमोर करावेत तसे हातवारे केले. प्रत्येक वेळी लाल दिवा लागायचा आणि धोक्याचा इशारा देणाऱ्या यंत्रणेला चालना मिळायची. लगेच कॉम्प्युटरद्वारे मुख्य यंत्रणेला फोन गेला पण लीच्या अपेक्षेबरहुकूम तो तिथं पोचला नाही. आठ वेळा फोन झाला पण फोनला उत्तर मिळालं नाही. त्यानंतर सगळी शांतता. मुख्य यंत्रणेपाशी सगळं आलबेल दिसणार होतं... एखाद्या घरफोड्याचं स्वप्नच जणू.

लीनं पाहिलं, हालचालींचा वेध घेणाऱ्या यंत्रणेवर येणारा लाल प्रकाश नाहीसा झाला. त्यानं जेव्हा जेव्हा अशी परीक्षा घेतली तेव्हा हाच प्रकार घडला.

आठ वेळा फोन, मग शांतता. लीच्या चेहऱ्यावर स्मित-सगळं मनाप्रमाणे जुळून आलं होतं. आता थॉर्नहिल येण्याआधी ध्वनीयंत्रणेला चालना देणाऱ्या वायरी जोडणं आवश्यक होतं. अन्यथा थॉर्नहिल परत आल्यावर नेहमीचा इशारा देणारा आवाज झाला नसता तर त्याला संशय आला असता. आता लीपुढे कामाचा डोंगर होता.

५०

मिसेस थॉर्नहिलच्या दृष्टीनं 'व्हाईट हाऊस'मधला रात्रीचा भोजन समारंभ संस्मरणीय होता. ह्याउलट रॉबर्ट थॉर्नहिल मात्र कामात होता. त्याच्यापाशी कोणी आलं, तर मोठ्या टेबलापाशी बसून त्यानं फुटकळ गप्पा मारल्या. पण बराचसा वेळ त्यानं पाहुण्यांच्या गप्पा कान देऊन ऐकण्यात घालवला. इथं काही परदेशी पाहुणे होते आणि अगदी अज्ञात सूत्रांकडूनही चांगली माहिती मिळू शकते, हे थॉर्नहिल ओळखून होता, 'व्हाईट हाऊस'मधला भोजनसमारंभसुद्धा. तो 'सीआयए'चा माणूस आहे, हे ह्या परदेशी पाहुण्यांना माहिती होतं का नाही ह्याबद्दल थॉर्नहिल साशंक होता. ती तशी काही सर्वश्रुत बाब नव्हती. दुसऱ्या दिवशी सकाळी 'वॉशिंग्टन पोस्ट'मध्ये ह्या भोजनसमारंभाला बोलवलेल्या पाहुण्यांची यादी प्रसिद्ध झाल्यावर त्यात फक्त श्री. व सौ. रॉबर्ट थॉर्नहिल एवढाच उल्लेख असणार होता.

एक विरोधाभास म्हणजे थॉर्नहिलला ह्या भोजनसमारंभाला काही त्याच्या 'सीआयए'मधल्या पदामुळे बोलवलेलं नव्हतं. 'व्हाईट हाऊस' मधल्या कार्यक्रमांना कोणाला आणि का बोलवलं जायचं, हे राजधानीत नेहमीच गूढ होतं. अर्थात थॉर्नहिल दांपत्याला निमंत्रण मिळालं होतं, ते मिसेस् थॉर्नहिल यांच्या सर्वश्रुत सामाजिक कार्यामुळे– कोलंबिया जिल्ह्यातल्या गरीबांसाठी त्यांचं कार्य चाललेलं होतं. ह्या कार्यात राष्ट्राध्यक्षांच्या पत्नीही सहभागी होत्या. अर्थात त्यांना त्यांच्या 'क्लब'मधून वेळ मिळाल्यावरच.

घरी परत येताना दोघंही इकडचं-तिकडचं बोलत असताना थॉर्नहिलचं मन मात्र हॉवर्ड कॉन्स्टॅन्टिनोपलचा जो फोन आलेला होता, त्यात गुंतलेलं होतं. आपल्या माणसांचे मृत्यू हा व्यक्तिशः आणि व्यावसायिकदृष्ट्याही थॉर्नहिलला धक्का होता. ह्या माणसांनी त्याच्याबरोबर बरीच वर्षं काम केलं होतं. हे तिघे कसे मृत्युमुखी पडले, ते त्याच्या लक्षात येत नव्हतं. म्हणूनच शक्य तेवढी माहिती गोळा करण्यासाठी त्यानं नॉर्थ कॅरोलिनात सध्या माणसं पाठवली होती.

कॉन्स्टॅन्टिनोपलकडून त्यानंतर त्याला काहीच कळलेलं नव्हतं. तो पळून गेला होता का काय, हेही कळलेलं नव्हतं. त्याला कळलं होतं, ते एवढंच की फेथ आणि बुर्कनन मृत्युमुखी पडले होते. आणि दुसरी एफबीआय एजंट रेनॉल्डस्सुद्धा. निदान हे सगळे मेल्याची त्याला बरीचशी खात्री होती. मात्र कोणत्याही वर्तमानपत्रात तशा स्वरूपाची बातमी अजून न आल्यानं थॉर्नहिल अस्वस्थ होता. थॉर्नहिलला वाटलं, प्रसिद्धी माध्यमांचा ससेमिरा टाळण्यासाठी 'एफबीआय'नंही तशी व्यवस्था केली असेल. दुर्दैवानं कॉन्स्टॅन्टिनोपलच्या अनुपस्थितीमुळे थॉर्नहिलचा 'एफबीआय'शी संपर्क तुटलेला होता. त्याबद्दलही काहीतरी लौकरच करावं लागणार होतं.

'एफबीआय'मध्ये छिद्र पाडायला वेळ लागणार होता पण अवघड काहीच नव्हतं. कसंही असो, त्या तिघांना वीरमरण आलेलं होतं. थॉर्नहिल आणि त्याच्या सहकाऱ्यांनी त्यांच्या मृत्यूची बातमी समजल्यावर आपल्या नेहमीच्या भूमिगत कक्षात दुखवटा पाळलेला होता.

ह्या सगळ्या कहाणीचा आणखी एक सैल धागा अस्वस्थ ठेवणारा होता. ली ॲडॅम्स, तो मोटरसायकरवरून निघून गेलेला होता, बहुधा शार्लोटव्हीलला, आपली मुलगी सुखरूप आहे ना ह्याची खात्री करून घ्यायला. थॉर्नहिलला एका वस्तुस्थितीची कल्पना होती आणि ती म्हणजे ली ॲडॅम्स शार्लोटव्हिलला कधीच पोचला नव्हता. मग तो होता तरी कुठे? का परत येऊन त्यानंच आपली माणसं मारली होती? तरीसुद्धा एक माणूस तिघांना लोळवू शकतो, ही गोष्ट समजून घेणं त्याला अवघड वाटत होतं. पण कॉन्स्टॅन्टिनोपलच्या फोनमध्ये ॲडॅम्सचा उल्लेख नव्हता.

गाडीतून जाताना संध्याकाळपेक्षा आता आपला आत्मविश्वास कमी झाल्यासारखं थॉर्नहिलला वाटत होतं. परिस्थितीवर आता फार काळजीपूर्वक लक्ष ठेवावं लागणार होतं. थॉर्नहिलला वाटलं, कदाचित घरी पोचल्यावर एखादी आधीच येऊन पडलेली खबर मिळेलही.

गाडी घरापाशी आल्यावर थॉर्नहिलनं घड्याळात पाहिलं. उशीर झाला होता आणि उद्या सकाळी लौकरच सेनेटर रस्टी वॉर्डच्या कमिटीसमोर बरीच भाषणबाजी करावी लागणार होती.

घरापाशी आल्यावर थॉर्नहिलनं सुरक्षाइशारा यंत्रणा निष्क्रीय केली, बायकोचं चुंबन घेऊन तिला गुड् नाईट केलं आणि तिला वर बेडरूममध्ये जिन्यावरून जाताना पाहिलं. अजूनही ती दिसायला आकर्षक, नाजूक होती. थॉर्नहिल लौकरच निवृत्त होणार होता. थॉर्नहिलला वाटलं, आपली निवृत्ती काही एवढी वाईट नसेल. त्यानं आपल्या स्टडीत काही मेसेज आलाय का ते बघून वर जायचं ठरवलं.

स्टडीत आल्यावर त्यानं दिवा लावला आणि तो टेबलापाशी गेला. तोच

त्याला कसलातरी आवाज ऐकू आला. बागेत उघडणाऱ्या फ्रेंच डोअर्सकडे त्याचं लक्ष गेलं. ते दार उघडून एक व्यक्ती बाहेर येत होती.

लीच्या ओठांवर बोट आणि स्मित, त्याचं पिस्तूल थेट थॉर्नहिलवर रोखलेलं... थॉर्नहिल एकदम ताठरला. त्याची नजर एकदा डावीकडे, एकदा उजवीकडे, सुटकेच्या शोधात, पण ते शक्य नव्हतं. लीनं आता स्टडीचं दार लावून टाकलं. थॉर्नहिल त्याला शांतपणे निरखत असलेला.

थॉर्नहिलला दुसरा धक्का बसला ते फ्रेंच डोअर्समधून आणखी एक माणूस तिथं अवतरला तेव्हा...

डॅनी बुकॅनन जवळजवळ झोपेत असल्यासारखा शांत वाटत होता तरीसुद्धा त्याच्या डोळ्यांमधून प्रचंड उर्जा उसळत होती.

'कोण आहेस तू? माझ्या घरात तू काय करतोयस?' थॉर्नहिलनं विचारलं.

'बॉब, तुझ्याकडून जरा स्वतंत्र निर्मितीची अपेक्षा होती.' बुकॅनन म्हणाला, 'अलीकडच्या काळातलं एखादं भूत क्वचितच मानगुटीवर येऊन बसतं.'

'खाली बस.' लीनं थॉर्नहिलला फर्मावलं.

थॉर्नहिलनं पुन्हा पिस्तुलाकडे नजर टाकली आणि मग तो कोचावर बसला. त्यानं आपला टाय सैल करून तो कोचावर टाकला, एकीकडे अवघड जात असलं तरी परिस्थितीची चाचपणी करून पुढची पावलं कशी टाकता येतील ह्या विचारात तो गर्क.

'बॉब मला वाटतं आपल्यात करार झालेला होता.' बुकॅनन म्हणाला. 'तू तुझे मारेकरी तिकडे कशासाठी पाठवलेस? बऱ्याच लोकांचे प्राण निष्कारण खर्ची पडले, का?'

थॉर्नहिलनं त्याच्याकडे आणि मग लीकडे संशयानं पाहिलं.

'तू काय बोलतोयस, हेच मला कळत नाहीये. तू कोण आहेस, हेसुद्धा मला माहिती नाहीये.'

थॉर्नहिलचं विचारचक्र स्पष्ट होतं. ली आणि बुकॅनन एकत्र आले होते. बहुधा ते 'एफबीआय'शी हातमिळवणी करून त्यांच्याबरोबर काम करत होते. आणि ते त्याच्या घरात शिरले होते. अर्थात, त्याच्या मते ह्या दोघांच्या धडपडीच्या मानानं त्यांच्या हाताला काहीच लागणार नव्हतं.

'मी...' बुकॅनन बोलता-बोलता थांबला आणि मग लीकडे बघून म्हणाला, 'आम्हीच फक्त तुझ्या तावडीतून वाचलो म्हणून इथं आलो ते बघण्यासाठी की आता काय व्यवस्था करता येईल. आयुष्यभर मला पाठलाग चुकवत जगायचं नाहीये.'

'व्यवस्था? मी माझ्या बायकोला हाक मारून पोलिसांना बोलवलं तर?' थॉर्नहिलनं बुकॅननला बारकाईनं निरखलं आणि मग ओळखल्याचं नाटक केलं. 'मला वाटतं, ह्याआधी मी तुला कुठेतरी पाहिलंय. वर्तमानपत्रांमध्ये?'

बुकॅननच्या चेहऱ्यावर स्मित. 'एजंट कॉन्स्टॅन्टिनोपलनं सांगितलं होतं ती टेप नष्ट करण्यात आली,' त्यानं आपल्या कोटाच्या खिशात हात घातला आणि एक कॅसेट बाहेर काढली. 'खरं तर, ते त्यानं काही बरोबर सांगितलं नाही.'

थॉर्नहिल एकटक कॅसेटकडे बघत राहिला, जणू तो ती त्याच्या घशातच कोंबणार आहे. त्याचे हात त्याच्या जाकिटाकडे.

लीनं पिस्तूल वर घेतलं.

थॉर्नहिलच्या चेहऱ्यावर त्यानं निराशेची छटा आणली आणि सावकाश पाईप आणि लायटर बाहेर काढून क्षणभरानं पाईप पेटवला. काही सुखावणारे झुरके घेतल्यावर त्यानं बुकॅननकडे नजर टाकली.

'आता तू कशाबद्दल बोलतोयस हेच मला माहिती नाही तर ती टेप वाजवतच का नाहीस? त्यात काय आहे ते जाणून घेण्याबद्दल मला कुतूहल आहे. शिवाय दोन पूर्णत: अनोळखी व्यक्तींनी माझ्या घरात घुसखोरी का केली तेही मला कळेल.' –थॉर्नहिल.

बुकॅननं हळूच ती कॅसेट आपल्या तळव्यावर आपटली... ली जरा अस्वस्थ...

'हे बघ, आता एखाद्या गोष्टीवरून मला डिवचून मग अंग काढून घेऊ नकोस.'

बुकॅननं ती कॅसेट टेबलावर टाकली आणि म्हणाला, 'नंतर बघता येईल. तूर्त आमच्यासाठी तू काय करणार आहेस, हे मला जाणून घ्यायचंय. जेणेकरून आम्ही 'एफबीआय'कडे जाणार नाही आणि आम्हाला माहिती आहे, ते सांगणार नाही.'

'आणि ते काय असू शकेल? तू माणसं मेल्याबद्दल बोलतोस. मी एखाद्याला मारू शकतो असं तुला सुचवायचंय का? मी असं धरून चालतो की 'सीआयए'नं मला नियुक्त केलंय हे तुला माहिताय. तुम्ही काय मला धमकावून माझ्याकडून काढून घ्यायला पाहणारे परदेशांचे हस्तक आहात का काय? त्यात अडचण अशी आहे की त्यासाठी तुझ्या हातात एखादं हुकूमाचं पान लागेल.'

'तुझं थडगं बांधता येईल एवढी माहिती आमच्याकडे आहे.'

'तर मग ते खणायला सुरुवात केलेली बरी मि....?'

'अॅडॅम्स, ली अॅडॅम्स', ली क्रुद्ध चेहऱ्यानं म्हणाला.

'फेथ मृत्यूमुखी पडलीय, बॉब.' बुकॅनन म्हणाला. बुकॅनन हे बोलत असताना लीनं नजर खाली वळवली. 'जवळजवळ तिनं सगळं संपवत आणलं होतं. कॉन्स्टॅन्टिनोपलनं तिला मारलं. त्यानं तुझीही दोन माणसं मारली. तू 'एफबीआयचा एजंट मारलास त्याचा बदला!'

थॉर्नहिलनं आता एकूण प्रसंगाला साजेसं गोंधळल्यासारखं दाखवलं. 'फेथ? कॉन्स्टॅन्टिनोपल? तू काय बोलतोयस काय ते?'

ली पुढे येऊन थॉर्नहिलच्या समोर उभा राहिला. 'हरामखोर! मुंग्या चिरडावीत

तशी तू माणसं मारतोस. तुझा खेळ आहे तो.'

'पिस्तूल बाजूला घे आणि माझ्या घरातून चालता हो. ताबडतोब!'

ह्यावर भडकून लीनं पिस्तूल थॉर्नहिलच्या कपाळावर टेकवलं.

क्षणातच बुकॅनन लीच्या शेजारी. 'ली, नाही. त्यातून काही निष्पन्न होणार नाही.'

'मी तुझ्या जागी असतो तर मित्राचं ऐकलं असतं,' थॉर्नहिल शक्य तेवढ्या शांतपणे म्हणाला. बऱ्याच वर्षांपूर्वी इस्तंबूलमध्ये त्याच्यावर अशी वेळ आलेली होती. सुदैवानं त्यातून तो वाचला होता. आत्ताच्या क्षणी आपलं नशीब आपल्याला साथ देईल का, थॉर्नहिल विचारात.

'मी कशाला कोणाचं ऐकू?' ली गुरगुरला.

'ली, प्लीज!' बुकॅनन म्हणाला.

क्षणभर लीचं बोट ट्रीगरवर, त्याची नजर थॉर्नहिलच्या नजरेत गुंतलेली. शेवटी त्यानं सावकाश पिस्तूल खाली घेतलं.

'मला वाटतं, आपल्यापाशी जे आहे, त्यानिशी आपण 'एफबीआय'कडे जावं.'

'तुम्ही फक्त माझ्या घरातून बाहेर पडा.'

'आणि मला पाहिजे ते एवढंच की आणखी कोणी मारलं जाणार नाही असं वैयक्तिक आश्वासन तू द्यावंस. तुला हवं ते मिळालंय. आणखी कोणाला इजा करण्याचं कारण नाही.'

'ठीक आहे, ठीक आहे, तू म्हणतोयस, तसं! मी आणखी कोणाला मारणार नाही.' थॉर्नहिल उपरोधानं म्हणाला. 'आता तुम्ही घर सोडलं तर बरं होईल. मला माझ्या बायकोला अस्वस्थ करायचं नाहीये. आपण एका सामूहिक मारेकऱ्याशी लग्न केलंय, ह्याची तिला कल्पना नाहीये.'

'हा विनोद नाहीये,' बुकॅनन रागानं म्हणाला.

'नाही, खरंच नाही, तुम्हाला हवी ती मदत मिळेल,' थॉर्नहिल म्हणाला. 'आणि कृपा करून तुझा तो पिस्तूल नाचवणारा मित्र कोणाला दुखावणार नाही, ह्याची काळजी घे.'

बुकॅननं कॅसेट उचलली तशी थॉर्नहिलनं विचारलं, 'माझ्या गुन्ह्याचा पुरावा ठेवून जात नाहीयेस?'

'सद्य:स्थितीत ते आवश्यक आहे असं मला वाटत नाही.' बुकॅननं वळून त्याच्याकडे करडी नजर टाकली.

नंतर ते दोघे त्याच्या घराबाहेरच्या मार्गावरून जात अंधारलेल्या रस्त्यावर दिसेनासं होताना थॉर्नहिलनं पाहिलं. मिनिटभरानं त्यानं एक गाडी सुरू होताना ऐकलं. मग तो धावत टेबलावरच्या फोनकडे गेला आणि थांबला. त्याला प्रश्न पडला, आपलं संभाषण चोरून तर ऐकलं जात नाही? का आपण एखादी चूक

करावी म्हणून योजलेली ही एखादी क्लृप्ती आहे? त्यानं खिडकीबाहेर पाहिलं. ते अजूनही बाहेर रेंगाळत असण्याची शक्यता होती. मग थॉर्नहिलनं त्याच्या टेबलाखालचं बटन दाबलं. अचानक खोलीचे सगळे पडदे खाली आले आणि प्रत्येक खिडकीपाशी एक विशिष्ट प्रकारचा आवाज येऊ लागला... खोलीतलं संभाषण बाहेर ऐकलं जाऊ नये ह्याची काळजी घेणारी एक तांत्रिक योजना... लगेचच ड्रॉवर उघडून त्यानं आपला एक खास फोन काढला, संभाषण चोरून ऐकणं अशक्य असलेला...

त्यानं फोनवरून सांगायला सुरुवात केली. 'बुकॅनन आणि ली अ‍ॅडॅम्स माझ्या स्टडीत होते. होय, माझ्या घरात. आताच ते गेले. आपल्याला उपलब्ध करता येतील तेवढी माणसं मला हवीयत.' तो पुन्हा पाईप शिलगवण्यासाठी किंचित थांबला. 'मी 'एफबीआय'चा एजंट मारल्याची कबुली दिलेल्या कॅसेटबद्दल ते काहीतरी बडबडत होते. ती टेप गेलीय. ते 'एफबीआय'बरोबर काम करतायत का काय, कळायला मार्ग नाही. पण त्या टेपशिवाय आपण जे काय केलंय, त्याचा दुसरा पुरावा त्यांच्याकडे नाहीये, काय? नाही, बुकॅनन त्याच्यामागे आता लागू नये म्हणून विनवत होता. आत्ता त्याला जरा जिवंत राहू दे, नंतर त्याला ब्लॅकमेल करू. पहिल्यांदा मला वाटलं, मला मारायला आले आहेत का काय. तो अ‍ॅडॅम्स फार धोकादायक आहे. म्हणत होते, कॉन्स्टॅन्टिनोपलनं आमची दोन माणसं मारलीयत. कॉन्स्टॅन्टिनोपल मेलाच पाहिजे, म्हणजे 'एफबीआय'मध्ये आणखी एक हेर लागेल. काहीही करा पण त्यांना शोधून काढा. आणि ह्यावेळी चुका नकोत. ते मेले आहेत, असं मी समजतो. मग आपली योजना तडीला न्यायची वेळ. 'कॅपिटॉल हिल' मधल्या सेनेटर्सचे खरकलेले चेहरे बघायला मी अधीर झालोय.'

फोन बंद करून थॉर्नहिल टेबलापाशी बसला. ते इथं येऊन गेल्याचं त्याला आश्चर्य वाटत असलेलं. जिवावर उदार झालेल्या माणसांचं अवास्तव साहसी कृत्य. आपल्यासारख्या माणसाला भुलवता येईल असं खरंच त्यांना वाटलं? हे जरा अपमानास्पदच होतं. अर्थात शेवटी बाजी त्यानंच जिंकलेली होती. वस्तुस्थिती एवढीच होती की उद्या किंवा लवकरात लवकर ते मरणार होते.

तो टेबलामागून उठला. एवढ्या तणावाखालीही त्याचं धैर्य, शांतता टिकून होती. अस्तित्वाचा झगडा नेहमीच उत्तेजित करून सोडणारा असतो असं त्याला वाटून गेलं. मग त्यानं खोलीतला दिवा बंद केला.

❖

५१

नेहमीप्रमाणेच आजच्या थंडगार सकाळच्या वेळीही डर्कसेन सेनेट ऑफिसच्या इमारतीत वर्दळ होती. रॉबर्ट थॉर्नहिल त्याची ब्रीफकेस हलवत हलवत विशिष्ट हेतू मनात ठेवून इमारतीतल्या मोठ्या मार्गानं चाललेला. कालची रात्र जरा वेगळी होती. बऱ्याच प्रमाणात यशस्वीही. उणीव एकच होती, ती म्हणजे बुकॅनन आणि ॲडॅम्सला शोधण्यात त्यांना यश लाभलेलं नव्हतं.

बाकी रात्र झकासच गेली होती. मिसेस थॉर्नहिल आपल्या नवऱ्याच्या 'अतिमानवी उत्साहा'वर खूष झाली होती. तिनं सकाळी लवकर उठून त्याला ब्रेकफास्ट तयार करून दिला होता. बऱ्याच वर्षांनी ही सुखद घटना घडलेली होती.

थॉर्नहिलला जायचं होतं ती खोली एका टोकाला होती. सेनेटर रस्टी वॉर्डचं छोटं संस्थान, थॉर्नहिलच्या मनात एक तुच्छ विचार. रस्टी वॉर्डचं गूढ, गंभीर, धारदार व्यक्तिमत्त्व थॉर्नहिलला फार त्रासदायक, क्लेशदायक वाटायचं. मात्र आज सकाळी थॉर्नहिल तयारीनं आलेला होता. वॉर्डला कसं गुंडाळायचं आणि माहिती दिल्यासारखं कसं दाखवायचं ते थॉर्नहिलनं आधीच ठरवलं होतं.

'सुनावणी कक्षा'त प्रवेश करण्यापूर्वी थॉर्नहिलनं एकदा खोल, उत्साहवर्धक श्वास घेतला. दार उघडून थॉर्नहिल आत्मविश्वासानं 'सुनावणी कक्षा'तल्या खुर्च्यांमधल्या मार्गानं पुढे गेला. अर्ध्या वाटेत आल्यावर त्याच्या लक्षात आलं, कक्षात नेहमीपेक्षा बरेच लोक आहेत. त्यानं आजूबाजूला पाहिल्यावर त्याला बरेच अनोळखी चेहरे दिसले. तो साक्षीदारांच्या टेबलापाशी गेल्यावर त्याला आणखी एक धक्का बसला. तिथं आधीच काही लोक बसलेले, त्याच्याकडे त्यांची पाठ.

त्यानं समितीच्या लोकांकडे पाहिलं. रस्टी वॉर्डचाही त्याच्याकडे दृष्टीक्षेप. त्याच्या चेहऱ्यावर स्मित नव्हतं. औपचारिक स्वागताचेही भाव नव्हते.

'मि. थॉर्नहिल, पुढच्या रांगेत बसणार? तुमच्यापुढे एक व्यक्ती काही पुरावे सादर करणार आहे.'

थॉर्नहिल गोंधळल्यासारखा दिसला. त्यानं विचारलं, 'काय म्हणालात?'

'फक्त बसून घ्या. मि. थॉर्नहिल,' वॉर्ड पुन्हा म्हणाला.

थॉर्नहिलनं आपल्या घड्याळाकडे नजर टाकली. 'आज माझ्यापाशी जास्त वेळ नाहीये, अध्यक्षसाहेब. आणि मला कोणी पुरावे सादर करत असल्याचं सांगितलं नव्हतं.' थॉर्नहिलनं साक्षीदारांच्या टेबलाकडे नजर टाकली. तिथं नसलेली माणसं त्याला ओळखू आली नाहीत. 'आपलं वेळापत्रक पुन्हा नीट ठरवलेलं बरं.'

वॉर्डनं थॉर्नहिलच्या बाजूनं नजर टाकली. थॉर्नहिलनं वळून तिकडे पाहिलं. तिथं 'कॅपिटॉल हिल'च्या गणवेषधारी पोलिस अधिकाऱ्यानं सुनावणी कक्षाचं दार रुबाबात बंद केलं आणि आपली रुंद पाठ दाराकडे करून तो उभा राहिला. जणू त्याच्याजवळून जाण्याचं आव्हान दिल्यासारखं.

थॉर्नहिलनं वळून वॉर्डला विचारलं, 'मला इथं काही चुकल्यासारखं वाटतंय का?'

'तसं वाटत असेल तर त्याचा स्पष्ट उलगडा मिनिटभरातच होईल.' वॉर्डनं गर्भित उत्तर दिलं. मग त्यानं आपल्या सहकाऱ्याकडे नजर टाकून मानेनंच इशारा दिला.

समितीचे लोक बसले होते, त्या जागेच्या मागे असलेल्या मार्गावरून तो सहकारी दिसेनासा झाला. काही सेकंदातच तो परत आला. आणि त्याचवेळी थॉर्नहिलला आयुष्यातला सगळ्यात मोठा धक्का बसला... डॅनी बुकॅनन दारातून आला आणि साक्षीदाराच्या टेबलाकडे गेला. त्यानं थॉर्नहिलकडे बघितलंही नाही... थॉर्नहिल खुर्च्यांमधल्या जागेत खिळल्यासारखा उभा, त्याची ब्रीफकेस त्याच्या पायांशी... एवढ्यात साक्षीदाराच्या टेबलापाशी बसलेली माणसं उठून श्रोत्यांमध्ये जाऊन बसली.

बुकॅनन साक्षीदाराच्या टेबलासमोर उभा राहिला, हात उंचावून त्यानं शपथ घेतली आणि तो बसला.

वॉर्डनं थॉर्नहिलकडे पाहिलं, तो अजून उभाच.

'मि. थॉर्नहिल, आपण बसलात तर बरं होईल म्हणजे कामकाज सुरू करता येईल.'

थॉर्नहिलची नजर बुकॅननवर खिळलेली. पुढच्या रांगेतल्या एका रिकाम्या खुर्चीच्या दिशेनं तो जाऊ लागला. थॉर्नहिलला जाता यावं म्हणून त्या रांगेच्या टोकाला बसलेला एक आडदांड माणूस बाजूला सरकला. बसल्यावर थॉर्नहिलनं त्याच्याकडे पाहिलं तर ली ॲडॅम्सच समोर...

'पुन्हा भेटल्यामुळे बरं वाटलं,' ली खुर्चीत स्थानापन्न होऊन समोर नजर टाकण्यापूर्वी म्हणाला.

वॉर्डनं सुरुवात केली. 'मि. बुकॅनन, आज आपण इथं का आला आहात. ते सांगितलंत तर बरं होईल.'

'सेंट्रल इंटलिजन्स एजन्सी' मधल्या एका धक्कादायक कटाचे पुरावे देण्यासाठी,' बुकॅनन शांत, आश्वासक सुरात म्हणाला. गेली बरीच वर्ष बऱ्याच समित्यांपुढे तो अशा जबान्या देत आलेला होता. तो आपल्या नित्य परिचयाच्या जागी होता आणि प्रश्न विचारणाराही त्याच्या जवळचा मित्रच. शेवटी आज त्याचा दिवस उजाडलेला होता.

'तर मग आपण सुरुवातीपासूनच सगळं सांगायला लागा.'

'जवळजवळ पंधरा महिन्यांपूर्वी 'सीआयए'चा एक उच्चपदस्थ अधिकारी मला भेटला. माझ्या कामामुळे हा माणूस माझ्या चांगल्या परिचयाचा होता. बऱ्याच सेनेटर्सशी माझे जवळून संबंध आहेत, ह्याची त्याला जाणीव होती. एका अतिशय खास अशा प्रकल्पाच्या बाबतीत त्याला माझं सहकार्य हवं होतं.'

'कसला प्रकल्प?' वॉर्डचा प्रश्न.

'काँग्रेस सदस्यांविरुद्ध त्यांना ब्लॅकमेल करता येईल असे पुरावे गोळा करण्याच्या कामात त्याला माझी मदत हवी होती.'

'ब्लॅकमेल? ते कसं?'

'गरीब देश आणि जागतिक मानवतावादी संघटनांना निधी मिळवून देण्यासाठी मी प्रयत्न करतो, हे त्याला माहिती होतं.'

'तुझ्या ह्या प्रयत्नांची मलाही कल्पना आहे,' वॉर्ड त्याच्या प्रयत्नांची कदर केल्याच्या सुरात म्हणाला.

'आपल्याला कल्पना आहेच, हे काम फार आव्हानात्मक आहे. ह्या मोहीमेसाठी माझा बराचसा पैसा मी वापरला आहे. ह्या माणसाला तेही माहिती होतं. त्याला वाटलं, मी निकरावर आलोय.'

'ही ब्लॅकमेलची योजना नेमकी कशा प्रकारे कार्यरत होणार होती?'

'परदेशांना मदतनिधी म्हणून द्यायचे डॉलर्स किंवा इतर मदत देणं ज्यांच्या हातात आहे, अशा काही काँग्रेस सदस्यांना आणि अधिकाऱ्यांना मी भेटायचं. त्यातही ज्यांना पैशाची गरज आहे. त्यांना भेटायचं. मी त्यांना सांगायचं की सत्तेवरून दूर झाल्यावर त्यांच्या कामाचं मानधन त्यांना मिळेल. त्यांना हे माहिती नव्हतं. अर्थातच पण 'सीआयए' ही निवृत्ती मानधन देणार. त्यांनी मदतीची तयारी दर्शवली तर मी 'सीआयए'नं दिलेली एक वायर बाळगायची आणि ह्या स्त्री-पुरुषांबरोबरची गैरव्यवहारांबाबतची संभाषणं टेप करायची. 'सीआयए'च्या माणसांकडून ह्या सगळ्या बेकायदेशीर कामांचा उपयोग त्या माणसांविरुद्ध करायचा.'

'ते कसं?'

'परदेशी मदतनिधीसाठी मी लाच देणार होतो असे बरेच लोक 'सीआयए'च्या कामकाजावर लक्ष ठेवण्यासाठी असलेल्या समित्यांवर काम करतात. उदा. ह्या समितीचेच दोन सदस्य सेनेटर जॉन्सन आणि मॅक्नामारा परदेश मदतनिधी समितीवरही काम करतात. 'सीआयए'च्या माणसानं त्याला ज्यांना लक्ष्य करायचं होतं अशा माणसांची एक यादी दिली. सेनेटर जॉन्सन आणि मॅक्नामारा त्या यादीत होते. त्यांना आणि इतरांना 'सीआयए'ला मदत करण्यासाठी त्यांनी त्यांच्या समितीवरच्या पदाचे अधिकार वापरावेत यासाठी त्यांना ब्लॅकमेल करायची योजना होती. 'सीआयए'ची बजेट वाढवायची, 'सीआयए'वरच्या जबाबदाऱ्या वाढवायच्या, त्यांच्यावरचं नियंत्रण आणि देखरेख कमी करायची अशा स्वरूपाची मदत त्याला अपेक्षित होती. त्याच्या बदल्यात, मला मोठी रक्कम मिळणार.'

बुकॅननं जॉन्सन आणि मॅक्नामाराकडे पाहिलं, त्यानं दहा वर्षांपूर्वी ह्या दोघांना नेमलेलं होतं. त्या दोघांनीही धक्का आणि संताप अशा नजरेनं त्याच्याकडे पाहिलं. गेला आठवडाभर बुकॅनन तो मानधन देत असलेल्या प्रत्येक व्यक्तीला भेटून काय घडतंय त्याबद्दल खुलासा केला होता. त्याचा मुद्दा स्पष्ट होता. तुम्हाला सुखरूप राहायचं असेल तर तो सांगत असलेल्या प्रत्येक शब्दाचा त्यांनी पाठपुरावा करायचा. त्यांच्यापाशी काय पर्याय होता? त्याही पुढे जाऊन त्यांनी बुकॅननच्या उद्दिष्टांना पाठींबा द्यायचा आणि त्याबद्दल त्यांना काहीही मिळणार नव्हतं.

त्यानं वॉर्डलाही विश्वासात घेतलं होतं. बुकॅननला वाटलं होतं त्यापेक्षाही त्यानं ह्या प्रकरणाकडे चांगल्या दृष्टीकोनातून पाहिलं होतं. म्हणजे त्यानं बुकॅननच्या कृतीबद्दल त्याला क्षमा केली नव्हती पण तरीसुद्धा आपल्या जुन्या मित्राला मदत करायचं त्यानं ठरवलं होतं. त्यानं विचार केला, ह्यापेक्षाही मोठे गुन्हे घडत असतात.

'हे सगळं सत्य आहे, मि. बुकॅनन?'

'यस्, सर.' बुकॅनन एखाद्या संताच्या थाटात म्हणाला.

थॉर्नहिल त्याच्या खुर्चीत मख्खपणे बसलेला. वधस्तंभाकडे एकट्यानंच जाणाऱ्या माणसासारखे भाव त्याच्या चेहऱ्यावर... कडवटपणा, विषाद, भय आणि अविश्वास असे संमिश्र. बुकॅननं उघडच नवा डाव रचला होता. राजकारण्यांनीही त्याची कहाणी उचलून धरलेली. जॉन्सन आणि मॅक्नामाराच्या चेहऱ्यावरूनही ते दिसत होते. आपला स्वतःचा सहभाग उघड केल्याशिवाय थॉर्नहिलला त्यांचे दावे खोडून काढणं कसं शक्य होतं? 'हे असं घडलेलंच नाही. बुकॅनन आधीच त्यांना लाच देत होता, मी फक्त त्याला पकडलं आणि

माझ्या स्वत:च्या योजनेसाठी त्याला वापरलं.' असंही एकदम उठून म्हणणं त्याला शक्य नव्हतं... बेडूक आणि विंचू... आता फक्त विंचू वाचणार होता...

'तू काय केलंस? वॉर्डनं बुकॅननला विचारलं.

'मी ताबडतोब त्या यादीवरच्या लोकांना भेटलो आणि काय घडलं, ते सांगितलं, सेनेटर्स जॉन्सन आणि मॅक्नामारासह. अध्यक्षमहाशय, त्या वेळी आम्ही तुम्हाला सांगू शकलो नाही, ह्याबद्दल क्षमस्व. आम्ही सगळ्यांनी मिळून एक योजना आखली. मी 'सीआयए'शी हातमिळवणी केल्याचा बहाणा करायचा आणि जी लक्ष्यं माणसं आहेत त्यांनी ह्या योजनेत सहभागी झाल्यासारखं दाखवायचं. मग 'सीआयए' ब्लॅकमेलची सामग्री गोळा करत असताना मी गुप्तपणे 'सीआयए'विरुद्ध पुरावे गोळा करायचे. आमची बाजू भक्कम आहे हे एकदा कळलं की आमचे पुरावे घेऊन आम्ही 'एफबीआय'कडे जायचं ठरवलं.'

वॉर्डनं त्याचा चष्मा काढला आणि तो डोळ्यासमोर हलवत राहिला. 'हे सगळं फारच धोकादायक आहे, मि. बुकॅनन. ह्या ब्लॅकमेलच्या योजनेला 'सीआयए'ची अधिकृत मान्यता असल्याची आपल्याला काही कल्पना आहे?'

'मग काय घडलं?'

'मी माझे पुरावे गोळा केले पण माझी सहकारी फेथ लॉकहार्ट हिला माझा संशय येऊ लागला, तिला ह्याची काही कल्पना नव्हती. तिला बहुधा वाटलं, मीसुद्धा ह्या ब्लॅकमेलच्या कारस्थानात सामील आहे. मी अर्थातच तिला विश्वासात घेऊ शकलो नाही. ती ही सगळी हकिकत घेऊन 'एफबीआय'कडे गेली. त्यांनी चौकशी सुरू केली. 'सीआयए'च्या माणसाला हे सगळं कळलं आणि त्यानं लॉकहार्टला मारण्याची व्यवस्था केली. सुदैवानं ती निसटली पण एक 'एफबीआय' एजंट ठार झाला.'

ह्यावर सगळ्या खोलीत एकच खळबळ उडाली. वॉर्डनं बुकॅननकडे रोखून पहात विचारलं. 'आपल्याला असं सांगायचंय का की 'एफबीआय' एजंटच्या हत्येला 'सीआयए'सारखी संघटना जबाबदार होती?'

बुकॅनननं संमतीदर्शक मान हलवली. 'होय, इतरही मृत्यूही घडलेले आहेत...' क्षणभर बुकॅनननं खाली पाहिलं, त्याचे ओठ थरथरत असलेले... 'फेथ लॉकहार्टसह. म्हणून तर मी आज इथं आलोय. मृत्यूकांड थांबवण्यासाठी.'

'मि. बुकॅनन, हा माणूस कोण आहे?' वॉर्डनं शक्य तेवढा ताठपणा आणि कुतूहल दाखवत विचारलं.

बुकॅनन वळला आणि त्यानं थेट रॉबर्ट थॉर्नहिलकडे इशारा केला.

थॉर्नहिल संतापानं हवेत मूठ उगारत खुर्चीतून उसळून उठला आणि ओरडला, 'हे साफ खोटे आहे, मोठं कुभांड आहे. हा सगळा प्रसंग म्हणजे एक कसरत

आहे, इतका तिरस्करणीय प्रकार मी माझ्या सरकारी कारकिर्दीतल्या एवढ्या वर्षांत कधीही पाहिलेला नाही. खोट्या बहाण्यानं तुम्ही मला इथं आणलंत आणि वर पुन्हा ह्या माणसाचे पोकळ, बिनबुडाचे निर्लज्जपणाचे आरोप. ते-ते काल रात्री माझ्याकडे आले होते. हा-हा बुकॅनन.' थॉर्नहिलनं रागानं लीच्या, दिशेनं बोटं केलं. 'ह्या माणसानं माझ्या कपाळावर पिस्तूल रोखलं होतं. हीच वेडगळ कथा ऐकवून त्यांनी मला धमकावलं. त्यांच्याकडे पुरावा असल्याचा ते मूर्खासारखा बहाणा करत होते पण मी त्यांचं ढोंग उघडकीला आणलं तेव्हा ते पळून गेले. त्यांना ताबडतोब अटक व्हायला हवी आणि आता आपली हरकत नसेल तर मला अन्य ठिकाणी इतर काही कायदेशीर उद्योग आहेत.'

थॉर्नहिलनं लीशेजारून जायचा प्रयत्न केला पण तिथल्या अधिकाऱ्यानं उभं राहून त्याला रोखलं.

थॉर्नहिलनं वॉर्डकडे पाहिलं. 'अध्यक्षमहाशय, आता ह्याक्षणी आपण काही हालचाल केली नाहीत तर माझ्या खाजगी फोनवरून मला पोलिसांना बोलवावं लागेल. संध्याकाळच्या बातम्यांमध्ये ही बातमी झळकली तर ते काही फार बरोबर होईलसं वाटत नाही.'

'मी जे सगळं बोललोय त्याचा पुरावा आहे माझ्याकडे,' बुकॅनननं सांगितलं.

ह्यावर थॉर्नहिल ओरडला, 'ती तू मला काल रात्री धमकावत होतास ती टेप? तुझ्यापाशी असेल तर दाखव. पण ह्यावर जे काही आहे ते उघडच बनावट आहे, खोटं आहे.'

बुकॅनननं टेबलावर आपल्यासमोर असलेली एक ब्रीफकेस उघडली. त्यातून ऑडिओ कॅसेट काढण्याऐवजी त्यानं एक व्हिडीओ कॅसेट बाहेर काढली आणि ती वॉर्डच्या एका सहकाऱ्याला दिली.

खोलीतला प्रत्येकजण बघत असलेला... वॉर्डच्या दुसऱ्या सहकाऱ्यानं एक चाकांवरचा टीव्ही तिथं आणला, त्याला एक व्हिसीआर जोडलेला होता... प्रत्येकाला पडदा दिसेल अशा खोलीच्या एका कोपऱ्यात... पडद्यावर चित्र झळकलं तेव्हा प्रत्येकजण श्वास रोखून पहात राहिला.

टीव्हीवर ली आणि बुकॅनन थॉर्नहिलच्या स्टडीतून बाहेर पडत असलेले... थॉर्नहिल त्याच्या टेबलापाशी... त्याचा हात फोनकडे जात असलेला... मग क्षणभर घुटमळतो... क्षणभरानं टेबलाच्या ड्रॉवरमधून वेगळा फोन काढतो... त्यावर तो चिंताग्रस्त होऊन बोलतो. त्याचं रात्रीचं सगळं संभाषण खोलीभर पसरत राहिलं... त्याची ब्लॅकमेलची योजना. एफबीआय एजंटचा मृत्यू, बुकॅनन आणि ली ॲडम्सला मारण्याचा त्यानं फर्मावलेला हुकूम... फोन खाली ठेवतानाची त्याच्या चेहऱ्यावरची विजयी मुद्रा... त्याच्या आत्ताच्या मुद्रेच्या अगदी टोकाची.

नंतर टीव्हीचा पडदा अंधारला तरी थॉर्नहिल टीव्हीकडे पहात राहिला. त्याचं तोंड किंचित वासलेलं, ओठ हलत राहिलेले पण शब्द फुटत नव्हते. महत्त्वाची कागदपत्रं असलेली त्याची ब्रीफकेस खाली पडलेली...

वॉर्डनं आपलं पेन मायक्रोफोनवर टकटकवलं, त्याचे डोळे थॉर्नहिलवर रोखलेले. वॉर्डच्या चेहऱ्यावर समाधान होतं पण त्यातली भीतीही लपू शकत नाही. टीव्हीवरचं सगळं बघितल्यामुळे वॉर्ड बेचैन झाला होता.

'मला वाटतं, हे दोघं तुमच्या घरात काल रात्री होते हे एकदा तुम्ही कबूल केल्यावर तरी ही पुरावा नकली असल्याचा दावा तुम्ही करणार नाही,' वॉर्ड म्हणाला.

डॅनी बुकॅनन शांतपणे टेबलापाशी बसलेला, त्याची नजर खाली झुकलेली. त्याचा चेहऱ्यावर एकदाचं ह्या परीक्षेतून बाहेर पडल्यामुळे सुटकेची भावना होती तरी त्यात विषादाची छटा होती. त्यालाही हे सगळं असह्य झालेलं होतं.

लीनं थॉर्नहिलकडे रोखून पाहिलं. आदल्या रात्री थॉर्नहिलच्या घरी त्यानं जे दुसरं काम केलं होतं, ते तुलनेनं साधंसं होतं. धुराचा इशारा देणारं एक उपकरण त्यानं थॉर्नहिलच्या अभ्यासिकेत बसवलेलं होतं. मात्र हे उपकरण त्याचबरोबर चित्रीकरण करणारंही होतं. थॉर्नहिलनं केन न्यूमनच्या घरावर नजर ठेवण्यासाठी जे उपकरण बसवलं होतं, तसंच तंत्रज्ञान असलेलं.

'खटल्याच्या वेळी साक्ष द्यायला मी उपलब्ध असेन', डॅनी बुकॅनन म्हणाला आणि उठून खुर्च्यांमधल्या वाटेनं जायला लागला.

ली थॉर्नहिलच्या खांद्यावर हात ठेवून अदबीनं म्हणाला, 'एक्स्क्यूज मी.' थॉर्नहिलनं लीचा दंड पकडला.

'तू हे केलंस कसं?' थॉर्नहिलनं विचारलं.

ली हळूच थॉर्नहिलच्या पकडीतून बाजूला झाला आणि बुकॅननबरोबर जाऊ लागला. दोघेही शांतपणे बाहेर पडले.

❖

५२

ह्या घटनेनंतर एक महिन्यानं थॉर्नहिल कोर्टातून बाहेर पडत होता. त्याच्या वकिलांच्या गराड्यातून मोकळा होत. थॉर्नहिल आता चिंतातुर पण सावध. एक गाडी त्याच्यासाठी थांबलेली होती. तो आत बसला. चार महिने गजांआड काढल्यावर त्याची जामीनावर सुटका झाली होती. आता त्याच्या दृष्टीनं कामाला जुंपवून घ्यायची वेळ आलेली होती. वेळ येऊन ठेपली होती, सूड घ्यायची.

'त्या सगळ्यांशी संपर्क साधलाय?' थॉर्नहिलनं ड्रायव्हरला विचारलं.

त्या माणसानं मानेनंच होकार दिला. 'सगळेजण आधीच जमलेयत. तुमचीच वाट बघतायत.'

'बुकॅनन आणि अॅडॅम्स? काय परिस्थिती आहे?'

'बुकॅननला साक्षीदार म्हणून खास संरक्षण आहे पण आमचं लक्ष आहे. अॅडॅम्स तूर्त मोकळा आहे.'

'लॉकहार्ट?'

'मेलीय.'

'खात्री आहे तुझी?'

'आम्ही अगदी तिचा मृतदेह खणून बाहेर काढलेला नसला तरी नॉर्थ कॅरोलिनातल्या हॉस्पिटलमध्ये ती तिला झालेल्या जखमांमुळे मृत्युमुखी पडली असंच सकृद्दर्शनी दिसतं.'

एक उसासा टाकून थॉर्नहिल मागे टेकून बसत म्हणाला, 'बरं झालं.'

थोड्याच वेळात कार एका सामायिक गॅरेजमध्ये शिरली. ती गाडी सोडून थॉर्नहिल एका व्हॅनमध्ये शिरला, ती त्याच्यासाठी आधीच थांबलेली होती, व्हॅन आता विरुद्ध दिशेनं निघाली. 'एफबीआय'चा ससेमिरा टाळण्यासाठी हा सगळा खटाटोप होता.

पाऊणएक तासातच तो एका छोट्या, निर्मनुष्य इमारतीत आला. लिफ्टमध्ये

बसून तो जमिनीखाली शेकडो फूट खाली असलेल्या जागेच्या दिशेनं जाऊ लागला. जसजशी लिफ्ट खाली जात गेली तसतसं थॉर्नहिलला बरं वाटू लागलं. ही जाणीव त्याला फार मजेशीर वाटायची.

लिफ्टची दारं बाजूला होताच तो उसळल्यासारखा लिफ्टमधून बाहेर आला. त्याचे सगळे सहकारी त्या भूमीगत जागेत जमलेले. टेबलाच्या अग्रभागी त्याची खुर्ची रिकामी. अगदी उजवीकडे त्याचा विश्वासू सहकारी फिल विन्स्लो बसलेला. त्याच्याकडे बघून थॉर्नहिलचं कृतज्ञ स्मित.

खुर्चीत स्थानापन्न होऊन त्यानं चौफेर नजर टाकली.

'जामीनावर सुटल्याबद्दल अभिनंदन, बॉब.' विन्स्लो म्हणाला.

'पण चार आठवड्यांनी.' थॉर्नहिल कडवटपणे म्हणाला. 'मला वाटतं, 'सीआयए'ला मिळणाऱ्या कायदेशीर सल्ल्याची बाजू सुधारायला पाहिजे.'

'खरं, तर त्या व्हिडिओनं फार नुकसान झालं.' ॲरॉन रॉइस नामक थॉर्नहिलचा आणखी एक सहकारी म्हणाला. इथं झालेल्या आधीच्या मिटींगलाही तो होता. 'मुळात तुला जामीन मिळाला, ह्याचंच मला आश्चर्य वाटतं. त्यातही 'सीआयए'नं वकील देणं म्हणजे तर आणखीनच आश्चर्याची बाब.'

'अर्थातच हानी झालेली आहे,' थॉर्नहिल तिरस्कारानं म्हणाला. 'आणि 'एजन्सीनं' वकील दिला तो माझ्या निष्ठेमुळे. दुर्दैवानं त्याचा अर्थ एकच– मला आता बेपत्ता व्हावं लागणार आहे.' थॉर्नहिल क्षणभर दुखावलेला दिसला. त्याची कारकीर्द अचानक संपुष्टात आलेली आणि ती ही त्यानं मनात जे योजलं होतं, त्याच्या अगदी विरुद्ध. पण शेवटी पुन्हा पूर्ववत निश्चल होत त्यानं विजयी मुद्रेनं खोलीत चौफेर नजर टाकली. थॉर्नहिल म्हणाला, 'पण आता मी ही लढाई एका अंतरावरून लढेन आणि आपण ही लढाई जिंकूच. बुकॅनन भूमीगत झालेला असला तरी ॲडम्स अजून बाहेर आहे असं मला समजलंय. आता आपण कमी प्रतिकार होईल अशा मार्गानं जाऊ. आधी ॲडम्स आणि मग बुकॅनन. पोलिस खात्यात आपली माणसं आहेत. डॅनी बुकॅननला आपण अदृश्य करू. पुढचं म्हणजे फेथ लॉकहार्ट मेलीय ह्याची मला अगदी पक्की खात्री करून घ्यायचीय.' त्यानं विन्स्लोकडे पाहून विचारलं, 'माझी प्रवासाची कागदपत्रं तयार आहेत फिल?'

'खरं तर नाहीत, बॉब,' विन्स्लो सावकाश म्हणाला.

रॉयस थॉर्नहिलकडे रोखून पहात म्हणाला, 'ही मोहीम आपल्याला महागात पडलीय. तिघंजण मेलेयत. तुझ्यावर कारवाई झाली. 'सीआयए'मध्ये उलथापालथ झाली. 'एफबीआय' आता आपल्यामागे हात धुवून लागलीय. पूर्णतः विध्वंसक. एखादा चेक परत आल्यासारखं.'

थॉर्नहिलच्या लक्षात आलं, विन्स्लोसकट खोलीतल्या प्रत्येकाच्या चेहऱ्यावर तटस्थ भाव होते.

'आपण ह्या आपत्तीतून बाहेर पडू, मात करू, त्याबाबत कसलाही गैरसमज करून घेऊ नका,' थॉर्नहिल सगळ्यांना प्रोत्साहन दिल्याच्या सुरात म्हणाला.

'आपण ह्या आपत्तीवर मात करू ह्याची मला पूर्ण खात्री आहे.' रॉयस ठासून म्हणाला.

रॉयस थॉर्नहिलला डाचायला नक्कीच सुरुवात झाली होती. तो अशा पद्धतीनं त्याची स्वतंत्र वृत्ती, ताठ बाणा दाखवायला लागला होता की त्याला लवकरच दडपणं आवश्यक होतं. पण तूर्त थॉर्नहिलनं तिकडे दुर्लक्ष करायचं ठरवलं. 'ह्या 'एफबीआय'नंही डोकेदुखी दिलीय. माझ्या घरात कॅमेरा लावला, ह्या देशाची घटना त्यांना जशी लागूच होत नाही.'

'त्या रात्री तू माझ्या नावाच्या उल्लेख केला नाहीस हे नशीबच,' विन्स्लो म्हणाला.

थॉर्नहिलनं त्याच्याकडे पुन्हा पाहिलं, आपल्या मित्राच्या बोलण्यातला विचित्र सूर त्याला धक्का देऊन गेला होता. 'आता माझ्या कागदपत्रांबद्दल... देश सोडून जायची मला लवकरात लवकर तयारी करायला हवी.'

'त्याची काही आवश्यकता नसेल, बॉब,' रॉयस म्हणाला. 'स्पष्ट सांगायचं तर तू हा सगळा गोंधळ घालेपर्यंत कामाच्या दृष्टीनं 'एफबीआय'शी आपले चांगले संबंध होते. आताच्या काळात सहकार्य हाच मूलमंत्र असतो. संघर्षानं काहीच साधत नाही. तू आमचे डायनोसोर केलेस आणि तुझ्याबरोबर आम्हालाही गाळात घालतोयस.'

थॉर्नहिलनं एकदा त्याच्याकडे वैतागलेल्या मुद्रेनं पाहिलं आणि विन्स्लोकडे बघून तो म्हणाला, 'फिल, माझ्यापाशी ह्या गोष्टींसाठी वेळ नाहीये. तू त्याच्याशी बोल काय ते.'

विन्स्लो अस्वस्थपणे खाकरला. 'मला वाटतं, त्याचं बरोबर आहे, बॉब.'

थॉर्नहिल क्षणभर थिजला आणि मग टेबलाभोवती सगळ्यांकडे नजर टाकून त्यानं विन्स्लोकडे पाहिलं. 'फिल, मला कागदपत्रं वगैरे सगळं हवंय आणि तेही ताबडतोब.'

विन्स्लोनं रॉयसकडे बघून किंचित डोकं हलवलं.

ॲरॉन रॉयस उठून उभा राहिला. त्याच्या चेहऱ्यावर ना स्मित होतं ना विजयाचा भाव. अगदी त्याला शिकवलं होतं तसंच.

तो म्हणाला, 'बॉब, आपल्या योजनेत एक बदल आहे, इथून पुढे ह्या प्रकरणात आम्हाला तुझ्या मदतीची गरज नाही.'

थॉर्नहिलच्या चेहऱ्यावर क्रुद्ध भाव. 'काय बोलतोयस काय तू हे? ही मोहीम मी राबवतोय आणि बुकॅनन-ॲडॅम्सला मला संपवायचंय ताबडतोब.'

'इथून पुढे मारणं-बिरणं बंद,' विन्स्लो प्रक्षुब्ध पट्टीत म्हणाला. 'ह्यापुढे निरपराध माणसं मारणं बंद. सॉरी, बॉब.'

थॉर्नहिलची नजर त्याच्यावर खिळलेली. एका सत्याचे पहिले हादरे त्याला हादरवत असलेले... आयुष्यभराचा त्याचा मित्र फिल त्याच्यावर उलटला होता.

'फिल?' थॉर्नहिलचा सावध सूर.

विन्स्लोच्या इशाऱ्याबरोबर टेबलाभोवती बसलेली इतर माणसंही उठली. ते लिफ्टच्या दिशेनं निघाली.

'फिल?' थॉर्नहिल पुन्हा म्हणाला, त्याच्या घशाला कोरड पडलेली.

ते सगळे लिफ्टपाशी पोचल्यावर विन्स्लो मागे वळून म्हणाला, 'हे प्रकरण आणखी ताणणं आपल्याला परवडणार नाही. आम्ही हे सगळं खटल्यापर्यंत जाऊ देणार नाही. आणि आम्ही तुलाही निसटू देणार नाही. ते तुझ्या मागे राहणं कधीच थांबणार नाहीत. बॉब, हे सगळं थांबवणं आवश्यक आहे.'

थॉर्नहिल खुर्चीतून अर्धाच उठला. 'तर मग आपण माझ्या मृत्यूचा बनाव रचू शकतो. माझी आत्महत्या!'

'सॉरी, बॉब. आम्ही हे प्रकरण पूर्णपणे आणि प्रामाणिकपणे गुंडाळतोय.'

'फिल!' थॉर्नहिल ओरडला. 'प्लीज!'

सगळेजण लिफ्टमध्ये गेल्यावर विन्स्लोनं आपल्या मित्राकडे शेवटची नजर टाकली. 'काही वेळा बलिदान आवश्यक असतं, बॉब. कोणाहीपेक्षा ते तुला जास्त माहिताय. देशाच्या भल्यासाठी!'

लिफ्टची दारं बंद झाली.

५३

हॉस्पिटलच्या कॉरिडॉरमधून जाताना लीनं फुलांची करंडी काळजीपूर्वक हातात धरलेली होती. एकदा तिच्या अंगात पुन्हा जोम आल्यावर फेथला 'व्हर्जिनिया'मधल्या 'रिचमंड' बाहेर असलेल्या हॉस्पिटलमध्ये हलवलेलं होतं. तिथं तिचं एक दुसरंच नाव नोंदवण्यात आलं होतं आणि एक सशस्त्र पहारेकरी सतत तिच्या खोलीबाहेर नेमलेला होता. हे हॉस्पिटल तिचा ठावठिकाणा पूर्णपणे गुप्त ठेवण्याच्या दृष्टीनं वॉशिंग्टनपासून दूर होतं तरीही तिच्यावर ब्रुक रेनॉल्डस्‌ला लक्ष ठेवता येईल एवढं आटोक्यातलंही होतं.

रेनॉल्डस्‌ला फेथनं कितीही कळवळून विनवलेलं असलं तरी लीला पहिल्यांदाच तिला भेटायची परवानगी मिळाली होती. आता निदान ती धोक्यातून बाहेर पडली होती. ती दिवसेंदिवस सुधारत असल्याचंही त्याला कळलं होतं.

म्हणून तो तिच्या खोलीपाशी पोचला तेव्हा त्याला आश्चर्य वाटलं कारण बाहेर पहारेकरी नव्हता. दारावर टकटक करून तो थांबला आणि मग त्यानं दार उघडलं. खोली रिकामी, बेड मोकळा. गोंधळून त्यानं खोलीत इकडेतिकडे पाहिलं आणि धावतच बाहेर आला. तिथं एका नर्सशी त्याची जवळजवळ टक्करच झाली. त्यानं त्या नर्सचा दंड पकडून विचारलं.

'२१२ नंबरमधली पेशंट? कुठे आहे ती?' त्या नर्सनं एकदा त्या रिकाम्या खोलीकडे आणि एकदा त्याच्याकडे पाहिलं, तिच्या चेहऱ्यावर दुःखाची छटा. 'तू तिचा नातेवाईक आहेस?'

'हो.'

त्याच्या हातातल्या फुलांकडे पाहिल्यावर तर तिच्या चेहऱ्यावरचे दुःखाचे भाव आणखीनच गडद झाले. 'तुला कोणी फोन केला नाही?'

'फोन? कशाबद्दल?'

'काल रात्री ती वारली.'

लीचा चेहरा एकदम मलूल, 'वारली.' तो पुटपुटल्यासारखं बोलला, 'पण तिच्यावरचा धोका टळला होता, ती पुन्हा सावरत होती, वारली? काय बोलतीयस काय?'

'प्लीज, सर, इथं बरेच पेशंटस् आहेत,' त्याच्या दंडाला पकडून तिनं त्याला खोलीपासून बाजूला वळवलं, 'मला नेमके तपशील माहिती नाहीत, मी ड्यूटीवर नव्हते. तुझ्या प्रश्नांची उत्तरं देऊ शकेल अशा व्यक्तीचं नाव मी तुम्हाला सुचवू शकते.'

लीनं आपला दंड सोडवून घेतला. 'हे पहा, ती मरणं शक्य नाही, ती फक्त एक रचलेली कहाणी होती. तिला वाचवण्यासाठी.'

'काय?' ती नर्स गोंधळलेली.

'इथून पुढचं मी बघते,' मागून एक आवाज आला.

दोघांनीही वळून पाहिलं तर तिथं ब्रुक रेनॉल्डस् उभी होती. तिनं नर्सला आपला बॅज् दाखवला. रेनॉल्डस् पुन्हा म्हणाली, 'इथून पुढचं मी बघते,' ती नर्स मानेनंच होकार देऊन झटकन तिथून निघून गेली.

'हे काय चाललंय काय?' लीचा प्रश्न.

'कुठेतरी शांत जागी बसून बोलू.'

'फेथ कुठे आहे?'

'ली, इथं बोलायचं नाही, तुला सगळं बिघडवायचंय का?' तिनं त्याचा दंड पकडला पण तो हलायला तयार नव्हता आणि आपण त्याला ओढून नेऊ शकणार नाही, हे ती ओळखून होती.

'मी तुझ्याबरोबर का येऊ?'

'कारण मी तुला सत्य काय आहे ते सांगणार आहे.'

रेनॉल्डस्च्या गाडीत बसून ते निघाले.

'तू आज येणार हे मला माहिती होतं आणि तुझ्याआधी हॉस्पिटलमध्ये येऊन थांबायचं मी म्हणत होते पण मला जमलं नाही. सॉरी, तुला नर्सकडून ते सगळं कळलं पण माझा हेतू तसा नव्हता.' रेनॉल्डस्नं त्यानं हातात घट्ट धरून ठेवलेल्या फुलांकडे पाहिलं आणि तिला भरून आलं. आत्ता त्याक्षणी ती 'एफबीआय'ची एजंट नव्हती तर एक सहृदय व्यक्ती होती... हृदय विदीर्ण झालेल्या दुसऱ्या एका व्यक्तीच्या शेजारी बसून त्याच्या दुखऱ्या काळजावर फुंकर मारणारी...

त्यात ती जे सांगणार होती त्यामुळे त्याचं दुःख वाढणारच होतं.

'फेथला साक्षीदार म्हणून विशेष संरक्षण देण्यात आलंय. बुकॅननलाही.'

'काय? बुकॅननचं मी समजू शकतो पण फेथ कशाचीच साक्षीदार नाहीये.' लीनं भावना मोकळ्या केल्या त्या संतापूनच. सगळंच चुकीचं चाललं होतं त्याच्या दृष्टीनं.

'पण तिला संरक्षणाची गरज आहे. काही लोकांना ती जिवंत आहे हे कळलं तर काय होईल ह्याची तुला कल्पना आहे.'

'हा खटला आहे कधी?'

'खरं तर खटला उभा राहणारच नाहीये.'

त्याची नजर तिच्यावर खिळलेली. 'त्या साल्या थॉर्नहिलनं काही आणखी काही मिटवामिटवी तर केलेली नाही.'

'नाही, त्यानं काहीही केलेलं नाही.'

'मग खटला का नाही?'

'खटल्याला एक प्रतिवादी लागतो.' रेनॉल्डस्‌नं आपली बोटं स्टीअरींग व्हीलवर आपटली आणि आपला गॉगल डोळ्यांवर चढवला.

'मी खरं काय ते ऐकण्याच्या प्रतीक्षेत आहे. का काही खुलासा मागण्याची माझी योग्यता नाही.'

उसासा टाकत रेनॉल्डस् एकदम ताठ बसली नी म्हणाली, 'थॉर्नहिल मेलाय. तो शहराबाहेर त्याच्या गाडीत सापडला... डोक्यात पिस्तुलाची गोळी झाडून घेतलेल्या अवस्थेत... आत्महत्या.'

ली थक्क होऊन शांत बसला. मिनिटभरानं तो कसंतरी पुटपुटला, 'भित्र्याची सुटका करून घ्यायची पळवाट.'

'खरं तर सगळ्यांनाच सुटल्यासारखं वाटतंय, अगदी 'सीआयए'च्या लोकांनासुद्धा. त्यांना चांगलाच हादरा बसलाय. मला वाटतं, देशाच्या भल्यासाठी एक लांबणारा अडचणीतून आणणारा खटला न झालेलाच चांगलं.'

'बरोबर, निव्वळ घाण उपसणं, दुसरं काय,' ली कडवटपणे म्हणाला. 'ह्या देशाचं कल्याण असो,' नुकत्याच मागे पडलेल्या एका पोस्ट ऑफिससमोर फडकणाऱ्या राष्ट्रध्वजाला लटका सलाम ठोकत लीनं आपलं मन मोकळं केलं. 'मग आत्ता थॉर्नहिलचा अडसर दूर झालाय, तर फेथला साक्षीदाराचं संरक्षण कशासाठी?'

'त्याचं उत्तर तुला माहिताय. थॉर्नहिल मरताना ह्या प्रकरणात गुंतलेल्या सगळ्यांचीच निशाणी आपल्याबरोबर थडग्यात घेऊन गेला. पण अजूनही ते लोक बाहेर आहेत, आम्हाला माहिताय. तू जुळवून आणलेली ती व्हिडिओ टेप आठवतीय? थॉर्नहिल फोनवरून कोणाशी तरी बोलत होता आणि तो कोणीतरी

अजूनही आहे. 'सीआयए'तून त्या लोकांना हाकलून देण्यासाठी अंतर्गत चौकशी चाललीय, पण मी अजूनही सुटकेचा श्वास टाकायला तयार नाही आणि हे लोक फेथ आणि बुकॅननला मारण्यासाठी काय वाटेल ते करतील. बाकी काही नाही तर फक्त सूड म्हणून.' तिनं त्याच्या दंडाला स्पर्श केला, 'आणि तुलासुद्धा, ली.'

तिचं मन जाणून घेत त्यानं तिच्याकडे पाहिलं. 'नाही, साक्षीदाराच्या कक्षात मी राहणार नाही. नवं नाव मला मानवणार नाही. माझं खरं नाव आठवता आठवताच मला आधीच बरेच प्रयास पडतात. थॉर्नहिलच्या चमच्यांचीही मी वाट पाहीन. निदान मरायच्या आधी मला जगण्याचा आनंद तरी घेता येईल.'

'ली, ही गंमत नाही, विनोद नाही. तू भूमिगत झाला नाहीस तर तुझ्या जिवाला फार धोका असेल आणि आम्ही काही दिवसाचे चोवीस तास तुझ्या मागे राहू शकणार नाही.'

'नाही राहू शकणार? 'एफबीआय'साठी मी एवढं केल्यानंतर? म्हणजेच मला 'एफबीआय'चा माणूस म्हणून मान्यता आणि फुकट टी-शर्टही मिळणार नाही?'

'तुझी एवढी मल्लीनाथी कशासाठी चाललीय ह्यावरून?'

'ब्रुक, मला आता एवढं काही वाटत नाही. तू फार स्मार्ट आहेस, तुझ्या लक्षात आलं नाही कधी?'

पुढचे दोन मैल दोघे एक शब्दही बोलले नाहीत.

'माझ्या हातात सगळं असतं तर तुला हवं ते मिळालं असतं, अगदी दासदासी असलेल्या तुझ्या मनातल्या बेटासकट, पण ती गोष्ट माझ्या हातातली नाही.' रेनॉल्डस् शेवटी म्हणाली.

त्यानं खांदे उडवले, 'मी अशी बाजी खेळत राहीन. त्यांना माझ्या मागावर रहायचं असेल तर राहू देत. त्यांना वाटतं त्यापेक्षाही मी आडदांड आहे असं त्यांच्या लक्षात येईल.'

'तुझं मन वळवता येणार नाही मला?'

त्यानं फुलं वर धरली. 'फेथ कुठे आहे, ते तुला सांगता येईल मला.'

'मला तेवढं करता येणार नाही. तुला माहिताय ते.'

'छे:, तुला येईल सांगता, फक्त त्याचा उच्चार करावा लागेल तुला.'

'ली... प्लीज'

त्यानं आपली भलीमोठी मूठ डॅशबोर्डवर आपटली. त्याला तडे जावे एवढ्या जोरानं. 'ब्रुक, तुझ्या लक्षात येत नाही. मला फेथला भेटायला हवं. भेटलंच पाहिजे.'

'ली, तुझी चूक होत्येय. माझ्या सगळं लक्षात येतंय आणि म्हणून तर मला हे सगळं एवढं कठीण जातंय. पण मी तुला जर सांगितलं आणि तू तिच्याकडे

गेलास तर त्यामुळे ती धोक्यात येईल आणि तूही येशील. तुला ते माहिताय. त्यामुळे सगळ्या नियमांचं उल्लंघन होईल आणि मी ते करणार नाही. सॉरी. ह्या सगळ्या प्रकरणाबद्दल मला किती वाटतं, ह्याची तुला कल्पना नाही.'

लीनं डोकं सीटवर मागे टेकवलं तसं काही मिनिटं दोघे शांत राहिले, रेनॉल्डस् निरुद्देशपणे गाडी चालवत राहिली.

'ती कशी आहे?' शेवटी त्यानं शांतपणे विचारलं.

'मी तुझ्याशी खोटं बोलणार नाही. त्या पिस्तुलाच्या गोळीनं बरीच इजा झाली. ती आता सुधारत्येय पण सावकाश. नंतरही तिला दोन-चारदा उपचारांदरम्यान सुद्धा धोका होता पण तो टळला.'

लीचा हात त्याच्या चेहऱ्यावर, तो हळूहळू डोकं नकारार्थी हलवत असलेला...

'तुला सांगायला हरकत नसेल, बरं वाटणार असेल तर सांगते. तुझ्यासारखीच तीही ह्या व्यवस्थेवर नाराज होती.'

ली म्हणाला, 'वा, सगळं कसं छान आहे! अगदी ह्या जगाचा राजा असल्यासारखं वाटतंय! तू खरंच मला भेटू देणार नाहीयेस तिला?'

'नाही, मी भेटू देणार नाहीये.'

'तर मग मला कोपऱ्यावर सोडलंस तरी चालेल.'

'पण तुझी गाडी मागे हॉस्पिटलमध्ये आहे.'

तिनं गाडी थांबवण्यापूर्वीच गाडीचं दार उघडत तो म्हणाला, 'मी चालत जाईन.'

'इतके मैल!' रेनॉल्डस् म्हणाली, तिच्या आवाजात ताण. 'आणि बाहेर थंडीही आहे. ली, मी सोडते तुला, चल आपण कॉफी घेऊ. आणखी गप्पा मारू.'

'मला मोकळ्या हवेची गरज आहे. आणि त्यात बोलण्यासारखं काय आहे? माझं सगळं बोलून झालंय. एखादवेळी मी पुन्हा बोलणारही नाही.' बाहेर पडून तो आत डोकावत म्हणाला, 'तुला माझ्यासाठी एक करता येईल,'

'सांगून बघ फक्त.'

त्यानं आपल्या हातातली फुलं तिच्याकडे दिली. 'फेथला ही फुलं मिळतील अशी व्यवस्था करशील? मला फार बरं वाटेल.' गाडीचं दार बंद करून ली चालू लागला.

रेनॉल्डस्ची फुलांवरची पकड घट्ट... डोकं खाली झुकवून, खिशात हात घालून तो जाताना रेनॉल्डस् बघत राहिली... त्याचे खांदे थरथरत असलेले... मग ब्रुक रेनॉल्डस् सीटवर मागे टेकून बसती झाली... तिच्या चेहऱ्यावरून अश्रू ओघळत होते.

❖

५४

त्यानंतर नऊ महिने उलटलेले... ली सध्या एका माणसाच्या शहराबाहेरच्या घरावर नजर ठेवून असलेला... हा माणूस लवकरच घटस्फोटाच्या कडवट उपचारांच्या चक्रात अडकणार होता... त्याच्याकडून बऱ्याचदा फसवणूक झालेल्या बायकोमुळे. ह्या संशयी बायकोनं लीला आपल्या नवऱ्याची सगळी लफडी-कुलंगडी गोळा करायला सांगितलं होतं आणि लीला ते करायला फार वेळ लागला नव्हता. ह्याचं कारण म्हणजे बऱ्याच देखण्या तरुण पोरी त्या घरात बागडून जात होत्या. त्यामुळेच त्या बाईला आपल्या नवऱ्याकडून चांगली भरघोस आर्थिक व्यवस्था होईल असा घटस्फोट घ्यायचा होता. कुठल्याशा इंटरनेट कंपनीत त्या माणसाचे प्रचंड शेअर्स होते. त्या बाईचे पैसे असे मिळवून देण्यासाठी मदत करताना लीला आनंद वाटायचा.

लीनं कॅमेरा बाहेर काढून आणखी काही फोटो काढले. उंच, पिंगट केसाची, मिनी स्कर्टमधली तरुणी त्या लफडेबाज माणसाच्या घराकडे आलेली होती. त्या माणसाचा फोटो त्याच्या बायकोच्या वकिलाला पुरावा क्र. एक म्हणून आवडेल असाच होता. उघडी छाती, दारात त्या तरुणीसाठी थांबलेला... हातात बीअरचा कॅन, ओघळलेल्या चेहऱ्यावर अजागळ, वैषयिक हसू... अलीकडे घटस्फोटाच्या कायद्यातल्या बदलांमुळे खाजगी गुप्तहेरांच्या लफडी-कुलंगडी गोळा करण्याच्या व्यवसायाला चांगलाच फटका बसला होता तरीसुद्धा विवाह मोडल्यानंतर पती-पत्नींमध्ये आर्थिक मुद्यांवरून जे रण पेटायचं, त्यात खाजगी गुप्तहेरांची चांगलीच चलती असायची.

त्या तरुणीचं वय जेमतेम वीस असेल... म्हणजे त्याच्या मुलीच्या-रेनीच्याच वयाची- आणि तो चंगीभंगी माणूस होता पन्नाशीचा... त्याच्याकडे प्रचंड शेअर्स होते. तेच बायकांना त्याच्याबद्दल वाटणाऱ्या आकर्षणाचं कारण असणार... काही बायकांचे ठोकताळे काही सांगता येत नाहीत. त्यानं कॅमेरा बाजूला घेतला.

हा ऑगस्टचा महिना होता, म्हणजेच वॉशिंग्टनमधले बहुतेक लोक बाहेर

असणार... अपवाद फक्त लफडेबाज नवरे, त्यांची प्रेमपात्रं आणि त्यांच्यावर नजर ठेवणाऱ्या गुप्तहेरांचं... वातावरण तापलेलं, अस्वस्थ ठेवणारं... लीनं आपल्या गाडीची काच खाली घेतलेली. एखादी तरी झुळूक येईल अशा अपेक्षेनं...

त्यानं घड्याळात नजर टाकली... मध्यरात्र व्हायला आलेली... ह्या परिसरातल्या बहुतेक अपार्टमेंटस् आणि घरांमधले दिवे कधीच विझलेले... तो स्वत: आता निघण्याच्या विचारात होता. गेल्या काही दिवसांमध्ये त्याच्या हातात बरेच पुरावे आले होते. त्यात त्या घराच्या बाहेरच्या टबमधल्या रात्री उशिरानं चाललेल्या जलक्रीडेचे अडचणीत आणणारे फोटोही होते... घटस्फोटाच्या मामल्यात त्याला पाऊणएक हिस्सा पैशावर पाणी सोडावं लागेल असा... ह्या फोटोत त्या लफडेबाज माणसाबरोबर दोन कोवळ्या तरुणी होत्या. त्या माणसाबरोबर फेसाळ पाण्यात खिदळणाऱ्या...

त्याचं स्वत:चं आयुष्य मात्र एकसुरी झालेलं होतं. लवकर उठायचा, खच्चून व्यायाम करायचा. मग रात्री जेवणाच्या वेळेपर्यंत सपाटून काम आणि नंतर घराजवळच्या मॅकडोनाल्डच्या रात्री उशिरापर्यंत उघड्या राहणाऱ्या सेंटरवर जेवण... पुन्हा घरी... तळमळत एकाकी अवस्थेत झोपण्याचा प्रयत्न...

अर्थात ह्या नीरस दैनंदिनीला काही रूपेरी बाजूही होत्या. लीला जास्तीत जास्त काम मिळवून देणं हे ब्रुक रेनॉल्डस्चं ध्येयच झालं होतं. कामही दर्जेदार, चांगला पैसा मिळवून देईल असं. रेनॉल्डस्च्या काही 'एफबीआय' सोडलेल्या आणि आता औद्योगिक सुरक्षा क्षेत्रात असलेल्या मित्रांनी त्याला पूर्णवेळ नोकरीही देऊ केली होती, तीसुद्धा शेअरच्या लाभासह. पण लीनं हे प्रस्ताव नाकारले होते. त्यानं रेनॉल्डस्ला सांगितलं होतं— मी भावना समजू शकतो, पण मला एकट्यानंच काम करायला आवडतं. ली काही उच्चभ्रू मनोवृत्ती असलेला माणूस नव्हता. उच्चभ्रू राहणीमानही त्याला पसंत नव्हतं.

मुलीला– रेनीला– आता तो खूप भेटत राहिला होता आणि दोघांमधलं नातं आता दृढ होऊ लागलं होतं. हे सगळं प्रकरण घडून गेल्यानंतर महिनाभर ली डोळ्यात तेल घालून तिच्या आसपास राहिला होता. थॉर्नहिलच्या आत्महत्येनंतर सुद्धा त्यानं तिला सावध रहायला सांगितलं होतं.

तो स्वत:लाच बजावत रहायचा, आपलं एकूण आयुष्य चांगलं आहे. उत्तम व्यवसाय, उत्तम तब्येत आणि मुलीशी गट्टी. वाईट काय होतं? शिवाय देशसेवा वगैरे. तरीसुद्धा त्याला आश्चर्य वाटायचं— आपण तरीसुद्धा एवढे अस्वस्थ, दु:खी का? खरं तर कारण त्याला माहिती होतं पण त्याबाबत तो काही करू शकत नव्हता.

अचानक एका गाडीच्या हेडलाईटचा उजेड त्याच्या गाडीच्या बाजूच्या आरशात चमकून गेला. त्याची नजर लगेच वळली ते त्याच्या मागे येऊन ठेपलेल्या गाडीकडे. इतके तास ली इथं गाडी पार्क करून काय करतोय, ह्याची चौकशी करायला आलेला

तो कोणी पोलिस नव्हता. भुवया उंचावत त्यानं त्या लफडेबाज माणसाच्या घराकडे नजर टाकली. लीला वाटलं, त्यानं कोणी आपल्याला धडा शिकवण्यासाठी तर पाठवलेलं नाही? तशीही एक शक्यता होती. त्याच्या शेजारच्या सीटवर त्यानं एक लोखंडी बार ठेवलेला होता... पहारीसारखा. मारामारी झाली असती तर तेवढाच त्याच्या नैराश्याला उतारा पडला असता... रात्रभर उत्साह टिकून राहिला असता.

प्रत्यक्षात त्या गाडीतल्या मागच्या सीटवरून एक व्यक्ती उतरली आणि त्याच्या दिशेनं आली... ती व्यक्ती लहान चणीची, नाजूक अंगयष्टीची... अंगावर हूड असलेला घोट्यापर्यंत येणारा कोट... आताच्या उष्ण हवामानाला न साजेसा... शेजारी ठेवलेल्या बारवरची त्याची पकड घट्ट झाली. ती व्यक्ती त्याच्या बाजूच्या दारापाशी आली मात्र त्यानं गाडीचं दार लॉक केलं. पुढच्याच क्षणी गाडीत त्याचा श्वास कोंडलेला...

त्याच्याकडे पाहणारा तो निस्तेज, कृशसा चेहरा फेथ लॉकहार्टचा होता. त्यानं दार उघडल्यावर ती गाडीत येऊन बसली.

त्यानं तिच्याकडे पाहिलं आणि अगदी अस्फुटपणे, कसंबसं विचारलं, 'तू आहेस, खरंच?'

तिच्या चेहऱ्यावर स्मित... आणि अचानक ती तेवढी निस्तेज, ओढलेली, नाजूक वाटेनाशी... तिनं आपला डोक्यापासून आच्छादन असलेला कोट काढला. तिच्या अंगावर आखूड बाह्यांचा शर्ट आणि खाकी शॉर्ट. पायात सँडल्स. त्याच्या लक्षात होतं त्यापेक्षाही तिचे पाय आता अधिक पांढुरके आणि कृश... त्याच्या लक्षात आलं, हॉस्पिटलमध्ये काही महिने काढल्यामुळे ती उतरलीय. तिचे केस वाढलेले पण अजून पहिल्याएवढे लांब नव्हते. त्याला वाटलं, तिला तिच्या केसांचा मूळचा रंगच शोभून दिसतो.

'मी आहे, जी काय शिल्लक राहिलीय तेवढी,' ती शांतपणे म्हणाली.

'रेनॉल्डस् आहे का तिथं?'

'मी तिच्याशी बोलल्यामुळे अस्वस्थ आहे.'

'तू खूप छान दिसतेय, फेथ.'

ती तुटकपणे हसली. 'थापाड्या, मी भयंकर दिसत्येय. माझ्या छातीकडे तर मला बघवतही नाही.' ती हे म्हणाली गंमतीनं पण लीला तिच्या अवखळ बोलण्याची बोच जाणवली.

त्यानं हळुवारपणे हात तिच्या चेहऱ्यावरून फिरवला. 'मी खोटं नाही बोलत.'

तिनं आपला हात त्याच्याभोवती टाकला आणि पकड घट्ट केली... त्यातलं तिचं बळ जाणवून तो चकित झाला. 'थँक यू' ती म्हणाली.

'तू कशी आहेस? मला फक्त वस्तुस्थिती सांग.'

तिनं हळूच आपला हात पसरला. ह्या छोट्याशा हालचालीनंही तिला झालेली वेदना तिच्या चेहऱ्यावर स्पष्ट दिसली. 'आता मी अधिकृतपणे अॅरोबिक्समधून बाहेर पडल्येय. मी अजूनही तिथं घोटाळते. खरंतर प्रत्येक दिवसागणिक सुधारणा होत्येय. मी पूर्ण बरी होईन असं म्हणतायत डॉक्टर.'

'तू मला पुन्हा कधी भेटशील असं वाटलं नव्हतं.'

'ती दुर्घटना मला घडू द्यायची नव्हती.' तो तिच्यापाशी सरकला आणि त्यानं हात तिच्याभोवती टाकला. त्यावर तिनं किंचित दुखावल्यासारखं केलं तशी तो पटकन मागे झाला.

'सॉरी, फेथ, सॉरी.' तो एवढंच म्हणाला.

ती हसली आणि त्याचा हात आपल्याभोवती घेऊन त्याच्या हातावर थोपटत म्हणाली, 'मी काही एवढी नाजूक नाही. ज्या दिवशी तुझा हात माझ्याभोवती नसेल त्या दिवशी माझं आयुष्य संपलेलं असेल.'

'तू कुठे राहतेस एवढंच मी विचारेन पण तुझ्यावर संकट ओढवेल असं मला काही करायचं नाहीये.'

'कुठेतरी राहण्याचा हा एक भयंकरच प्रकार म्हणायला पाहिजे, नाही?' फेथनं विचारलं.

'होय.'

ती त्याच्याकडे झुकली, तिचं डोकं त्याच्या खांद्यावर. 'हॉस्पिटलमधून बाहेर पडल्याबरोबर मी डॅनीला भेटले. थॉर्नहिलनं आत्महत्या केल्याचं त्यांनी मला सांगितलं तेव्हा मला आश्चर्य वाटलं. तो त्याचं ते हसणं कधी बंद करेल असं वाटलं नव्हतं.'

'माझीही भावना ह्यापेक्षा वेगळी नव्हती.'

तिनं त्याच्याकडे पाहिलं. 'तू कसा आहेस, ली?'

'मी! माझ्या बाबतीत काही घडलं नाही. माझ्यावर कोणी गोळी झाडली नाही. मी कुठे रहायचं, हे मला कोणी सांगत नाही. माझं छान चाललंय.'

'खोटं का खरं?'

'खोटं?' तो हळुवारपणे म्हणाला.

मग त्यांनी एक गतिमान चुंबन घेतलं... नंतर प्रदीर्घ चुंबन. लीला वाटलं, आपल्या हालचाली किती सहज होतायत... डोकी नेमकी उजव्या दिशेनं वळत असलेली, हात एकमेकांभोवती एका लयीत गुंफलेले, जणू काही दुसऱ्या दिवशी सकाळी त्यांना समुद्रकिनाऱ्यावरही जाग येईल... जणू मध्ये कुठलं दुःस्वप्न, दुर्घटना नव्हतीच. एखाद्या व्यक्तीशी इतक्या थोड्या कालावधीत जन्मोजन्मीचं असल्यासारखं कसं नातं जुळतं? तसं असेल तर परमेश्वर तशी संधी एकदा देईल. लीच्या बाबतीत ही संधी हिरावली गेली होती. हे बरोबर

नव्हतं, योग्य नव्हतं. त्यानं आपलं डोकं तिच्या केसात खुपसलं... तिचा गंध, अणूरेणू आपल्या श्वासात सामावून घेत...

'तू इथं किती वेळ आहेस?' त्यानं विचारलं.

'तुझ्या डोक्यात काय होतं?'

'फार कल्पनारम्य काही नाही. माझ्या घरी जेवण, शांत गप्पा, रात्रभर तुला जवळ घेऊन रहाणं.'

'कल्पना छान आहे, त्या शेवटच्या कल्पनेएवढी मात्र अजून माझी तयारी नाही.'

त्यानं तिच्याकडे पाहिलं, 'फेथ, मी मनापासून बोलतोय. मला फक्त तुला जवळ घ्यायचंय. बस्स. एवढे सगळे महिने मी फक्त त्याचाच विचार करतोय. तुला फक्त जवळ घेणं.'

फेथला रडू येईल का काय अशी तिची मुद्रा. त्याऐवजी लीच्या चेहऱ्यावरून ओघळलेला अश्रूचा एकुलता एक थेंब तिनं झटकन् उडवून लावला.

लीनं मधल्या आरशात पाहिलं. 'पण रेनॉल्डस्च्या कार्यक्रमात बसत नाही, नाही का?'

'मला शंका आहे.'

त्याची नजर तिच्यावर. तो हळुवारपणे म्हणाला, 'फेथ, तू त्या गोळीच्या मध्ये का आलीस? बुकॅननची तुला काळजी आहे ह्याची मला कल्पना आहे, पण का?'

तिनं झटकन श्वास घेतला. 'मी म्हणाले तसं, तो फार असामान्य आहे, मी फार साधीसुधी, सामान्य मुलगी आहे. मी त्याचा मृत्यू बघूच शकत नव्हते.'

'मी तर असं काही केलं नसतं.'

'माझ्यासाठी तू असं काही केलं असतंस?'

'होय.'

'तुला ज्यांची काळजी वाटते, त्यांच्यासाठी तू त्याग करतोस. आणि मला डॅनीबद्दल खूप जवळीक वाटते.'

'मला वाटतं, तुझ्याकडे बेपत्ता होण्याचे सगळे मार्ग होते. खोटं ओळखपत्र, स्विस बँक अकाऊंट, सुरक्षित घर... त्याऐवजी तू 'एफबीआय'कडे गेलीस आणि बुकॅननला वाचवण्याचा प्रयत्न केलास एवढ्यावरूनही माझ्या लक्षात यायला हवं होतं.'

तिनं त्याचा दंड पकडला. 'पण मी वाचले. शेवटी मला वाटलं ते केलंच. त्यामुळेच बहुतेक मी थोडी असामान्य वाटते का एका परीनं?'

त्याच्या हातांमध्ये तिचा चेहरा. 'आता तू इथं आहेस ना, खरंच मला जाऊ द्यायचं नाहीये तुला फेथ. तू मला सोडणार नसशील तर माझं सर्वस्व तुझं असेल, तुझ्यासाठी मी काहीही करेन.'

तिची बोटं त्याचा चेहरा शोधत असलेली... तिनं त्याचं चुंबन घेतलं आणि त्याच्या डोळ्यात पाहिलं... जणू त्या अंधारातही डोळे दिपवून टाकणारी धग त्या डोळ्यांमध्ये... हे डोळे पुन्हा आपल्याला दिसतील असं तिला कधी वाटलं नव्हतं. बहुधा त्यामुळेच ती वाचली होती. ह्या डोळ्यांसाठी. त्या डोळ्यांच्या ओढीनंच तिला मरू दिलं नव्हतं. ह्या माणसाच्या अथांग प्रेमाशिवाय आणखी काही जगण्यासारखं राहिलं असेलसं तिला वाटत नव्हतं आणि त्यातच तिचं सर्वस्व साठवलेलं होतं.

'गाडी सुरू कर,' ती म्हणाली.

गोंधळून त्यानं तिच्याकडे पाहिलं पण तो काही बोलला नाही. त्यानं गाडीची किल्ली फिरवली आणि गीअर टाकला.

'जाऊ या पुढे,' फेथ म्हणाली.

त्यानं गाडी बाजूला घेतली, त्यांच्या मागच्या गाडीनं त्यांचंच अनुकरण केलं. ते पुढे, ती गाडी मागे...

'रेनॉल्डस् झिंज्या उपटत असेल,' ली म्हणाला.

'ती सावरेल त्यातनं.'

'कुठे जायचं?' त्यानं विचारलं.

'गाडीत पेट्रोल किती आहे?' फेथचा प्रश्न.

तो चकित. 'मी टेहळणी करत होतो. टाकी फुल आहे.'

ती त्याच्या अंगावर रेलून बसलेली, तिचा हात त्याच्या कमरेभोवती. तिचे केस त्याच्या नाकाला वाकुल्या दाखवत असलेले... तिच्या छानदार गंधानं तो गुंग...

'आपल्याला पार्कपाशी जाता येईल.' तिची नजर तारकांनी चमचमणाऱ्या आकाशाकडे.

'मी तुला नक्षत्रमाला दाखवेन.'

त्यानं तिच्याकडे पहात विचारलं, 'अलीकडे ग्रहांचा पाठलाग करत असतेस?'

'अलीकडे नाही, नेहमीच.' ती हसत म्हणाली.

'आणि त्यानंतर?'

'ते माझ्या मनाविरुद्ध तर मला साक्षीदाराच्या पिंजऱ्यात अडकवू शकणार नाहीत, काय?'

'नाही, पण तुझ्या जीवाला धोका असेल!'

'आपल्याला' धोका असेल असं मी म्हटलं तर?'

'एक सेकंद, फेथ, एक सेकंद. पण पेट्रोल संपलं गाडीतलं, तर?'

'आता फक्त गाडी चालवत रहा.' आणि त्यानंही नेमकं तेच केलं.

❖

www.ingramcontent.com/pod-product-compliance
Lightning Source LLC
LaVergne TN
LVHW021425240825
819400LV00048B/826
* 9 7 8 8 1 7 7 6 6 4 0 2 7 *